அமாவும் பட்டுப்புறாக்களும்

அமாவும் பட்டுப்புறாக்களும்

சசிகலா பாபு (பி. 1980)
மொழிபெயர்ப்பாளர்

சென்னையில் பிறந்து, வளர்ந்து, வசித்துவருபவர். கவிஞர், மொழிபெயர்ப்பாளர். 'ஓ. ஹென்றியின் இறுதி இலை' (2016), 'மறையத் தொடங்கும் உடல்கிண்ணம்' (2017) ஆகியவை இவரது கவிதைத் தொகுப்புகள்; இஸ்மத் சுக்தாயின் 'வார்த்தைகளில் ஒரு வாழ்க்கை' (சுயசரிதை), நவல் எல் சாதவியின் 'சூன்யப் புள்ளியில் பெண்' (அபுனைவுப் படைப்பு), ஹான்ஷானின் 'குளிர்மலை' (ஜென் கவிதைகள்), சின்ரன்னின் 'வாக்குறுதி' (சீன இலக்கியம்), பிரசாந்த் ஜாவின் 'பாஜக எப்படி வெல்கிறது?' (அரசியல் கட்டுரைகள்) ஆகியவை இவரது சில மொழிபெயர்ப்பு நூல்கள்.

'அமாவும் பட்டுப்புறாக்களும்' இவரது ஏழாவது மொழிபெயர்ப்பு.

கணவர்: பாபு, மகன்: K.B. சூர்யப்ரகாஷ்.

மின்னஞ்சல்: sasikala.babu@yahoo.com

ஜோசலின் கல்லிட்டி

அமாவும் பட்டுப்புறாக்களும்

தமிழில்
சசிகலா பாபு

காலச்சுவடு பதிப்பகம்

அன்பார்ந்த வாசகருக்கு,

வணக்கம்.

காலச்சுவடு நூலை வாங்கியமைக்கு நன்றி.

நூலின் உள்ளடக்கம், உருவாக்கம், அட்டைப்படம் இன்ன பிற அம்சங்கள் பற்றிய உங்கள் கருத்துகளையும் ஆலோசனைகளையும் காலச்சுவடு வரவேற்கிறது. தகவல், எழுத்து, வாக்கியப் பிழைகள் தென்பட்டால் கட்டாயம் தெரிவித்து உதவுங்கள். நூல் தயாரிப்பில் கடும் குறைபாடு இருப்பின் மாற்றுப் பிரதி உங்களுக்குக் கிடைக்கக் காலச்சுவடு ஏற்பாடு செய்யும்.

மின்னஞ்சல்: publisher@kalachuvadu.com

காலச்சுவடு நாகர்கோவில் தலைமையகத்துக்கும் கடிதம் அனுப்பலாம்.

தங்கள்
எஸ்.ஆர். சுந்தரம் (கண்ணன்)
பதிப்பாளர் — நிர்வாக இயக்குநர்

Canada Council Conseil des arts
for the Arts du Canada

We acknowledge the support of the Canada Council for the Arts.

Amah and the Silk - Winged Pigeons
©2017 Jocelyn Cullity

Published with permission of Inanna Publications & Education Inc., Toronto, Ontario, Canada. All rights reserved. No part of this publication may be reproduced, stored in retrieval system, or transmitted in any form or by any means, electronic, mechanical photocopying recording, or otherwise, without the prior written permission of the Publisher.

அமாவும் பட்டுப்புறாக்களும் ❖ நாவல் ❖ ஆசிரியர்: ஜோசலின் கல்லிட்டி ❖ ஆங்கிலத்திலிருந்து தமிழில்: சசிகலா பாபு ❖ முதல் பதிப்பு: டிசம்பர் 2022 ❖ வெளியீடு: காலச்சுவடு, 669, கே.பி. சாலை, நாகர்கோவில் 629001

காலச்சுவடு பதிப்பக வெளியீடு: 1098

amaavum paTTuppuRaakkaLum ❖ Novel ❖ Author: Jocelyn Cullity ❖ Translation from English to Tamil by Sasikala Babu ❖ Language: Tamil ❖ First Edition: December 2022 ❖ Size: Royal ❖ Paper: 18.6 kg maplitho ❖ Pages: xiv + 282

Published by Kalachuvadu, 669, K.P. Road, Nagercoil 629001, India ❖ Phone: 91-4652-278525 ❖ e-mail: publications@kalachuvadu.com ❖ Printed at: Compuprint Premier Design House, Chennai 600086

ISBN: 978-93-5523-136-9

லக்னோவின்
அன்றைய பெண்களுக்கும்
இன்றைய பெண்களுக்கும்

பொருளடக்கம்

வரைபடம்	xii
கதைமாந்தர் பெயர்ப் பட்டியல்	xiii
முகவுரை	1
பகுதி 1: முன்னர்	3
பகுதி 2: செவ்வருடம்	79
பகுதி 3: பின்னர்	245
பின்குறிப்பு	275
நன்றிகள்	278

...இந்த நகரத்தில் அமைதி நிலவுகிறது... நமது ஆட்சியைக் கொண்டுவர எல்லாமே சாதகமாக இருக்கின்றன.

– லக்னோவின் முதன்மை ஆணையர்
சர். ஜேம்ஸ் அவுட்ரம், கல்கத்தாவிலிருக்கும்
கவர்னர் ஜெனரல் டல்ஹௌசிக்கு 1856இல் எழுதியது.

முத்துக்கள் அருவியாய்ப் பொழிய அவற்றில் கால்பதித்து நடந்த காலம் ஒன்றிருந்தது; இப்போது தலைக்குமேல் குரூரமான சூரியனையும் காலின்கீழ் கற்களையும் உணர்கிறேன்.

– நவாப் வாஜித் அலி ஷா

மயில்களும் கௌதாரிகளும் பாண்டிகளும் (இந்தியச் சிப்பாய்கள்) ஒன்றாகக் கிளர்ந்து எழுந்தார்கள்; ஆனால் பாண்டிகளை வேட்டையாடுவதுதான் ரொம்ப சுவாரஸ்யமாக இருந்தது.

– கர்னல் ஜார்ஜ் பௌஷியர் ஸி.பி.

Old Lucknow
English Cantonment
King's Racecourse
Faizabad (80 Miles)
Musabagh
Faizabad Road
Calcutta (600 Miles)
Imambarah College
Macchi Bhawan Fort
Iron Bridge
River Gomti
Residency
Kotwali
Kotha
Chowk
Chattar Manzil
Sikanderbagh
Qaisarbagh Palace
Hazratganj
Star House
English Post Office
DENSE CITY
Cawnpore Road
Many little palaces and noble family homes
La Martinière College
Charbagh Bridge
Canal
Canal
Yellow House
Dilkusha Palace and Park
Cawnpore (45 Miles)
Alambagh

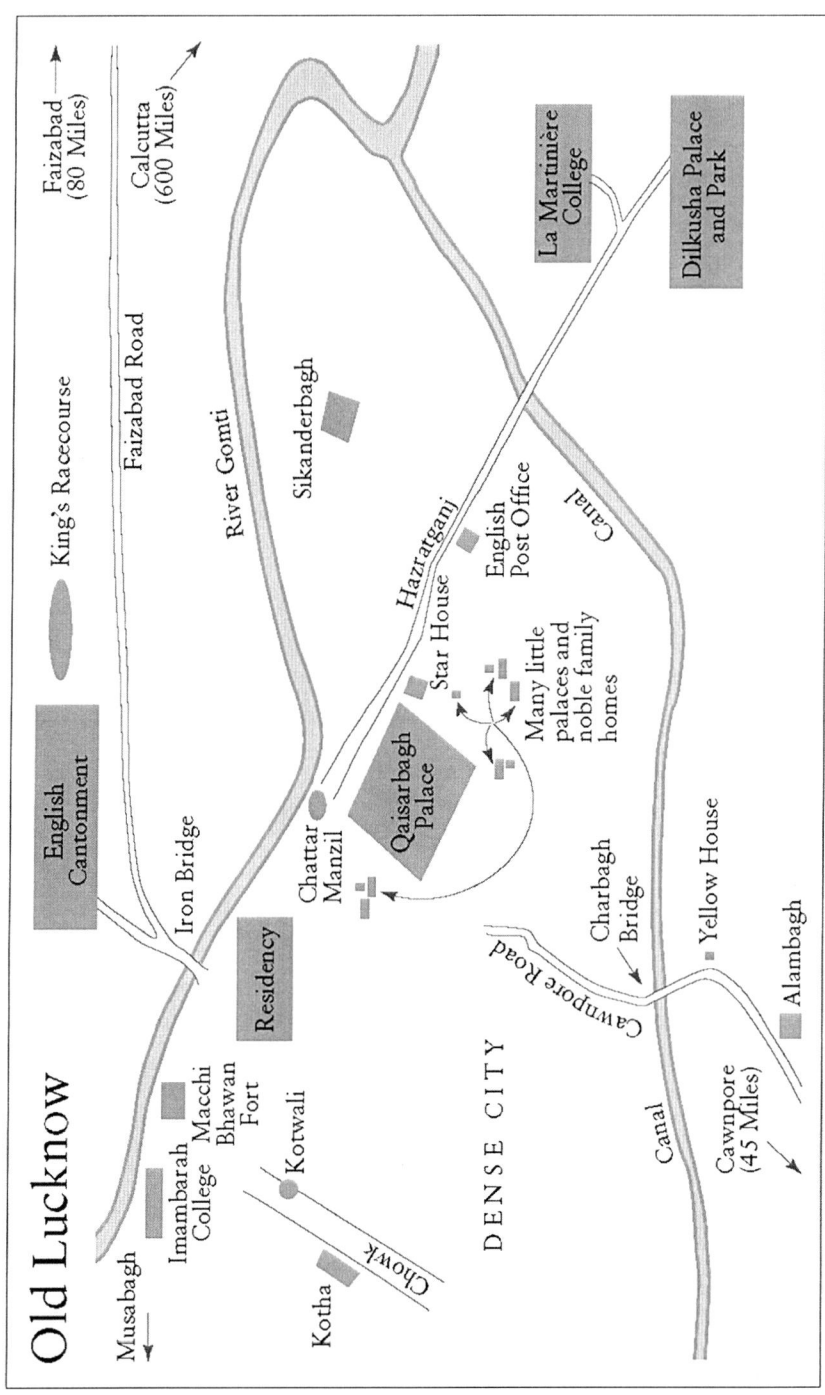

கதைமாந்தர் பெயர்ப் பட்டியல்

அபி – லக்னோவில் கோதுமையும் பார்லியும் விற்பனை செய்யும் வணிகர்.

அமா – மன்னரின் ரோஜாப் படையைச் சேர்ந்த பெண் மெய்க்காப்பாளர், எத்தியோப்பிய இசுலாமிய வம்சாவளியினர்.

அமாவின் தாயார் – எத்தியோப்பிய இசுலாமிய வம்சாவளியினர், லக்னோவைச் சேர்ந்த இசுலாமியர் ஒருவரை (காலமாகிவிட்டார்) மணந்தவர், ஒரு மகனும் (காலமாகிவிட்டார்) உண்டு.

அமாவின் பாட்டியார் – லக்னோவின் அரச குடும்பத்தால் எத்தியோப்பியாவிலிருந்து விலைக்கு வாங்கப்பட்ட இசுலாமிய அடிமை; காலமாகிவிட்டார்.

அலி ஷா – நிலவுடைமையாளர்.

ஒமர் – ஹசனின் நண்பன், அவத் கிராமமொன்றைச் சேர்ந்தவன், தில்லியில் ஆங்கிலேயரை எதிர்த்துச் சண்டையிட்டவன்.

கன்னிங் (திருமதி) – இராணுவக் குடியிருப்பு பங்களாவில் வசித்துவந்த ஆங்கிலேயப் பெண்மணி.

காசிம் – அமாவின் முதிய உறவினர், எத்தியோப்பிய இசுலாமிய வம்சாவளியினர்.

காவனாக் – ஆங்கிலேயக் கிழக்கிந்திய கம்பெனிப்படையில் பணிபுரிந்த அயர்லாந்தினன்.

கீதா – தாசிப்பெண்டிருக்குச் சொந்தமான ஜவுளிக்கடையின் பணிப்பெண்.

குல்பதன் – தாசிமனையின் தலைவி, இசுலாமியர்.

குல்பதனின் சகோதரர் – குடியானவர்.

சாய் – குல்பதனின் தங்கை மகன், இசுலாமியர், தாசிமனையில் பணிபுரிபவன், ஆங்கிலேயக் குடியிருப்புவாசிகள் உட்பட லக்னோவில் இருப்போரின் ஆடுகளில் பால்கறந்து தருபவன்.

சிவப்பன் – ஆங்கிலேயக் கிழக்கிந்திய கம்பெனியில் பணிபுரிந்த அதிகாரியொருவனின் புனைப்பெயர்.

நகரக்காவலர் (கொத்தவால்) – லக்னோவின் தலைமைக் காவலதிகாரி; இந்தியர்.

நவாப் மிர்சா, ஷரீப்புன்னிசா – மன்னர் வாஜித் அலிஷாவின் சகோதரருக்கும் அடிமைப்பெண் ஒருத்திக்கும் பிறந்த மகனும் மகளும்.

நானா சாகிப் – கான்பூர் தலைவர்.

நீல், ப்ரிகேடியர் ஜெனரல் ஜேம்ஸ் – ஆங்கிலேயக் கிழக்கிந்திய கம்பெனிக்காகப் பணிபுரிந்த ஸ்காட்லாந்தின் கிறித்துவ இராணுவவீரர்.

பவண் – கான்பூரைச் சேர்ந்த வறிய இந்து.

பாத்திமா – அமாவின் உறவுக்காரப் பெண், எத்தியோப்பிய இசுலாமிய வம்சாவளியினர்.

பிர்ஜிஸ் – மன்னர் வாஜித் அலி ஷா அவர்களுக்கும் பேகம் அஸ்ரத் மகலுக்கும் பிறந்த மகன்.

பேகம் அஸ்ரத் மகல் (பேகம் சாகிபா) – மன்னர் வாஜித் அலி ஷாவால் மணவிலக்குச் செய்யப்பட்ட முன்னாள் மனைவி; எத்தியோப்பிய இசுலாமிய வம்சாவளியினர்.

மலைமுத்து – மெட்ராசைச் சேர்ந்த தமிழ்பேசும் இந்து இளைஞன்.

மொகம்மது – செய்தித்தாள் விற்பவர்.

ரஷீத், அக்பர் – லக்னோவுக்கும் கல்கத்தாவுக்கும் இடையே தூதுவர்களாகப் பணியாற்றியவர்கள்.

ராஜமாதா – மன்னர் வாஜித் அலி ஷாவின் தாயார், அவத்தின் மகாராணியார்.

லால் – ராஜமாதாவின் அபிமானத்திற்குரிய ஆலோசகர்களுள் ஒருவர்.

லைலா – அமாவின் சித்தியார், எத்தியோப்பிய இசுலாமிய வம்சாவளியினர்.

வாஜித் அலி ஷா – அவத் மாகாணத்தை ஆண்ட இசுலாமிய (ஷியா பிரிவு) மன்னர், ஆங்கிலேயக் கிழக்கிந்திய கம்பெனியரால் பதவியிறக்கம் செய்யப்பட்டவர்.

விக்டோரியா மகாராணியார் – அறுபத்து நான்கு ஆண்டுகள் இங்கிலாந்தின் மகாராணியாகப் பதவிவகித்தவர், இந்தியாவின் பேரரசியாக 1876இல் முடிசூட்டப்பட்டவர்.

ஜாங் பகதூர் ஷா – நேபாள அரசர்.

ஜெய் லால் சிங் – லக்னோவின் இராணுவத் தளபதி, கைசர்பாக் அரண்மனைச் சபையைச் சேர்ந்தவர்.

ஜூடியா – நகை வியாபாரி.

ஷாசாதி – பேகம் சாகிபாவின் வளர்ப்புப் புலி.

ஹசன் – அமாவின் சித்தியான லைலாவின் மகன், எத்தியோப்பிய இசுலாமிய வம்சாவளியினர்.

ஹென்றி லாரன்ஸ் (சர்) – அவத்தின் தலைமை ஆணையர்.

முகவுரை

பத்தொன்பதாம் நூற்றாண்டின் மத்திமக் காலம்

வடகிழக்கு இந்தியாவில், கல்கத்தாவிற்கும் தில்லிக்கும் இடையே அவத் ராஜ்ஜியம் அமைந்திருந்தது. இந்தியாவின் கலைகளும் களஞ்சியங்களும் நிறைந்ததொரு நகரமாக அவத்தின் தலைநகர் லக்னோ திகழ்ந்தது. அவத்தை ஆண்ட மன்னர் வாஜித் அலி ஷா அவரது முன்னோரைப்போலவே, ஐரோப்பாவிலிருந்து கட்டிட வல்லுநர்கள் பொறியாளர்களை வரவழைத்துத் திறமையான உள்ளூர்க் கலைஞர்களையும் இணைத்து லக்னோவை அழகுற உருவாக்கினார். உலகெங்கிலும் இருந்து கவிஞர்களையும் இசைஞர்களையும் நடனக்கலைஞர்களையும் ஓவியர்களையும், கிழக்காப்பிரிக்காவிலிருந்து அடிமைகளையும் அவர் லக்னோவிற்குக் கொணர்ந்தார், வந்தவர்கள் அனைவரும் வளமாக வாழ வழிவகை செய்தார்.

லண்டனைச் சேர்ந்த லாபகரமான, சக்திவாய்ந்த வியாபார நிறுவனமான ஆங்கிலேயக் கிழக்கிந்திய கம்பெனி இருநூறு ஆண்டுகளுக்கும் மேலாக லக்னோ உட்பட்ட இந்தியாவின் பல பகுதிகளில் தன் வியாபாரத்தை மேற்கொண்டுவந்தது. அது இந்தியாவின் வளங்களை அபகரிப்பதற்காக இந்திய நகரங்களைக் கொஞ்சம் கொஞ்சமாகவும் திருட்டுத்தனமாகவும் கையகப்படுத்தத் துவங்கியது. 1856ஆம் ஆண்டு பிப்ரவரியில் மன்னர் வாஜித் அலி ஷாவிடம் லக்னோவை ஆங்கிலேய அதிகாரத்தின் கீழ்க் கொண்டுவரும் ஒப்பந்தமொன்றை கம்பெனி அளித்தது; ஆனால் மன்னர் அதில் கையொப்பமிட மறுத்தார். எனவே கம்பெனி அவரைப் பதவியிறக்கம் செய்து, அந்த ராஜ்ஜியத்தை எடுத்துக்கொண்டது. மன்னரின் தாயாரான ராஜமாதா லக்னோவைத் தங்கள் குடும்பத்துக்குத் திரும்பவும் தர வேண்டும் என்று கோரி விக்டோரியா மகாராணியாரைச் சந்திக்க இங்கிலாந்து சென்றார்; ஒரு தாயின் கண்ணீரை

மற்றொரு தாயார் புரிந்துகொள்வார் எனும் நம்பிக்கையுடன். அதேநேரம், கல்கத்தாவிலிருக்கும் ஆங்கிலேய அதிகாரிகளிடம் கோரிக்கை வைப்பதற்காக மன்னரும் சென்றார்.

செவ்வருடம் என அழைக்கப்படும் 1857க்கு முன்னர் வரையிலும் லக்னோ தன் வாழ்நாளில் வன்முறையையோ போரையோ அறிந்ததேயில்லை.

1. முன்னர்

1

மார்ச் 14, 1856

லக்னோ நகரைத் தான் எவ்வளவு நேசிக்கிறோம் என்பதை அமா முதல்முறையாக உணர்ந்தது, அந்த நகரம் கைவிட்டுப் போய்விடுமோ என்று அவள் முதல்முறையாக அஞ்சிய அதே மாதத்தில்தான். 1856ஆம் ஆண்டின் மார்ச் மாதம் வழக்கத்திற்கு மாறாகப் புழுதியும் பதற்றமும் நிறைந்திருந்தது. அந்நகரத்தின் கிழக்கு மேற்காகப் பாய்ந்தோடிய கோமதி ஆற்றில் உற்சாகக்குளியல் போடுவோரின் எண்ணிக்கை குறைந்தே காணப்பட்டது. எரியும் சிதைகளிலிருந்து எழுந்த புகை காற்றிலெங்கும் பரவியிருந்தது. சிதைகளின் சாம்பலை ஆற்றின் நடுப்பகுதிக்குக் கொண்டுசென்று படகோட்டிகள் கரைத்தனர்; சாம்பல் துகள்கள் கருமையாகவும் பொன்னிறமாகவும் நீரில் மின்னி மறைந்தன. அந்நகரம் எதிர்கொள்ளவிருந்த கடும் எதிர்காலத்தை நோக்கி அக்குளிர்காலை விடிந்தது.

லக்னோவைக் கைப்பற்ற வேண்டுமென ஆயிரக்கணக்கான ஆங்கிலேயர்கள் துடித்துக்கொண்டிருந்தனர்; ஆங்கிலேயக் கிழக்கிந்திய கம்பெனியின் ஏல விற்பனைகளைக் கண்காணித்தபடி அமா சந்தைக் கூட்டத்திலிருந்து விலகி தனியே நின்றிருந்தாள். அச்சத்தில் அலறும் விலங்குகளின் கூச்சல் எங்கும் நிறைந்திருந்தது. அந்நகரத்தின் அனைத்துத் தொழுவங்கள், மிருகக்காட்சி சாலைகள் ஆகியவற்றிலிருந்து ஆங்கிலேயர்கள் பிடித்து வந்திருந்த குதிரைகள், யானைகள், ஒட்டகங்கள், சிறுத்தைகள், பட்டுச்சிறகுப் புறாக்களை இப்போது அந்நிய வியாபாரிகளுக்கு விற்கின்றனர். அவ்வாறு விற்கப்படும் குதிரைகளில் அமாவிற்கு மிகவும் பிடித்த பழுப்புநிற ஆஸ்திரேலிய வேலர் குதிரையும் இருந்தது; அமாவின் குதிரையேற்றத்தைப் பாராட்டி மன்னர் அவளுக்குப் பரிசளித்த குதிரை அது. பென்சிலால் எழுதப்படுபவை எளிதாக அழிக்கப்படுவதைப்போல, இத்தனை ஆண்டுகளாக விலங்குகளுக்குத் தொடர்ச்சியாக

அளிக்கப்பட்டுவந்த பயிற்சியும், கவனம் மிகுந்த வளர்ப்பும் ஆங்கிலேயர்களால் வேண்டுமென்றே அழித்தொழிக்கப்படுகின்றன. மன்னரையே இல்லாமல் செய்ய அவர்கள் விரும்புவதைப்போல.

கூட்டத்தினரை விலக்கிக்கொண்டு குதிரைகளின் வரிசையை நோக்கி அமா முன்னேறினாள். சிவந்த கேசமும் குழிந்த மோவாயும் கொண்ட ஆங்கிலேயன் ஒருவன் அவளைத் தடுத்து நிறுத்தினான். அவனது மூச்சுக்காற்றில் சாராய நெடியும், உச்சரித்த ஆங்கிலச் சொற்களில் வெறுப்பும் இருந்ததை அமா கண்டுகொண்டாள். அவளுடைய துப்பாக்கியின்மீது கைவைத்து, அவள் மேற்கொண்டு முன்னே செல்வதை அவன் தடுத்து நிறுத்தினான். அவனது தடுப்பையும் மீறிக் குதிரையைத் தடவிக் கொடுக்க அவள் கைகளை நீட்டினாள். அங்கிருந்த ஏலம் விடுபவர் கைக்குட்டையால் முகத்தை அழுந்தத் துடைத்துக்கொண்டார், சுத்தியலால் மேஜையில் ஓங்கி அறைந்து, தொலைதூரத்திலிருந்து வந்திருந்த இந்திய வியாபாரி ஒருவனைப் பார்த்துத் தலையசைத்தார். அப்போதும் அந்த ஆங்கிலேயனின் கை உறுதியுடன் அமாவைத் தடுத்தபடியே இருந்தது.

“ஏ, ஆப்பிரிக்க அடிமைப் பையனே, குதிரைகள் விற்கப்பட்டுவிட்டன” என்றான் அவன்.

‘பையன்’, வீதிகளில் செல்லும் உள்ளூர் ஆண்களை ஆங்கிலேயர்கள் அப்படித்தான் அழைப்பர் என்பதால் அவளால் அந்த வார்த்தையைப் புரிந்துகொள்ள முடிந்தது. பையன். அவளுடைய கேசம் குட்டையாக வெட்டப்பட்டிருந்தது. சிவப்புநிற மேற்சட்டையும், ரோஜாநிறப் பட்டுக் கால்சராயும் அணிந்திருந்தாள். அவளொரு இளம்பெண் என்பதை அவனால் அடையாளம் காண முடியவில்லை, அவள் அவனிடம் அதைத் தெரிவிக்கவும் முனையவில்லை. “இவை அரசருக்குச் சொந்தமான குதிரைகள். இதோ இதுதான் என் குதிரை” என்றாள் உருதுவில்.

அவள் கூறியதை அவன் புரிந்துகொண்டதை அமா உணர்ந்துகொண்டாள். இருந்தபோதும் அவன் ஆங்கிலத்திலேயே பதிலளித்தான்: “இக்குதிரைகள் மன்னருக்குச் சொந்தமானவையாக இருக்கலாம், நாங்கள் அவரது பதவியைப் பறித்துவிட்டோம். இந்த விலங்குகளையும் அப்புறப்படுத்த வேண்டிய நேரமிது, பையனே.”

அவளுக்கு ஒன்றும் புரியவில்லை. குதிரையின் கடிவாளத்தைத் தொட முயன்றாள், ஆனால் கம்பெனிக்காரன் கைத்துப்பாக்கியால் அவளைத் தடுத்து நிறுத்தி, “குதிரையை விற்றுவிட்டோம் எனத்தான் கூறிவிட்டேனே, அதன் பிறகும் நீ அத்துமீறுகிறாய். விலகிப் போ” என்றான்.

அச்சமயம் அந்தத் தூரதேசத்து இந்திய வியாபாரி முன்னால் வந்தான். அமாவின் கண்களை அவன் ஏறிட்டுப் பார்க்கவில்லை. அவளது குதிரையின் கடிவாளத்தைப் பற்றிக்கொண்டான். ஆனால் சிறு கேரட்டைப்போலிருந்த ஆரஞ்சு நிற ஜாங்கிரியைக் குதிரைக்கு அவள் புகட்டியபோது அவ்வியாபாரி மறுப்பேதும் கூறாமல் காத்திருக்கவும் செய்தான். எல்லாம் நன்றாக நடக்கிறது என்பதைப்போல் குதிரையின் வெதுவெதுப்பான தொடையைத் தட்டிக்கொடுத்தாள் அமா. பிறகு, தனது

தோழியும், மன்னரின் முன்னாள் மனைவியுமான பேகம் சாகிபாவைச் சந்திப்பதற்காக ஏல விற்பனை நடக்கும் இடத்தை விட்டுக் கிளம்பினாள்.

○○○

அவள் குடியிருக்கும் கைசர்பாக் அரண்மனையை அமா வந்தடைந்ததும் பரந்துவிரிந்த அவ்வரண்மனையின் மறு கோடியிலிருந்த பேகம் சாகிபாவின் இல்லத்தை நோக்கி விரைந்தாள். முகப்புக் கூடத்தினுள் நுழைந்ததுமே, அமாவின் உறவினரும், அவளைப்போலவே அரண்மனைப் பாதுகாவலராகப் பணிபுரியும் எத்தியோப்பியருமான கிழவர் காசிம், தான் கேள்விப்பட்ட வதந்திகள் அனைத்தும் உண்மைதானா என அமாவை வினவினார். “ஆம். அனைத்து விலங்குகளையும் இங்கிருந்து அப்புறப்படுத்துகின்றனர். எனது குதிரையையும் கைப்பற்றிக் கொண்டனர். உங்கள் குதிரை எங்கே காசிம்? அதைப் பார்த்தீர்களா?” எனக் கேட்டாள்.

“அது இங்கேதான் உள்ளே இருக்கிறது.”

“அதைப் பத்திரமாகப் பார்த்துக்கொள்ளுங்கள்” எனக் கூவியபடியே கூடத்திலிருந்து வெளியே ஓடினாள். கடல் தெய்வமான நெப்டியூனின் சிலையையும் மீன்போல் வடிவமைக்கப்பட்டிருந்த நீர்த்தொட்டிகளையும் கடந்து ஓடினாள்; கணக்காளர்களாகவும் பொறியாளர்களாகவும் பணிபுரிந்த இந்துக்களும் ஷியா அறிஞர்களும் அரசு ஊழியர்களுக்கு ஊதியம் வழங்கும் சுன்னி அதிகாரிகளும் சமண மதச் சிற்பிகளும் யூத இசைக்கலைஞர்களும் நிரம்பியிருக்கும் ராஜமாதாவின் மிகப்பெரிய அறையைக் கடந்து ஓடினாள்; மன்னரின் நடனக்கலைஞர்கள் ஒத்திகை பார்க்கும் தேவ அரங்குகளைக் கடந்தும், மன்னரின் மனைவியர்கள் ஆசுவாசமாக உலாவும் குடியிருப்புகளைக் கடந்தும், சிறு பசுங்கடல்கள்போல் பரந்துவிரிந்த தோட்டங்களைக் கடந்தும் அமா ஓடினாள். நகரின் ஏதோவொரு மூலையில், ஆங்கிலேய இசைக்குழுவொன்று *“The Girl I Left Behind Me”* எனும் ஆங்கிலப் பாடலின் வரிகளைப் பயிற்சி செய்வதைக் கேட்டாள். அமாவிற்குத் தலைவலியை உண்டாக்கி, ஓராயிரம் இரவுகளாகத் தொடர்ச்சியாக ஒலிக்கும் ஆங்கிலேயர்களின் இந்த இசை முழக்கத்தை எவராலும் தடுத்து நிறுத்த முடியவில்லை. தொலைவில் இருந்த அரண்மனைச் சுவரின் வாயில் வழியாக அமா வெளியேறி, பேகம் சாகிபாவின் இல்லத்தை நோக்கி மரங்கள் அடர்ந்த பாதையில் நடக்கத் துவங்கினாள்.

தோட்டத்தில் தனது தோழி இருப்பதை அமா கண்டாள். பேகம் அஸ்ரத் மகல் என்பதுதான் அவரது நிஜப் பெயராக இருந்தபோதும், அவர்பால் கொண்ட நேசத்தாலும் மரியாதையாலும் அரண்மனையைச் சேர்ந்தவர்கள் அனைவரும் அவரை பேகம் சாகிபா என்றே அழைத்தனர். மென்மையான உதடுகளும், பேகமைப்போலவே பச்சைநிறக் கண்களையும் கொண்ட அவருடைய மகன் பிர்ஜிஸ் பட்டங்கள் பறக்கவிடப் பழகிக்கொண்டிருந்தான், மன்னருடனான பேகத்தின் திருமண உறவு இம்மகன் பிறக்கும் வரைதான் நீடித்தது. மகனுடன் தன் இல்லத்திலேயே

பேகம் வசித்துவந்தார். அவருக்கென வழங்கப்படும் வருடாந்திர வருமானத்தைக் கொண்டு வாழ்வை நடத்திவந்தார்.

அமா சிரம் தாழ்த்தி வணங்கியபடியே "தஸ்லீம்*. நான் வந்து விட்டேன்" என உரக்கக் கூறினாள்.

நான்கு கார்வண்ண அன்னப்பறவைகளுக்குத் தீனியளித்துக் கொண்டிருந்த பேகம் சாகிபா, அவற்றின் நீளமான கழுத்துகளைத் தன் விரல்களால் நீவியபடியிருந்தார். கேசத்தை இளஞ்சிவப்புநிற முக்காடால் மறைத்திருந்தார். "தஸ்லீம். உனக்காகத்தான் காத்துக்கொண்டிருந்தேன் அமா. சொல், என்ன நடந்தது?" எனக் கேட்டார்.

"அரசருடைய அனைத்து விலங்குகளும் ஏலத்துக்குப் போய்விடும் என அவற்றின் பயிற்சியாளர்கள் கூறுகின்றனர். அவர்களின் கணக்குப்படி லக்னோ முழுவதிலுமிருந்து தோராயமாக ஏழாயிரம் விலங்குகள் ஆங்கிலேயர்களால் கைப்பற்றப்படலாம்."

"சாத்தியமேயில்லை" என்றார் பேகம் சாகிபா.

"மேலதிகாரியின் இல்லத்திலிருந்து ஆணையுடன் வந்த ஆங்கில அதிகாரியொருவர் நேற்று நம் விலங்குப் பயிற்சியாளர்களைச் சந்தித்துள்ளார். இந்நகரத்திலிருந்து விலங்குகளை அப்புறப்படுத்த மன்னரின் விலங்குப் பயிற்சியாளர்கள் உதவ வேண்டுமெனக் கூறியுள்ளார். அரண்மனையில் இருந்து எவரேனும் வந்து இந்நடவடிக்கையைத் தடுப்பார்கள் எனப் பயிற்சியாளர்கள் எதிர்பார்த்துக் காத்திருந்தனர், ஆனால் உதவிக்கு எவருமே வராததால் இன்று காலைமுதல் விலங்குகளை அப்புறப்படுத்தும் பணி துவங்கியது. இந்த ஏல விற்பனை அறிவிப்புகள் நேபாளம், தில்லி, கல்கத்தா வரை அனுப்பட்டுள்ளனவாம். குறைந்த விலைக்குக் கிடைக்கும் என்பதால் அங்கிருந்தெல்லாம் வியாபாரிகள் வந்துள்ளனர். நம் மன்னர் பறவை ஒன்றுக்கு 25,000 ரூபாய் என வாங்கிவந்த பட்டுப் புறாக்கள் வெறும் ஐந்நூறு ரூபாய்க்கு விற்கப்படுகின்றன. எனது குதிரை முன்னூறு ரூபாய்க்கு விலைபோனது. நமது தொழுவங்களைக் காலி செய்கின்றனர்" என்றாள் அமா.

அவள் கூறிய அனைத்தையும் பேகம் சாகிபா இமைக்கவும் மறந்து கேட்டுக்கொண்டிருந்தார். அமாவைக்காட்டிலும் அவர் உயரம் குறைவு, உடல் மெலிவு.

"அவர்கள் நேசத்தைத் துண்டாடுகின்றனர். புலிகள் இருக்கின்றனவா? குயில்கள்?" எனக் கேட்டார்.

"நான் பார்க்கவில்லையே."

"நம்மால் முடிந்த அளவு விலங்குகளைப் பாதுகாக்க வேண்டும். உடனடியாய் நான் புல்வெளிகளுக்குச் சென்று சீதாவை அழைத்து வரப்

* இசுலாமியப் பெண்களின் வரவேற்புச் சொல்

போகிறேன். புலிகள் அவர்களின் கைகளில் சிக்கினால் இறந்துவிடும். நீ சென்று குயில்களைக் கொண்டுவா” என்றார்.

○○○

அந்தி கவிந்தது, பட்டாம்பூச்சிகள் படபடத்தன. ஒரு மைல் தொலைவிலிருந்த சிக்கந்தர் பாக்கில், அவர்களுக்குச் சொந்தமான குயில்கள் வளர்க்கப்பட்டுவந்த இளஞ்சிவப்பு நிறச் சுவர்களைக் கொண்ட வேனிலகமும், பிரம்மாண்டமான மசூதியொன்றும் அமைந்திருந்தன. அமா உறவுக்காரக் கிழவர் காசிமின் சாம்பல்நிறக் குதிரை மீதேறி அவ்விடத்தை நோக்கிச் சென்றாள். கோமதி நதிக்கரையோரமாக மீன்கொத்திகள் உற்சாகக் குரலெழுப்பின, மக்கள் பிரார்த்தித்துக் கொண்டிருந்தனர், மீன் விற்பவர்களும் அங்கு நிறைந்திருந்தனர். நதியின் கரையோரமாக அவள் குதிரையோட்டிச் சென்றாள். தூரத்தே, நதியின் மறுபக்கத்தில் அமைக்கப்பட்டிருந்த ஆங்கிலேய இராணுவ முகாமில் வெளிச்சப்புள்ளிகள் கண்சிமிட்டின, அங்கிருந்து வால்ட்ஸ் இசைக் கருவியின் மெல்லிசையும் எழுந்துவந்தது. அவள் பக்கத்து நதிக்கரை மாந்தோப்புகளோ அம்மாலை ஒளியில் பசும் ஆரஞ்சு வண்ணத்திலிருந்து சாம்பல்பூத்த நீல நிறத்திற்கு மாறிக்கொண்டிருந்தன. காற்றுக்காக சன்னல்கள் திறந்து விடப்பட்டிருந்த வீடுகளைக் கடந்து சென்றாள். வீடுகளின் உள்ளே, பூச்சித்திர வேலைப்பாடுகள் நிறைந்த தரைவிரிப்புகளின்மீது கதைசொல்லிகள் அமர்ந்திருந்தனர். மேஜையில் அறைந்த சுத்தியல்களின் ஒலியையும், சுவர்களில் ஒட்டப்பட்டிருந்த ஏல விற்பனை விளம்பரக் காட்சியையும், காலியான தொழுவங்களில் நிறைந்திருந்த விலங்குக் கழிவுகளின் நெடியையும், மெல்லிய குரலில் இறைஞ்சிய பணியாட்களின் வேண்டுதல்கள் நிராகரிக்கப்பட்டதன் கசந்த சுவையையும் கதைகளின் வாயிலாகத் துடைத்தெறிய அவர்கள் தயாராகினர். மக்களுடைய அந்த நாளின் சோகக் கதைகளையும், ஆங்கிலேயர்களின் குதிரைக் குளம்புகளிலிருந்து எழுந்த புழுதி மேகத்தையும், மாலை வேளைகளில் இவர்கள் கூறும் ஜூலியஸ் சீசர், ஆயிரத்தோர் இரவுகள், ஹேம்லெட் போன்ற கதைகள் மறக்கடித்துவிடுகின்றன. அழகு, போர், காதல், வஞ்சகம் குறித்த இக்கதைகளை, லக்னோ நகரம் முழுவதிலும் இருந்த இந்துக்களும் இசுலாமியர்களும் கிறித்துவர்களும் சமணர்களும் யூதர்களும் ஒன்றாகச் சேர்ந்தே கேட்கின்றனர்.

அமா சிக்கந்தர் பாக்கை அடைந்ததும், குதிரையைக் கட்டிப் போட்டுவிட்டு முற்றத்தைக் கடந்தாள். நீலமார்புக் குயில்கள் வளர்ந்துவந்த பக்கவாட்டு அறையை நோக்கிச் சென்றாள். வழக்கமாக அப்பறவைகள் சிறுகுழல்கள் சேர்ந்திசைப்பதைப்போலே கூட்டாகப் பாடும். ஆனால் இன்றோ குயில்கள் அடைபட்டிருந்த கூண்டுகளைக் காணவில்லை. ஒரே ஒரு உடைந்த கூண்டு மட்டுமே கிடந்தது. அதன் பித்தளைக் கதவு வளைந்து நெளிந்திருந்தது. தரையெங்கும் இறகுகளும், நொறுங்கிய முட்டையோடுகளும், பறவையெச்சங்களும் சிதறிக் கிடந்தன. குழலோசைகள் கேட்கவில்லை, குயில் கூட்டத்தைக் காணவில்லை, அவற்றின் மகிழ்வான கூவல்களும் இல்லை.

உடைந்த கூண்டை அமா எடுத்துக்கொண்டாள். துடைப்பம் ஒன்றைக் கண்டெடுத்துப் பறவைகளின் ஆன்மாக்களுக்காய்ப் பிரார்த்தித்த படியே அவ்விடத்தின் நிசப்தத்தைக் கலைத்துக்கொண்டு பெருக்கித் தள்ளினாள். நீலமார்புடைய அழகான குயில்களுக்காய்ப் பிரார்த்தித்தாள். தமது சிறு குடில்களுக்குத் திரும்ப விரும்பும் பசும்நிறப் பட்டுச் சிறகுப் புறாக்களுக்காய்ப் பிரார்த்தித்தாள். ஜன்னலின் வழியாக அவளை இப்போது பார்த்துக்கொண்டிருக்கும் – குழந்தைகளின் வளையலுக்குள் புகுந்து வெளியேறிவிடும் அளவுக்குச் சிறிய – இளஞ்சிவப்பு நிறப் புறாக்களுக்காயும் அந்த இளஞ்சிவப்புப் புறாக்கள் லக்னோவின் மரங்களில் பாதுகாப்பாக இருக்கவேண்டுமென்றும் அமா பிரார்த்தித்தாள்.

அங்கிருந்து திரும்பும்போது மீண்டும் முற்றத்தைக் கடந்தாள். அப்போது கோதுமை பார்லி வணிகன் அபி சிக்கந்தர் பாக்கின் கிணற்றின் அருகே நிழலில் குத்துக்காலிட்டு உட்கார்ந்திருப்பதைக் கண்டாள்.

அவனருகில் சென்று, “இங்கு என்ன செய்துகொண்டிருக்கிறாய்?” எனக் கேட்டாள்.

அவன் இருந்த இடத்தில் இருந்து எழுந்திருக்கவேயில்லை. அமாவை மதித்து அவளுக்கு வணக்கம் தெரிவிக்கவுமில்லை. பக்கவாட்டு அறை இருந்த திசையைச் சைகை காட்டித் தோள்களைக் குலுக்கிக்கொண்டான். “எல்லாம் எப்படி சீர்குலைந்து கிடக்கிறது பார்” என்றான். வெற்றிலைப் பாக்கின் காவிக் கறையேறியிருந்தன அபியின் பற்கள். பொன்னும் வெள்ளியும் வைத்துத் தைக்கப்பட்டிருந்த குல்லாயும் பட்டுத்துணிகளும் அணிந்திருந்தான். சொத்துக்களைப் பெருக்கிக்கொள்வதற்காய் ஒரு பணக்கார முதியவளைத் திருமணம் முடித்திருந்தான் என்பதை அனைவரும் அறிவர். இவ்விஷயம் கேலியாகவும் அங்கு பேசப்படுவதுண்டு.

“ஏல விற்பனை நடக்கும் இடத்தில் நீ இருந்திருக்க வேண்டும்” என்றாள் அமா.

“அனைவரும் அங்குதான் இருந்தனர். அதுவொரு பெரிய கொண்டாட்டம்.”

“பெரிய கொண்டாட்டம்தான். ஆங்கிலேயர்கள்தான் மிகுந்த மகிழ்ச்சியுடன் இருந்தனர்.”

காவிக் கறையேறிய பற்களுடைய அந்த ஆளை அமா ஆராய்ந்தாள். ஆங்கிலேயர்களுடன் சேர்ந்து சுருட்டுப் புகைக்க அவனுக்குப் பிடிக்கும். அபி – ‘அலிபாபாவும் அவனது ஆங்கிலேயத் திருடர்களும்’.

“அரண்மனைக் காவலாளியே, துப்பாக்கிகளை மட்டும் காதலிக்கும் ஆப்பிரிக்கப் பெண்ணே, இது துரதிர்ஷ்டமானதுதான்” என்றான் அபி.

“யாருக்குத் துரதிர்ஷ்டமானது?” எனக் கேட்டாள் அமா.

அவன் புன்னகைத்தான்.

அமா அவனை நோக்கித் துப்பாக்கியை உயர்த்துவதைக் கண்டதும் அவன் முகம் மாறியது. அவளுடைய சிவப்புநிற மேற்சட்டையையும்,

இளஞ்சிவப்புநிறக் கால்சராயையும் உற்றுப் பார்த்தான். “ஆப்பிரிக்க அமா. ஆப்பிரிக்கப் போர் வீராங்கனை அமா. ஆங்கிலேயர்கள் உனக்குச் சரியான பெயரைத்தான் சூட்டியுள்ளார்கள்” எனக் கூறிப் புன்னகைத்தான்.

அமா தோள்களைக் குலுக்கிக்கொண்டாள். குதிரையை நோக்கித் திரும்பினாள், “கம்பெனிக்காரர்கள் கிளிகளைப் போன்றவர்கள். அவர்கள் துரோகிகள், மிகுந்த பேராசைக்காரர்கள். அவர்களிடம் நீ ஜாக்கிரதையாகவே பழகு” என அவனை எச்சரித்தாள்.

❍❍❍

அடர்சிவப்பு வண்ணத் தலை கொண்ட கொக்குகள் பசுங்கருநீலச் சிறகுகளை விரித்து இரவு வானில் பறந்துசென்றன. பேகம் சாகிபாவின் வீட்டிலிருந்த அடர்த்தியான வேம்பின் தாழ்ந்த கிளைகளின் கீழே நான்கு கார்வண்ண அன்னப் பறவைகள் ஒன்றையொன்று அணைத்து நெருக்கமாக அமர்ந்திருந்தன. அருகே வீட்டுத் தோட்டத்தின் பாதியளவிற்கு மூங்கில் கூண்டொன்றைச் செய்வதற்காக மாலை உணவிற்குச் சென்றிருந்த தோட்ட வேலைக்காரர்கள் திரும்ப அழைக்கப்பட்டிருந்தனர்.

தோட்டம் விளக்குகளின் வெளிச்சத்தில் நிறைந்திருந்தது. விலங்குப் பயிற்சியாளர் ஒருவர் புதிய மூங்கில் கூண்டுக்குள்ளிருந்த புலிக்குட்டிக்கு ஆட்டிறைச்சி புகட்டுவதை பேகம் சாகிபா கவனித்துக்கொண்டிருந்தார். வேம்பின் கீழே இருந்த கார் வண்ண அன்னப் பறவைகளும் அதையே பார்த்துக்கொண்டிருந்தன. கார்மேகமென இருண்டு கிடந்த பேகம் சாகிபாவின் முகம் அமாவைக் கண்டதும் பிரகாசமடைந்தது.

தலையைத் தாழ்த்தி வணங்கியபடியே அமா, “தஸ்லீம். அங்கு குயில்களைக் காணவில்லை. சீதா இங்கு இருக்கிறாளா?” எனக் கேட்டாள்.

“தஸ்லீம். சீதா போய்விட்டாள். ஆங்கிலேயர்கள் தாங்கள் செய்வது தவறென்று உணர்ந்ததாலோ என்னவோ, சீதாவின் குட்டியை எடுத்துக்கொள்ள நாங்கள் கூண்டைத் திறந்தபோது தடுக்கவில்லை” என்றார் பேகம் சாகிபா. மெல்லிய சால்வையை விலக்கித் தன் கையை அமாவிடம் காட்டினார். ஆழமான கீறலின்மீது கற்றாழைப்பசை பூசப்பட்டிருந்தது. “சற்றுச் சிரமமான காரியமாகத்தான் இருந்தது, இருந்தாலும் துறுதுறுவென்றிருந்த அந்தக் குட்டியை வீட்டிற்கு நானே தான் தூக்கி வந்தேன். உள்ளே சென்று குட்டியைப் பார். பெயர் ஷாசாதி. ஷாசாதியென்றே அதைக் கூப்பிடு” என்றார்.

மூங்கில் கூண்டினுள்ளே ஷாசாதி அமைதியாக இருந்தது. விளக்கொளி பட்டு அதன் முகமும் கால்களும் வெண்மையாகக் காட்சியளித்தன. ஈரமான மூக்கால் அமாவின் கைகளை முட்டியது. தாய்ப்பாலை அபரிமிதமாக ஷாசாதி பருகியிருந்ததால், அதன் நெஞ்சுப்பகுதி ரோமங்கள் அடர்ந்து அழகாக இருந்தது.

“அமா, ஆங்கிலேயர்களின் நடவடிக்கைகளை நாம் பதிவுசெய்ய வேண்டும். அவற்றை ஆவணப்படுத்த நீதான் எனக்கு உதவ வேண்டும்” என்றார் பேகம் சாகிபா.

அமா தயங்கினாள். "மன்னர் தான் திரும்பி வரும்வரை நம் கருவூலங்களைப் பாதுகாக்கச் சொல்லியிருக்கிறார்" என்றாள்.

"அந்தப் பொறுப்பில் உன் உறவினன் காசிம்தானே தற்போது இருக்கிறான்? கருவூலங்களைப் பாதுகாக்கப் பலர் உள்ளனர் என்பதால் அவன் இதற்கு ஒப்புக்கொள்வான். அனைத்தும் மிக வேகமாக நடைபெற்று வருகின்றன. ராஜமாதா லண்டன் சென்று சேர்வதை விடவும், மன்னரின் மனுக்கள் கல்கத்தாவில் ஏற்றுக்கொள்ளப்படுவதை விடவும் துரிதமாக அனைத்தும் இங்கே நடைபெறுகின்றன. இங்கு நடப்பதை யாரேனும் ஆவணப்படுத்தியே ஆக வேண்டும். ஆங்கிலேயர் களின் நடவடிக்கைகளைக் கண்காணிக்க அரண்மனையில் எவரேனும் உள்ளனரா?"

"ஏல விற்பனை தந்த அதிர்ச்சியில் இருந்தே நாங்கள் இன்னும் மீளவில்லை."

"என்னுடன் பணியாற்று அமா. அவர்களின் செயல்களை எவரேனும் ஆவணப்படுத்தியே ஆக வேண்டும். ஊரில் என்ன நடக்கிறது என்பதை எனக்கு உடனுக்குடன் தெரியப்படுத்து."

தோழியின் வேண்டுகோளை அமா எண்ணிப்பார்த்தாள். அப்ஷியான் குதிரைப்படை கிழக்காப்பிரிக்க வீரர்களைக் கொண்டது; அவ்வீரர்களின் இராணுவத் திறமைகளின்மீது மிகுந்த மரியாதை கொண்டிருந்த மன்னர் பல பரிசுகளையும் துப்பாக்கிகளையும் நற்ப ங்களையும் அப்படை யினருக்கு அளித்திருந்தார். மன்னரின் அந்தரங்க மெய்க்காப்பாளர்களைக் கொண்ட ரோஜா படைப்பிரிவைச் சேர்ந்தவள் அமா. ஆப்பிரிக்கப் பெண் வீரர்களை மட்டுமே அப்படைப்பிரிவு கொண்டிருந்தது. மன்னர் இல்லாத வேளைகளில் அரச குடும்பத்தின் விலைமதிப்புமிக்கச் சொத்துக்களைப் பாதுகாப்பதற்காக அப்படைப்பிரிவின் ஒவ்வொருவருக்கும் மாதம் பத்து ரூபாய்கள் ஊதியமாக வழங்கப்பட்டது. அப்பணியைத் தவிர வேறெதையும் அவர்கள் செய்வதை மன்னர் விரும்பமாட்டார் என்பதை அவள் அறிந்தே இருந்தாள். மேலும், போலி ஒப்பந்தம் குறித்து விக்டோரியா மகாராணியைச் சந்திக்க இங்கிலாந்து சென்றிருக்கும் மன்னரின் தாயாரும்கூட பேகம் சாகிபாவின் இந்நடவடிக்கைகளை ஒப்புக்கொள்ள மாட்டார். அமா ஷாசாதியைப் பார்த்தாள். காலித் தொழுவங்களையும் எண்ணிப்பார்த்தாள். "அவர்கள் செய்வதையெல்லாம் நாம் ஆவணப்படுத்துவது மட்டுமே போதுமானதாக இல்லாது போனால் என்ன செய்வது? நமது ஒப்புதல் இல்லாமலேயே நம் பிராணிகளைப் பிடித்துச் சென்றுவிட்டனர். எதிர்பாராத வேளையில் அனைத்தும் நிகழ்ந்துவிட்டது" என்றாள்.

"செய்வதை நாம் சரியாகச் செய்வோம், ஆங்கிலேயர்கள் எம்முறையில் செயல்பட்டாலும் நாம் நேர்மையோடு செயல்படுவோம். இது அசாதாரண மான செயல். பதற்றமளிக்கக் கூடியதும்தான். எனினும், அவர்களின் தீய செயல்களை முறையாக நாம் ஆவணப்படுத்தும் போதும் நாம் பண்போடே நடந்துகொள்ள வேண்டும், அமா."

பேகம் சாகிபா, லக்னோவிற்கு வெளியே வசித்த ஏழ்மையான குடும்பமொன்றைச் சேர்ந்தவர். எத்தியோப்பிய அடிமையான அவருடைய

தந்தை இந்தியக் கிராமப் பெண்ணொருத்தியை மணந்துகொண்டார். லக்னோ அரசவை ஆடல் மகளிருள் ஒருவராகப் பணியாற்ற வேண்டி பேகம் சாகிபாவை மன்னர் விலைகொடுத்து வாங்கினார். லக்னோவாசியாக பேகம் சாகிபா மாறியது இப்படித்தான். வயதில் அமாவை விடவும் அவர் சில வருடங்களே மூத்தவர். அவர் புதிய புதிய கவிதைகளை வாசித்துப் பயிற்சி செய்வதை அமா சிறுவயது முதலே உடனிருந்து கண்டிருக்கிறாள். இவ்விளம்பெண்கள் இருவரும் ஒன்றாக அமர்ந்து, இரவு முழுவதும் நிகழும் கதக் நடனங்களை ரசித்துள்ளனர். பட்டங்கள் பறக்க விடும் போட்டி களையும் சேவற்சண்டைகளையும் கண்டுகளித்துள்ளனர். லக்னோவில் இருந்த மூங்கில் தோட்டத்தில் வானம் பார்த்துப் படுத்தபடி வெண் நாரைகளை ரசித்துள்ளனர், விவாகரத்தின் முன்னால் மன்னரின் தோட்டத்திலே அவர்கள் மேக்பெத் நாடகத்தையும் கண்டுள்ளனர். இப்போதெல்லாம், அமாவைப்போலவே பேகம் சாகிபாவும் தனிமையையே விரும்புகிறார். லக்னோ அரச குடும்பத்தின் பண்பாட்டுடன் இரு பெண்களும் தம் எண்ணங்களைப் பகிர்ந்துகொண்டதைப்போலவே இப்போதும் எவ்வித மன வருத்தமுமின்றித் தனது விவாகரத்துக் குறித்தும் பேகம் சாகிபாவால் அமாவுடன் உரையாட முடிந்தது. மேலும் இருவரும் எத்தியோப்பியக் குடும்பத்திலிருந்து வந்தவர்கள் என்பதால் சகோதரிகள்போலவே பழகினர். பேகம் சாகிபாவுடன் சேர்ந்து இப்போது மேலும் நெருக்கமாகத் தன்னால் செயலாற்ற முடியும் என அமா நிச்சயமாக நம்பினாள். இருவரும் சேர்ந்து லக்னோவைப் பாதுகாக்க முடியும்.

அவருக்கு ஒப்புதல் அளிப்பதுபோல அமா தலையை ஆட்டினாள். புன்னகைத்தபடியே பேகம் சாகிபா அமாவின் கையைப் பற்றிக்கொண்டார். “நம் விதியை மாற்றுவோம். அமா, இப்போது நான் படுக்கப் போகிறேன்” என்றார் பேகம் சாகிபா.

புலிக்குட்டி உறக்கத்தில் முனகுவதைக் கேட்டபடி அமா அங்கேயே நின்றாள். “தாயில்லாத பிள்ளை!” எனக் கூறிக்கொண்டாள். பேகம் சாகிபாவின் சமையலறையிலிருந்து ஒரு கிண்ணம் நிறையத் தேனும் இளஞ்சூடான பாலும் கலந்து ஷாசாதிக்காகக் கொண்டுவந்து வைத்தாள். “ஆயிரம் இனிமையான கனவுகளைக் காணடி என் செல்லமே!” எனப் புலிக்குட்டியிடம் முணுமுணுத்தாள்.

❍❍❍

கைசர்பாக் அரண்மனையின் தோட்டங்களும் உப்பரிகைகளும் விளக்கு களின் வெளிச்சப் புள்ளிகளால் நிறைந்திருந்தன. அரண்மனையின் முன்னறையில் நுழைந்ததுமே, காலணிகளைக் கழற்றிவிட்டு அமா பாதங்களைக் கழுவினாள். மெல்லிய பருத்தித் துணியால் பாதங்களை ஒற்றியெடுத்துவிட்டு மொசைக் கற்கள் பாவிய குளுமையான பளிங்கு தரையில் நடந்தாள். சுதைச் சிற்பங்களையும் சலசலவென ஒலியெழுப்பும் தண்ணீர்த் தொட்டிகளையும் கடந்து, பரந்து விரிந்து, இரைச்சலாக இருந்த சமையலறையை நோக்கிச் சென்றாள். சமையற்காரர்களில் இளம்வயதினர் சிலர், மறுநாள் தேவைக்குத் தயாராகிக்கொண்டிருந்த கொதிக்கும் பானைகளை மேற்பார்வை பார்த்துக்கொண்டிருந்தனர். அப்போதுதான் சமைக்கப்பட்டிருந்த, மெல்லிய, வாசனைமிகுந்த ஷீர்மல் ரொட்டியின்

நறுமணத்தையும் மூலிகை வகைகளின் கார நெடியையும் அமா ஆழ நுகர்ந்துகொண்டாள். இஞ்சி நறுக்கிக் கொண்டிருந்த சமையற்காரர் ஒருவர் தன் வேலையை நிறுத்திவிட்டு அமாவிற்கு இரவு உணவைப் பரிமாறினார். "உனக்குப் பிடித்த உணவு அமா" என்றார். அவளுடைய குதிரை ஏலம் விடப்பட்ட செய்தியை அவர் கேள்விப்பட்டிருப்பார் என்பது அவளுக்குத் தெரியும். இனிமையான குங்குமப்பூ தூவப்பட்டிருந்த அரிசிச் சோறும், ஆட்டிறைச்சியுடன் காரமான மசாலப்பொருட்கள் சேர்த்துச் சமைக்கப்பட்ட ஷமி கபாப்களும் அவளது உணவுத்தட்டில் இருந்தன. சமையற்காரர் காகித மலர்களால் உணவுத்தட்டை அலங்கரித்திருந்தார். அவருக்கு மனதார நன்றி சொல்லிவிட்டு அவள் அங்கிருந்து நகர்ந்தாள்.

நட்சத்திரங்கள் நிறைந்த அந்த இரவில் ஆட்டிறைச்சிக் கபாப்களை அவள் உண்ணத் துவங்கினாள். மெலிந்த உடல்வாகுடைய அவளது சித்தி லைலா பதற்றத்துடன் அவளருகே வந்தமர்ந்தார்.

"அமா, உடனே சென்று உன் தாயைப் பார். அவர் இங்கிருந்து கிளம்பிச் செல்ல விரும்புகிறார். கல்கத்தா சென்று மன்னருடன் இருக்க விரும்புகிறார். நீயும் உடன்வர வேண்டும் என விரும்புகிறார்" என்றார்.

"மன்னர் திரும்பி வந்துவிடுவார். நாம் இங்கேயே இருப்பதுதான் நல்லது சித்தி. இங்கிருந்து நாம் அனைவரும் செல்வதை அவர் விரும்பமாட்டார்" என்றாள்.

"நீ போய் அவரைப் பார். அவரது அறையில் உனக்காகக் காத்திருக்கிறார். நீ அவரது மகள். ஆனால் அவருடன் நீ சுமுகமாக நடந்துகொள்வதேயில்லை அமா. நானும் உன் தாயாரும் இதை அறிந்தே இருக்கிறோம்" என்றார் லைலா சித்தி.

தன் தாயின் குற்றச்சாட்டுகளை அமா அறிவாள். தலையை உயர்த்திப் பார்க்காமல், தொடர்ந்து சாப்பிட்டபடியே இருந்தாள். இறுதியாக, உரத்தப் பெருமூச்சுடன் லைலா சித்தி அங்கிருந்து எழுந்து சென்றார்.

அமா உணவை முழுவதுமாக உண்ணாமலேயே தட்டைச் சமையலறைக்குக் கொண்டுசென்றாள். மென்மையான வெற்றிலையின்மீது சுண்ணாம்பும் பாலேடும் தடவிய சமையற்காரர் அதன்மீது பாக்குத் துணுக்குகளையும் தூவுவதைப் பார்த்தபடியே நின்ற அமாவின் மனதுக்குள் சித்தியின் வார்த்தைகள் உலவிக்கொண்டிருந்தன. சமையற்காரர் வெற்றிலையை மடித்து அமாவிடம் கொடுத்தார். வெற்றிலைத்தாம்பூலத்தை மென்றதும் அமா ஓரளவு ஆசுவாசமானாள்.

○○○

அரண்மனையில் இருந்த தாயின் அறைக்குள் அமா நுழைந்தபோது படுக்கையில் அமர்ந்து அவர் தைத்துக்கொண்டிருந்தார். ரோஜா நறுமணப் புகை அறையை நிறைத்திருந்தது. அவர் தொழுகை செய்யும் பாய், நீலநிற ஓடுகள் பாவிய தரையில் விரிக்கப்பட்டிருந்தது. தம் நேசத்திற்குரிய மன்னருடன் அவர்கள் சென்ற ஊர்வலமொன்றின் ஓவியத்தை அறையின் சுவரில் மாட்டியிருந்தார். மன்னருக்கான பணிவிடைகளைப் புரியும் அரண்மனைப் பணியாளர் குழுவில் அமாவின் தாயும் லைலா சித்தியும்

இருந்தனர். புர்கா அணிந்து, கரங்களைப் பிணைத்துக்கொண்டிருந்த அவர்களின் விழிகள் சிரித்துக்கொண்டிருந்தன. புர்கா அணியத் தேவையில்லாத ரோஜாப் படைப்பிரிவைச் சேர்ந்தவள் அமா என்பதால் அவர்களின் வேடிக்கைப் பேச்சுகளில் அவளால் பங்குகொள்ள முடிந்ததில்லை.

போலி ஒப்பந்தத்தின் மூலம் தனது முடியாட்சி பறிக்கப்பட்டது மிகவும் தவறான செயலென ஆங்கிலேய நிர்வாகத்திடம் வலியுறுத்தி, மன்னர் பல வாரங்களாகக் கல்கத்தாவில் தொடர் போராட்டம் நடத்திவந்தார். அமாவின் தாயார் தனது கணவரைப்போலவே கைக்குட்டைகளில் பூக்களையும் மீன்களையும் பூத் தையல் இடுவதில் நேரத்தைச் செலவிட்டார். அமாவின் தந்தையாரும் சகோதரரும் இறந்து பல வருடங்கள் ஆகியிருந்தபோதும் அமாவின் தாயார் இப்போதும் மஞ்சள் நிற ஆடைகளையே அணிந்தார். கல்கத்தாவில் தற்காலிக வசிப்பிடமொன்றில் தங்கிப் போராடிவரும் மன்னருடனும் அவரது போராட்டக் குழுவுடனும், கைசர்பாக் அரண்மனையில் பணிபுரியும் அனைவரும் தபால் வண்டியில் ஏறிவந்து கலந்துகொள்ளச் சொல்லி மன்னர் அழைப்பு விடுப்பார் என அமாவின் தாயார் காத்திருந்தார். அதே சமயம், அமாவின் தாயார் அப்பயணத்தை மேற்கொள்ள விருப்பமற்றவராக இருந்து, அமாவுடனும் லைலா சித்தியுடனும் லக்னோவிலேயே தங்க விரும்பினாலும் மன்னரால் அவரது நிலையைப் புரிந்துகொள்ள முடியும்தான். ஆனால் அமாவின் தாயார் கல்கத்தா செல்லவே விரும்பினார். தாயும் மகளும் ஒருவரை யொருவர் பிடிவாதமாக எதிர்த்துக்கொள்ளும் இந்த உறவைப்போலவே இறுக்கமாகப் பின்னிக்கிடந்த பூத்தையல் நூலிழைகளை அவர் தொடர்ந்து கத்தரித்துக்கொண்டே இருந்தார்.

ஒருவழியாக அமாவின் தாயார் தையல் வேலையை நிறுத்திவிட்டு, இளஞ்சிவப்புநிறக் களிம்பு நிறைந்த ஜாடியொன்றை அமாவிடம் நீட்டினார். அமா படுக்கையில் அமர்ந்து தாயின் வறண்ட கைகளில் களிம்பைப் பூசத் தொடங்கினாள். அவரது பொன் வளையல்களின்மீது களிம்பு படாதவாறு பூசிவிட்டாள்.

தாயாரின் கைகளின்மீது தன் கைகளையும் வைத்தபடி, "கல்கத்தாவில் இதுபோன்ற களிம்பு கிடைக்காது" என்றாள் அமா.

அமாவின் கைகளின் கீழே தன் கைகளை வைத்தபடியே, "அங்கு செல்லும்போது வேண்டிய அளவு களிம்பைக்கொண்டுசென்று விடுவோம்" என்றார் அவர்.

"அம்மா, நீங்கள் அங்கு போகக் கூடாது" என்றாள் அமா திக்கித்திணறி.

அமாவின் தாயார் கிட்டத்தட்ட அமாவின் அளவு உயரம்; பாதாம் வடிவ விழிகளும், தூக்கிய கன்னத்து எலும்புகளும், அடர்த்தியான கேசமும் கொண்டிருந்தார். "எத்தியோப்பியாவின் மிகச்சிறந்த அம்சங்களைக் கொண்டிருப்பவள் உன் அம்மா" என அமாவின் பாட்டியார் சிலாகித்துக் கூறுவார். எத்தியோப்பியாவில் மாமன்னர்களும் மகாராணிகளும் மிகத் தீவிரமாகப் போரிட்டுக்கொண்டிருந்த, போர்மேகங்கள் சூழ்ந்திருந்த காலகட்டத்தில் அமாவின் பாட்டியார் ஓர் அனாதைச் சிறுமியாக இங்கு

வந்துசேர்ந்தார். எத்தியோப்பியப் போர் அடிமைகளைப் பிறநாடுகளுக்குக் கொண்டுசேர்த்த படகுகளின் நிலைமையோ போரைவிடவும் மோசமாக இருந்தது. மிகுந்த அச்சத்துடன் இருந்த அவளது பாட்டியார், தேநீரின் பழுப்புவண்ணத்தில் குடிநீர் வழங்கப்பட்ட அந்தப் படகில் நோய்வாய்ப்பட்டார். அச்சம் பீடித்திருந்த கிழக்காப்பிரிக்கர்களை ஏற்றிவந்த நூற்றுக்கணக்கான படகுகளைப் பருத்தி அங்கிகள் அணிந்திருந்த நூற்றுக்கணக்கான இந்தியர்கள் கரைக்குக் கொண்டுவந்து சேர்த்தனர். பகட்டான கால்சராய்கள் அணிந்து கரையில் காத்திருந்த நூற்றுக்கணக்கான இந்தியர்கள் பாய்ந்துவந்து அந்த அடிமைகளைச் சூழ்ந்துகொண்டனர். கான்பூரில் இருந்து லக்னோவை நோக்கி நிலத்திலும் ஆற்றிலுமாக அவளது பாட்டியார் பயணப்பட்டபோது, பல்வேறு மக்களும் பேசிய அந்நிய மொழிகளின் தெளிவான சொற்கள் அவரைச் சுற்றிச் சுழன்றன. கடைசியில், அரச குடும்பத்தினருக்கு வெற்றிலைத்தாம்பூலம் தயாரிக்கும் பணிக்காக இந்திய மன்னரொருவரால் அவர் விலைக்கு வாங்கப்பட்டார். சொகுசான வாழ்வொன்றை அவளது பாட்டியார் வாழத்துவங்கிய அன்றிலிருந்துதான் அவரது வாழ்வில் நேசம் பொழியத் துவங்கியது, சுடுமணலில் பட்ட மழைத்துளிகளைப்போல அவரது அச்சங்களும் மறையத் துவங்கின. “ஓ! மாநிற மனிதர்கள், உயர்ந்த வீடுகளின் இடையே வளர்ந்திருக்கும் ஆழ்ந்த பச்சைப்பசேலென்ற மரங்கள், மிளிரும் அரண்மனைகள், ஏராளமான நகை வியாபாரிகள் என இந்நகரமே நிறைந்திருக்கும். நான் அறிந்திராத கடவுளர்களின் சிலைகள் தோட்டங்களிலிருந்த வீனஸ் ஸீயஸ் சிலைகளோடு உரையாடிக்கொண்டிருக்கும்” என அமாவின் பாட்டியார் கூறுவார். லக்னோவின்மீது அவர் மிகுந்த நேசம் கொண்டிருந்தார். “இந்த இடத்தை விட்டுச் செல்லாதே, இங்கேயே தங்கிவிடு. ஐரோப்பியச் சுற்றுலாப்பயணிகள் இந்நகரத்தைச் சுற்றிப்பார்த்துவிட்டு *‘you are in LUCK NOW’* என ஆங்கிலத்தில் கூறியதை எப்போதும் நினைவில் வைத்துக்கொள்” என அமாவிடம் அவர் கூறியிருந்தார்.

அமாவின் பாட்டியாரைப்போலவே அவளது தாயாரும் லக்னோவிலேயே தங்கிவிட்டார். இந்தியரான லக்னோவாசி ஒருவரையே திருமணமும் செய்துகொண்டார். தனது தொழுகைப் பாயின் கீழே குழியொன்றினுள் பெட்டி நிறையக் கோமேதகங்களும் வைடூரியங்களும் மாணிக்கங்களும் சேமித்து வைத்திருந்தார். இருந்தபோதும் அவர் மகிழ்ச்சியாக இல்லை. அமாவின் தந்தையாரும் சகோதரரும் காலரா நோயில் இறந்துவிட்டனர். அமாவைவிடப் பத்து ஆண்டுகள் மூத்தவரும் எப்போதும் புன்னகைத்தபடியே இருப்பவருமான அவளுடைய சகோதரரும், நல்ல உயரமாய் இருந்த அவளுடைய தந்தையாரும் ஒருநாள் காலையை நல்ல உற்சாகத் துடிப்புடன்தான் துவக்கினர். ஆனால் அன்று மாலைக்குள்ளாகவே குழிவிழுந்த கண்களும், வெடித்த உதடுகளுமாய்ப் படுக்கையிலிருந்து எழக்கூடத் திராணியற்றவர்களாகினர். அன்று இரவே இருவரும் இறந்தும் போயினர். இக்கதையைத் தன் தாயார் கூற அமா பலமுறை கேட்டிருக்கிறாள்.

அமாவின் தாயார் அவளது கைகள் மேலிருந்து தன் கைகளை விலக்கிக்கொண்டு அமாவை விநோதமாகப் பார்த்தார். தொண்டையைச் செருமிக் கொண்டார். அவர்களின் இழப்பை அமாவால் நிரப்பவே முடியாது

என்பது அவருடைய முகத்தில் வெளிப்படையாகவே தெரிந்தது. இரவும் பகலும் அமா தன் அருகிலேயே இருக்க வேண்டுமென்ற அவளுடைய தாயாரின் வேண்டுகோளை ஏற்று அமா தன் வாழ்நாள் முழுவதையும் அவ்வாறே செலவிட்டாலும்கூட, அவர் ஏங்கும் ஆறுதலைத் தன்னால் தர இயலுமா என்பதை அமாவால் உறுதியாகச் சொல்ல முடியவில்லை. தாயின் விழிகள் அவளது குட்டையான கேசத்தில் துவங்கிச் சிவப்பு மேற்சட்டையில் ஊர்ந்து அவளுடைய துப்பாக்கியில் வந்து நின்றன, என்னவோ அமாவை அப்போதுதான் முதன்முதலாகப் பார்ப்பதுபோல. தாயின் தாடையையும், தந்தையின் பிரகாசமான கண்களையும் கொண்ட அமா, சிறுவயதில் மிகவும் மென்மையானவளாக இருந்தாள். நீளமான கேசத்தைப் பின்னியிருப்பாள். ஆனால் இப்போதோ, பழுப்பும் கருப்பும் கலந்த அடர்த்தியான தனது சுருள் கேசத்தைப் பிடரிவரைக் கச்சிதமாகக் கத்தரித்திருக்கிறாள். குதிரைச் சவாரியின் போது அவள் அணிந்துகொள்ளும் ஜோத்புரி ஆடை நேர்த்தியாகவும் வலுவுடனும் தைக்கப்பட்டிருக்கும். தான் பெருமையுடன் பேணிக்காத்த விஷயங்களைத் தானும் விரும்புவதைப்போலவே தன் தாயும் விரும்புவார் என அவள் எதிர்பார்த்தாள். தாங்கள் பரஸ்பரம் அணுக்கமானவர்களாக மாறுவோம் என அவள் ஒவ்வொரு நாளும் நம்பினாள். எனினும் அவளுக்குள் ஏதோவொரு சுணக்கம் இருந்துவந்தது. என்னமாதிரியான மகள் இவள் எனத் தாய் எண்ணுவதை அவளும் அறிந்தேயிருந்தாள். “அமா, என்னுடன் நீயும் கல்கத்தாவிற்கு வர வேண்டும்” என்றார் அவர்.

“அம்மா, இங்கே இருக்க வேண்டியது என் கடமை. அரசக் கருவூலங்களை நான் பாதுகாக்க வேண்டும்.”

“உனது தாய்க்குத் துணையாய் வர வேண்டியதும் உன் கடமைதான்.”

தற்சமயம் அமாவின் தாயார் அந்த அரண்மனையை விட்டுப் போகவேண்டிய அவசியமே இல்லை – கல்கத்தாவுக்குச் செல்வதைப் பற்றிச் சொல்லவே வேண்டாம். அந்நகரம் மிகத் தொலைவில் இருந்தது. களிம்பு ஜாடியை மூடியவாறே அமா, “நீங்கள் இங்கேயே இருப்பதுதான் நல்லது, அம்மா. இப்போது எப்படி இருக்கிறோமோ அப்படியே இருந்துவிடுவோம். மன்னருக்காக நாம் இவ்விடத்தைப் பாதுகாக்க வேண்டும். மன்னர் திரும்பி வரும்வரை, இங்கு ஆங்கிலேயர்கள் மேற்கொள்ளும் நடவடிக்கைகளை ஆவணப்படுத்த பேகம் சாகிபா விரும்புகிறார், நான் அதற்கு உதவப் போகிறேன்” என்றாள்.

அவளது தாயாரின் விழிகள் வியப்பில் விரிந்தன. “அதைச் செய்ய பேகம் சாகிபாவிற்கு எந்த அதிகாரமும் இல்லை. அவருடைய இந்தத் தலையீட்டை மன்னரோ ராஜமாதாவோ விரும்பமாட்டார்கள். எது சரியானது எனத் தேர்வு செய்ய உனக்குத் தெரியவில்லை, அமா” என்றார்.

“அந்நிய நகரத்தில் இருக்கும் ஏதோவொரு அந்நிய இடத்தில் வாழ்வதுதான் நல்ல தேர்வா?”

“இந்த இடம்தான் இப்போது அந்நியப்பட்டுவிட்டது. இன்று என்ன நடந்தது என்பதை நீயும் பார்த்தாய்தானே. நிலைமை சீராகும்வரை நான்

அங்கிருக்கும் மன்னரின் இல்லத்தில் தங்கப்போகிறேன். நாளை நான் புறப்படுவேன். இந்நகரம் மீண்டும் மன்னரின் கட்டுப்பாட்டிற்குள் வரும்வரை நான் திரும்பப் போவதில்லை. நான் சொன்னதைச் செய்ய மறுத்ததற்காக நீ வெட்கப்பட வேண்டும், அமா" என்றார்.

அமா எழுந்தாள். வாசலில் நின்று திரும்பிப்பார்த்தபோது அவளது தாயாரின் கடுமையான விழிகள் எங்கோ வெறித்துக்கொண்டிருந்தன. "நாளை காலை எனக்குச் சூடான பால் கொண்டுவா" என்றார்.

"ஆகட்டும், அம்மா" என்றாள். தாயாரின் அந்தப் பார்வைக்கும் குரலின் தொனிக்கும் அமா பழக்கப்பட்டவள்தான். கதவை இதமாக மூடிவிட்டு, அங்கிருந்து நகர்ந்தாள்.

❍❍❍

அன்றைய இரவு அமா விழித்தெழுந்தாள். படுக்கை அருகிலிருந்த பானத்தை எடுத்துக்கொண்டாள். எலுமிச்சைச் சாறு இருந்த மட்பாண்டத்தின் விளிம்புகளில் பொடித்த சர்க்கரைத் துகள்கள் தூவப்பட்டிருந்தன. அவ்விரவு நேரத்தில் சலங்கைகளின் கலகலப்பு, கஜல் மெல்லிசை, கைத்தட்டல்கள், ஆஹாகாரங்கள் என இசை நிகழ்வொன்றின் சலனங்கள் அவளது அறையின் திறந்துகிடந்த சன்னல்கள் வழியாக மங்கலாகக் கேட்டன. உயர்ந்தும் தாழ்ந்தும் தாளகதியுடன் ஒலித்த மெல்லிசைப் பாடலுடன், பெரிய மத்தளங்களும் மேளங்களும் ஜால்ராக்களும் சேர்ந்து ஒலித்தன. இனிப்புப் புகையிலை வாசமும், ஆரஞ்சுவண்ணக் கடம்ப மலர்களின் நறுமணமும் அவ்விரவின் காற்றில் மணந்தன. ஏல விற்பனை மேஜை, நிசப்தமான தொழுவங்கள், இனி வருகை தரவிருக்கும் பேய்களின் இருள் உருவங்களெல்லாம் புகைத் திரையாக உருவானதைப்போல ஹுக்காவிலிருந்து சுழல் சுழலாய் வெளியேறிய புகை, பிரகாசிக்கும் கடுகு எண்ணெய் விளக்குகளை சூழ்ந்துகொண்டது. இருப்பினும், கடவுளர் களுக்கு மரியாதை செலுத்தும் விதமாகத் தீபங்கள் ஏற்றப்பட்டதைப்போல் அவளது ஜன்னலில் தெரிந்த வானம் நட்சத்திரங்களால் நிறைந்திருந்தது. அவளிடமிருந்து சற்றுத் தள்ளி இருளுக்குள் மூழ்கியிருந்த பூங்காவின் உட்பகுதியில், கனமான வெண்ணிறப் பூக்களை உதிர்த்துக்கொண்டிருந்த சம்பங்கி மரத்தின் கீழே, "யாஹூ"* எனக் கூவியபடியே ஒரு சின்னஞ்சிறு புறா வந்துசேர்ந்தது. எலுமிச்சைச் சாற்றைப் பருகிமுடித்து, சர்க்கரைத் துகள் கரைந்த பிறகும்கூட அந்தக் கோப்பையை அமா தன் இதழ்களின் மீதே வைத்திருந்தாள்.

---

* இறைவனின் பெயர்

2

லக்னோ நகரை ஆங்கிலேயர்கள் கையகப்படுத்தப் போகிறார்கள் என்ற வதந்தி பரவியிருக்க, அமாவின் தாயாரோ அங்கிருந்து கிளம்பிச் சென்றுவிட்டிருந்தார். மறுநாள் காலை, சமையலறையில் இருந்து சிறிது தாமதமாகவே சூடான பாலை எடுத்துவந்த அமா, வழியெங்கும் அதைச் சிந்தியபடியே நடந்தாள். தூக்கக் கலக்கத்தில் இருந்தவளின் கண்களுக்கு அவளது தாயின் காலி அறையே தென்பட்டது. நீலநிற ஓடுகள் வேய்ந்த தரையின்மீது தொழுகைப் பாய் அப்படியே இருக்க, அங்கிருந்த மற்றொரு சிறிய தொழுகைப் பாயை மட்டும் காணவில்லை. அவளது தாயாரின் படுக்கையறைக்கு வெளியே இருந்த கடம்ப மரத்தினடியில் துளிர்த்திருந்த புற்களை அவர் வளர்க்கும் வெண்புறாக்கள் கொத்திக்கொண்டிருந்தன. முன்தினம் மாலையின்போது அவை உண்ட நெய்தோய்ந்த ரொட்டித் துணுக்குகள் பட்டதில் அவற்றின் மார்புகள் இப்போதும் மினுமினுத்துக்கொண்டிருந்தன. அவளது தாயார் இப்பறவைகளுக்கு உணவளிக்காமல் இருந்ததேயில்லை.

அறைக்குத் திரும்பிச்சென்ற அமா, தலைமுதல் கால்வரை மறைக்கும் காவிநிற அங்கியையும், மெல்லிய முகத்திரையையும் அணிந்துகொண்டாள். இடைவாரோடு துப்பாக்கியை இறுக முடிந்து அங்கியின் கீழே மறைத்து வைத்துக்கொண்டாள். காசிமைத் தேடி முன்கூடத்தை நோக்கி நடந்தாள். அவளைக் கண்டதும் காசிம் துள்ளியெழுந்து அவள் முகத்தின் அருகே தனது முதிய முகத்தைக் கொண்டுவந்து இதயத்தின்மீது வலது கையைக் குவித்துவைத்துத் தன் மார்பை மென்மையாகத் தட்டிக்கொண்டார். புரையோடியிருந்த அவர் கண்கள் விரிந்தன.

“அதாப்.* என்ன செய்கிறாய்?” என அவளிடம் கேட்டார்.

“தஸ்லீம் அம்மா இங்கிருந்து கிளம்பிச் சென்றுவிட்டார். அவரைத் தேடி அழைத்துவரப் போகிறேன்.”

“ஓ!” அவர் கண்கள் மேலும் விரிந்தன. “போ!” என்றபடியே கைசர்பாக்கின் முன்பக்க வாயில்களை நோக்கி அவளை வழி அனுப்பினார்.

---

* இசுலாமியர்களின் இயல்பான முகமன் கூறுதல்.

கான்பூர் சாலையை நோக்கிச் சென்ற அமா வழியில் பேகம் சாகிபாவின் இல்லத்தில் நின்றாள். தன் தோழி அவருக்கென ஒதுக்கப்பட்ட வீட்டில் ஆவிபறக்கும் நீரில் நீராடிக்கொண்டிருந்ததைக் கண்டாள். நீச்சல்குளத்தின் அருகே, பேகம் சாகிபாவின் உருவப்படம் சுவற்றில் தொங்கிக்கொண்டிருந்தது. மன்னரின் ஏற்பாட்டில் வரையப்பட்ட சித்திரம் அது. அவர்களின் மணவிலக்குக்கு முன்னால் நடந்த விஷயம். அவர்கள் இருவரிடையே நிகழ்ந்த வினோதப் பிரிவை ஈடுசெய்வதற்காக எழுநூற்று ஐம்பது ஏக்கர் நிலத்தை மன்னர் பேகமிற்கு வழங்கினார். அந்நிலத்தில் இருந்துதான் பேகத்திற்கு வருடாந்திர வருமானம் கிடைத்துவருகிறது. பேகத்தின் பசும் விழிகள், நீண்ட புருவங்கள், அடர்செப்பு நிறச் சருமம், முகத்தின்மீது விழாமல் ஒதுக்கப்பட்ட கருங்கூந்தல் என அவரின் பேரழகை அந்த ஓவியத்தில் தத்ரூபமாகத் தீட்டியிருந்தார் ஓவியர்.

அமா முகத்திரையை விலக்கி, "தஸ்லீம்" என்றபடியே தலைதாழ்த்தி வணங்கினாள்.

நீராவித் தொட்டிக்குள்ளிருந்து பேகம் சாகிபா தலையுயர்த்தி அமாவைப் பார்த்தார்.

"தஸ்லீம். அமா, தலைமை ஆணையரைச் சந்திக்க விண்ணப்பிக்கப் போகிறேன். என்னோடு நீயும் வருகிறாயா?" என்றவரின் புருவங்கள் காற்றால் அலைக்கழியும் நீர்ப்பரப்புப்போலே லேசாகச் சுருங்கின. "நீ இப்படி உடையணிந்து நான் பார்த்ததேயில்லையே, அமா."

தாயாரைக் கண்டுபிடித்து அழைத்துவர வேண்டியிருக்கிறது என்றாள் அமா.

"தபால்வண்டி இன்னும் கிளம்பியிருக்காது என நினைக்கிறேன். சீக்கிரம் போ, அமா. உன் சம்பளப் பணம் கல்கத்தாவிலிருந்து வந்துவிட்டதா?" பேகம் சாகிபா வினவினார்.

"இன்னுமில்லை."

"மேஜை மீதிருக்கும் வெள்ளிப் பெட்டியிலிருந்து பத்து ரூபாய்கள் எடுத்துக்கொள். வீட்டிற்குத் திரும்பியதும் என்னை வந்து பார்."

ooo

லக்னோவின் புறநகர்ப் பகுதியில் இருந்த கான்பூர் சாலையில், காலியான தபால்வண்டியொன்று நிற்பதை அமா கண்டாள். அதனுள் இருந்த நீள் இருக்கையில் அதன் ஓட்டுநர் ஆழ்ந்து உறங்கிக்கொண்டிருந்தார். கனவுகளுக்குள் அமிழ்ந்துபோயிருந்த அம்மனிதரின் முகம் தேவதூதன் கேப்ரியலைப்போலிருப்பதாக அமாவிற்குத் தோன்றியது. அவள் அழைத்ததும், தேவதூதன் கேப்ரியல் அவசரம் அவசரமாக எழுந்து கொண்டார். "சலாம்" என்றபடியே கேசத்தையும் மீசையையும் சரிசெய்து கொண்டார்.

"இன்று வேறு ஏதாவது தபால்வண்டி இங்கிருந்து கிளம்பிச் சென்றதா?" அமா கேட்டாள்.

"இன்று அதிகாலையில் ஒரு வண்டி சென்றது."

வயதான தன் தாயாரைத் தேடித் தான் செல்ல வேண்டியிருக்கிறது எனவும், அவளது தாயார் இதற்கு முன்னர் லக்னோவை விட்டு வெளியே சென்றதேயில்லை எனவும், என்ன செய்கிறோமென்பதைக்கூட அறியாதவர் அவரெனவும் அமா அவரிடம் கூறினாள்.

தேவதூதன் கேப்ரியல் வண்டியை விட்டிறங்கி, இரு குதிரைகளில் ஒன்றின்மேல் தாவியேறிக்கொண்டார். "வாருங்கள், போவோம்" என்றார்.

கான்பூர் செல்வதற்குத் தென்மேற்காக எட்டுமணிநேரம் பயணம் செய்ய வேண்டும். தலைக்கு மேலே தந்திக் கம்பிகள் ஓட, மண் பெயர்ந்துகிடந்த சாலைமீது, நகரத்தை நோக்கிக் குதிரைகளை கேப்ரியல் செலுத்தினார். செம்மண் புழுதிக்குள் லக்னோ பின்னால் மறைந்தது. தொலைதூரக் கிராமங்களுக்குச் செல்வதற்காகப் பசும் வயல்களிடையே போடப்பட்டிருந்த புதிய பாதைகளை அவர் அவளுக்குக் காட்டியபடியே வந்தார். "எல்லாமே புதிதாய்ப் போடப்பட்டவை, இந்தப் பாதைகள் அனைத்துமே ஆங்கிலேயருக்கானவை. அவத்திற்கு செல்வதற்காகப் போடப்பட்டவை" என்று பின்னால் இருந்த அவளிடம் வண்டியின் சன்னல் வழியாக உரக்கக் கூறினார்.

அவரது பேச்சு அமாவைக் கலவரப்படுத்தியது. அதைப் புறக்கணித்து விட்டு, வண்டியின் வெளியே தெரிந்த பரந்த நிலப்பரப்பின்மீது தன் கவனத்தைத் திருப்பினாள்.

"நீங்கள் எப்போதேனும் லக்னோவை விட்டு வெளியே சென்றிருக்கிறீர்களா?" கேப்ரியல் அவளிடம் கேட்டார்.

"போனதே இல்லை" என்றாள்.

அவர் புன்னகைத்தார். "லக்னோவாசிகள் நீங்கள் கர்விகள்தான்" என்றார்.

அதைக் கேட்டதும் அமா தன்னுள்ளே பட்டாம்பூச்சிகளின் சிறகடிப்புகளை உணர்ந்தாள். தொழுதிட வியாழக்கிழமை மாலை வேளைகளில் லக்னோவில் நடக்கும் சூபி தொழுகைக் கூட்டங்கள்; உணவருந்த கைசர்பாக் சமையலறை; மதியவேளை அரட்டைகளுக்காய் தன் தங்கை லைலாவின் அறை; வளர்ப்புப் பறவைகளுக்கு உணவளிக்கக் கடம்ப மரம் இவற்றைக் கடந்து வேறெங்குமே சென்றிராத தன் தாயாரின் பாதுகாப்பை எண்ணி உள்ளுக்குள்ளே மருகினாள். தபால்வண்டியினுள் எந்தத் திசையில் அமர்ந்து தொழுவதெனத் தெரியாமல் திணறும் தாயாரை அவள் கற்பனித்துக் கொண்டாள். அவத் ராஜ்ஜியத்தைச் சேராத அயல்நாட்டினர்களான ஆங்கிலேயர்களின் பேச்சையும், இந்தியாவின் மற்ற நகரங்களைச் சேர்ந்தவர்கள் அவரவர் மொழிகளில் பேசிக்கொள்வதையும் புரிந்துகொள்ள அவர் சிரமப்படும் காட்சி களை எண்ணிப்பார்த்தாள். குளிப்பதற்கும் இயற்கை உபாதைகளைக் கழிப்பதற்குமான இடங்களை எப்படி அவர் கண்டுபிடிப்பார்? இவற்றையெல்லாம் எண்ணிப்பார்த்தபோது அமாவின் மனம் நடுங்கியது. அமா உடன் வராததாலேயே இத்தனை இன்னல்களையும் தான் சந்திக்க

நேர்ந்தது எனப் பின்னர் அவர் தன்னைச் சாடக்கூடும் என்பதை எண்ணியும் அவள் மனம் நடுங்கியது. அப்படியேதுமானால், அதன்பிறகு தன்னைப்பற்றி அவர் கொண்டிருந்த முடிவுகள் உறுதிப்பட்டுவிடும். அதன் தொடர்ச்சியாக அவர் தன்னிடமிருந்து மேலும் விலகிச்சென்றுவிடவும் கூடும். அந்த நினைப்பே அவளைப் பெரும்பாரமாக அழுத்தியது. அவள் தன்னை ஒருநிலைப்படுத்திக்கொள்ளவதற்காகக் கவனத்தை அதே பாதையில் பயணித்த தன் தாய் கண்ட தொலைதூர மரங்களின் மீதும் செம்மண் பாதைகளின் மீதும் பதித்தாள். அவர்களிடையே சின்னஞ்சிறு உறவொன்றை அவை உண்டாக்குவதைப்போல் இருந்தது.

முன்மாலையில் அவர்கள் கான்பூரை வந்தடைந்தார்கள். சந்தடிமிக்க பிரதானச் சதுக்கத்தை நோக்கிக் கைகாட்டிய கேப்ரியல், அதைக் கடந்ததும் கங்கை நதி வருமென்றும் அங்குள்ள கப்பல்துறையில் நீராவிக் கப்பல்கள் உண்டெனவும் கூறினார். அவத்தில் விளைந்த தானியங்கள் மூட்டை மூட்டையாகக் குவிந்துகிடந்த ஆங்கிலேயக் கிழக்கிந்தியக் கம்பெனியின் கிடங்கையொட்டியிருந்த சதுக்கத்தை நோக்கி அமா நடந்தாள். சதுக்கப் பகுதியில் எல்லையைக் குறிக்கச் சிவப்பும் நீலமும் கலந்து பறந்துகொண் டிருந்த கம்பெனியின் கொடிகளைக் கடந்து நடந்தாள். கைத்தடிகளுடன் செருக்காக நடைபோட்டுக்கொண்டிருந்த கம்பெனி வெள்ளையர்கள் அவளைக் கண்டுகொள்ளவேயில்லை. அதே கொடிகள்தாம் கிடங்கின் மீதும் பறந்துகொண்டிருந்தன. லண்டனின் வரைபடங்களையும், மகாராணியார் விக்டோரியாவின் உருவப்படங்களையும் வியாபாரிகள் விற்றுக்கொண்டிருந்தனர். லக்னோவின் இசைக்கலைஞர்களோ மிளிரும் அலங்கார வளைவுகளோ இல்லாமல், ஆங்கிலேயர்கள் மட்டும் அளவளாவிக்கொண்டிருக்கும் இடமாக அப்பகுதி தோன்றியது.

அமா நதிக்கரையில் குழுமியிருந்தவர்களிடையே தட்டுத் தடுமாறி நுழைந்தாள். அவளது இடையில் கட்டியிருந்த துப்பாக்கி கனமாகவும் இடைஞ்சலாகவும் இருந்தது. இறந்த மீன்களின் வாடை வீசிக்கொண்டிருந்தது. அங்கிருந்த கூட்டத்தினரிடையே அவள் தாயாரைத் தேடினாள். அங்கு காத்துக்கொண்டிருந்த இளம் ஆங்கிலேயக் குடும்பத்தினரிடையேயும், அவர்களோடு இருந்த கான்பூரின் வேலையாட்களிடையேயும் வயதான பெண்கள் எவருமே தென்படவில்லை. அச்சமயம் அங்கு நீராவிக் கப்பலொன்று வந்துசேர்ந்தது. கப்பலின் வடக் கயிறுகளை கான்பூர் தொழிலாளர்கள் இழுத்துக் கட்டிக்கொண்டிருக்க, கப்பலின் மேற்தளத்தில் பைனாக்குலர்களுடன் ஆங்கிலேயர்கள் நின்று பார்த்துக்கொண்டிருந்தனர். லக்னோ எனப் பெரிதாக எழுதப்பட்டிருந்த பயணப் பெட்டிகளுடன் கம்பெனியைச் சேர்ந்த குடும்பங்கள் கப்பலில் இருந்து இறங்கின; மாலுமி உடையில் சிவந்த கன்னங்கள் கொண்ட சின்னஞ்சிறு ஆங்கிலக் குழந்தைகள் கூடைப் பாவாடையணிந்த தங்கள் அம்மாக்களின் பின்னால் நடந்துசென்றனர்.

ஆட்கள் வந்துகொண்டிருக்கிறார்களே தவிர யாரும் இங்கிருந்து போவதாகத் தெரியவில்லை. கூட்டத்திலிருந்து விலகி அமா, நீருக்கும் அவளுக்குமிடையே இருந்த இரும்புக்கதவைப் பற்றிக்கொண்டு நின்றாள். அவள் தாயார் ஏறிய நீராவிக் கப்பல் சென்றுவிட்டிருக்கக் கூடும்.

கண்களை மூடிக்கொண்டு அக்காட்சியைக் கற்பனை செய்து பார்க்கிறாள். லக்னோவில் இருந்து கான்பூர் செல்லும் சாலையில் காலைநேரச் சூரியனின் ஸ்பரிசத்தை உணர்கிறாள்; செம்மண் வாசம்; பொற்சலங்கைகளின் சிணுங்கலொலி கேட்கிறது; மஞ்சள்நிற பைஜாமா அணிந்து பூத்தையல் வேலைப்பாடுடைய கைக்குட்டையுடன் நீராவிக் கப்பலில் முதியவளொருத்தி ஏறிச்செல்வதைக் காண்கிறாள். தன் தாயார் தன்னைத் திரும்பிக்கூடப் பார்க்காமல் செல்வதை.

கண்களைத் திறந்து நீராவிக் கப்பலுக்கு அப்பால் பழுப்புவண்ண நீரைப் பார்த்தாள். இறந்த மீன்களின் வாடையை நுகர்ந்தாள். கல்கத்தாவிற்குச் செல்லும் படகுக்காக அவள் காத்திருக்கப் போவதில்லை. இதற்கு மேல் அவள் பயணிக்கப்போவதுமில்லை. அவர்கள் இருவரும் ஒன்றாக இருக்கவேண்டிய இடமாகிய வீட்டிற்கே திரும்பிச்செல்ல முடிவு செய்தாள்.

மெல்லக் கவியத் துவங்கியிருந்த இருளின் ஊடாக கேப்ரியலைத் தேடிச் சதுக்கத்தை நோக்கி நடந்தாள். அவள் முன்னர் கண்ட இடத்தில் அவரது குதிரைகளும் தபால்வண்டியும் இல்லை. சதுக்கத்தின் அருகே விடுதியொன்றைக் கண்டு அங்கு சென்றாள். வெண்ணிறக் கோட் அணிந்த இந்தியனொருவன் விடுதியின் வாயிலில் நின்றிருந்தான். அவளைக் கண்டதும் அவன் அகலமாய்ப் புன்னகைத்தான்.

"இங்கு தங்க மூன்று ரூபாய்கள் ஆகும்."

அவனது பெரிய வாய்க்கு அவன் கூறிய பெரிய விலை பொருத்தம்தான். நீட்டிய அவன் கையில் அவள் மூன்று ரூபாய்களைப் போட்டாள். சிறு கடற்கன்னிகள் பொறித்த அந்த வெள்ளி நாணயங்களை அவன் ஓரக்கண்ணால் பார்த்தான். "இவை செல்லாது. இங்கு ஆங்கில ரூபாய்கள் மட்டுமே வாங்கப்படும்" என்றபடியே நாணயங்களை அவளிடமே திருப்பியளித்தான்.

"என்னிடம் ஆங்கில ரூபாய்கள் இல்லை. நீங்கள் இவற்றைத்தான் வாங்கிக்கொள்ள வேண்டும்" என்றாள் அமா. ஆனால் அவன் தோள்களை அலட்சியமாகக் குலுக்கியபடியே திரும்பிக்கொண்டான், அப்போதும் அவன் புன்னகைத்தபடியேதான் இருந்தான்.

ooo

அன்றைய இரவு, கான்பூரின் புறநகர்ப் பகுதியில் இருந்த உயரமான புற்களின்மீது பாம்புகள் குறித்த கவனத்துடன் அமா படுத்திருந்தாள். அங்கியை உடலைச் சுற்றிப் போர்த்தி, துப்பாக்கியின்மீது கையை வைத்தபடி அவள் உறக்கத்தினுள் வீழ்ந்தபோது, தானொரு படகில் பயணிப்பதைப்போலே கனவு கண்டு திடுக்கிட்டு விழித்துக்கொண்டாள். மீண்டும் உறங்க முயன்றபோது, புற்களின்மீது பித்தளைக் கிண்ணங்களுக்குள் ஜின்கள்* காத்திருப்பதைப்போலக் கனவு கண்டாள். தரையில் விழுந்துகிடந்த மனிதனொருவனின் நாவில் சூடான புழுதியும் இரத்தமும் சர்க்கரையும் சாம்பலும் படிந்துகிடப்பதைப்போலக் கனவு கண்டாள். பித்தளைக்

---

* அரேபிய, இசுலாமியப் புராணங்களில் குறிப்பிடப்பட்டிருக்கும் அமானுஷ்ய சக்திகொண்ட ஆன்மாக்கள் அல்லது உயிரினங்கள்.

கிண்ணங்களில் ஜின்கள் காத்திருந்தன. அரசப் புறாக்கள் பட்டுச்சிறகுகளை அடித்துக்கொண்டன. மீண்டும் இருளின் ஊடே விழித்துக்கொண்டாள். விடியும்வரை உறங்காமல் அங்கேயே உடல் விறைத்துப் படுத்துக் கிடந்தாள்.

அவளுக்குக் குளிக்க வேண்டும் போலிருந்தது. அகோரப் பசியிலும் இருந்தாள். ஆனால் அவளிடமிருக்கும் லக்னோ ரூபாய்களை இங்கிருக்கும் வியாபாரிகள் எவரும் வாங்கப்போவதில்லை. லக்னோவிற்குக் காலையில் கிளம்பிய தபால்வண்டியில் கம்பெனியாரின் குடும்பங்களே நிரம்பி வழிந்ததால், பின்மதியம் கிளம்பும் வண்டிக்காக அவள் காத்திருக்க வேண்டியிருந்தது. வண்டி வந்துசேர்ந்தபோது, தேவதூதர் கேப்ரியல் குதிரையில் இருந்து இறங்கி, செய்தித்தாளை விரித்தபடி வண்டியின் உள்ளேயிருந்த நீள் இருக்கைகளில் ஓய்வெடுக்கச் சென்றதைக் கண்ட அமா அவர் பின்னாலேயே சென்றாள். அணிந்திருந்த அங்கியைக் கழற்றிவிட்டிருந்தாள். அவளது சிவப்பு மேற்சட்டையும், இளஞ்சிவப்பு கால்சராயும், அவளுடைய துப்பாக்கியும்கூட அவர் கண்களில் படுமாறு இப்போது தெரிந்தன, ஆனால் அவர் அதையெல்லாம் ஏறிட்டும் பார்க்க வில்லை; அவர் லக்னோவை நன்றாகவே அறிவார். எனினும் ஏதோ சிந்தனையோடு அவளையே சிறிதுநேரம் உற்றுப் பார்த்தார். இறுதியாக, "நான் சொல்வதைக் கேளுங்கள் தாயே, நல்ல செய்தியொன்று வந்து சேர்ந்துள்ளது. இன்று அதிகாலை வந்த ஓட்டுநரொருவர் கல்கத்தா செல்லும் மன்னரின் ஊழியர்கள் பலர் நேற்று தன் தபால்வண்டியில் வந்ததாக என்னிடம் தெரிவித்தார். அவர்கள் குழுவாகத்தான் பயணிக்கிறார்கள், எனவே உங்கள் தாயார் பாதுகாப்பாகத்தான் இருப்பார்" என்றவர் தலையை உயர்த்தி அவளைப் பார்த்துவிட்டு, "ஆனால் நீங்கள் இருக்கும் நிலையைப் பாருங்கள். கான்பூர் உங்களைக் கசக்கிப் போட்டுவிட்டது" என்றார். வண்டியின் பிற்பகுதிக்கும் கடைசி இருக்கைக்கும் இடையே இருந்த பகுதியை அவளிடம் காட்டினார். அதில் பருத்தி மெத்தையிருந்தது. "நீங்கள் அதில் ஓய்வெடுங்கள். வீடு சென்று சேரும்வரை நீங்கள் அதிலேயே படுத்து உறங்கலாம்" என்றார்.

ஒன்று, இவர் பிறவியிலேயே அன்பானவராக இருக்க வேண்டும் அல்லது கான்பூரில் அல்லாமல் லக்னோவிலேயே பெரும்பான்மை நேரத்தைச் செலவழிப்பவராக இருக்க வேண்டும். லக்னோவின் உணவுகளை உண்டு அங்கிருக்கும் ஒழுக்கநெறிகளைக் கற்றுத் தன் மனதில் நேசத்தை வளர்த்துக்கொண்டவராக இருக்க வேண்டும். அவர் இத்தனை பண்புமிக்கவராக இருப்பதற்கு அதுதான் காரணமாக இருக்கக்கூடும்.

அவர் செய்தித்தாளைப் படித்து முடித்த பிறகு உறங்கலாம் என அமா காத்திருந்தாள் – அங்கியைச் சுருட்டிவைத்தாள். துப்பாக்கியை அருகிலேயே வைத்துக்கொண்டு சுருண்டு படுத்துக்கொண்டாள். வண்டியினுள்ளே புழுக்கமாக இருந்தது. கொசு மொய்த்துக் கடித்ததில் முகமெல்லாம் வீங்கிப்போய் உறங்கமுடியாமல் தவித்தபடி விழித்தேயிருந்தாள். எழுந்து அமர்ந்து, தூரத்தே தெரிந்த நதியில் வடக் கயிறுகளுடன் தள்ளாடிய காலி நீராவிக் கப்பலை வெறிக்கத் துவங்கினாள். மறுபுறம் திரும்பி, எலும்பும்தோலுமாய் இருந்த நாய்களும், இளைத்த பசுக்களும் தெருவில்

திரிவதைக் கண்டாள். "என்னால் முடிந்தால் இவற்றுக்கெல்லாம் உணவளிப்பேன்" என்று கேப்ரியலிடம் கூறினாள்.

அவர் தலையை உயர்த்திப் பார்த்துவிட்டுச் சிரித்தார். "லக்னோவாசி களான நீங்கள் இவற்றுக்கெல்லாம் பத்து ரூபாய்க்கு இனிப்புகள் கூட வாங்கிக் தருவீர்கள்" என்றார். மீண்டும் செய்தித்தாளுக்குள் மூழ்கினார். லக்னோவின் இமாம்பரா கல்லூரி நிரந்தரமாக மூடப்படுவதாக அவளிடம் கூறினார். "ஆங்கிலேயர்கள்தான் அதற்கு மூடுவிழா நடத்துகிறார்கள்" என்றவர் செய்தித்தாளைத் தட்டிக்காட்டி, "உங்கள் நகரத்தில் பல மாறுதல்கள் செய்யப்படுகின்றன. பலரும் நகரத்தை விட்டு வெளியேறு கிறார்கள்" என்றார்.

"ஆனால் நான் அங்கேயேதான் இருப்பேன்" என்றாள்.

"லக்னோவில் பல மாறுதல்கள் செய்யப்படுகின்றன" என அவர் மீண்டும் கூறினார். சரிந்து தொங்கிய அவரது மீசையைக் கண்டபோது, களைத்துப் போயிருக்கும் அமாவைப்போலவே அவரும் அந்தச் செய்தியைப் படித்ததும் சோர்வடைந்ததைப்போலிருந்தது.

அப்போது அங்கு ஆங்கிலேயக் குடும்பமொன்று வந்துசேர்ந்தது, தேவதூதர் கேப்ரியல் அவர்களது பெட்டிகளை அடுக்கிவைப்பதற்காக இறங்கிச் சென்றார். நீலநிற மாலுமி உடையணிந்து, கீற்றுப் போன்ற மெல்லிய வாய்கொண்ட சிறுவனொருவன் முதலில் வண்டிக்குள் ஏறினான். வண்டியின் பின்புற மெத்தைமீது அமா அமர்ந்திருப்பதைக் கண்டு அவன் திடுக்கிட்டு வெறித்தான். அரண்மனை நூலகத்தில் இருந்த பாலர் சித்திரப் பாடப்புத்தகத்தில் பார்த்த 'Little Boy Blue' போல அச்சிறுவன் இருப்பதாக அமா எண்ணினாள். உயரமான அவனது தந்தையார் தன் மனைவி வண்டியினுள் அமர்வதற்காய்க் கையுறைகளுடன் காத்திருந்தார். அவர்கள் வசதியாக அமர்ந்துகொண்டனர். டால்கம் பவுடரின் மணமும், அந்துருண்டைகளின் வாசமும் அமாவின் நாசியில் குப்பென ஏறியது, "நிஜக் கருப்பனொருவன் இங்கிருக்கிறான்" என்றபடியே லிட்டில் பாய் ப்ளூ தன் தாயின் அகன்ற பாவாடைக்குள் முகத்தைப் புதைத்துக்கொண்டான். மீண்டும் அமாவை வெறித்தபடி, "அது ஆணா, பெண்ணா?" எனக்கேட்டான்.

"உஷ்" என்றாள் அந்த ஆங்கிலேயத் தாய்.

தனக்குப் பரிச்சயமில்லாத அந்த ஆங்கிலச் சொற்களில் வெறுப்பு மிகுந்திருந்ததை மட்டும் அமா கண்டுகொண்டாள்.

தபால் வண்டி முன்னோக்கி ஓடத் துவங்க, பின்னோக்கி நகர்ந்த கான்பூர் அந்தி மாலைக்குள் மூழ்கத் துவங்கியது. அந்தச் சிறுவனால் பார்க்க முடிந்ததையும், பார்க்க முடியாததையும் அமாவும் தெரிந்துகொள்ள முயன்றாள். ஒரு விஷயம் அவளுக்கு நிச்சயமாகத் தெரிந்திருந்தது – அவன் அதில் பார்ப்பதை தன்னால் பார்க்க முடியாது என்பது.

அவள் எண்ணங்களை வீடுநோக்கி மடைமாற்றினாள். அவளது பாட்டியாருக்கு மிகவும் பிடித்தமான சிறுமியாக அமா இருந்திருக்கிறாள். பேகம் சாகிபாவின் வீட்டை, புலிக்குட்டி ஷாசாதியை, உருளைக்கிழங்கு

அமாவும் பட்டுப்புறாக்களும் ➤ 25 ❖

கபாப்களை நினைத்துக்கொண்டாள். விளக்குகள் ஒளிர்கின்றன; தூபங்கள் புகைகின்றன. அமாவின் அருகில் பேகம் சாகிபா நிற்கிறார், கார்வண்ண அன்னப் பறவைகளின் சிறகுகளை நோக்கி அவரது கரம் நீள, பூத்தையல் கொண்ட முக்காடு அவர் தோள்களின்மீது சரிந்து விழுகிறது. லிட்டில் பாய் புளூவிற்கு இவையெதுவும் தெரியாது. ஒரு இந்தியனும் ஒரு ஆங்கிலேயக் குடும்பமும் ஒன்றாகப் பயணிக்கும் அனைத்து வண்டிகளிலும் இதேதான் நிலை. வண்டியின் பக்கவாட்டில் தலையைச் சாய்த்துக்கொண்டு, கண்கள்மூடி அமா உறங்க முயன்றாள்.

“கொடூர அனல்” என்றாள் அந்தப் பெண்.

“ஆம், பயங்கரம்” ஆண் பதிலளித்தார்.

“என்னவொரு கடுமையான பயணம்” என அங்கலாய்த்துக் கொண்ட பெண், “இங்கு இவ்வளவு அலங்கோலமாக இருக்குமென நான் நினைத்துக்கூடப் பார்க்கவில்லை. எத்தனையெத்தனை வழிபாட்டு உருவங்கள்! இங்கு நிலைமை சீராகியிருக்கும் எனத்தான் நினைத்திருந்தேன்” என்றார்.

“எவராலும் இந்த இடத்தோடு முழுமையாக ஒத்துப்போகவே முடியாது எனக் கேள்விபட்டுள்ளேன், அன்பே” என்றார் கணவர்.

“நாம் இதற்கெல்லாம் பழகிக்கொள்ளத்தான் வேண்டும்.”

குதிரைகள் நின்றன. அமா மெல்லிதாய் முனகினாள். அவளால் உறங்கவே முடியவில்லை.

விசித்திரமானதொரு அமைதி அங்கு நிலவியது. அப்போது, இருளுக்குள் இருந்து திடீரென இரு திருடர்கள் விளக்குகளோடு குதித்து வந்தனர்; அவர்கள் கேப்ரியலைத்தான் முதலில் தாக்கினர். ஒருவன் கேப்ரியலை நோக்கிக் குத்துவாளை நீட்டியது விளக்கொளியில் தெரிந்தது. அவர்கள் இருவரும் ஆங்கிலேயக் குடும்பத்தை வண்டியிலிருந்து வெளியே பிடித்திழுத்தனர், மகனை அணைத்தபடியே அந்தப் பெண் அலறினாள், ஆங்கிலேய ஆணோ சத்தம் போட்டார்.

அமா துப்பாக்கியை எடுத்துக்கொண்டு வண்டியை விட்டுக் கீழே குதித்தாள். ஒருவன் கேப்ரியலை நோக்கித் தன் குத்துவாளை நீட்டியிருக்க மற்றவனோ ஆங்கிலேயக் குடும்பத்தினரிடம் இருந்த பொருட்களைத் தேடித் துழாவிக்கொண்டிருந்தான். அவன் ஆங்கிலேயரின் பணப்பையைப் பிடுங்கி முதல் திருடனிடம் வீசியெறிந்துவிட்டு, அப்பெண்மணியின் கழுத்தில் இருந்த நகையையும் பறித்தான். இதைக் கண்ட லிட்டில் பாய் ப்ளூ அழத் துவங்கினான்.

அமா அவர்களை நோக்கித் துப்பாக்கியை உயர்த்தினாள், திருடனின் குத்துவாளையும் விளக்குகளையும் கேப்ரியலிடம் கொடுக்க உத்தரவிட்டாள்.

கத்தியை அவர்களிடமிருந்து வாங்கிக்கொண்டு கேப்ரியல் விளக்கை உயர்த்திப் பிடித்தபோது திருடர்கள் திரும்பி அமாவைப் பார்த்தனர்,

இருளுக்குள்ளிருந்து திடீரென குதித்துவந்த ஒரு ஜின்னியைப் பார்த்தது போல அவர்கள் திகைத்தனர். அவர்களில் ஒருவன் இருமிக் கொண்டே யிருந்தான். இருவரின் முகங்களிலும் புழுதி படிந்திருந்தது. இருமிக்கொண் டிருந்தவன் "எங்களைக் கொன்று விடாதே" எனக் கதறினான்.

உடல் நடுங்கிக்கொண்டிருந்த அவன் கைகளில் இருந்து ஆங்கிலேயரின் பணப்பையையும், மற்றொரு திருடனிடமிருந்து கழுத்து நகையையும் கேப்ரியல் பிடுங்கினார்.

அமாவின் துப்பாக்கி அசையாமல் உயர்ந்தே இருந்தது. "நீங்கள் என்ன பைத்தியக்காரர்களா?" திருடர்களைப் பார்த்துக் கேட்டாள்.

இருமிக்கொண்டிருந்தவன் தொடர்ந்து இருமினான். "எங்களிடம் பணமில்லை. தயவுசெய்து எங்களுக்குக் கருணை காட்டுங்கள். எங்களை நம்பி எங்கள் குடும்பங்கள் உள்ளன. நாங்கள் வரிகள் கட்டவும் வேண்டியுள்ளது" என்றான் அவன்.

"என்ன செய்வது, கான்பூர் வாழ்க்கையை நீங்கள்தான் தேர்வு செய்துகொண்டீர்கள். இதுவே லக்னோவாக இருந்திருந்தால் நீங்கள் நன்றாகவே வாழ்ந்திருப்பீர்கள்" துப்பாக்கியைக் கீழிறக்கியபடியே அமா கூறினாள்.

"நாங்கள் கிராமத்தான்கள்" என்றனர்.

"என் கண்முன்னே நிற்காதீர்கள், ஓடுங்கள்" என்றாள்.

அவர்கள் மெல்லப் பின்வாங்கி, அப்படியே திரும்பி இருளுக்குள் ஓடி மறைந்தனர்.

"கிளம்பலாமா, வருகிறீர்களா?" அமா கேப்ரியலிடம் கேட்டாள்.

"ஆம், இதோ வருகிறேன்" என்றபடியே அவர் குதிரை மீதேறி அமர்ந்துகொண்டார்.

ஆங்கிலேயக் குடும்பம் மீண்டும் வண்டியினுள் ஏறிக்கொண்டது. நடந்த சம்பவத்தால் திகைத்துப்போயிருந்த அவர்கள் மூவரும் தட்டுத்தடுமாறி வண்டிக்குள் ஏறினர். கேப்ரியலின் அருகிலிருந்த குதிரைமீது அமா தாவியேறிக்கொண்டாள்.

கடிவாள வார்களை விளாசியதும் வண்டியை இழுத்துக்கொண்டு நிலவொளி பொழிந்துகொண்டிருந்த பாதையில் குதிரைகள் விரைந்தோடின. கேப்ரியல் புருவங்களை அழுந்தத் தேய்த்தபடியும், சட்டைக் கைப்பகுதியால் வாயோரமிருந்த எச்சிலைத் துடைத்தபடியும் இருந்தார். "நான் இந்தச் சாலையில் பயணிக்கும் இந்த இரு வருடங்களில் இதுபோன்றதொரு சம்பவம் நடந்ததேயில்லை. அந்த திருடர்கள் பதற்றமாகவும் நிதானமின்றி யும் இருந்தனர் – அதேசமயம் தைரியத்தோடும் இருந்தனர். அதுவும் இப்படி ஆங்கிலேயக் குடும்பங்களைத் தாக்குவதென்றால் . . ."

"வேறு வழியில்லாமல்தான்" என்றாள் அமா.

---

* ஜின் இனத்தைச் சேர்ந்தது.

அமாவும் பட்டுப்புறாக்களும்

கேப்ரியல் மீண்டும் வாயைத் துடைத்துக்கொண்டார். "பாவம் அந்த ஆங்கிலேயக் குடும்பத்தினர் இங்கு சட்டம் ஒழுங்கு கெட்டுப்போனதாகத் தான் கருதிக்கொள்வர். வெறிகொண்ட மிருகங்களின் செயலாகத்தான் இதைக் காண்பர்."

"இது சட்டம் ஒழுங்கு கெட்டுபோனதற்கு அடையாளம்தான். அவர்கள் மிருகத்தனமாகத்தான் நடந்தும் கொண்டனர்" என்றாள் அமா.

"இதுபோன்ற சட்டத்திற்குப் புறம்பான செயல்கள் நடக்கத் துவங்கி யிருக்கும் இந்தப் பாதையில் இனியும் என்னால் வண்டியோட்டிச் செல்ல முடியாது. என்னால் இங்கிருக்கவே முடியாது."

"இதுபோல் முன்னெப்போதும் இங்கு நடந்ததேயில்லை எனத்தான் கூறிவிட்டீர்களே, அத்துடன் இப்போது அவர்கள் நம்மிடமிருந்து மிகத் தொலைவு சென்றுவிட்டனர்."

"புதிய பாதையொன்றைத் தேர்வு செய்துகொள்ளப் போகிறேன்."

லக்னோவிற்குள் அவர்கள் நுழைந்தபோது நேரம் கடந்துவிட்டிருந்தது, நிலவு உச்சிக்கு வந்துவிட்டது. ஆங்கிலேயக் குடும்பத்தை வரவேற்க கான்பூர் பாதையில் வண்டியுடன் கம்பெனிக்காரர்கள் சிலர் காத்திருந்தனர். ஆங்கிலேயக் கணவரும் மனைவியும் உரத்த குரல்களில் நிகழ்ந்த சம்பவத்தை கூறத் துவங்க, அவர்கள் அதை வெகு தீவிரமாகக் கேட்டுக்கொண்டனர். கேப்ரியல் வண்டியின் பின்புறமிருந்த பெட்டிகளை இறக்கினார்.

அவர்கள் அனைவரும் வண்டியில் ஏறியபோது ஆங்கிலேயத் தந்தை மட்டும் நின்று ஒருமுறை திரும்பிப் பார்த்தார். "நன்றி" என அமாவிடமும் கேப்ரியலிடமும் உருதுவில் கூறினார். பிறகு ஆங்கிலத்தில், "உண்மையிலேயே மிக்க நன்றி" என்றார்.

"மோசமான முறையில் நீங்கள் வரவேற்கப்பட்டதற்காக நான் வருந்துகிறேன்" என அமா உருதுவில் பதிலளித்தாள். அவள் கூறியது அவருக்குப் புரிந்ததா என அவளுக்குத் தெரியவில்லை. ஆனால் அவர் தலையசைத்தபடியே வண்டியில் ஏறிக்கொண்டார். அவள் மனப்பூர்வமாகவே அவ்வார்த்தைகளைக் கூறியிருந்தாள்.

வண்டி சென்றதும் அங்கு அமைதி சூழ்ந்தது. கேப்ரியல் குதிரைகளை அவிழ்த்துத் தபால் வண்டிக்கு அருகிலிருந்த நிலத்தில் மேய விட்டார். "நேரமாகிவிட்டதே, என்னோடு அரண்மனைக்கு வந்து உணவருந்துங்கள்" என அமா அவரிடம் கூறினாள்.

தெருப்புழுதி பழைய செய்தித்தாள் இவை இரண்டின் வாடை சேர்ந்து கேப்ரியலின் உடலிலிருந்து வீசியது. அவர் சோர்வாகநடந்துவந்தார். இருவரும் ஒன்றாகவே நடந்தனர். பாதை நீண்டுகொண்டே போவதாய் தோன்றியது. அமாவின் செவிகளுக்குள் அமைதியின் துடிப்பு முழங்கியது. கண்கள் அயர்ச்சியில் வலித்தன. விளக்கொளிகளின் இடையே மின்னிய குத்துவாள் அவள் கண்முன்னே தோன்றியது. திருடனின் இருமல் சத்தம் அவள் காதுகளில் ஒலித்தது.

கைசர்பாக் அரண்மனையின் முன்பக்கக் கூடத்தில், அரசக் கருவூலங்களின் வாயிலில் ஓய்வெடுத்துக்கொண்டிருந்த காசிம் அவளைக் கண்டதும் விழித்துக்கொண்டார். அவரது குரல் அங்கிருந்த பளிங்குகளி லெல்லாம் பட்டு எதிரொலித்தது. கேப்ரியலைக் குளிப்பதற்கு அழைத்துச் செல்லுமாறும், அவருக்காக வெண்ணிறப் பைஜாமாவையும் உணவையும் எடுத்துவரும்படியும் சமையலறைப்பையனிடம் காசிம் சொல்லியனுப்பினார்.

அமாவின் தாயாருடைய கடம்ப மரத்தினருகே அவர்கள் உட்கார்ந்து கொண்டனர். தேவதூதர் கேப்ரியல் உணவைச் சரியாகச் சாப்பிடவே யில்லை. உண்டு முடிப்பதற்கும் முன்னர் உறங்கிப்போனார். அவரைப் படுக்கையறைக்கு அழைத்துச்செல்ல பையன் உதவிபுரிவான் எனக்கூறி அமா அவரை எழுப்பியபோது, "ஒரு சகோதரியைப்போல என்னைக் கவனித்துக் கொள்கிறீர்கள்" என்றார் அவர்.

குளிர்ந்த இரவுநேர நட்சத்திரங்களின் கீழே நின்று அமா தாம்பூலம் மென்று கொண்டிருந்தாள். அவளும் குளித்து உணவருந்திவிட்டாள்; வயிறு நிறைந்திருந்தது, தூக்கம் சொக்கியது. விடிவதற்கு இன்னும் சிறிது நேரமே இருந்தது. தனது தொழுகைப் பாயை எடுத்துவந்தவள் தாயின் அறையில் போட்டுப் படுத்து உறங்கிப்போனாள்.

இளம்மஞ்சள் வெயிலின் முதல் கீற்றுகள் தோட்டத்தின்மீது படர்ந்தபோது அமா விழித்துக்கொண்டாள். சூரியக் கதிர்கள் அவளை உத்வேகப்படுத்தின. வெளியே வந்து பார்த்தாள், எந்தச் சலனமுமில்லை. அவளது தாயின் வளர்ப்புப் பறவைகள் அலகுகளைச் சிறகுகளுக்குள்ளே பொதிந்து வைத்துக்கொண்டு குடில்களுக்குள்ளே உறங்கிக்கொண்டிருந்தன. எவருமே இன்னும் விழித்தெழவில்லை. காற்றில் இன்னும் சூடேறவில்லை. வேம்பின் அடர்ந்த இலைகளிலிருந்து புலிக்குட்டியின் சுவாசத்தையொத்த மெல்லிய காற்று வீசியபடியிருந்தது. கடைகளின் மரக் கதவுகள் இன்னும் திறக்கப்படவில்லை. பசும்தீற்றல்கள் கொண்ட வெண்புறாக்களின் பயிற்சியாளர்களுக்குச் சம்பளப் பணம் ஐந்து ரூபாய் இன்னும் வழங்கப்படவில்லை; மாம்பழம், எலுமிச்சை, லிச்சி பானங்கள் நிறைந்த போத்தல்களின்மீது கரண்டிகளைத் தட்டியிசைத்து வாடிக்கையாளர்களைக் கவரும் வியாபாரிகளும் இன்னும் வரவில்லை; தாசிப்பெண்டிர் தம் புதிய கவிதைகளைப் புனையத் துவங்கவில்லை; வேலையாட்கள் ஆட்டுப்பால் கறக்கவில்லை; கிணறுகளிலிருந்து பெண்கள் நீர் இறைக்கவில்லை; பந்தய மைதானங்களில் இராணுவத் தளபதிகள் பந்தயங்கள் கட்டி விளையாடவில்லை; மேக்பெத் கதையில் வரும் மூன்று சூனியக்காரிகள் தம் வித்தைகளின் மூலம் பேய்களை உருவாக்கும் கதைகளை லக்னோவின் கதைசொல்லிகள் கூறவில்லை. ஆம், நகரமே உறங்கிக்கொண்டிருக்கிறது. அமா இப்போது லக்னோவில் இருக்கிறாள், கான்பூரில் அல்ல. லக்னோ, லக்னோ. இந்நகரம் இப்போதைக்கு அமைதியில் ஆழ்ந்துள்ளது.

3

அடுத்துவந்த வாரங்களில், மெல்லிய ரோஜா இதழ்கள் மேல் இரக்கமின்றிப் பொழியும் அடைமழைபோல் நூற்றுக்கணக்கான ஆங்கிலேயர்கள் லக்னோவினுள் புகுந்தனர். லக்னோவின் அரசுக் கட்டிடங்களுக்குள் அத்துமீறி நுழைந்தனர். மன்னரின் நகராட்சிப் பணியாளர்களுக்குப் பணம் கொடுத்து வெளியேற்றிவிட்டு அங்கு தங்கிக்கொண்டனர். மன்னருக்குச் சொந்தமான லாயங்களைக் கம்பெனிக்காரர்கள் தங்கள் அலுவலகங்களாக மாற்றியமைத்துக் கொண்டனர்.

அஸ்ரத்கஞ்ச் பிரதான சாலையில் அமைந்திருந்த மன்னரின் அஞ்சல் நிலையத்தை கம்பெனிக்காரர்கள் தங்களுடைய புது தபால் அலுவலகமாக மாற்றிக்கொண்டனர், அதன் வெளியே அமா காத்திருந்தாள். கல்கத்தாவில் இருந்துவரும் கடிதங்களை எதிர்பார்த்து அரண்மனை பையனொருவன் அக்கட்டிடத்தினுள்ளே தினந்தோறும் காத்துநின்றான். ஆங்கிலேயக் குடும்பங்களுக்காக விக்டோரியா மகாராணியின் தபால்தலைகள் ஒட்டிய கடிதங்கள் பெரியபெரிய பருத்திப்பைகளில் வந்திறங்கின. பிரெஞ்சு ஷாம்பெய்னும், ஸ்காட்ச் விஸ்கியும் கூடைகளில் கடைகளுக்கு வந்திறங்கின. மன்னருடன் இருக்கும் அறிஞர்களில் பரிவுமிக்க எவரேனுமொருவர் தன் தாயாரின் சார்பாகத் தனக்குக் கடிதமெழுதி அனுப்பக் கூடும் என அமா எதிர்பார்த்துக் காத்திருந்தாள். அக்கடிதத்தில் அமாவைப் பிரிந்து வெகுதொலைவில் இருப்பதால் தான் ஏக்கம் கொள்வதாகவும், இந்தப் பிரிவு எவ்வகையிலும் குடும்ப உறவில் விரிசலையுண்டாக்காது எனவும் தாயார் எழுதியிருப்பாரென அவள் எதிர்பார்த்தாள். ஆனால் பையன் தினமும் வெறுங்கையோடே வெளியே வந்தான். கைசர்பாக் அரண்மனைக்காக எந்தக் கடிதமும் வரவில்லை. ஊழியர்களுக்கான சம்பளப் பணமும் வந்துசேரவில்லை. அவளது தாயாரிடமிருந்தும் எந்தக் கடிதமும் வரவில்லை.

கல்கத்தாவிலிருந்து ஆங்கிலேயர்கள் அனுப்பும் செய்திகளால் லக்னோவில் இருந்த ஆங்கிலேயரின் தந்திக் கம்பிகள் யாழிசைபோல ரீங்காரமிட்டன. ஆனால் மன்னரின் பதவிநீக்க ஆணையைத் திரும்பப்பெறக் கோரி அனுப்பிய மனுக்களைப்பற்றி மட்டும் எந்தச் செய்தியும் அரண்மனையை வந்தடையவில்லை.

அதேபோல், விக்டோரியா மகாராணியாரைச் சந்திக்க லண்டன் சென்றிருந்த ராஜமாதா குறித்தும் அவர்களுக்கு எந்தச் செய்தியும் வந்து சேரவில்லை. மன்னரின் ஆற்றல்மிக்க விதவைத் தாயார் உயர்குடியில் பிறந்துவளர்ந்தவர். உணவு உண்ண விரல்களை உபயோகிக்காது கரண்டியால் உண்ணும் வழக்கம்கொண்டவர். பணியாட்கள் சூழ, கைத்துப்பாக்கிகளுடன் ஆப்பிரிக்க மகளிர் வீராங்கனைகளின் பலத்த பாதுகாப்புடன் இங்கிலாந்து செல்லும் படகில் அவர் பயணிப்பதை அமா கற்பனை செய்துபார்த்தாள். பருத்த உடல் அவருக்கு. ஹூக்கா புகைப்பதில் பெருவிருப்பம் கொண்டவர். உடல்நலக்குறைவோடுதான் அவர் லக்னோவிலிருந்து கிளம்பிச்சென்றார். தனது பாட்டியார் இந்தியாவிற்கு வந்தபோது கடற்பயணம் தரும் குமட்டலால் அவதியுற்றதைப்போலவே ராஜமாதாவும் பயணத்தின்போது துன்புறுகிறாரோ என அமா கவலைப்பட்டாள். மனதிற்கு விருப்பமானவர்கள் திடீரெனத் தொலைதூரம் சென்றுவிடும்போது எழும் மௌனம் அமாவின்மீது படர்ந்தது. அதே மௌனம் லக்னோவின்மீதும் படர்ந்திருந்தது.

தங்களால் ஆங்கிலேயர்களை நிச்சயம் தடுத்து நிறுத்த முடியுமென அமா நம்பினாள். இருதரப்பும் நேருக்கு நேராக உரையாடி, காரண காரியங்களை முன்வைத்துச் சிரித்துப் பேசி, ஒப்பந்தங்களை எட்ட முடியாதா என்ன? கடம்ப மரத்தின் கீழே, தன் தாயார் வளர்த்துவந்த வெண்புறாக்களுக்கு உணவளித்துக்கொண்டிருந்த அமா, அப்புறாக்கள் கூவும்போதெல்லாம் யாஹூ என சப்தமெழுவதைக் கேட்டாள். லக்னோவின் புறாக்களுக்குக் கூட நல்ல உணவளிக்கப்படுகிறது. பூந்தோட்டக் குளத்திலிருந்த கடற்கன்னி நீரூற்றிலிருந்து நீர்த்தாரைகள் சலசலத்தோடும் ஓசையும், நீலவானில் ஏகும் பட்டங்களில் சரசரத்த காகிதக் குஞ்சங்கள் எழுப்பிய ஓசையும் அவள் காதில் விழுந்தன. ஆங்கிலேயர்கள் இங்கு வசிப்பதற்கு தாங்கள் நீண்டகாலமாக உதவிவந்துள்ளதை எண்ணிப்பார்த்தாள். எனவே அனைவரும் ஒற்றுமையாக வாழ்வதற்கான வழிகள் இருக்குமென அவள் நிச்சயமாக நம்பினாள்.

ooo

ஹூக்கா குழாயை இறக்கிவிட்டு பேகம் சாகிபா அமாவை ஏறிட்டுப் பார்த்தார். அவரது பசும்கண்களில் நிதானம் தெரிந்தது. "அரண்மனைப் பணியாளர்களில் மேலும் பலர் கல்கத்தாவிற்குச் சென்றுவிட்டதாக அறிந்தேன். உன் தாயாரும் அவர்களுடன் சென்றிருக்கிறாரா?" எனக் கேட்டார்.

"ஆம் என எண்ணுகிறேன்."

"தலைமை ஆணையரைச் சந்திப்பதற்கு நீயும் வர வேண்டுமெனக் காத்திருக்கிறேன்" என மென்மையாகக் கூறிய பேகம் சாகிபா, தொடர்ந்து "பழைய நிலைக்கு நாம் திரும்ப வேண்டும். அப்போதுதான் இங்கிருந்து சென்ற அனைவரும் திரும்பி வருவர்" என்றார்.

அன்றைய தினம் காலை வேளையில், அமா காசிமிற்குச் சொந்தமான சாம்பல்நிறக் குதிரையில் ஏறிக்கொண்டாள். மாட்டு வண்டிகளில் பணியாளர் கூட்டமொன்று அவளைப் பின்தொடர்ந்து சென்றது. மடிப்புப் பாவாடை, ஜோத்பூரியக் காற்சட்டை இவற்றின்மேல் அணிந்திருந்த, பொன் வெள்ளி சரிகை இழைத்த சொக்காய் அமாவை வேர்க்க வைத்தது.

அவர்களின் பின்னால், நான்கு ஆட்கள் தூக்கிவந்த மூடுபல்லக்கினுள் பேகம் சாகிபா வந்தார். அவர் ஆரஞ்சு வண்ண மேலங்கியும், கருப்பு முகத்திரையும் அணிந்திருந்தார். அனல்தகிக்கும் இதுபோன்ற பயணங்களின்போது நிழல் தரவென அவர்களின்மீது பறந்துவரும் மன்னரின் பட்டுப் புறாக்கள் கூட்டத்தை மட்டும் இப்போது காணவில்லை.

லக்னோவிற்கான கம்பெனித் தலைமையகமாக விளங்கிய ஆணையர் மாளிகை, கைசர்பாக் அரண்மனையிலிருந்து ஒரு மைல் தொலைவில் ஒரு குன்றின்மீது இருந்தது. ஆரஞ்சு மலர்களும் பளிங்குச் சிலைகளும் நிறைந்த தெருவோரப் பூங்காக்களையும், பொன் ஸ்தூபிகளையும், முலாம் பூசிய உருளைகளையும் பித்தளைக் குவிமாடங்களையும் கடந்து, சிப்பிச் சுண்ணத்தில் தயாரான காரைப்பூச்சில் பளபளத்த பெருந்தனக்காரர்களின் மாளிகைகள் நிறைந்த தெருக்களின் வழியாக அமாவின் குழு பயணப் பட்டது. ஷியா, சுன்னி அறிஞர்கள் பகிரங்கமாக விவாதித்துக்கொள்ளும் நிழல்நிறைந்த வளைவுகளைக் கடந்துசென்ற அக்குழு, ராஜகுடும்பத்திற்குச் சொந்தமான நீராவிப் படகு நிறுத்தப்பட்டிருந்த ஆற்றோரமாகப் பயணமானது. ஆங்கிலேயர்களின் புத்தம்புதுத் தந்திக் கம்பங்களை ஆழமாக நடுவதற்கெனப் பாதை தோண்டப்பட்டிருந்தது. புழுதிக்காற்றில் புதுத் தாரின் வாசம் நிறைந்திருக்க, செம்புக் கம்பிகள் வானைக் கிழித்துப் பயணித்துக்கொண்டிருந்தன.

ஆணையர் மாளிகையினுள், பொன் மூக்குக்கண்ணாடிகள் அணிந்த ஆங்கிலேய எழுத்தர்கள் பேகம் சாகிபாவைக் கண்டதும் தலைகுனிந்து வணங்கிவிட்டு மீண்டும் தங்களின் பணியைக் கவனிக்கத் துவங்கினர். கழுத்துப்பட்டிகளும் கருப்பு அணிமுடிச்சும் அணிந்த ஆண்கள் நிறைந்திருந்த பிரம்மாண்டக் கூடத்தின் சுவர்கள் வெள்ளையடிக்கப்பட்டிருந்தன. சொகுசுச் சாய்வு நாற்காலிகள், மைப் புட்டிகள், நுனியில் அழிப்பான் வைத்த பென்சில்கள் அங்கிருந்தன.

அங்கிருந்த பலருக்கும் உருது தெரியும் என்பதால் அமா தணிந்த குரலில் பேகம் சாகிபாவிடம், “இங்கேயே நிலையாகத் தங்கிவிட்டனரென நன்றாகவே தெரிகிறது” என்றாள்.

“நாமளித்த கடன்தொகைகளின் மூலம் உருவாகிய வியாபாரம் இது” எனப் பெருமிதம் பொங்க ஆங்கிலத்தில் பேகம் சாகிபா கூறினார், கூடத்தில் நடந்துசென்ற தங்களை அங்கிருந்த அனைவரும் கவனிப்பதை அறிந்துகொண்டதும் அவருடைய குரல் மேலும் உயர்ந்தது. “நன்கொடைகள் போல் நாம் தாராளமாக அள்ளிக்கொடுத்த கடன் தொகைகள் அவை. உதவி கேட்டு வருபவர்களுக்கு இல்லையென்று சொல்லாமல் நாம் உதவுவோம், நம் வழக்கமே அதுதானே” என்றார்.

கூடத்தின் கோடியில் மேஜையொன்றின் மறுபுறம் அமர்ந்திருந்த அதிகாரி பால்கலந்த தேநீரைக் கோப்பையில் ஊதி ஊதிப் பருகியபடியே, தலைமை ஆணையருடனான அவர்களின் சந்திப்பிற்கு ஏற்பாடு செய்யும் கடிதத்தைப் படித்துக்கொண்டிருந்தான். ஏலம் நடந்த பொழுது அமாவை அவளது குதிரையிடம் செல்லவிடாமல் தடுத்த சிவந்த கேசமும் குழிந்த தாடையும் கொண்டிருந்த அதே ஆங்கிலேயன்தான் அவன். அமாவை

அவன் அடையாளம் கண்டுவிட்டபோதும் அதை வெளிக்காட்டிக் கொள்ளவில்லை. பேகம் சாகிபா நடுநாயகமாக நின்றிருக்க, அவரைச் சூழ்ந்து அவரது குழுவினர் கூடத்தின் மத்தியில் நின்றிருந்தனர். சிவப்பனோ அப்போதும் பால்த்தேநீரை ஊதியபடியே இருந்தான். "சீக்கிரம்" எனச் சொல்லத் தோன்றியது அமாவிற்கு. அந்தக் கூடத்தை நோட்டமிட்ட போது சுற்றிலும் ஆணவம் கொக்கரிப்பதை அவளால் உணர முடிந்தது. அதோ அங்கு வெல்வெட் பதித்த மாடிப்படிகளில் ஏறிச்செல்லும் தூப்புக்கார லக்னோவாசியின்மீது, சிறுநீர்க் கலயத்தைச் சுமந்துசெல்லும் இந்த லக்னோவாசியின்மீது, இரைச்சலும் அதீத வெப்பமும் நிறைந்த தந்தி அலுவலகத்தைச் சுத்தம் செய்யும் அனைத்து லக்னோவாசிகள்மீதும் அந்த ஆணவ அதிகாரம் ஏவப்பட்டிருந்தது.

சிவப்பன் கோப்பையைக் கீழே வைத்துவிட்டு அவர்கள் அனைவரை யும் வரவேற்பறைக்கு அழைத்துச்சென்று, அங்கிருந்த மற்றொரு மேஜையின் பின்னே நின்றுகொண்டான். அமாவிடம் மட்டுமே அம்மனிதன் உரையாடினானே தவிர, பணியாட்கள் சூழ அங்கிருந்த புத்தக அலமாரி களை நோக்கி நின்றிருந்த பேகம் சாகிபாவிடம் அவன் எதுவும் பேசவில்லை. கையிலிருந்த தாளை உயர்த்திப்பிடித்தவாறு, "தலைமை ஆணையர் வரத் தாமதமாகும். புதிய நிலவரி விதிமுறைகள் பற்றிய மிக அவசர காரியமாகச் சென்றுள்ளார். அவரிடமிருந்து ஒரு கடிதம் வந்துள்ளது. அரசியாருக்கு அக்கடிதத்தை நான் படித்துக் காட்டலாமா?" என நிறைய ஆங்கிலமும் கொஞ்சம் உருதுவும் கலந்து கூறினான்.

அவன் கடிதத்தைப் பற்றியிருந்த விதத்திலேயே அதில் விவாதத்திற்குரிய ஏதோவொன்று இருப்பதாக அமாவிற்குப் பட்டது. சிவப்பன் மற்ற உயரதிகாரிகளைப்போலத் தானும் உருதுவில் உரையாட வேண்டு மென்பதில் அக்கறை காட்டவேயில்லை. மாறாக அவன் முகத்தில் மெல்லிய ஏளனம்தான் தென்பட்டது. அமா பேகம் சாகிபாவை ஏறிட்டுப் பார்த்துவிட்டு, அவனுக்குத் தானே பதிலளிக்க முடிவு செய்தாள். "சரி, சாகிப்" என உருதுவில் கூறினாள்.

உருதுவில் எழுதப்பட்டிருந்த அக்கடிதத்தைச் சிவப்பன் படிக்கத் துவங்கியதும் அவனால் உருது சரளமாக வாசிக்கவும் முடியும் எனத் தெரியவந்தது. "மன்னர் வழங்கிக்கொண்டிருந்தவற்றுக்கு நிகரான உபகார ஊதியங்களும், பண வழங்கீடுகளும் கூடிய விரைவில் வழங்கப்படுமென மாட்சிமை பொருந்திய அரசியாருக்குத் தலைமை ஆணையரான நான் உறுதியளிக்கின்றேன். நகரைச் செம்மைப்படுத்தும் எங்களின் பணிகளின்போது ஏற்படும் அசவுகரியங்களைக் குறைக்கும் பொருட்டு அரசியாருக்கு வருடாந்திர ஓய்வூதியம் அளிக்கப்படும் என்பதையும் அறிவிப்பதில் தலைமை ஆணையரான நான் மகிழ்ச்சி கொள்கிறேன். உங்களின் பதிலை எதிர்நோக்கிக் காத்திருக்கின்றோம்."

"செம்மைப் பணிகளா? இது வியப்பாக உள்ளது" என பேகம் சாகிபா ஆங்கிலத்தில் கூறினார். அவர் முகம் மறைக்கப்பட்டிருந்தபோதும் அவர் குரல் மிகத் தெளிவாகவே ஒலித்தது. "எங்களை முட்டாள்கள் என நினைத்துவிட்டீர்களா என்ன?" எனக் கேட்டார்.

சிவப்பன் கடிதத்தைப் பார்த்துக்கொண்டான். "அரசியார் அவர்களுக்கு, லக்னோ கந்தல்கோலமாக இருக்கிறது" என்றவனின் குரல் உரத்து ஒலித்தது. "ஆடம்பரச் செலவுகளைச் செய்யாமலேயே இந்நகரைத் திறம்பட எங்களால் கையாள முடியும் என்பதை நீங்கள் பார்க்கத்தான் போகிறீர்கள். மன்னர் மேற்கொண்டுவந்த வழிகள் நாசகரமானவை. அவத்தை மீட்டெடுக்கவே நாங்கள் இங்கு வந்துள்ளோம். அரசியார் அவர்களே, மன்னரின் ஆட்சியைப்பற்றி மக்கள் அதிருப்தியில் இருக்கின்றனர்" என்றான்.

"என்ன பேசுகிறீர்கள் எனத் தெரிந்துதான் பேசுகிறீர்களா?" எனக் கேட்டார் பேகம் சாகிபா. தொடர்ந்து, "நாங்கள் திருப்தியாகத்தான் இருக்கிறோம். அதே திருப்தியோடுதான் உங்களுக்கு லட்சம் லட்சமாகப் பணத்தை அள்ளியும் கொடுத்தோம். ஒருவேளை அதுதான் நாங்கள் செய்த நாசகரமான செயலோ என இப்போது தோன்றுகிறது. நகரத்தின் குமாஸ்தாக்களையும், செய்தித்தாள்கள் கொண்டுவருவோரையும், நகரத் துப்புரவுத் தொழிலாளர்களையும் நீங்கள் பணிநீக்கம் செய்துவிட்டீர்கள். எங்களின் தபால் நிலையத்தை மூடிவிட்டீர்கள். லட்சக்கணக்கான ரூபாய் மதிப்புள்ள எங்கள் விலங்குகளையும் விற்றுவிட்டீர்கள். இதையெல்லாம் ஏன் செய்தீர்கள்? பணிநீக்கம் செய்யப்பட்ட தொழிலாளர்களுக்குப் பணம்கொடுத்து ஒரேயடியாகக் கணக்குத் தீர்த்து அனுப்பத்தானா? அவத்தின் கிராமங்களிலும் உங்கள் கால் பட வேண்டுமென்பதற்காகச் சாலைகள் போடுகிறீர்களே, ஏன்? அங்கிருக்கும் எவரும் தங்களை மீட்க வேண்டுமெனக் கோரியிருக்க மாட்டார்கள். இவையெல்லாம் ஊரைச் செம்மைப்படுத்தும் பணிகள் போல் தோன்றவில்லை. மாறாக, உங்கள் கம்பெனி மற்ற இடங்களில் அரங்கேற்றிவரும் சூறையாடும் பணிபோலத்தான் தோற்றமளிக்கிறது. உங்கள் தலைமை ஆணையரிடம் சென்று கூறுங்கள், அவர் நினைப்பதைப்போல நாங்களொன்றும் அறிவிலிகள் அல்லர். உண்மையை நேருக்கு நேராகச் சந்திக்க அவர் அஞ்சுகிறார் என்பது இன்று வெட்டவெளிச்சமாகிவிட்டது. எனக்கு அது தெரியாது என அவர் நினைத்துக்கொண்டிருக்கிறார் போலும்" என்றார்.

இதைக் கூறியதும் பேகம் சாகிபா பணியாளர்கள் பின்தொடர வரவேற்பறையைக் கடந்து கூடத்தை நோக்கிச் சென்றார். அங்கு நடந்த உரையாடலை பேகம் சாகிபா அவர்களுக்கெல்லாம் விரைவாக மொழிபெயர்த்துக்கொண்டே நடக்க, அதைக் கேட்டபடியே அமாவும் அவர்களைப் பின்தொடர்ந்தாள். அதைக் கேட்கக் கேட்க அமாவின் நெஞ்சம் எரிந்தது. அவர்கள் பெய்லி காவலர் வாயிலைக் கடந்து தெருவிற்குள் நுழைந்தனர்.

அங்கு ஆங்கிலேயர்கள் சிலருடன் அபி நின்றுகொண்டிருந்தான். அவர்கள் சுருட்டுப் புகைத்துக்கொண்டிருந்தனர். புகைத்தபடியே அவன் அமாவை நோக்கிச் சில அடிகள் முன்னே வந்தான், பொன்னும் வெள்ளியுமாய் மினுமினுத்த தொப்பி அணிந்திருந்தவனின் முகம் தளர்ந்திருந்தது.

"நண்பர்களுடன் அரட்டைப் பேச்சோ?" எனக் கேட்டாள் அமா.

"நாமனைவருமே நண்பர்கள்தானே" என்றான் அபி. வெற்றிலைக் காவிக்கறை படிந்த பற்கள் தெரிய அவளைப் பார்த்துப் பெரிதாய்ப் புன்னகைத்தான்.

சிவப்பனும் தலைமை ஆணையரும்போலே அபியும் அவனது நாற்பது திருடர்களும்.

"கைசர்பாக்கில் உங்களின் நெற்களஞ்சியங்கள் எப்படியுள்ளன? உங்களுக்கு பார்லி வேண்டுமா?" எனக் கேட்டான் அபி.

"தலைமைப் பொறுப்பாளர் கல்கத்தாவில் இருக்கிறார். உனக்கு ஏதேனும் தகவல் வேண்டுமென்றால் எங்களின் சமையலறைக்கு முறையாகக் கடிதமெழுதி விசாரித்துக்கொள்" என்றாள் அவள். அவன் அணிந்திருந்த நீலப் பட்டுக் குர்தா வெயில் பட்டு ஒளிர்ந்தது. அவனது தொப்பியைப்போலவே சட்டையும் நன்கு இஸ்திரி செய்யப்பட்டிருந்தது. அவனது திருமணத்தைப்போலவே அவனது பச்சை வெல்வெட் காலணிகளும் புத்தம்புதியவையாகக் காட்சியளித்தன. "உனது ஆங்கிலேய நண்பர்கள் உண்டாக்கி வைத்துள்ள விலைவீழ்ச்சியால் பாவம் நீயும் பணமின்றித் தவிப்பது நன்றாகவே தெரிகிறது" என்றாள்.

"எல்லாம் விதி" என்றபடியே அவன் தோள்களைக் குலுக்கிக் கொண்டான்.

"விதி என்ற ஒன்று கிடையாது. நமது எதிர்காலத்தை நாம்தான் உருவாக்கிக்கொள்ள வேண்டும்" என்றபடியே அவள் திரும்பிச் செல்லத் துவங்கினாள்.

"இதையெல்லாம் நீ என்னிடம் கூறவேண்டிய அவசியம் என்ன?" என்றபடியே அவன் அவளுடன் காசிமின் குதிரையை நோக்கி நடந்தான். "ஆப்பிரிக்க அரண்மனைக் காவலாளியே, துப்பாக்கியை மணம் முடித்துக் கொண்டவளே, நீ பின்தங்கிவிட்டாய்! பார், உன்னோடு வந்தவர்களெல்லாம் முன்னே சென்றுவிட்டனர். என்னுடன் வெட்டி அரட்டையடித்து நேரத்தை வீணாக்காதே" என்றான் அவன்.

"யார் முக்கியமானவர்கள் என உனக்கு நினைவுபடுத்த வேண்டுமென எண்ணினேன்" என்றாள் அமா.

அபி அவளிடம் வந்து மிக நெருக்கமாய் நின்றான். சாக்குப்பைகளின் மணமும், லேவண்டர் சோப்பின் வாசமும், பழைய புகையிலை நாற்றமும் ஒருசேர அவனிடமிருந்து வீசின. கருப்புத் தாடியின் கீழே அவன் சருமம் சிவந்து தெரிந்தது.

"உன் கம்பெனி நண்பர்கள் உனக்காகக் காத்திருக்கிறார்கள், நீ அவர்களிடம் செல்" என்றபடியே அமா குதிரை மீதேறிக் குன்றின் கீழே பளபளத்துக்கொண்டிருந்த நகரத்தைப் பார்த்தாள்.

○○○

மறுநாள் மதியநேரத் தொழுகைக்குப் பின்னர், பேகம் சாகிபாவின் அரண்மனையை நோக்கிச் செல்லும் வழியில் நிழலார்ந்த தெருவில் இருந்த

தன் நண்பன் மொகம்மதுவின் செய்தித்தாள் விற்கும் கடையில் அமா நின்றாள். வெள்ளிக் காகிதங்களில் சுற்றப்பட்டிருந்த இனிப்புகளுக்கும், மிருதுவான, அடர்பழுப்புவண்ண ஹாப்ஷி அல்வாவிற்கும் அருகே மரப்பலகை அலமாரிகளில் ஆங்கில, உருதுச் செய்தித்தாள்கள் வைக்கப்பட்டிருந்தன. மொகம்மது அவளை வரவேற்று முகமன் கூறியபடியே, பற்களுக்கிடையே கடித்துக்கொண்டிருந்த மூங்கில் சில்லுத்துண்டை ஒருபக்கமாக ஒதுக்கிக்கொண்டான். அரண்மனையில் தயாராகி மெல்லிய வெள்ளிச் சுருளில் பொதியப்பட்ட வெற்றிலைத்தாம்பூலத்தை அவனிடம் வழக்கம்போலக் கொடுத்துவிட்டு, அவள் செய்தித்தாள்களைப் படிக்கத் துவங்கினாள். கையிலிருந்த பழுப்பு வண்ணக் கடிதயுறையைக் கீழே வைத்துவிட்டு, உருதுச் செய்தித்தாள் ஒன்றை எடுத்துக்கொண்டாள். ஆங்கிலச் செய்தித்தாள்களில் இருந்து உருதுவிற்கு மொழிமாற்றம் செய்யப்பட்ட செய்திகள் வெளியாகியிருந்த கடைசிப் பக்கங்களைத் திருப்பினாள். "ராஜமாதா குறித்த செய்தி வெளியாகியிருப்பதாக அரண்மனையில் பேசிக்கொள்கிறார்களே, அந்தச் செய்தி எங்கு வெளியாகியுள்ளது என உனக்குத் தெரியுமா?" எனக் கேட்டபடியே செய்தித்தாளை அவனை நோக்கி நீட்டினாள்.

லக்னோவிற்குச் செய்தித்தாள்கள் வந்துசேரும் முன்னரே செய்திகள் வந்துசேர்ந்துவிடுகின்றன. இரு மாதங்களுக்கு முன்னர், லண்டனுக்கு ராஜமாதா சென்றிருந்தபோது அவர் அவ்வூர் மக்களுக்குப் புதுமையானவராகத் தெரிந்ததால் பலரும் அவர் தங்கிருந்த விடுதியின் சுவரேறி அவரைக் காண முயன்றனர். எனவே தேம்ஸ் நதித் தெருக்களில் வழிந்தோடும் லண்டனின் ஆசியக் கீழைத்தேயக் குடியிருப்புப் பகுதியில் மளிகைப் பொருட்கள் வாங்கிவரும் தன் சமையற்காரர்களுடனும், ஹுக்கா தூக்கிகளுடனும், லக்னோ மெய்க்காப்பாளர்களுடனும் ராஜமாதா தன் அறைக்குள்ளேயே பதுங்கியிருக்க வேண்டியிருந்தது. ராஜமாதாவின் சமையற்காரர்கள் இந்தியப் பொருட்கள் விற்கும் கடைக்காரர்களிடமிருந்து பயறுகளும் அரிசியும் சோப்பும் வாங்கியுள்ளனர். மொகம்மது லக்னோ குறித்த செய்திகளையும் வாசித்தான். லக்னோ சுத்தப்படுத்தப்படுவதாகவும் துப்புரவாக்கப்படுவதாகவும் லண்டனைச் சேர்ந்த எழுத்தாளர் ஒருவர் எழுதியிருந்தார். லட்சக்கணக்கில் பெருகிக்கொண்டேவரும் ஆசியர்களைப் பற்றியும் மொகம்மது தன் குரலில் எவ்வித மாற்றமுமில்லாது வாசித்தான். அமாவைப் போன்ற, மொகம்மதுவைப் போன்ற ஆசியர்களும் சுத்தப்படுத்தப்பட வேண்டும், அவர்கள் எத்தனை அழுக்குடனும் அறியாமையுடனும் இருக்கின்றனர் என்பதையும் வாசித்துக் காட்டினான். இறுதியாக அவன் குரலில் வருத்தம் இழையோடத் துவங்கியது, செய்தித்தாளைக் கீழே போட்டான். அதன் முனைகளை அழுந்த மடித்து, மீண்டும் மரப்பலகையிலேயே வைத்தான்.

அமா கடிதவுறையைக் கைகளில் ஏந்தியபடி, "நாம் எதாவது செய்தே ஆக வேண்டும்" எனக் கூறிக்கொண்டாள்.

ooo

தோட்டத்தின் ஒரு பகுதியில் பார்வையாளர்களைச் சந்திப்பதற்காக உருவாக்கியிருந்த கூடாரத்தின் வாயிலில் பேகம் சாகிபா நின்று

கொண்டிருப்பதை அமா கண்டாள். அங்கிருந்து வெளியே வந்துகொண்டிருந்த நகரின் தனவணிகர்களின் மேல் வெயில் அடித்துப் பொழிந்தது. புலிக்குட்டி ஷாசாதியை மீட்டபொழுது உண்டான கீறலின் இளஞ்சிவப்புநிறத் தழும்பை பேகம் சாகிபா விரலால் வருடியபடியே அவர்களுக்கு விடைகொடுத்தனுப்பினார். புலிக்குட்டி ஷாசாதியோ வெயிலையும் வேப்பமரத்தின் கீழே நின்றுகொண்டிருந்த கார்வண்ண அன்னப் பறவைகளையும் கண்டுகொள்ளாமல் தோட்டத்தில் உடலை நீட்டிப் படுத்துக்கிடந்தது.

“தஸ்லீம்” எனக் கூறியபடியே அமா தலைவணங்கினாள்.

“தஸ்லீம்” எனப் புன்னகைத்தபடியே பேகம் சாகிபா அமாவிற்குப் பதிலளித்தார். “இன்று நல்ல நாளாக அமைந்துள்ளது. கம்பெனியின் கடன்தொகையின்மீது தங்களுக்கு அதிகாரமிருப்பதாக இந்தத் தனவணிகர்கள் உறுதிபடுத்தியுள்ளனர். மிக அவசியத் தேவையெனில் அத்தொகை முழுவதையும் அவர்களால் திரும்பப் பெற்றுக்கொள்ளவும் முடியும்” என்றார். பேசிக்கொண்டிருந்தபோதே அமாவின் தோள்களின் பின்னே எதன்மீதோ அவர் பார்வை சட்டென நிலைத்தது. “ஓ, யார் வருகிறார்களெனப் பாரேன் அமா” என்றார்.

ராஜமாதாவின் ஆலோசகரான முதியவர் லால் கைசர்பாக் அரண்மனையில் இருந்து அமாவைப் பின்தொடர்ந்தபடியே நிழற்சாலையின் வழியாக பேகம் சாகிபாவின் வீட்டை வந்தடைந்திருந்தார். ராஜமாதாவின் அபிமான ஆலோசகர் அவர்; ராஜமாதாவிற்கான தினசரி யுனானி மூலிகை மருந்துகளையும் அவரே தயாரித்துக் கொடுத்தார். வெண்கேசத்துடனிருந்த லால் அவருக்குப் பிடித்த கமலா ஆரஞ்சுகளை ருசித்தபடியே அமாவைப் பின்தொடர்ந்து கூடாரத்தினுள் சென்றார். அமா பேகம் சாகிபாவிடம் கடித உறையைக் கொடுத்தாள்.

“புதிய ஆங்கிலேய அஞ்சல் நிலையத்தில் இருந்து அரண்மனைக்கு இக்கடிதம் வந்துசேர்ந்துள்ளது” என்றாள்.

கடிதத்தின் மீதிருந்த முத்திரையைச் சந்தேகத்துடன் பார்த்தபடியே, “ராஜ மாதாவிடமிருந்தா வந்துள்ளது?” எனக் கேட்டார்.

“ஆம், லண்டனுக்குக் கப்பற்பயணம் மேற்கொள்ளும் முன் கல்கத்தாவில் இருந்து அவர் இதை அனுப்பியிருக்க வேண்டும். கடிதம் திறக்கப்பட்டுள்ளது” என்றாள் அமா.

கடித உறையினுள் பேகம் சாகிபா விரல்களை நுழைத்தார். “உள்ளே ஒன்றுமேயில்லை” என்றார்.

“இப்படித்தான் வந்துசேர்ந்தது. அரண்மனையில் அனைவரும் இதைப் பார்த்துவிட்டனர். அனைவருக்குமே இதனால் வருத்தம்தான், முக்கியமாக மன்னரின் மனைவிமார்களுக்கு, முக்கியமாக லாலிற்கு. நீங்களும் இதைக் காண வேண்டுமென நான் விரும்பினேன். லாலும் அதையே விரும்பினார்.”

“ஆங்கிலேயர்கள்தான் இதைத் திறந்திருப்பர் என நீ எண்ணுகிறாயா?”

“ஆம்.”

“நம்மால் அதை நிரூபிக்க முடியாது, அமா. நீ எடுக்கும் முடிவுகள் குறித்துக் கவனமாக இரு.”

“ராஜமாதாவின் முத்திரை பதித்த கடிதத்தை வேறெவரும் இங்கு பிரித்துப் படிக்கமாட்டார்கள், பேகம் சாகிபா. மன்னரிடமிருந்தும் நமக்கு எந்தக் கடிதமும் வருவதில்லை. அரண்மனை ஆலோசகர்கள்கூடத் தங்களுக்கு வேலை போய்விட்டதோ என்று ஐயம்கொள்ளத் துவங்கிவிட்டனர்.”

கமலா ஆரஞ்சின் கடைசிச் சுளையை விழுங்கிவிட்டு லால் கைக்குட்டையால் முகத்தை துடைத்துக்கொண்டார். அவரைப் பதற்றம் தொற்றிக்கொண்டது. ஆனால் பேகம் சாகிபா அவருக்கு விடைகொடுத்து அனுப்ப வில்லை. அமாவிடமே கடித உறையைத் திருப்பியளித்துவிட்டுத் தனது ஹூக்காவை அவர் புகைக்கத் துவங்கியதும், குளிர்ந்த புகை ஹூக்காவின் சுருள்தண்டை சுற்றிலும் எழுந்தது.

“அடுத்து என்ன செய்ய வேண்டுமென அரண்மனையிலுள்ள எவருக்குமே புரியவில்லை என லால் ஒப்புக்கொள்கிறார். *சாகிப்* இல்லாத இடத்தில் *சாகிபா*தான் பொறுப்புகளை மேற்கொள்ள வேண்டும்” என்றாள் அமா.

“அவர்களின் செயல்களையெல்லாம் நாம் ஆவணப்படுத்திக் கொண்டுதான் இருக்கிறோம்” என்ற பேகம் சாகிபா காலிக் கடித உறையைச் சுட்டிக்காட்டி, “நல்லது, இதையும் பதிவுகளில் சேர்த்துக்கொள்ளுங்கள். மன்னர் கூடிய விரைவிலேயே திரும்பிவிடுவார்” என்றார்.

“ஆனால் இதுவரை நமக்கு எந்தத் தகவலும் வந்துசேரவில்லையே. தற்போதைக்கு நமக்கு எதுவுமே தெரியவில்லை. கல்கத்தாவில் என்ன நடக்கிறது என்பதை அறிந்துகொள்ள அங்கிருக்கும் அரச ஆலோசகர் களுடன் யாரேனும் தொடர்பில் இருக்க வேண்டியது அவசியம்.”

பேகம் சாகிபா தொடர்ந்து புகைத்தார். நறுமணப் புகையிலைவாசம் காற்றில் எழ அவர் தன் எண்ணங்களையெல்லாம் ஒன்றுபடுத்தினார். இறுதியாக மீண்டும் கடித உறையைச் சுட்டிக்காட்டினார். “சரி, ஆங்கிலேயர்கள் நம் கடிதங்களைப் படித்து உளவு பார்க்கிறார்கள் என இப்போது தெரிந்துவிட்டது” என்றார்.

“அப்படியானால் நமக்கெனப் பிரத்யேகத் தூதுவர்கள் தேவை. நமது கடிதங்களையும், நமது ஊதியங்களையும் பத்திரமாக நம்மிடம் கொண்டுவந்து சேர்க்கக்கூடிய தூதுவர்கள். அப்போதுதான் மன்னரின் ஆலோசகர்களுக்கு நம்மால் கடிதங்கள் அனுப்ப முடியும். இங்கு என்ன நடக்கிறது என அவர்களுக்குத் தெரிவிக்கவும் முடியும்” என்றாள் அமா.

“தூதுவர்களுக்கு லஞ்சம் கொடுத்து ஆங்கிலேயர்கள் நமது கடிதங்களை வாங்கிப் படித்துவிடுவர். அவர்கள் அவ்வாறு செய்யக்கூடியவர்கள்தான்” என்றார் பேகம் சாகிபா.

“அப்படியானால் விசுவாசம்மிக்க ஆட்களைக் கண்டுபிடிப்போம். தூதுவர்கள் என்று ஆங்கிலேயர்களால் கண்டுபிடிக்க முடியாத நபர்களை.

“அரசின் கடிதப் போக்குவரத்துக் காரியத்தில் நான் தலையிடுவதை அரண்மனை ஆலோசகர்கள் விரும்பமாட்டார்கள். ராஜமாதா என்ன நினைப்பார் என எண்ணிப்பார்த்தாயா? தங்களின் பணி பறிபோய்விடுமென ஆலோசகர்களும் அஞ்சுவர்” என்றார் பேகம் சாகிபா.

“இப்போதைய நிலையின்படி பார்த்தால், அவர்கள் தங்கள் பணியை இழந்துவிட்டதாகத்தான் தோன்றுகிறது, பேகம் சாகிபா. அவர்கள் மன்னரைத் தொடர்புகொள்ள வேண்டும். ராஜமாதாவிற்கான மருந்து களைப் பரிந்துரைக்க லால் அவருடன் தொடர்பில் இருக்க வேண்டியது அவசியம். எனவே நாம் ஒரு நல்ல காரியத்தைத்தான் செய்யப்போகிறோம்” என்றாள் அமா.

பேகம் சாகிபா சிந்தனையுடன் லாலை உற்றுப்பார்த்தார், குழிவிழுந்த அவருடைய கண்களின் மேல் வெண்கேசக் கற்றைகள் விழுந்துபுரண்டன. ஹூக்காவை பேகம் சாகிபா கீழே வைத்துவிட்டு, “வேலைக்காரப் பையனிடம் பணம்கொடுத்துத் தாசிமனையில் இருக்கும் குல்பதனிடம் அனுப்பிவைக்கிறேன். ரகசியத் தூதுவர்கள் சிலரைக் கண்டுபிடிக்க அவருக்கு நீயும் உதவிசெய் அமா” என்றவர் வாயிற்கதவு வரை அவர்களுடன் வந்தார். “நாம் நம் கனவிலும் செய்திராத ஒரு செயலை ஆங்கிலேயர்கள் செய்ய வைத்துவிட்டனர், ஆயிரத்தொரு இரவுகளிலும்கூட” என்றார்.

4

பருவமழையை எதிர்நோக்கிக் காத்திருந்த லக்னோ வில் வெயில் சுட்டெரித்துக்கொண்டிருந்தது. அரண்மனையின் முன்கூடத்தில் அமாவின் உறவினரான காசிமும் அரசுக் கருவூலத்தின் இன்னொரு பாதுகாவலரான உறவுப்பெண் பாத்திமாவும் இஸ்திரி செய்யப்பட்ட கைக்குட்டைகளால் புருவங்களைத் துடைத்துக்கொண்டனர். போகன்வில்லாக் கொடிகள் சூழ்ந்த அறைகளுக்குள் மன்னரின் மனைவிமார்கள் இருந்தனர். தோட்டத்தினுள்ளே அமைந்திருந்த கூடார மண்டபத்தில் அமர்ந்திருந்த அரண்மனை ஆலோசகர்கள், குளிர்ந்த பளிங்குத்தரையைத் தம் வெற்றுப் பாதங்களால் வருடியவாறே அடிக்குரலில் பேசிக்கொண்டிருந்தனர். ஆங்கிலேயர்கள் சிலர் நகரத்தை விட்டுக் குளுமையான மலைப் பகுதிகளுக்குச் சென்றுகொண்டிருந்தனர்; அவர் களின் பொருட்களைச் சுமந்துசென்ற யானைகளும், மாட்டு வண்டிகளும், நூற்றுக்கணக்கான பணியாட்களும் அவர்க ளோடு கொளுத்தும் வெயிலில் ஊர்வலமாகச் சென்றனர். ஆங்கிலேயர்கள் பலர் இவ்வாண்டு தம் மனைவிமார்களைச் சந்திக்க செல்லப்போவதில்லை எனவும், செம்மைப் பணிகள் என அவர்களால் பெயரிடப்பட்டவற்றை மேற்கொள்ள லக்னோவின் கடும் வெயிலையும் பொருட்படுத்தாது இங்கேயே தங்கப்போகின்றனர் எனவும் நகரத்தில் பேச்சிருந்தது. பின்புறம் நீண்டிருக்கும் நீலநிறக் கோட்டுகள் அணிந்த கம்பெனிக்காரர்கள் மன்னரின் கட்டிடத்தில் புதிதாகத் திறக்கப்பட்டிருந்த அலுவலகங்களுக்கு வந்துசெல்வதை வியாபாரிகள் வேடிக்கை பார்த்துக்கொண்டிருந்தனர். வியாபாரிகளின் கண்களில் வெறுப்பு இல்லை; அவர்கள் நம்பிக்கையுடையவர்கள், மாறுதலின்மீது நம்பிக்கை யுடையவர்கள். ஆனால், அவர்களால் புரிந்துகொள்ள முடியாத விஷயங்களும் இருக்கத்தான் செய்கின்றன என்று அமா எண்ணினாள்.

மாலை வேளையில் குல்பதனைச் சந்திக்க அரண்மனையை விட்டு அமா கிளம்பினாள், தூதுவர்களை ஏற்பாடு செய்யு மாறு முன்னரே அவருக்குத் தகவல் அனுப்பட்டிருந்தது. வயது முதிர்ந்த குல்பதனுக்குப் பருத்த தேகம். நேர்த்தியான முத்துக் களால் அலங்கரிக்கப்பட்டிருந்த அவருடைய காதுகளின் பின்புறத்தில் கருப்பும் வெளுப்பும் கலந்த அவரது கேசத்தை

இழுத்துக் கட்டியிருந்தார். மன்னரின் அரசவை அணங்குகளுக்கெனச் சொந்தமான செல்வச்செழிப்புமிக்க குடியிருப்புகள் கொண்ட தாசிமனையை அவர்தான் பராமரித்துவந்தார். தலைமை ஆணையர் மாளிகையிருந்த குன்றின் மறுபக்கத்தில், கைசர்பாக் அரண்மனையின் மேற்கே பிரதான கடைத்தெருவின் மேற்பகுதியில் அமைந்திருந்த அந்த அந்தப்புரத்தில்தான் மன்னருக்கு விருப்பமான பல கவிதாயினிகளும் பாடகிகளும் ஆடல்மகளிரும் வசித்துவந்தனர். மன்னரைத் திருமணம் முடிப்பதற்கு முன்னர் குல்பதனிடம்தான் பேகம் சாகிபா தனிப்பட்ட முறையில் சில பயிற்சிகளைக் கற்றுத் தேர்ந்திருந்தார். திருமணத்திற்குப் பிறகோ தன் தோழியர்களுக்குப் பதிலாகப் புலிகளுடனும், கார்வண்ண அன்னப் பறவைகளுடனும், தன் மகன் பிர்ஜிஸுடனும், அமாவுடனும் அவர் வாழத் துவங்கிவிட்டார்.

அமா தாசிமனைக்குச் செல்வதற்கான படிகளில் ஏறிச் சென்றாள். மேல்மாடியின் சிறு மாடத்தில் குல்பதன் இருப்பதைக் கண்டாள். அவர் அமாவிற்கு முதுகைக் காட்டியவாறு, சுவர்களில் பதிந்திருந்த இழுப்பறைகளில் இருந்த தாள்களை ஆராய்ந்துகொண்டிருந்தார். குட்டைக் கைப்பகுதி கொண்ட இறுக்கமான ரவிக்கையின் மேல் பச்சைவண்ணப் பட்டுக் குர்தாவும், இடைப்பகுதி அகன்ற பைஜாமாவும் அணிந்திருந்தார். அவர் தலைமீது மெல்லிய துப்பட்டா. குல்பதன் தன்னைத் திரும்பிப் பார்க்கும் வரை காத்திருந்த அமா, காற்று தாராளமாக வீசிக்கொண்டிருந்த திறந்த வெளி முற்றத்தில் கிடந்த தலையணைகளின்மீது தானும் ஓர் அரசப் புரவலர்போலே சாய்ந்துகொண்டு, மாலையில் அங்கு வாசிக்கப்படும் கவிதைகளுக்காகவும் இசை நிகழ்ச்சிகளுக்காகவும் காத்திருப்பதைப் போலவும், அச்சமயம் குல்பதனின் மருமகன் சாய் உப்பிய பூரிக்களையும், பாலாடை மிதக்கும் கோழியிறைச்சிக் குழம்புகளையும், பாதாம் பாலையும் தனக்கு அளித்து உபசரிப்பதாகவும் பகல்கனவு கண்டாள்.

“தஸ்லீம்” என அமாவே முகமன் கூறிக் கொஞ்சம் குனிந்து தன் முன்நெற்றியை மரியாதை நிமித்தமாகத் தொட்டுக்கொண்டாள்.

“தஸ்லீம், தூதுவர்கள் குறித்து இன்னும் சிறிது நேரத்தில் உனக்குத் தெரிவிக்கிறேன். அதுவரை சென்று வேறேதேனும் வேலையிருந்தால் பார்” எனத் திரும்பாமலேயே குல்பதன் பதிலளித்தார்.

குல்பதனின் மருமகன் சாயைத் தேடி அமா சென்றாள். இரவு உணவுக்காக முற்றத்தில் அமர்ந்திருந்த பிரபுக்களின் குழாமொன்று ராக ஆலாபனைக்காகக் காத்திருந்தது. தாசிப்பெண்டிருக்குப் பரிசளிப்பதற்காக அவர்கள் கொண்டுவந்திருந்த மாணிக்க வளையல்களை அனைவரும் வியந்து பார்க்கும்படி அங்கிருந்த குட்டைச் சுவரின்மீது வைத்திருந்தனர். விருந்தினர்களுக்கு வறுத்த கபாப்களுடன் புதினாவையும் மிளகுச் சட்டினிகளையும் வேலைக்காரப் பையன்கள் பரிமாறிக்கொண்டிருந்தனர். உருவத்தில் சிறிய, இளம்வயதினான சாய், முற்றத்தைச் சுற்றிலும் கொசுவர்த்திச் சுருள்களை வைத்தவாறே கொசுக்கடிக்குக் களிம்புகளை விநியோகித்துக்கொண்டிருந்தான். விருந்தினர்கள் அனல் தகிக்கும் நாவைத் தணித்துக்கொள்ள குளிர்ந்த நீர் வழங்கிக்கொண்டிருந்தான்.

தாசிப்பெண்டிரின் மென்சருமத்தினால் தம் உலர்ந்த நாவுகளைத் தணித்துக்கொள்ள விரும்பும் ஆண்கள், அப்பெண்களின் கருங்கூந்தலை தொட்டுத் தடவும் வாய்ப்பை எதிர்நோக்கிக் காத்திருக்கும் ஆண்கள். இங்கு நிகழும் அந்திநேர இசை நிகழ்ச்சிகளில் கலந்துகொள்வதற்காக இந்த ஆண்கள் வீடு திரும்பும் புறாக்கள்போல ஓடோடி வருகின்றனர். பசும் விழிகள், பொன் கீற்றுகள் வரைந்த பழுப்பு விழிகள், பிரகாசமான கருநிற விழிகள் கொண்ட இளம்பெண்களான தாசிப்பெண்டிருக்கு சாய் குளிர்ந்த நீரை வழங்கினான், இப்பெண்களுக்கெனச் சொந்தமாக வீடுகளும் கடைகளும் ஆடுகளும் இருந்தன. இவர்கள் இளைஞர்களுக்குச் சபை நாகரிகம் சொல்லித் தருவர். புத்துணர்வுமிக்கக் கவிதைகள் – வானின் விண்மீன்களைப்போலே வெள்ளி மீன்கள் பூத்தையல் இடப்பட்டிருக்கும் தலையணைகளிலும், சாமந்தி மலர்களின்மீது உலாவும் அனல்காற்றிலும் பரவி நிற்கும் கவிதைகளை, அவ்வணங்குகளின் அழகான மூக்குகளில் மினுமினுக்கும் வைரங்கள்போல் காற்றில் கண்சிமிட்டும் கவிதைகளை, அப்பெண்களின் மென்பட்டு பைஜாமாக்களில் ஜொலிக்கும் வெள்ளி ஜிகினாக்கள்போல் பளபளக்கும் கவிதைகளைக் கூறுவர். தாசிப்பெண்டிரின் அம்மென்வரிகள் இளந்தென்றலில் சிறிதுநேரம் மிதந்துவிட்டுப் பிறகே மறையும்.

சமையலறைக்கு அருகிலிருந்த கிணற்றிலிருந்து நீர் இறைத்து கூஜாக்களில் நிறைத்துக்கொண்டிருந்த சாய் அமாவை வரவேற்றான். “அதாப்” எனத் தலைவணங்கி, தனது இதயத்தின்மீது இரு கைகளையும் குவித்துவைத்து, இருமுறை நெஞ்சைத் தட்டிக்கொண்டான்.

“தஸ்லீம்,” என அமா பதில்வணக்கம் தெரிவித்தாள்.

ரமலான், தீபாவளி, ஜைனப் புனித நாட்கள், யூதப் புத்தாண்டு ஆகிய தினங்களில் தாசிமனையைத் தன் நண்பன் சாய் அலங்கரிப்பதைப் பல ஆண்டுகளாகவே அமா கண்டுவருகிறாள். உடன்பிறந்தவர்கள்போலே சிறுவயது முதல் இருவரும் ஒன்றாக விளையாடி வளர்ந்தவர்கள், ஒருவர் மீது ஒருவர் மாம்பழங்களை வீசியெறிந்து விளையாடும்போது குல்பதன் அவர்களைக் கண்டிப்பார். “பால் இனிப்பு வேண்டுமா?” எனக் கேட்டபடியே அவளிடம் இனிப்பை நீட்டி, “அக்கா, பாருங்களேன், உங்களைப்போலவே இருக்கும் தேனின் அடர் வண்ணத்தை” என்றான்.

“நன்றி நண்பா, ஆனால் எனக்கு இனிப்பு வேண்டாம்” என்றாள். சாயிக்குப் பால் இனிப்புகளென்றால் கொள்ளைப் பிரியமென்பதால், அவன் சாப்பிடுவதைப் பார்த்ததிலேயே அமாவால் இனிப்பின் ருசியை உணர்ந்துகொள்ள முடிந்தது.

குன்றின் மீதிருந்த ஆணையர் மாளிகையில் இசைக் குழுவினர் வால்ட்ஸ் இசைப் பயிற்சி செய்வதைக் கேட்க முடிந்தது. இனிப்பைச் சுவைத்தபடி, ஹம் செய்துகொண்டே வெறுங்கால்களோடு கிணற்றைச் சுற்றிச்சுற்றி சாய் ஆடினான். ஆங்கிலேயத் தம்பதியர்கள் விறைத்த கால்களோடு நடனமாடுவதைப்போலிருந்தது அவன் நடனம். நடனமாடி முடித்ததும் அவளருகில் வந்து அமர்ந்தான், அப்போதும் இனிப்பைச் சுவைத்துக்கொண்டிருந்தான்.

"அந்த இசையைக் கேட்டாலே எனக்குத் தலை வலிக்கிறது" என்றாள் அமா.

"அந்த புதிய தந்திக்கம்பி வடங்களைக் கண்டாலே என் கண்கள் வலிக்கின்றன" என்றான் சாய்.

"அவற்றைத் துண்டித்துவிடலாமா?" எனக் கேட்டாள் அமா.

உடனே அவன் அவளை அதிர்ச்சியுடன் பார்த்தான்.

மனதிலிருந்ததைக் கூறிவிட்டதை உணர்ந்து அவள் தயங்கினாள். "அவற்றைத் துண்டித்துவிடலாமா?"

"இப்போது நீ கூறியது ஏதேனும் வெளிநாட்டு நகைச்சுவையா, அமா?"

"நான் உண்மையாகத்தான் கேட்கிறேன். தந்திக்கம்பி வடங்கள் மூலம் அவர்களுக்குச் செய்திகள் வருகின்றன, நமக்கோ காலிக் கடிதவுறைகள்தான் வந்துசேர்கின்றன. அவற்றைத் துண்டிப்பதுதான் சரியென நான் நினைக்கிறேன்."

"அப்படிச் செய்தால் நாம் சிறைச்சாலைக்குச் செல்ல வேண்டி வரும். அரசக் குடும்பத்திற்கெனச் சில சலுகைகள் இருக்கலாம், ஏன் உனக்குமே கூடச் சில சலுகைகள் இருக்கலாம். ஆனால் நான் கண்டிப்பாகச் சிறைக்குச் செல்ல வேண்டியிருக்கும். ஆங்கிலேயர்கள் கட்டிவைத்துள்ள ஏதேனும் புதிய சிறைச்சாலையாகவும் அது இருக்கலாம்."

"கம்பெனியின் செயல்களைக் கட்டுப்படுத்த ஏதேனும் வழியைக் கண்டுபிடித்தே ஆக வேண்டும்."

"முறையான வழிகளில் அதைச் செய்ய முயல்வதே சரியாக இருக்கும். உனக்கும் இது நன்றாகவே தெரியும்."

அமா சிந்தித்தாள்.

"நிச்சயம் நான் அந்தக் காரியத்தைச் செய்யமாட்டேன், உனக்கும் அது தெரியும்" என்றான் அமாவின் துப்பாக்கி இருந்த திசையைப் பார்த்துத் தலையாட்டியபடியே அவன் தொடர்ந்து, "ஒருவேளை நீ வேண்டுமானால் அதைச் செய்யக்கூடும்" என்ற சாய் எழுந்து சோம்பல் முறித்தான். "அக்கா, உன்னைக் காயப்படுத்தக்கூடிய எதையும் நீ செய்வதில் எனக்கு உடன்பாடில்லை. இந்த யோசனையை இப்போதே விட்டுவிடு" என்றபடி தண்ணீர்க் கூஜாவைத் தூக்கிக்கொண்டு அவள் வருவதற்காக அங்கேயே காத்து நின்றான்.

அமா அப்போதைக்குத் தன் சிந்தனைகளை ஒதுக்கிவைத்துவிட்டு எழுந்து அவனோடு சென்றாள்.

முற்றத்தில் வாசித்துக்கொண்டிருந்த சிதாரிலிருந்து எழுந்த இசை கேள்விகள்போல் காற்றில் தொக்கி நின்றன. அதில் லயித்துக்கிடந்த ஆண்கள் ஹாப்ஷி அல்வாவைச் சுவைத்தபடியே ரசித்துக்கொண் டிருந்தனர். முற்றத்தைக் கடந்து அமாவை நோக்கி வந்த குல்பதன், பாதி வழியிலேயே நின்று கையற்ற மேற்சட்டைகள் அணிந்து அனைவருக்கும்

பின்னால் அமர்ந்திருந்த இரு ஆண்களிடம் பேசினார். அவர்களைப் பார்த்தால் லக்னோவாசிகள்போல் தெரியவில்லை. அமாவால் அவர்களின் நீண்ட முகங்களை அடையாளம் காணவும் முடியவில்லை. குல்பதன் அமாவிடம் வந்தபோது, "அவர்கள் யார்?" எனக் கேட்டாள்.

"ரஷீதும் அக்பரும். கல்கத்தாவிலிருந்து வருகிறார்கள். இருவரும் சேர்ந்தே பணிபுரிகின்றனர். ஒரு ரூபாய் அளித்தால் இவர்கள் தங்குவதற்கு இடமளிக்கக்கூடிய கிராமத்தினரை அறிவார்கள். பாதுகாப்பாகப் பயணம் செய்யவும், கிராமத்தினரின் உதவியுடன் ஓய்வெடுக்கவும், எப்போதும் கவனமாக இருக்கவும் அறிந்தவர்கள். உங்களின் கடிதங்களைக் கல்கத்தாவிலிருந்து கான்பூர் வழியாக இங்கு பத்திரமாக கொண்டுவந்து சேர்த்துவிடுவர்."

"எப்படி இவர்களை நம்புவது?"

"நம்பிக்கைக்குரியவர்களாகத்தான் எனக்குத் தெரிகின்றனர்."

"குல்பதன், ஆனால் எப்படி நம்மால் அதை ஊர்ஜிதப்படுத்திக் கொள்ள முடியும்? இதற்கு முன்னர் இந்தப் பணியைச் செய்திருக்கிறார்களா? நமக்கு அது உறுதியாகத் தெரிந்தாக வேண்டும்."

குல்பதன் முகம் கடுகடுக்க, குரலை உயர்த்தி, "அவர்கள் நம்பிக்கைக்கு உரியவர்கள் என நான் எண்ணினால் அவர்கள் நம்பிக்கைக்கு உரியவர்களாகத்தான் இருப்பார்களென பேகம் சாகிபா அறிவார். அவர்கள் நல்ல மனிதர்கள்தான். மன்னரின் ஆலோசகர்கள் அளித்த கடிதம் எங்கே? என் நேரத்தை வீணடிக்காதே" என்றார்.

அவரிடம் கடிதத்தை ஒப்படைத்துவிட்டு அமா தலைவணங்கி, "நன்றி" என்றாள்.

பருவமழை பொழியத் துவங்கிய முதல் மதியம் என்பதால் மறுநாள் மதியவேளையில் லக்னோ நகரமே ஸ்தம்பித்து நின்றது. அமா உறவினர்களான முதியவர் காசிமுடனும் பாத்திமாவுடனும் முன்பக்கக் கூடத்து வாயிலின் அருகே நின்றிருந்தாள். வீதியின் வடிகால் வழியாக ஓடிவந்த தெளிந்த நீர் தாகம்கொண்ட மலர்ப்படுக்கைகளை நனைப்பதையே பார்த்துக்கொண்டிருந்தாள். மழை அவர்களின் சருமத்தை ஈரமாக்கியது. இதமான வெப்பம் காற்றில் பரவியது. "லண்டன் குளிர் எப்படியிருக்குமென யோசனையாக இருக்கிறது. நமது ராஜமாதா அவ்வூரின் குளிர்மழையை ரசிக்கவே செய்வார். கல்கத்தா சென்றிருக்கும் நம் மக்களின் கண்களுக்கு அவ்வூர் மழை எப்படி காட்சியளிக்கும்? கல்கத்தாவின் தெருக்களில் மழைநீர் தேங்கி நிற்குமெனத்தான் நினைக்கிறேன், நம்மூரில் அவ்வாறு நிகழ்வதேயில்லை" என்றாள் அமா.

கோபத்துடன் அங்கிருந்து கிளம்பிச் சென்றுவிட்ட தன் தாயாரின் நினைப்பு அவள் மனதில் எழுந்தது. அவளுக்கு உடனே படுத்துக்கொள்ள வேண்டும் போலிருந்தது. முன்பக்கக் கூடத்தில் இருந்து கிளம்பி கைசர்பாக் தோட்டங்களின் வழியாக விரைந்தாள், மழைநீர் அவள் காதுகளின்

பின்னே வழிந்தோடியது. அசேலியா மலர்ச்செடிகள் அவள் கரங்களை உரசிச்சென்றன. தனது அறைக்குத்தான் செல்ல எத்தனித்தாள்; ஆனால் அவளையுமறியாமல் தாயாரின் அறைக்குள் நுழைந்தாள்.

அறையின் மூலையில் இருந்த தாயாரின் தொழுகைப் பாயை விலக்கி, அதன் கீழே விலைமதிப்புமிக்க கற்கள் இருந்த அவரது நகைப்பெட்டியை ஆராய்ந்தாள். தன்னைப்போலவே சம்பளப் பணத்தை எதிர்பார்த்துக் காத்திருந்த அரச சமையற்காரர்களுக்கு ஊதியம் வழங்குவதற்காக ஏற்கெனவே அமா அதிலிருந்து சில கற்களை எடுத்து விற்றுவிட்டாள்.

பின்னால் காலடியோசைகள் கேட்டு அமா திரும்பிப் பார்த்தாள். கதவருகில் லைலா சித்தி நின்றுகொண்டிருந்தார், அவர் கைகளில் கண்ணாடிமணி ஜெபமாலையொன்று இருந்தது. "உன் தாயாருக்கு உன்னால் சூடான பாலைக்கூடக் கொண்டுதர முடியவில்லை அல்லவா" என்றவரின் குரல் கூரையில் சப்தமாய்ப் பொழிந்துகொண்டிருந்த மழையையும் மீறி உரத்து ஒலித்தது.

"சித்தி, என் தாய் முதல் தபால்வண்டியிலேறி கல்கத்தா சென்று விட்டார். அவர் இங்கேயே இருந்திருந்தால் சரியான நேரத்திற்கு என்னால் அவருக்குச் சூடான பாலைக் கொண்டு கொடுத்திருக்க முடியும்."

"எப்போதுதான் நீ உன் தாயாருக்குத் தேவையானவற்றைச் சரியாகச் செய்திருக்கிறாய்? அவர் தன்னந்தனியாகப் பயணம் செய்திருக்கிறார் என்பதே எத்தனை பெரிய அவமானம். பிரார்த்தனைகளின்றிக் காலியாக நிசப்தமாக இருக்கும் உன் இதயத்தைப்போலத்தான் உன் தாயாரின் அறையும் இப்போது உள்ளது."

அமா தனது சித்தியின் முகத்தை உற்றுப் பார்த்தாள். அமாவின் தாயைப்போலவே இவருக்கும் தூக்கிய கன்னத்து எலும்புகளும், பாதாம் பருப்புப் போன்ற கண்களும். பந்தயக்குதிரைவீரனாக மன்னருக்குப் பணியாற்றி, தற்போது வேலையற்று இருக்கும் லைலா சித்தியின் மகனும், அமாவின் உறவினனுமான ஹசனும்கூட இதேபோன்ற அங்க லட்சணங்களைக் கொண்டவன்தான். அமாவின் குட்டைக் கேசத்தையும், அவள் கொண்டிருந்த அவள் தந்தையின் உயரத்தையும் விடுத்துப் பார்த்தால் அவர்கள் அனைவரும் ஒன்றேபோல்தான் தோற்றமளித்தனர். அவர்களின் வேற்றுமைகளெல்லாம் அவர்தம் உள்ளத்தின் ஆழத்தில் புதைந்துகிடந்தன.

அமாவின் செயல்களை ஆட்சேபித்துத் தாயார் உச்சுக்கொட்டும் சப்தங்களின்றி அறையில் நிலவிய நிசப்தத்தில் அமைதி தளும்புவதாகவும், ஆனால் தாயாருக்குப் பதிலாக லைலா சித்தி அதே காரியத்தைச் செய்துகொண்டிருப்பதாகவும் அமா கூற நினைத்தாள். ஆனால் அப்படி எதுவும் கூறாமல் அவரிடமிருந்து விடைபெற்று அங்கிருந்து நகர்ந்தாள்.

கைசர்பாக் அரண்மனையிருந்த நிழலார்ந்த தெருவின் வழியாகச் சென்றாள். மழைநீர் சொட்டும் மரங்களையும், கண்களுக்குச் சிக்காத பறவைகளின் ஓசைகளையும் கடந்து சென்றாள். அப்பறவைகள் தோசைக்கல் போல் சடசடவெனச் சப்தமெழுப்புவதாக அவளுடைய பாட்டி முன்னர் கூறியிருக்கிறார். செய்தித்தாள் வாங்கவந்தவர்கள் மொகம்மதுவின்

அமாவும் பட்டுப்புறாக்களும்

கடையைச் சுற்றி நிற்பது தூரத்திலேயே தெரிந்தது. அருகே செல்லாமல், அமாவின் அண்ணன் அரசவைக் காரியங்களை முடித்துக்கொண்டு உண்ணவரும்வரை அவள் தாயார் காத்திருந்த காட்சிகளையும், மகன் தினசரி உண்ணவேண்டிய உணவுகள் குறித்து அரண்மனைச் சமையற்காரர்களுக்கு அவர் ஆணைகள் பிறப்பித்ததையும் அமா நினைத்துப் பார்த்தபடியே நின்றாள். அவளுடைய அண்ணனைப் பற்றியும், அவளது லக்னோ தந்தை குறித்தும் அவள் தாயார் அவளிடம் அடிக்கடி கூறியிருக்கிறார். அவ்வாறு பேசும்போதெல்லாம், அவர்களை அமா மறந்துவிடக் கூடாது என வலியுறுத்தும் வகையில் அவர் குரல் கண்டிப்புடன் ஒலிக்கும். அமாவிற்கு அவர்களைச் சரியாக நினைவுகூட இல்லை.

வீதிப் பள்ளத்தில் மழைநீர் தேங்கிக்கிடக்க, அதில் மொய்த்த கொசுக்களையே யோசனையுடன் வெறித்துக்கொண்டிருந்தவள் சட்டெனச் சுதாரித்துக்கொண்டாள். லக்னோ ஒரு புராதன நகரம். அங்கு எத்தனையோ போராட்டங்கள் வந்துபோயுள்ளன. அதேபோல் தன் தாயாருடனான இந்தப்போராட்டமும் வந்ததுபோலவே மறைந்துவிடுமென அமா நம்பினாள். இங்கிருந்து சென்றவர்கள் மீண்டும் திரும்பி வருவார்கள், அதைத்தவிர அவர்களுக்கு வேறு வழியில்லை. அமா குனிந்து கீழே பார்த்தாள், அவளது கணுக்கால்களைக் கொசுக்கள் மொய்த்துக்கொண்டிருந்தன.

5

குல்பதன் அனுப்பிய தூதுவர்கள் ரஷீதும் அக்பரும், உடனடியாகக் கடிதப் போக்குவரத்துக்கு புதிய வழிகள் ஏற்படுத்தப்பட வேண்டுமென அரசவை ஆலோசகர்களுக்கு எச்சரிக்கை விடுத்தும், லக்னோவை அரச குடும்பத்திடமே ஒப்படைக்கக் கோரிய மன்னரின் மனுக்களுக்கு எதிர்வினைகள் எவ்வாறுள்ளன என விசாரித்தும் எழுதப்பட்ட பேகம் சாகிபாவின் கடிதத்துடன் கல்கத்தாவிற்குக் கிளம்பிச் சென்றனர். ஆங்கிலேயர்கள் மன்னருக்குச் சொந்தமான விலங்குகளை விற்றது, அரசக் கட்டிடங்களைக் கையகப் படுத்தியது, லக்னோவிலும் அதைச் சுற்றியுமிருந்த பகுதிகளைக் கடுமையாகக் கண்காணிப்பது உட்பட அங்கு நிகழ்ந்து கொண்டிருந்த மாற்றங்களையும் பேகம் சாகிபா அக்கடிதத்தில் குறிப்பிட்டிருந்தார். அமா தன் தாயார் மிலாதுநபி பிறந்தநாளின் போது அணிந்துகொள்ளவெனக் கடைத்தெருவில் தாசி களுக்குச் சொந்தமான கடையிலிருந்து வாங்கிவந்த கருப்புநிற புர்காவை அவரிடம் சேர்ப்பிப்பதற்காகத் தூதுவர்கள் கொண்டுசென்றனர். தாயிடமிருந்து கடிதங்களேதும் வராத நிலையில், அமா மீதுள்ள அதிருப்தியால் அவளை மறந்துவிட அம்மா விரும்புகிறாரோ எனவும் அவள் வருந்தினாள். இந்தச் சிறிய பரிசுப்பொருளின் மூலம் தனது இருப்பைத் தாய்க்கு நினைவுபடுத்த முயன்றாள்.

தூதுவர்கள் கல்கத்தாவிலிருந்து செய்திகளைக் கொண்டுவரச் சில வாரங்களேனும் ஆகுமென்பதால் பேகம் சாகிபா தனது மகனின் பதின்மூன்றாம் பிறந்தநாள் கொண்டாட்டத்தைத் தாசிமனையில் நிகழ்த்த ஏற்பாடு செய்தார். அரண்மனையில் நிலவிய மௌனத்திலிருந்து அமாவை இவ்விழா ஏற்பாடுகள் காப்பாற்றின. வேலையிழந்த மக்கள் தெருக்களில் திரிவதையும், லக்னோவில் இருந்து நிரந்தர மாக வெளியேறிவிட வேண்டுமென அவர்கள் தங்களுக்குள் கிசுகிசுத்துக்கொள்வதையும் எண்ணி வருந்துவதில் இருந்தும் அவளுக்குச் சிறிது விடுதலை கிடைத்தது. ஆங்கிலேயர்களின் அஞ்சல் நிலையத்தைக் கடக்கும்போதெல்லாம் அவளை இம்சித்த அதன் புத்தம்புதுச் சுண்ணாம்புப்பூச்சு வாசத்தையும் இந்த விழாக் கொண்டாட்ட ஏற்பாடுகள் மறக்கடித்திருந்தன.

விழா இரவு மேலும் கொண்டாட்டமாக இருந்தது. மாஷா அல்லா! ஒளிசிந்தும் விளக்குகளால் அலங்கரிக்கப்பட்ட முற்றம் முழுதும் சாமந்தி மலர்களின் கடும் நறுமணம் நிறைந்திருந்தது.

பட்டுத் தலையணைகளின்மீது சாய்ந்திருந்த விருந்தினர்களின் இடையே ஓர் அரசனைப்போலே அமா வீற்றிருந்தாள். ஹூக்கா நிரம்பிய தாமிரக் கிண்ணங்களை வேலைக்காரப் பையன்கள் விருந்தினர்களுக்கு வழங்கினர். பாரசீகத்திலும் உருதுவிலும் கவிதைகள் புனையும் தாசிப்பெண்டிரை விருந்தினர்கள் வெகுவாய் ரசித்தனர். அப்பெண்கள் மூன்றாம் நூற்றாண்டைச் சேர்ந்த பாரசீக, ஆப்கானியக் கவிகளிடமிருந்து வழிவழியாகத் தாம் பெற்றிருந்த கவிபுனையும் ஆற்றலைக் கேட்போர் அனுபவித்திடுமாறு நேர்த்தியாகக் கடத்தினர். கலகலக்கும் கொலுசுகளோடு மருதாணிப்பூச்சில் சிவந்திருந்த அவர்தம் பாதங்கள் தபேலாவின் இசைக்கேற்பச் சுழன்றாடின. நாகரிகப்போக்கை நிர்ணயிக்கவல்ல பட்டுப் பைஜாமாக்களை அணிந்திருந்த அப்பெண்களின் வெள்ளிக்காசுகளும் பொன்நாணயங்களும்தாம் லக்னோவின் வங்கிகளை நிரப்பியிருந்தன. மணமும் ருசியும் மிக்க புலாவ் வகைகளையும், தீயில் வாட்டிய பொன்னிற இறைச்சித் துண்டுகளையும், பாதாமும் பேரிப்பழச் சாறும் சர்க்கரையும் கலந்து செய்யப்பட்டிருப்பினும் வெளிப்பார்வைக்கு அசல் மாதுளை முத்துக்கள்போலத் தோற்றமளித்த பிரசித்திபெற்ற மிட்டாய் வகைகளையும் விருந்தினர்களுக்கு அளித்திடும் இப்பெண்கள் விருந்தோம்பல் கலை சிறப்புறக் கைவரப்பெற்றவர்கள்.

பேகம் சாகிபாவின் மகன் பிர்ஜிஸ் அமாவை நோக்கி ஓடிவந்தான். இருகரங்கள் நீட்டி அவனை வாரியணைத்து இரு கன்னங்களிலும் அவள் முத்தமிட்டாள். மன்னர் தனது பிறந்தநாளின்போது அணிந்துகொள்வதைப் போலவே பிர்ஜிசும் சன்னியாசியின் காவியுடை அணிந்திருந்தான். அவனது கன்னங்களிலும் உடலிலும் முத்துக்களை எரித்த சாம்பல் பூசியிருக்க, அவன் கழுத்தை முத்துமாலைகள் அலங்கரித்தன. இத்தகையதொரு நன்னாளில் அக்குழந்தையின்மீது தீயசக்திகளின் கண்பட்டுவிடக் கூடாது என்பதற்காக அவன் விரல்களிடையே ஜெபமாலையொன்றும் தவழ்ந்தது. அத்தீயசக்திகள் லக்னோவின் பித்தளை மாடங்களின்மீது பரந்துகிடந்த வானில் குடிகொண்டிருக்கவில்லை, மாறாக இந்நகரின் வீதிகளில் வசிப்பதற்காக அவை எப்போதோ வந்திறங்கிவிட்டன என அமாவுக்குத் தோன்றியது.

சமையற் கலைஞர்கள் பலரும் சிறப்புற உருவாக்கியிருந்த மிகப்பெரிய தட்டையப்பத்தை எல்லோர் முன்னிலையிலும் கொண்டுவந்து திறந்தனர். உடனே அதிலிருந்து வெளியேறிய சின்னஞ்சிறு வெண் புறாக்களெல்லாம் இக்காட்சியைக் கண்டு வியப்பில் பேச்சடைத்து நின்ற கூட்டத்தினரின் மேலே பறந்துசென்றன.

அமாவையும் பிர்ஜிசையும் நோக்கி வந்த சாய், வான்கோழி இறகொன்றை பிர்ஜிசிடம் கொடுத்தான். பட்டம் விடும் ஆர்வமும், உடலெங்கும் சாம்பல்பூச்சுமாய் இருந்த அச்சிறுவன், அதைக் கடித்த போதுதான் ஜாங்கிரி எனத் தெரிந்துகொண்டான், உடனே சந்தோஷத்துடன் சிரித்தான்.

“இதேபோல் நீயும் சிரிக்க வேண்டுமென விரும்புகிறேன்” என அமாவிடம் தாழ்ந்த குரலில் கூறிய சாய் தொடர்ந்து, “கவலைப்படாதே அக்கா, உன் மேற்சட்டையில் ஜொலிக்கும் நகைகள்போல் உன் அழகிய கண்களும் ஜொலிக்க வேண்டும்” எனக்கூறி அவளைப் பார்த்து முறுவலித்தான். அவளும் பதில் முறுவலித்தாள்.

சாய்தான் எத்தனை அன்பானவன். நினைவு தெரிந்து அவளது தோற்றத்தை அவள் தாயாரே கூடப் புகழ்ந்து கூறியதில்லை. அவனது வார்த்தைகள் அவளுக்கு இதமளித்தன. பிர்ஜிஸ் மற்றொரு துண்டு ஜாங்கிரியை ஒடித்து உண்பதை இருவரும் ரசித்தனர்.

“இப்படி உண்டால் உன் நாக்கில் கட்டிகள் முளைத்துவிடும்” என்றாள் அமா பிர்ஜிசிடம்.

“பொய் பேசினால்தான் கட்டிகள் முளைக்கும், நான்தான் பொய் பேசுவதே கிடையாதே. எனவே எனக்கு அவை முளைக்காது. உனக்கு இனிப்பு வேண்டுமா?” என்றபடியே அமாவை நோக்கி இனிப்பை நீட்டினான் பிர்ஜிஸ்.

“பிர்ஜிஸ், அமா, உங்களுக்கு ஒரு அருமையான கதை சொல்லப் போகிறேன் கேளுங்கள். ஆங்கிலேயக் கதை” என்றான் சாய்.

கோமதியாற்றின் மறுபக்கமிருந்த ஆங்கிலேயச் சொகுசு பங்களாக் களின் தோட்டத்தில், ஆங்கிலேயப் பெண்கள் தாசிப்பெண்டிரிடம் இருந்து விலைக்கு வாங்கியிருந்த ஆடுகளைப் பால்கறக்க சாய் பணியமர்த்தப்பட்டிருந்தான்; அதற்கு அவனுக்கு ஊதியமும் உண்டு. நகரக் கட்டமைப்பைத் திட்டமிடும் ஆங்கிலேயர்கள் தம் இல்லத்திலிருந்து தொலைநோக்கி வழியாக ஆராய்வு மேற்கொள்ளும் தாழ்வாரங்களின் படிகளிலோ, சமையலறை நிலைப்படியிலோ, ஆங்கிலேயத் தம்பதியர் மதிய உணவு சாப்பிட்டபடியே உரக்க உரையாடிக்கொள்ளும் அறையின் அருகிலோ அவன் கறந்து ஊற்றிய பால் பாத்திரத்தை வைத்துவிட்டுப் போகச் சொல்லியிருந்தனர் ஆங்கிலேயப் பெண்கள். அப்போது அவர்கள் பேசிக்கொள்பவை அனைத்தும் அனற்காற்றில் பயணித்து, ஆடுகளின் பால்மடிகளைக் கடந்து, சாயின் செவிகளை வந்தடைவது வாடிக்கை.

அவ்விரவில் பிறந்தநாள் விழாவிற்கு வந்திருந்த விருந்தினர்கள் சாயினைச் சூழ்ந்துநின்று அவன் கூறும் கதையை உன்னிப்பாகக் கேட்கத் துவங்கினர். “ஒருநாள், ஆங்கிலேயருக்கு உணவுபரிமாறுபவன் வராததால் அன்றைய தினம் பணிபுரிய என்னை வீட்டினுள் அழைத்தனர். திருமதி. கன்னிங்சின் உணவறையில் பணிபுரிந்த மற்ற பணியாட்களிடமிருந்து விலகி, மேஜையின் மறுபக்கத்தில் என்ன செய்வதெனத் தெரியாமல் நான் நின்றிருந்தேன். சிறிய பன்றியின் இறைச்சி மேஜைமீது வைக்கப்பட்டிருந்தது, அதனுடன் பலவகை மாமிச வகைகளையும் அவர்கள் உண்டனர். கூடவே அளவிற்கதிகமாய் வைன்பானமும் அருந்தியதால் உரத்த குரலில் உரையாடத் துவங்கினர். ஒவ்வொரு முறை கோப்பையில் மதுவை நிரப்பிக்கொண்டபோதும் அவர்கள் எழுந்துநின்று ‘ஹிப் ஹிப்’ எனக் கூவினர். இதுபோல் நான்கைந்து முறையேனும் செய்தனர். இதைக் கண்டதும் என்னுள் எழுந்த வெடிச்சிரிப்பை மிகச் சிரமப்பட்டு அடக்கிக்கொண்டேன். இது எங்கே அங்கிருந்த சக பரிசாரகர்களுக்குத் தெரிந்துவிடுமோ எனப் பயந்து அவர்கள் நின்றிருந்த பக்கமே நான் திரும்பிப்பார்க்கவில்லை. இருந்தும் என் கண்களில் இருந்து நீர் வழிவதை என்னால் கட்டுப்படுத்தவே முடியவில்லை. சிரிப்பை அடக்கிக்கொண்டிருந்ததால் என் கன்னக்கதுப்புகளும் வலிக்கத் துவங்கின. கடைசியில் உடல் நடுங்க என்னையும் மீறிப் பெரிதாய் இருமிவிட்டேன். ஒருவர் மனைவியை மற்றவர் கட்டியணைத்து வழக்கமாக

அவர்கள் ஆடும் நடனத்தை உணவருந்தி முடித்ததும் அவர்கள் ஆடத் துவங்கியதுமே, நான் சமையலறையை நோக்கி ஓடினேன். நான் இருமியதைப் பார்ப்பதற்கு வழிதவறிய ஓநாய் ஊளையிடுவதைப்போலிருந்ததாக அங்கிருந்த சக பரிசாரகர்கள் கூறினர். அப்போது எனக்கு விக்கல்களும் வந்தன. ஷாம்பெய்ன் பானத்தை எடுப்பதற்காகச் சரியாக அச்சமயம் பார்த்து சமையலறைக்குள் நுழைந்த திருமதி. கன்னிங்சின் கண்களில் வெகுபரிதாபமான நிலையிலிருந்த நான் பட்டதும் என்னை உடனே அவர் வெளியே விரட்டிவிட்டார்."

இதைக் கேட்டதும் விருந்தினர்கள் சிரித்தனர். "இந்த லட்சணத்தில் இவர்கள் உத்தமரான நம் மன்னரை ஒழுக்கமற்றவரெனக் கூறுகின்றனர்" எனக் கூட்டத்திலிருந்து யாரோ கூறினர்.

விருந்தினர்கள் பிரதான கடைத்தெருவில் இருந்து தாசிமனைக்குச் செல்லும் காரைபூசிய படிகளில் மேலேறிவந்தனர். உண்ணத்தக்க மென்பொன் தாள்களுள் பொதிந்த ஏலத் தாம்பூலங்களை மௌலவிகளுக்கு அமா வழங்கினாள். இந்துமத நிலக்கிழார்களுக்குப் பரிமாறப் பாக்குகளைப் பாலில் வேகவைத்துக்கொண்டிருந்த சாயிற்கு உதவினாள். அவர்களைச் சுற்றிலும் லக்னோவாழ் மக்களின் மெல்லிய, இதமான குரல்கள் முற்றமெங்கும் ஒலித்தவண்ணமிருந்தன. முதிய ஷியா அறிஞர் ஒருவரை முற்றத்திற்கு அமா அழைத்துச் சென்றாள். அவருடைய முகச் சுருக்கங்களின் வழி அவரது அறிவாற்றலும் மகிழ்வும் நன்கு புலனாகின. தனது அறிவுரைகள் தேவைப்படும் உரையாடல்களில் கலந்துகொள்ள வேண்டுமென்ற ஒரே நோக்கத்தோடேதான் அங்கு வந்திருப்பதாக அவர் அமாவிடம் கூறியபடியே நடந்தார். வெற்றிலைத்தாம்பூலத் தயாரிப்புப் பணியாளர்களான இரு முதிய சோமாலியர்கள் தாமிருந்த இடத்திலிருந்தே அமாவை நோக்கிக் கையசைத்தனர்; அவளது பாட்டியாரை நன்கறிந்தவர்கள் அவர்கள். சிறந்த பட்டாடைகள் அணிந்திருந்த ஓர் இந்து இளைஞன் இளம் இசுலாமிய நண்பனுடன் சேர்ந்து சொந்தமாய் இயற்றிய புத்தம்புதிய பாரசீகக் கவிதைகளைப் பாடினான். அதைக் கேட்டுக் குதூகலித்தக் கூட்டத்தினர் பதிலுக்குத் தமது சொந்த வரிகளையும் பாடி அவ்விளைஞர்களை உற்சாகப்படுத்தினர். முதிய ஷியா அறிஞரோ இலக்கணம், தர்க்க முறை இவை குறித்து உரைநிகழ்த்த விரும்பினார். எனவே, கூட்டத்தினரின் கவனத்தைத் தன் பக்கம் திருப்பக் கைகளை உயர்த்தி அசைத்தபடியே அவர் உரக்கப் பேசத்துவங்கினார்.

நகரத்தின் மறுகோடியில், வெகு தொலைவில், அமாவுடைய சித்தியின் வசவுகள் கேட்பாரற்றுக் கிடந்தன. ஆங்கிலேயரின் வால்ட்ஸ் இசையும் கூட ஆற்றின் அந்தப்பக்கம் வெகுதொலைவே ஒலித்தன. தாசிமனையின் முற்றத்தில், மின்மினிகள் கண்சிமிட்டி நடனமாட, பெண்டிர் அனுசரிக்கும் பழமைவாய்ந்த இவ்விழாக்களில் கூடும் விருந்தினர்களோ தேநீர் கறைபடிந்த தம் பற்களைக் குத்தியபடியே, அன்றைய நாள்முழுதும் தம்மை அலைக்கழித்த கவலைகளையெல்லாம் மறந்துபோயிருந்தனர். அங்கு பரிமாறப்பட்ட புலாவ்களாலும், மைதீட்டி மனதைக் கொள்ளைகொள்ளும் சீரிளம் அழகு மங்கையரின் விழிகளாலும் அவ்விருந்தினர்களின் பசிகள் யாவும் தீர்ந்துபோயிருந்தன. அதன்பின்னர், அவர்கள் வெந்நீர்க்குளியல்

முடித்து, காற்றோட்டமான அறைகளில் பட்டுப் போர்வைகள் போர்த்தி இனிய தாலாட்டுப் பாடல்களுடன் உறக்கத்தைத் தழுவினர்.

○○○

பொழுது புலர்ந்தது. அந்நாளுக்கான முதல்பாடலை இசைக்கத் துவங்கிய பறவைகளுக்கு வழிவிட எண்ணிய இசைஞர்கள், கச்சேரியின் கடைசிப் பாடல்களைப் பாடினர். அமாவோடு மேலும் சில விருந்தினர்களும் பழம்பாடல்களில் லயித்திருந்தனர்.

திடீரென எங்கிருந்தோ துப்பாக்கிச் சத்தம் கேட்டது. அந்தச் சத்தம் காவலாளியின் கைத்துப்பாக்கியிலிருந்து எழுந்ததைப்போலில்லை. குழல்துப்பாக்கி வெடித்ததுபோல் இருந்தது. குழப்பத்துடன் முற்றத்திலிருந்து விரைந்தோடிய அமா, குல்பதனின் மாடமாளிகையில் இருந்த தன் குழல்துப்பாக்கியை எடுத்துக்கொண்டு, தாசிமனை மாடிப்படிகளின் உச்சிக்குச் சென்று உன்னிப்பாய்க் கவனித்தாள். மீண்டும் துப்பாக்கி வெடிக்கும் சத்தம் கேட்டது. இம்முறை காட்டுப்பன்றிபோல் யானையொன்று அலறுவதும் கேட்டது.

அமா தடதடவெனப் படிகளில் இறங்கி ஓடினாள். தூரத்தில் எழுந்த செம்புழுதியும் யானையின் கதறல்களும் வழிகாட்ட, காலிக் கடைத் தெருவில் விரைந்தோடிச் சாலையின் மறுகோடியை அடைந்தாள். சிதிலமான சுவரொன்றின் அருகே யானையொன்று விழுந்து கிடந்ததைக் கண்டாள். யானையின் ஒற்றைக் கண்ணிலிருந்தும், வாயிலிருந்தும் கருஞ்சிவப்பில் இரத்தம் வடிந்து அதன் தும்பிக்கையை நனைத்திருந்தது. பாகன் பிரகாஷ் யானையின் வெள்ளிச் சேணத்தை கையில் ஏந்தியிருந்தான். அவன் உதடுகள் நடுங்க, ‘க – க – கணேஷ், கணேஷ், ஓ – ம் – ம் வக்ரதுண்டாய ஹ – ஹும்’ என கணேசக் கடவுளைப் போற்றித் துதித்து யானையின் உயிரைக் காக்கும்படி வேண்டிக்கொண்டிருந்தான். யானையின் வறண்ட சருமத்தையும் குழிந்த நெற்றியையும் அமா தொட்டுத் தடவினாள். இந்த முதிய யானையை வாங்க யாரும் முன்வரமாட்டார்கள் என்பதால் அதைச் சுட்டுக் கொல்லுமாறு ஆங்கிலேய ஏல விற்பனையாளன் ஒருவன் ஆணையிட்டதாக அழுதபடியே பிரகாஷ் அமாவிடம் கூறினான். ஒரு யானையை எளிதாகக் கொல்லத் தெரியாத அந்த வெள்ளை அதிகாரி, செந்நிறக் கேசமும் குழிந்த தாடையும் கொண்ட அந்தச் சிவப்பன்தான் பிரகாஷின் மன்றாடல்களையெல்லாம் மீறி இக்கொடூரத்தை நிகழ்த்தியுள்ளான். தன்னைப் பிணைத்திருந்த கயிறுகளை அறுத்துக்கொண்டு யானை சாலையில் தறிகெட்டு ஓடியுள்ளது. இத்தனைக் குளறுபடிகளைச் செய்த சிவப்பனை மட்டும் அங்கு காணவில்லை.

குருதிவழிந்த யானையின் வாயை அமா கைக்குட்டையால் அழுத்தினாள். பிரகாஷ் தனது லுங்கியிலிருந்து ஒரு துண்டைக் கிழித்தெடுத்து, யானையின் பக்கவாட்டில் தாவியேறி அதன் கண்கள்மீது போர்த்தினான். கடைத்தெருவில் வெளிச்சம் இன்னும் பரவவில்லை. யானையின் எச்சில் குருதியோடு கலந்து அமாவின் கையையும் முழங்கையையும் நனைத்திருந்தது. எச்சில் ஒரு குட்டைபோல் தேங்கியிருக்க அமா அதன் நடுவே குத்துக்காலிட்டு அமர்ந்தாள். குருதியை விடவும் யானையின் எச்சில் சூடாகவும் அடர்த்தியாகவும் இருந்தது. குருதிகலந்த எச்சில் சிவப்பாய்

மினுங்கியது. அமா தன் கால்களில் வெப்பத்தையும் ஈரத்தையும் உணர்ந்தாள். அவள் அணிந்திருந்த சட்டை யானையின்மீது சரிந்து விழுந்தது. யானையைத் தான் மிகவும் நேசிப்பதாக அதன் காதினுள் கிசுகிசுத்தபடியே, அமா அதன் வாய்க்குள் கைவிட்டுத் துழாவினாள். அதன் நாவைத் துப்பாக்கிக் குண்டுகள் துளைத்திருப்பதையும், தொண்டையின் பின்புறத்திலிருந்து குருதி பெருகி வழிவதையும் கண்டாள். குருதிகலந்து இழையிழையாய் ஒழுகும் எச்சிலை அமா வாளிகளில் நிரப்பி அங்கிருக்கும் குறுகிய பாதைகள்மீது ஊற்றினாளானால், அங்கு புரளும் புழுதியும்கூட அடங்கிவிடக்கூடும். யானையின் வாய்க்குள்ளிருந்து குண்டுகளை அமா விரல்களால் தோண்டியெடுத்தாள். அப்போது அதன் உடல் வலியில் ஒருமுறை உதறிக்கொண்டது. அதன் உடல் இப்போது மேலும் உருக்குலைந்திருந்தது. தன் தலையால் பிரகாஷின் நெஞ்சின்மீது முட்டியது. அமா எழுந்துநின்று துப்பாக்கியைத் தயார் செய்துகொண்டாள். இதற்குமுன்னர் அவள் எந்த மிருகத்தையும் சுட்டதில்லை. உண்மையில் அவள் எந்த உயிரையுமே சுட்டுக் கொன்றதில்லை; அதில் அவளுக்கு உடன்பாடுமில்லை. இப்போது அவளது குழல்துப்பாக்கி மிக அத்தியாவசியமான ஒரு மூலிகைமருந்தைப்போலே, ஒரு விசேஷ மரப்பட்டையைப்போலே செயல்புரியப் போகிறது. யானை அழகிய ஒற்றைக் கண்ணால் அவளையே பார்த்துக்கொண்டிருக்க, அமா விரல்களைத் துப்பாக்கி விசைமீது பதித்தபோது அவை அவள் விரல்களைப்போலவேயில்லை. நேராக யானையின் இதயத்தை நோக்கிச் சுட்டாள். இனி இந்த யானை லக்னோவிலேயே இருக்கலாம் என எண்ணியவாறே அதன் இளஞ்சூடான புருவத்தின்மீது தன் தலையை வைத்தாள். இந்த அன்பான முதிய மிருகம் இனி லக்னோவிலேயே இருக்கப் போகிறது. பிரகாஷ் கதறியழுதான், மூடியிருந்த கடைகளின் மரக்கதவுகளில் பட்டு அவன் குரல் தெறித்தது.

○○○

மறுநாள், புனித ரமலான் மாதத்தின் பத்தாம் நாளை அனுசரிப்பதற்காக, அமா தனது உறவுப் பெண் பாத்திமாவுடனும், ரோஜாப் படையை சேர்ந்த சிலருடனும் அருகில் முஸ்லீம் பெண்கள் வசிக்கும் குடியிருப்புகளுக்குச் சென்றாள். இறந்த யானைக்காகப் பிரார்த்தித்தாள். அங்கிருந்த பெண்களின் பாடல்கள் அமாவிற்கு இதமளித்தன. அதன்பிறகு அனைவருக்கும் இறைச்சி உணவுகளும், சர்பத்தும் பரிமாறப்பட்டன. பலரது வாழ்வாதாரப் பணிகளும் பறிக்கப்படுவதையும், நிலக்கிழார் அப்துல்லாவால் முன்பைப்போல ஈகையளிக்க முடியாததையும் அங்கு குழுமியிருந்த பெண்கள் தங்களுக்குள்ளே கிசுகிசுத்துக்கொண்டதைக் கேட்ட அமாவால் குறைவாகவே உண்ண முடிந்தது. அப்துல்லா குடும்பத்தினரோடு நகரை விட்டுச் செல்லப்போகிறார். அப்படியானால் இதுநாள்வரை அவருக்குச் சொந்தமான ஆடுகளைப் பால் கறந்து கொடுத்த சாயின் பணியும் பறிபோகும். அத்துடன், வீடு திரும்பும் புறாபோலத் தாசிமனைக்கு வருகைதரும் செல்வந்தப் புரவலர்களில் ஒருவர் குறையப்போகிறார்.

பெண்களின் குடியிருப்புகள் நிரம்பி வழிந்தன. விருந்தினர்களுக்குப் பரிமாறப்பட்ட சர்பத் மீதமில்லாமல் தீர்ந்துபோனது. கொடித்தோடைப் பழத்தால் செய்யப்பட்ட பனிக்கூழ் உருகும்முன்னர் காலியாகியது;

பட்டாணிக் குருமாவும், அரை நிலா வடிவப் பராத்தாக்களும், அரிசிமாப் புட்டு வகைகளும் நிரம்பிய பானைகளுடன் அழகிய முதிய பெண்மணிகள் அங்கிருந்து கிளம்பிச் சென்றனர். அமா கிளம்பியபோது, லைலா சித்தியின் மகன் ஹசன், மேலும் சிலரோடு இமாம்பராவில் இருந்து வெளியேறிச் சாலையில் செல்வதைக் கண்டாள். ஆங்கிலேயரின் சகவாசத்தை விரும்புபவனான வெற்றிலைக்காவிப் பல் அபியும் அவர்களோடு கலந்து செல்வதைக் கண்டாள். இவன்மீது எப்போதும் ஒரு கண் வைத்திருப்பது அவசியம். ஆனால் இப்போது அமா அவனைக் கடந்து ஹசனை நோக்கிச் சென்றாள். "சலாம், அக்கா; எல்லாப் புகழும் இறைவனுக்கே" என்றான் ஹசன்.

அமா அவனை ஏளனமாகப் பார்த்தபடியே, "தஸ்லீம், என் சின்னத் தம்பியே. எல்லாப் புகழும் இறைவனுக்கே. பட்டுத்துணி ஜோத்புரி உடையணிந்து எங்கே சவாரி செல்லப்போகிறாய்?" எனக் கேட்டாள்.

"வீட்டிற்கு நடந்து செல்கிறேன்" என்றான் அவன்.

"இவ்வளவு மெல்லிய உடையில் உனக்குக் குதிரைகூடத் தேவைப்படாதுதான்; பட்டத்தைப்போல் நீ பறந்தே சென்றுவிடலாம் போலிருக்கிறதே."

ஹசன் சிரித்தபடியே அவளைத் தன்னோடு நடந்துவருமாறு கேட்டுக் கொண்டான். "தெருக்களில் குப்பைகள் மலைபோல் குவிந்து கிடக்கின்றன. இத்தனை தூய்மையான ஆடைகள் உடுத்திய காவலாளி உன்னைச் சுத்தமான சாலைகளின் வழியே அழைத்துச்செல்வது என் பொறுப்பு" என்றான்.

"ஹசன், உன்னோடு செல்லும்போது சாலைகள் அசுத்தமாக இருப்பதைக்கூட என் மனம் மறந்துபோகும். உனது அன்பின் இதமான கதகதப்பையே உணர்வேன்."

ஹசன் அவளைப் பார்த்துச் சிரித்தபடியே, "ஆனால் இப்போது குளிரத் துவங்கிவிட்டது, கல்கத்தாவிலும் இதேபோல் இருக்காது என எண்ணுகிறேன்" என்றான்.

"நாம் இங்கு கதகதப்பாகவே இருக்கிறோம்."

"கம்பெனியார் ஒப்புக்கொண்டபடி அரசாங்கத்திலிருந்து பணிநீக்கப்பட்ட குதிரையேற்ற வீரர்களுக்கு இன்னும் ஊதியம் வழங்கப்படவில்லை. வெற்று வாக்குறுதியை மட்டுமே அவர்கள் அள்ளி வீசியுள்ளனர். உனக்கும் மன்னரிடமிருந்து ஊதியம் வரவில்லைதானே. நாமிருவரும் கல்கத்தா சென்று அங்கு என்ன நிலைமை எனக் கண்டு வரலாமா?" எனக் கேட்டபடியே அவன் பாதியிலேயே நின்றுவிட்டான். அவன் விழிகள் அவளைப் பார்த்துக் கெஞ்சின.

அவளோ அமைதியாக, "இல்லை, ஹசன். இங்கு நமக்கு நிறைய வேலைகள் இருக்கின்றன. நமது இருப்பு எங்கு அவசியமோ அங்குதான் நாம் இருக்க வேண்டும். நாம் இங்கேயே இருப்போம்" எனக் கூறிவிட்டு அவனிடமிருந்து விலகி அருகிலிருந்த சந்தினுள் புகுந்து மறைந்தாள்.

ooo

இறந்துபோன முதிய யானையின் உடல் மறுநாள் தகனம் செய்யப்படுவதை அமா சென்று பார்த்தாள். மூன்று மைல் தொலைவிலிருந்த யானைகளின் இடுகாட்டிற்கு அதன் உடலைக் கொண்டுசெல்ல ஆங்கிலேயர்கள் மறுத்துவிட்டனர். கொட்டும் மழையையும் பொருட்படுத்தாமல் சால்வைகளும் முக்காடுகளும் போர்த்தி நின்றிருந்த கூட்டத்தினரிடையே அமாவும் இருந்தாள். அவர்களுக்கும் யானைக்கும் இடையே நின்றிருந்த பத்து ஆங்கிலேயப் படைவீரர்கள் ஆணைகள் பிறப்பித்தவண்ணம் இருந்தனர். ஆங்கிலேயர்கள் பணியமர்த்தியிருந்த வேலையாட்களெல்லாம் சேர்ந்து தரையில் வைக்கோலைக் கொட்டிப் பரப்பி அதனருகிலேயே குழியொன்றைத் தோண்டினர். யானைப் பாகன் பிரகாஷிடம் ஒப்படைப்பதற்காக அமா தன் கையில் தாழியொன்றை வைத்திருந்தாள். பேகம் சாகிபா அன்பளித்திருந்த அத்தாழியில் பொற்கொல்லர் ஜூடியாவின் கைவண்ணத்தில் கணேசக் கடவுளின் உருவம் பொறிக்கப்பட்டிருந்தது. அதைத் தரும்போது, "பிரகாஷ்தான் நாம்; நாம்தான் பிரகாஷ்" என பேகம் சாகிபா அமாவிடம் கூறினார்.

யானையுடலின் சதைப்பாங்கான பகுதியருகே கோடாரியுடன் நின்றுகொண்டிருந்த பிரகாஷ், பிணத்தின் பாரத்தைக் குறைக்க அதிலிருந்து வெண்ணிறத்தில் சதையைத் துண்டுதுண்டாக வெட்டியெடுத்தான். மேலும் கீழுமாய் வெட்டினான். தளர்ந்து தொங்கிய சாம்பல் நிறத் தோலைக் குறுக்கும் நெடுக்குமாக வெட்டி வெள்ளைச் சதைத் துண்டுகளாக்கியபோது அவன் முகம் இறுகிக் கனத்துப் போயிருந்தது. மழை நின்றது. யானையின் உடலைக் கயிறுகளால் கட்டியிழுத்துச் சேறாகக் கிடந்த குழியினுள் தள்ளினர். அப்போது அதன் சிதைந்த காதுகள் மடங்கிக்கொண்டன. பணியாட்கள் குவிந்துகிடந்த வைக்கோலை வாரியெடுத்து யானையின் உடல்மீது கொட்டிமூடும் பெரும் பணியைச் செய்தனர். கொள்ளிக்கட்டையைக் கொளுத்தி யானையின் வாய்க்குள் திணித்தனர். வைக்கோல் தீப்பிடித்து எரியத்துவங்கியதும், குழி முழுவதும் ஒளிர்ந்தது; அமா உட்பட குழியைச் சூழ்ந்து நின்றவர்கள் அனைவரும் அந்த ஒளிபட்டு மின்னினர்.

பிரகாஷ் உதடுகள் நடுங்க, பற்களைக் கடித்துக்கொண்டு, ஏல விற்பனையாளர்களிடம் தான் பட்ட பாடுகளையும், சிவப்பனின் தவறுகளையும் பற்றி பணிகள் பறிக்கப்பட்டு வேலையற்று இருந்த நகரத் தோட்டப் பராமரிப்பாளர்களிடமும் கணக்கெழுத்தாளர்களிடமும் துப்புரவுத் தொழிலாளர்களிடமும் முணுமுணுத்தபடியே இருந்தான். பணியிலிருந்த வேலையாட்கள் கொழுந்து விட்டெரிந்த தீயை மேலும் மேலும் வளர்த்தனர். அப்போது அவர்கள் கணேசக் கடவுளைத் துதிபாடினர். தீ அள்ளிவீசிய அனலைச் சுவாசித்தபடியே அவர்கள் பாடிய பிரார்த்தனைப் பாடல்கள் சுழன்றடித்த காற்றில் கலந்தன. பிரிவுத்துயரும் புதுவாழ்வும் தொனிக்கும் அவர்களின் பாடல்கள் பசும்புல்வெளிகள் மீதும், மீன்வடிவ வளைவிதானங்களின் கீழேயும், நகரின் செங்கல் ஸ்தூபிகளின் உச்சிகளிலும் மிதந்து சென்றன. அங்கிருந்து கிளம்பிய ஒவ்வொருவருமே தம்முள் சிறுதழலைச் சுமந்தே சென்றனர். ஆங்கிலேயர்களின் வெற்று வாக்குறுதி மழையால் அணைக்கமுடியாத தழல் அது, மக்களின் உள்ளத்தில் கனன்று புகையும் வேதனைத் தழல் அது.

6

அமா பாத்திமாவுடனும் மற்ற இரவுக் காவலாளிகளுடனும் அரண்மனைக் கூடத்தின் அருகேயிருந்த கருவூலங்களைக் காவல் காத்துக்கொண்டிருந்தபோது அரண்மனை வேலைக்காரப் பையனொருவன் அவளைத் தேடிவந்தான். உடனே தாசிமனைக்கு வருமாறு அமாவை அழைத்தான். தூதுவர்கள் திரும்பிவிட்டனராம். அமா உடனே தோட்டங்களைக் கடந்து சமையலறையை நோக்கி ஓடினாள். அங்கு நெய்யும் சர்க்கரையும் கலந்த ரொட்டிகளை காசிம் சாப்பிட்டுக்கொண்டிருந்தார். தனக்குப் பதிலாகக் கருவூலங்களைக் காவல் காக்குமாறு அவரிடம் கூறிவிட்டு அவள் அங்கிருந்து விரைந்தாள். வழியில் லைலா சித்தி அவளைத் தடுத்துநிறுத்தினார். அவளது தாயார் வளர்த்த வெண்புறாக்கள் சித்தியின் அருகேயிருந்த கடம்ப மரத்தின் கீழே மண்ணைக் கொத்திக்கொண்டிருந்தன.

லைலா சித்தி ஜெபமாலை மணிகளை உருட்டியபடியே பதற்றமாய், "ஹசனுக்கு என்னவாயிற்று? என்னுடன் கல்கத்தாவிற்கு வரப்போவதில்லையென இன்று காலை கூறினானே" என்றார்.

"அதற்கு ஏதேனும் காரணம் கூறினானா?"

"இங்கேயே பணம் சம்பாதிப்பதற்கான வழிகள் இருக்கின்றனவாம்."

"வழிகள் இருக்கின்றனவோ என்னவோ" என்றாள் அமா.

"என்னிடம் விளையாடாதே, அமா. ஹசன் என் மகன். இப்போதைய நிலை சீரடைய வேண்டுமானால் அவன் என்னுடன் கல்கத்தாவிற்கு வந்தே ஆக வேண்டும். அவனை என்னுடன் வரச்சொல். அவனொரு ஹாப்ஷி குதிரையேற்ற வீரன், மதிப்புமிக்கவன், அவனது செயல்கள் நன்மை விளைவிப்பவையாகஇருக்கவேண்டுமெனத்தான் அனைவரும் எதிர்பார்ப்பார்கள்."

"சித்தி, நான் இப்போது அவசர வேலையாக வெளியே செல்கிறேன்," என்றாள் அவள்.

"நீ மாறவேயில்லை. அமா நாங்கள் உன்னிடமிருந்து எதிர்பார்க்கும் எதையும் உன்னால் செய்யவே முடியாது. மரியாதையுடனோ அன்புடனோ நடந்துகொள்ளவும் உனக்குத் தெரியாது. பிரார்த்தனைகளில் ஈடுபடாத நாகக்கன்னியைப்

போன்றவள் நீ. என் மகளையும் விஷமாக்கி விடாதே. உன் தாயாரின் நற்குணங்களில் ஒரு துளிகூட உன்னிடமில்லை” என உரத்த குரலில் சித்தி வசைபாடுவதைக் கேட்டபடியே அமா அங்கிருந்து விரைந்தாள்.

தோட்டங்களைக் கடந்து ஓடினாள். மஞ்சள் வரியோடிய சாதி மல்லிகைகளின்மீது உலாவிய வண்டுகளையும், வானில் பறந்த புறாக்களின் பிம்பங்கள் குளத்துநீரில் பிரதிபலிப்பதையும் கண்டாள். முதுகின்பின் ஒலித்துக்கொண்டிருந்த சித்தியின் கடுஞ்சொற்களைக் கண்டுகொள்ளாமல் ஓடினாள்.

பிரெஞ்சு, இத்தாலியக் கட்டிடக்கலை வல்லுநர்களால் வடிவமைக்கப் பட்ட வீடுகளையும், கைவினைக் கலைஞர்களின் கூடங்களையும், மாடிக்கூரை வீடுகளையும், உயர்ந்த தூண்களையும், தாமரைமலர்கள் நிறைந்த நீரூற்றுகளையும் கடந்து ஓடினாள். இந்தியாவின் மற்றெந்தப் பகுதியைவிடவும் லக்னோவில்தான் அதிகளவில் கவிஞர்கள் இருந்தனர் என்பதால் கவிகளின் கூடுகைகளுக்கெனப் பிரத்யேகமாகக் கட்டப்பட் டிருந்த பொதுவிடங்களைக் கடந்து ஓடினாள். கடைத்தெருவில் இருந்த சிறைச்சாலையுடன் கூடிய தலைமைக் காவல் நிலையத்தைக் கடந்து ஓடினாள். யானையை வலியின்றிச் சுட்டுக் கொல்லத் தெரியாத கம்பெனி அதிகாரி சிவப்பன் அப்போது காவல் நிலையத்தினுள் இருந்து வெளியே வருவதைக் கண்டாள். நல்ல உயரங்கொண்ட லக்னோவின் தலைமை நகரக்காவலருடன் சேர்ந்து அந்தச் சிவப்பன் சுருட்டுப் புகைப்பதைக் கண்டாள். வெள்ளிப் பொன் சரிகையிட்ட தொப்பியணிந்த அபியும் அங்குதான் இருக்கிறானா எனச் சுற்றும்முற்றும் ஆராய்ந்தாள். ஆனால் இம்முறை அவனை அங்கு காணவில்லை.

தாசிமனைக்குச் செல்லும் மாடிப்படிகளைக் காவல் காத்துக்கொண் டிருந்த குல்பதனின் சகோதரர் அமாவைக் கண்டதும் தலையசைத்து வழிவிட்டார். அவத் மாகாணத்தில் சிறுதுண்டு நிலத்தைச் சொந்தமாகக் கொண்ட விவசாயி அவர்; பருமனான உடல்கொண்டவர்; கம்பெனியார் கொண்டுவந்த நிலத்தீர்வைக்கு எதிரான அவரது மனு விசாரிக்கப்படாமல் நிலுவையிலேயே இருப்பதால் என்ன வருமோ எனும் பதற்றத்துடன் இங்கே தங்கியுள்ளார். நகர்ப்புற அவத்திலிருந்து புதுப்புது நிலங்களைக் கையகப்படுத்த, கொள்ளையர்கள்போலத் தீவிரமாகவும் விரைவாகவும் செயல்படும் கம்பெனி, அவர்களிடம் கடல்போல் குவிந்துகிடக்கும் மனுக்களை விசாரிப்பதில் மட்டும் மிகுந்த மெத்தனம் காட்டியது.

மாடி முற்றத்தில், இளம்பெண்ணொருத்தி தனது நீண்ட பின்னலைக் கையில் ஏந்தியபடி குல்பதனின் அருகில் அமர்ந்திருந்தாள். அமாவைக் கண்டதும் குல்பதன் அவளை உட்காரும்படி அவசரமாகச் சைகை செய்தார். அமாவும் அமர்ந்தாள்.

அந்த இளம்பெண், நெருப்பாற்றைக் கடந்துவந்து இங்கு அடைக்கலம் புகுந்தவளைப்போல் முகம் இருண்டிருந்தாள். அவள் அமர்ந்திருந்த விதம் கண்டு குல்பதன் புருவம் நெரித்தபடி, “உன் விருப்பமின்றி இங்கு உனக்கு எதுவும் நிகழாது. அதற்கு முன்பாக, உனக்கு என்ன நேர்ந்ததென்பதை எங்களிடம் கூறு.”

அப்பெண்ணின் கணவர் திருமணமான முதல் மாதத்திலேயே இறந்துவிட்டார். அவள் தீயவினை பீடித்தவளெனக் கூறி அவளது புகுந்த வீட்டினர் தூற்றியதால் வீட்டைவிட்டு ஓடிவந்துவிட்டதாகக் கூறினாள். பதற்றத்துடனிருந்த அமா அவள் கூறியதை அரையும்குறையுமாகக் காதில் வாங்கிக்கொண்டாள். அறைக்குள்ளிருந்த தாசிகள் வெளியே வரவழைக்கப்பட்டனர். அவர்கள் அடக்கமில்லாத பெண்களை அறையும் மாமனார்களையும், ஆபாசச் சேட்டைகள் புரியும் முதிய கணவர்மார்களையும் பகடி செய்து பேசினர். அந்த ஆண்களைப்போலவே நடித்தும் காட்டினர். பாரசீகக் காதலையும், உருதுக் காதலையும், ஆங்கிலேயக் காதலையும், வேட்கைகொண்ட காதலையும் அவர்கள் பாடினர். நமது விதியை நாமே உருவாக்கிக்கொள்ள முடியும் என்பதையும், பாசாங்குக் கலையான காதற் விளையாட்டுகளையும் விவரித்துப் பாடினர். எதிர்காலத்தில் தமக்கு வருமானம் ஈட்டித் தரக்கூடிய சொத்துக்களை லக்னோவில் வாங்க வெள்ளி நாணயங்களையும், சிவப்பு மாணிக்கக் கற்களையும் இப்போதே சேமித்து வைக்க வேண்டுமெனவும், அப்போதுதான் ஓய்வுக் காலத்தை நிம்மதியாக கழிக்க முடியுமெனவும் பாடினர். “இங்கு தாசிமனையிலேயே தங்கிவிடு, இங்கேயே இருந்து செல்வம் சேர்த்துக்கொள், பிறகு நீ விரும்பினால் திருமணம் செய்துகொள்” என அப்பெண்ணிடம் கூறினர். அவள் அனைத்தையும் கேட்டுக்கொண்டாள்.

தாசிமனைக்குப் புதிதாக வரும் பெண்கள் அங்கிருக்கும் மற்றவர் களுடன் சகோதரிகள்போல உறவாடத் துவங்கிவிடுவதை அமா கண்டிருக்கிறாள். இளம்பெண்களின் தலைவிதியையே மாற்றிவிடக்கூடிய இடமாகத் தாசிமனை திகழ்ந்தது. இங்கு, செவிகள் கேட்கும், இதயங்கள் காதலிக்கும், இங்கு வாழ்வு மிக எளிதாக இருக்கிறது. இந்துக்கள் முஸ்லீம்களாகவும் முஸ்லீம்கள் பார்சிக்களாகவும், பார்சிக்கள் கிறித்துவர்களாகவும், கிறித்துவர்கள் இந்துக்களாவும் இங்கு மாறிவிடுவர். ஆனால் பெண்கள் மட்டும் பெண்களாகவே இருப்பர்.

இம்முறை குல்பதன் தன்னைக் காக்க வைக்கமாட்டாரென அமா எதிர்பார்த்து அமர்ந்திருந்தாள். பிறகு பொறுமையிழந்து அங்கிருந்து கிளம்பி சாயைத் தேடிச் சென்றாள். காலி மதுபோத்தலை ஏந்தியபடி சாய் தன் அறை வாசலில் அமர்ந்திருப்பதைக் கண்டாள்.

“என்ன செய்கிறாய்?” என அவனிடம் கேட்டாள்.

அவன் சிரித்தான். மிகப்பெரிய விக்கலொன்று அவன் சிரிப்பை இடையூறு செய்தது. அதைக் கண்டு அவன் மேலும் உரக்கச் சிரித்தான். அங்கிருந்து எழுந்தான். காலணிகள் இடற, சமையலறைக்கும் தனது அறைக்கும் இடையே தள்ளாடித் தள்ளாடி நடந்தான். அமா அவனைப் பிடித்து நிறுத்திச் சூடான நீரை அவன் வாயில் ஊற்றினாள். அவனோ அதை விழுங்காமல் துப்பினான்.

அவள் கையிலிருந்த நீர்ஜாடியைப் பிடுங்கி அவள்மீது எறிய முயன்றான். அமா அவனைத் தடுத்து நிறுத்தி அவனை உறங்கவைக்க முயன்றாள். அறைக்குள் அவனைத் தள்ளிப் படுக்கையில் கிடத்தினாள். சாய் விக்கிவிக்கி மன்னிப்புக்கோரி அழுதான். அப்படியே தூங்கிப்போனான்.

சாய் செய்த அசுத்தத்தை அமா துடைத்துக்கொண்டிருந்தபோது குல்பதன் அங்கு வந்தார், "என்ன நடக்கிறது இங்கே?" எனக் கேட்டார்.

"சாய் மது அருந்தியிருக்கிறான், இப்போதுதான் உறங்கினான்."

இதைக் கேட்டதும் குல்பதன் ஆத்திரத்துடன் சாயின் அறைக்குள் நுழைந்தார். உறக்கத்திலிருந்த சாயை அவர் திட்டுவது அமாவின் காதுகளில் விழுந்தது. சுருண்டுகிடந்த போர்வையை உதறி அவன்மீது போர்த்திவிட்டு வெளியே வந்தவர், தன்னைப் பின்தொடர்ந்து வருமாறு அமாவிடம் கூறிவிட்டுச் சென்றார்.

குல்பதன் மாடமண்டபத்தினுள் நுழைந்ததும், மூக்குக்கண்ணாடியை அணிந்துகொண்டு சுவற்றில் பதித்திருந்த இழுப்பறைகளை நோக்கிச் சென்றார். "என் தங்கைமகன் பலவீனமான தேகம் கொண்டவன். இத்தகைய செய்கைகளைக் கண்டால் அவனது தாயாரின் ஆன்மா வருந்தும். அவ்வாறு நடப்பதில் எனக்கு விருப்பமில்லை. அதுவும் மது குடித்திருக்கிறான்! எப்போதிருந்து இப்பழக்கத்தை அவன் கற்றுக்கொண்டான்?" எனக் கேட்டபடியே கொத்துச் சாவியைத் தேடியெடுத்தார்.

"தெரியவில்லை. ஆனால் இப்போதைய சூழலில் இப்படி நாகரிகமில்லாமல் நடந்துகொள்வது சரியல்ல. சொல்லுங்கள் குல்பதன், தூதுவர்களுக்கு வழியில் ஏதேனும் சிக்கல் ஏற்பட்டுவிட்டதா? இரவுக் கொள்ளையர்களிடம் சிக்கிக்கொண்டனரா? இருமல்நோய் பீடித்த திருடனிடம் பிடிபட்டுக்கொண்டனரா?" என அமா பதற்றமாய்க் கேட்டாள்.

"அப்படியெல்லாம் ஒன்றுமில்லை. பிரச்சினைகளைத் தவிர்ப்பதில் அவர்கள் வல்லவர்கள்" என்றபடியே குல்பதன் சாவியுடன் சென்று மற்றொரு இழுப்பறையைத் திறந்தார். "ஆனால் அனைத்து விதமான துர்சகுனங்களும் கடந்த சில இரவுகளாக வானில் தோன்றுகின்றன என்பதும் உண்மைதான். இதுபோன்ற விஷயங்களிலெல்லாம் எனக்கு நம்பிக்கையில்லை என்பதால் அதுகுறித்து நான் கவலைகொள்வதில்லை" என்றார்.

பழுப்புவண்ணக் காகிதம் சுற்றப்பட்ட சிறிய பொட்டலமொன்றை எடுத்துக்கொண்டு திரும்பிய குல்பதன், "நான் சொல்வதைக் கேள் அமா. சாயைப் பார்த்துக்கொள். உன் தோழியின் பேச்சைக் கேட்டு வழிதவறிச் சென்றுவிடாதே. சிறுவயது முதலே அருமையான திட்டங்கள் தீட்டுபவள் நீ. உனது பெற்றோரின் அறைக்கு நிழல்தரும் கடம்ப மரத்தை அப்போதே நட்டுவைத்தவள். தற்சமயம் அரண்மனையில் வசிக்கும் முக்கிய உறுப்பினர்களுள் ஒருத்தி. சரியான முடிவுகளை எடுக்க அறிந்தவள்" என்றார்.

பொட்டலத்தைப் பெற்றுக்கொண்ட அமாவின் மனதில் லேசாய்க் குற்றவுணர்வு எழுந்தது. தந்திக்கம்பிகளை துண்டிக்க வேண்டும் எனும் அவளது வேட்கையை நிச்சயம் குல்பதன் ஒப்புக்கொள்ள மாட்டார். அமா அதைப்பற்றி யோசித்தாள். லக்னோவிலிருந்து கல்கத்தாவிற்கும், கல்கத்தாவிலிருந்து லக்னோவிற்கும் செய்திகள் அனுப்ப மாறுவேடம் பூண்ட தூதுவர்கள் தேவைப்படுகின்றனர், பணவிரயம், நேரவிரயம் எனப் பல தொந்தரவுகள் இதனால் உண்டாகின்றன. இதற்கெல்லாம் காரணம் அந்த

ஆங்கிலேயத் தந்திக்கம்பிகள்தான். எனவே நிச்சயமாக, ஆம் சர்வநிச்சயமாக அவற்றைத் துண்டிக்க வேண்டுமென அமா எண்ணினாள்.

○○○

பேகம் சாகிபாவின் இல்லத்தில், கார்வண்ண அன்னப் பறவைகள் வேப்பமர நிழலில் முணுமுணுத்துக்கொண்டிருந்தன. ஷாசாதி விரைவாக வளர்ந்துவருவதால் கூண்டிற்குள் அதற்கு இடம் போதவில்லை. பேகம் சாகிபாவின் சந்திப்பு அறையில் வைத்து அமா பொட்டலத்தை அவரிடம் கொடுத்து, "தஸ்லீம்" எனத் தலைகுனிந்து வணங்கினாள்.

"தஸ்லீம்" என்றபடியே பொட்டலத்தை வாங்கிக்கொண்ட பேகம் சாகிபா, அதைத் திறந்து உள்ளேயிருந்த கடிதங்களை ஆராய்ந்தார். அவற்றிலிருந்து ஒரே ஒரு கடிதத்தை மட்டும் தனியே எடுத்தார். "என்னுடல் எப்படி நடுங்குகிறது பார். என் பெயர் குறிப்பிடப்பட்டுக் கல்கத்தாவி லிருந்து நேரடியாக இக்கடிதம் அனுப்பப்பட்டுள்ளது" எனக் கடிதத்தைத் திருப்பிப் பார்த்தவர், "மன்னரின் ஆலோசகர்கள் அனுப்பியுள்ளனர். அரச முத்திரை உடைக்கப்படாமல் அப்படியே இருக்கிறது. எவரும் இதைப் பிரித்துப் படித்திருக்கவில்லை" என்றார்.

கடிதத்தைப் படிக்கும் தோழியின் முகத்தையே அமா கவனித்துக் கொண்டிருந்தாள். பேகம் சாகிபாவின் விழிகளில் மகிழ்ச்சி எந்நொடியிலும் தளும்பலாம் என எதிர்பார்த்தாள். ஆனால், அப்படியேதும் நடக்க வில்லை. "என்ன எழுதியிருக்கிறது? என்ன செய்தி?" எனக் கடைசியாகக் கேட்டேவிட்டாள்.

கடிதத்தைப் படித்தபடியே, "மன்னர் திரும்பிவரும்வரை நாம் காத்திருக்க வேண்டுமாம். கூடிய விரைவிலேயே மன்னர் திரும்பிவிடுவார் எனவும் குறிப்பிடப்பட்டுள்ளது" என்றார் பேகம் சாகிபா.

"சம்பளப் பணம்?"

"இங்கிருக்கும் அரண்மனை ஆலோசகர்களிடம் இக்கடிதத்தை ஒப்படைக்கச்சொல்லி உத்தரவு. மன்னர் திரும்பியதும் ஊழியர்கள் அனைவருக்கும் சம்பளப் பணம் வழங்கப்படும். அரச குடும்பத்தினரிடமே மீண்டும் அவத் மாகாணத்தை ஒப்படைக்கக் கோரி கவர்னர் ஜெனரல் லார்ட் கேன்னிங் அவர்களிடம் அளிக்கப்பட்டிருக்கும் சமீபத்திய மனுவின் மீது மன்னரின் ஆலோசகர்கள் மிகுந்த நம்பிக்கை கொண்டுள்ளனர். லக்னோவில் உள்ள ஆங்கிலேயக் கிழக்கிந்திய கம்பெனிக்குப் புதிய தலைமை ஆணையர் நியமிக்கப்படவிருக்கிறார். நல்லவரான அவருக்கு லக்னோவைப் பிடிக்குமாம். பதவியேற்றபின் அவர் நகரத்தைப் பார்வையிட வரும்பொழுது லக்னோவாசிகள் அனைவரும் அவருக்கு நல்வரவேற்பு அளிக்க வேண்டுமாம்" என்றபடியே அமாவிடம் கடிதத்தைக் கொடுத்தார். "லக்னோவின் படைவீரர்கள் எவரும் எக்காரணம்கொண்டும் ஆயுதங்களை உபயோகிக்கக்கூடாதென மன்னர் அதிகண்டிப்பான உத்தரவொன்றைப் பிறப்பித்திருக்கிறார். நன்னம்பிக்கையின் சமிக்ஞையாக இது இருக்க வேண்டுமாம். அனைவருக்கும் இச்செய்தியைத் தெரிவித்துவிடு அமா" என்றார்.

அமா குழல்துப்பாக்கியைச் சரிசெய்தபடியே, "அப்படியானால் நாம் பதிவு செய்து அனுப்பிய தகவல்கள் குறித்து எந்தச் செய்தியுமில்லையா? ஏல விற்பனை பற்றி? கட்டிடங்கள் தகர்த்தெறியப்படுவது பற்றி?" எனக் கேட்டாள்.

"உரிய வழிகளில் அனைத்தும் நடைபெறும்வரை நாம் காத்திருக்கத்தான் வேண்டும் அமா."

பழுப்புவண்ணக் காகித உறைக்குள்ளிருந்து பேகம் சாகிபா மேலும் இரு கடிதங்களை வெளியே எடுத்தார். "லாலிற்காக ராஜமாதா அனுப்பியிருக்கும் கடிதம் ஒன்று. உனக்காக உன் தாயார் அனுப்பியுள்ளது மற்றொன்று" என்றபடியே ஒரு கடிதத்தை அமாவிடம் கொடுத்துவிட்டு மற்றொன்றை உயர்த்திக் காட்டி, "லாலை அழைத்துவர வேண்டும்" என்றார்.

அமா கடிதத்தைத் திறக்கவில்லை. வெறுமனே நின்றிருந்தாள்.

"வேலைக்காரப் பையனை அனுப்பி அவரை அழைத்துவரச் சொல்கிறேன்" எனக் கூறி பேகம் சாகிபா வெளியே சென்றுவந்தார்.

லாலிற்காகக் காத்திருந்த நேரத்தில் அவர்கள் இருவரும் எதுவும் பேசிக்கொள்ளவில்லை. என்ன செய்வதெனத் தெரியாதபோதும் அவர்கள் இருவரும் அந்தக் கடிதங்களை மட்டும் ஏறெடுத்தும் பார்க்கவில்லை. ராஜமாதாவின் முதிய ஆலோசகரான லாலின் வருகைக்காக இருவரும் காத்திருந்தனர். மூச்சிரைத்தபடி வந்த முதியவர் லால் அவர்களிடம் கமலா ஆரஞ்சுகளைக் கொடுத்தார். பேகம் சாகிபா கடிதத்தைக் கொடுத்ததும் அம்முதியவர் "நீங்களே இதை வாசித்துக்காட்டி விடுங்கள்" என்றபடி அதைப் பேகம் சாகிபாவிடம் கொடுக்க முயன்றார்.

"அப்படி செய்தால் ராஜமாதா கோபம் கொள்வார் என உங்களுக்கே தெரியும். உங்களுக்கு வந்த கடிதத்தை நான் வாசிப்பது முறையில்லை" என்றார் பேகம் சாகிபா.

லால் கடிதத்தை பேகம் சாகிபாவின் கைகளுக்குள் திணித்து, குரல் கம்ம, "தயவுசெய்து எனக்காக இதைச் செய்யுங்கள்" என்றார்.

"காலம் தாழ்த்த வேண்டாமே" என்றாள் அமா.

இறுதியாக, பேகம் சாகிபா அரச முத்திரையை உடைத்து, கடித உறையைப் பிரித்தார். கடிதத்தின் பக்கங்கள்மீது அவர் பார்வையை ஓட்டியபோது அவருடைய மேல் உதட்டில் முத்துமுத்தாக வியர்த்தது. "ராஜமாதாவால் இன்னும் இங்கிலாந்து மகாராணியைச் சந்திக்க முடியவில்லை. விக்டோரியா மகாராணி தற்போது ஒன்பது மாதக் கர்ப்பமாக இருப்பதால் பிள்ளைப் பேற்றை எதிர்நோக்கிக் காத்திருக்கிறார். மகாராணியாரால் இங்கு நடக்கும் சம்பவங்களில் தலையிட முடியாதென ராஜமாதாவைச் சந்தித்த கம்பெனியாரும், இங்கிலாந்து அரசின் பிரதிநிதிகளும் கூறியுள்ளனர். இங்கிலாந்தில் அதுபோன்ற நடைமுறை இல்லையாம், ஆங்கிலேயக் கிழக்கிந்திய கம்பெனி போன்ற வியாபார நிறுவனங்களின்மீது மகாராணியாருக்கு எவ்வித அதிகாரமும் கிடையாதாம். ஆனாலும், அவத் அரசைத் திருப்பியளிக்கும்படி தனது

மகன் சார்பாக வழக்காடத் தான் உறுதி பூண்டிருப்பதாக ராஜமாதா எழுதியுள்ளார்" என்ற பேகம் சாகிபா தலையுயர்த்தி, "மற்றொரு தவறை அவர் செய்துவிட மாட்டாரென நம்புகிறேன்" என்றார்.

அமா அவரை ஏறிட்டுப் பார்த்தாள். தனது தாயாரை மகிழ்விக்கவே பேகம் சாகிபாவை மன்னர் விவாகரத்துச் செய்தார் என்பதை அவர்கள் இருவருமே அறிவர். பேகம் சாகிபாவின் பின்னங்கழுத்தில் சுருள்பாம்பு போன்று தோற்றமளிக்கும் வினோத மச்சம் ஒன்று இருப்பதை ராஜமாதா சந்தேகித்ததால்தான் விவாகரத்து நிகழ்ந்தது. ஆனால் அது வெறும் மச்சம்தானே ஒழிய, தீவினை தரும் சுருள்பாம்பென அதைப் பாவிப்பது மூடநம்பிக்கையே எனப் பின்னர்தான் மன்னரிடம் அவருடைய ஆலோசகர்கள் கூறினர். ஆனால் அதற்குள் எல்லாம் முடிந்துவிட்டது, விவாகரத்தும் வழங்கப்பட்டுவிட்டது. "போனவை போனவையாகவே இருக்கட்டும்" என மன்னர் கூறியதும் பேகம் சாகிபாவும் மனவருத்தத்தோடு விவாகரத்திற்கு ஒப்புக்கொண்டார்.

ராஜமாதாவிற்காக லால் தயாரித்துத் தரும் ஊட்டச்சத்து மருந்துகள் தேவைப்படுவதாகவும் பேகம் சாகிபா படித்துக் காட்டினார். "பொமரேனியன் நாய்க்குட்டியொன்றைத் தேநீர்க்கோப்பைக்குள் அடைத்துவிடுவதைப்போலே இங்கிலாந்தை அவத் மாகாணத்தினுள் அடைத்துவிடலாமாம். சாம்பல்வண்ணப் பறவைகளும், சாம்பல்வண்ண நாய்களும் அங்கு நிறைந்திருக்கின்றனவாம். அவ்வூரின் காற்றில் கலந்துள்ள புகைக்கரியால் ராஜமாதாவின் கைக்குட்டையே கருப்பாகி விடுகிறதாம். இந்தியக் குளியல் சோப்புகளுக்கு அங்கு அதிக விலையாம். அவர் அணிந்திருக்கும் முகத்திரையை அங்கிருக்கும் செய்தித்தாள்கள் கேலி செய்து செய்திகள் வெளியிடுகின்றனவாம். ராஜமாதா அங்கு சென்றபோது, அவரை நிர்வாண மங்கையாகச் சித்தரித்து ஓவியம் வெளியிட்டுச் செய்தித்தாள்கள் ஏளனம் செய்துள்ளன" என வாசித்தபோது பேகம் சாகிபாவின் விழிகள் திடுக்கிட்டன. "சேச்சே, எத்தனைக் கீழ்த்தரமான செயல்."

லால் எங்கோ வெறித்தார். பேகம் சாகிபா கடிதத்தை மடித்து, அதன் மடிப்புகளை விரல்களால் அழுந்த நீவிவிட்டார். அது அவர் வாசித்ததையெல்லாம் அழித்தெடுப்பதைப்போலிருந்தது. ராஜமாதாமீது பேகம் சாகிபா இன்னும் கொண்டிருந்த மனவருத்தம், கடிதத்தைப் படித்ததும் ஆங்கிலேயர் மீதான அவரது ஆத்திரத்தை மேலும் அதிகரித்தது. "ராஜமாதா பின்வாங்க மாட்டார். விக்டோரியா மகாராணியார் இன்னும் நான்கு மாதங்களில் குழந்தைப்பேற்று ஓய்விலிருந்து வெளியே வந்துவிடுவார். பிள்ளைப்பேறு முடிந்து மகாராணியாரைச் சந்திக்கும்வரை ராஜமாதா அங்கேயேதான் தங்கியிருப்பார். லண்டன் அரசாங்கம் அவரது மனுவைப் பரிசீலனை செய்யும்வரை அவர் அங்கேயேதான் இருப்பார். அவருக்கு நம் மனுவை லண்டனில் பரிசீலனைக்கு எடுத்துக்கொண்டிருக்கிறார்கள் என்பதை உறுதிப்படுத்திக்கொள்ள வேண்டும். ஆங்கிலேயரின் ஒப்பந்தத்தைத் திருத்தியமைக்க வலியுறுத்தும் ஒரே காரணத்திற்காகவே நம் மன்னர் கல்கத்தாவில் தங்கியிருக்கிறார் என்பதையும், ஒப்பந்தம் இன்னும் கையொப்பமிடப்படாமல் இருப்பதையும் லண்டன் அரசாங்கத்தின் கவனத்திற்குக் கொண்டுவரவே ராஜமாதா விரும்புகிறார்."

தோட்டத்தில் இருந்த ஷாசாதியையே பேகம் சாகிபா யோசனையுடன் பார்த்துக்கொண்டிருந்தார். "நகரங்களையெல்லாம் ஆங்கிலேயர்கள் கையகப்படுத்திக்கொண்டனர். கலாச்சாரங்கள் வீழ்ச்சியடைந்து விட்டன. சிறுநகரங்களின் பெயர்கள் மாற்றப்படுகின்றன. பஞ்சாப் சீக்கியப் பேரரசரின் பதவி பறிக்கப்பட்டு அவர் இங்கிலாந்திற்கு அனுப்பப்பட்டிருக்கிறார். மகாராணி விக்டோரியாவிற்கு விசுவாசமாக வாலாட்டும் ஒரு நாய்க்குட்டியைப்போலாகிவிட்டார் அவர். இதுதான் உலகம் முழுவதும் நடைபெற்று வருகிறது. தம்மை விடவும் பலவீனமானவர்களுக்கு இதுதான் ஆண்டாண்டு காலமாய், தொடர்ச்சியாய் நடைபெற்று வருகிறது. ஒவ்வொரு இடத்திலும் ஒவ்வோரு விதமான அவமரியாதை."

அறையில் நடைபோட்டபடியே அவர் தொடர்ந்தார், "ஆனால் அவர்களுக்கு அடிகொடுப்பவர்களாக நாமிருக்கப் போவதில்லை. காயம் ஏற்படுத்தப்போவதில்லை, பதிலடி கொடுக்கப் போவதுமில்லை. மரியாதையுடன் நடந்துகொள்ளப் போகிறோம் அமா, அவர்களின் தவறான நடத்தைகள் நம்மை எவ்விதத்திலும் பாதிக்காமல் பார்த்துக்கொள்ள வேண்டும்" என்றவர் பேச்சை நிறுத்தி அமாவை நேராகப் பார்த்து, "நானும் இப்படித்தான் பல விஷயங்கள் என்னைப் பாதிக்காமல் கடந்துவந்துள்ளேன். எனவே, இவ்விவகாரத்தையும் நாம் அப்படியே கையாள வேண்டும். இப்போது உன் தாயாரின் கடிதத்தைப் பார்ப்போம். உனக்கு அதை வாசித்துக் காட்டவா?" எனக் கேட்டார்.

அக்கடிதத்தை வாசிக்க நீண்ட நேரம் ஆகவில்லை, அமாவின் தாயாரின் சார்பாக எழுத்தரால் எழுதப்பட்ட அக்கடிதத்தில், மாதியா பூர்ஜில் அமைந்திருந்த மன்னரின் இல்லத்தில் அனைத்துவிதமான வசதிகளும் உள்ளதாகச் சுருக்கமாகக் குறிப்பிடப்பட்டிருந்தது. அவளிடம் விடைபெறாமலேயே கல்கத்தா கிளம்பிச் சென்றது குறித்து அவள் அம்மா எதுவும் குறிப்பிடவில்லை. அமாவைப் பற்றியும் அவர் எதுவும் விசாரிக்கவில்லை. அவர் எப்போது லக்னோ திரும்புவார் என்பதும் அதில் குறிப்பிடப்படவில்லை.

அமா தலையை உயர்த்தியபோது, தனது தோழி தன்னையே உற்றுநோக்குவதைக் கண்டாள். "இங்கு வரவிருக்கும் புதிய ஆணையரைச் சந்திக்க ஏற்பாடுகள் செய்யப்போகிறேன். கூடிய விரைவில் உன் தாயாரை இங்கு அழைத்துவந்துவிடலாம்" என பேகம் சாகிபா அவளிடம் கூறினார்.

○○○

வண்டியில் அமர்ந்திருந்த புதிய தலைமை ஆணையருக்கு விளக்கமளித்துக் கொண்டிருந்த சிவப்பனைத் தொலைவில் கூட்டத்தினரிடையே நின்றிருந்த அமா கவனித்தாள். சர் ஹென்றி லாரன்சுக்குக் கூரிய, நீல விழிகள், நீண்ட வெண் தாடியும் இருந்தது. அஸ்ரத்கஞ்ச் பிரதான சாலையில், புதிய ஆங்கிலேய அஞ்சல் நிலையத்தைச் சுற்றிலும் இடித்துத் தள்ளப்பட்ட கடைகளின் அருகே சென்றாள். வண்டியில் அமர்ந்திருந்த ஆணையரிடம் சிவப்பன் கூறியவற்றைக் கேட்டாள். அவனது குரலின் தொனியை கவனித்தாள், அவனது பேச்சில் தானறிந்த ஆங்கிலச் சொற்களை உள்வாங்கிக்கொள்ள முயன்றாள். "இந்நகரின் குடிமக்களைப்போலவே

இந்தக் காரைப் பூச்செல்லாம் மிகவும் பலவீனமாக உள்ளன” என்றான் அவன்.

“லக்னோவின் பல பகுதிகளும் சீர்கெட்டுவிட்டன. சந்துகளிலெல்லாம் குப்பைகள் தேங்கிக் கிடக்கின்றன. சாக்கடைகள் நிரம்பி வழிகின்றன” என்றார் சர் ஹென்றி லாரன்ஸ் கலக்கமாக.

“நாம் இதிலிருந்து எல்லாம் விலகியே இருக்க வேண்டும்; நம்மைத் தூய்மையாக வைத்துக்கொள்ள வேண்டும்” என்றான் சிவப்பன்.

புதிதாக பதவியேற்கவிருந்த தலைமை ஆணையரைக் காண அமா முயன்றாள். வண்டியிலிருந்து வெளியே எட்டிப்பார்த்து அவர் முகம் சுளிப்பதைக் கண்டு அக்காட்சிகள் அவருக்கு மகிழ்வை அளிக்கவில்லை என்பதைக் கண்டுகொண்டாள். “இவையெல்லாம் பார்க்கவே பயங்கரமாக இருக்கிறதே. எங்கோ பெரிய தவறு நிகழ்ந்துள்ளது” என்றார் அவர்.

சிவப்பனின் தாடை குழிந்தது. “சர், நாம்தான் சில நேரங்களில் அவர்களுக்குச் சரியானவற்றைச் செய்ய வேண்டியுள்ளது. என்னென்ன அவர்களுக்குத் தேவை எனச் சுட்டிக்காட்ட வேண்டியுள்ளது” என்றான்.

பிச்சைக்காரர்கள் சிலர் சேர்ந்து கடைகளை இடித்துத் தள்ளினர். அவர்களில் ஒருவர் மன்னரின் சிறந்த செய்தித்தாள் எழுத்தர். எழுபத்தைந்து வயதான அம்முதியவர் அவர் வழக்கமாக மை வாங்கும் கடையைத்தான் இப்போது இடித்துத் தள்ளிக்கொண்டிருந்தார்.

புதிய ஆணையர் மனுக்களைப் படித்துவிட்டு இந்நடவடிக்கையைத் தடுத்து நிறுத்திவிடுவார் என அமா எதிர்பார்த்தாள். இதை எதிர்த்து கல்கத்தாவிலிருக்கும் தனது மேலதிகாரிகளுக்கு அவர் கடிதம் எழுதவும் கூடும்.

வண்டியை நோக்கி வந்த அமாவை சர் ஹென்றி லாரன்ஸ் பொருட்படுத்தவில்லை. சிவப்பனுக்கோ மீண்டுமொருமுறை அவளை அடையாளம் தெரியவில்லை. அந்தப் பழைய கடைகளின் அருகே வேலை அசதியில் உறங்கிவிட்ட முதிய செய்தித்தாள் எழுத்தரை அமா தட்டியெழுப்பியபோது சிவப்பன் பூட்ஸ் காலால் அவளை எத்தி, அவள்மீது காறி உமிழ்ந்தான். பின்னர், மதியவேளையின்போது, ஆணையர் மாளிகைக்கும் பெயர்ந்துகிடந்த மண்மீது வண்ணத்துப்பூச்சிகள் நடனமாடிக் கொண்டிருந்த தேவாலயத்திற்கும் இடையிலிருந்த ரோஜாத் தோட்டத்தில் நொறுங்கிக்கிடந்த சிலைகளின் துண்டுகளை அவள் சேகரிக்க முயன்றபோதும் அவன் அவளை அங்கிருந்து விரட்டினான். முன்னர் நகரத்தினுள் இருந்த பேகம் சாகிபாவிற்கு மிகப்பிடித்த வீனஸ், நெப்போலியன் சிலைகளை அமாவின் கண்ணெதிரிலேயே உடைத்தெறிந்த அதே சிவப்பன்தான், ஆங்கிலேயத் தோட்டத்தில் நின்றிருந்த அமாவின்மீது இப்போது கல்லெறிந்தான். “ஏய் கேடுகெட்ட பையனே, அதெல்லாம் அப்படியே கிடக்கட்டும், தள்ளிப்போ” என அவளைப் பார்த்து உருதுவில் இரைந்தான். இதே தேவாலயத்தில் ஞாயிற்றுக்கிழமைகளில் இவன் சிலைபோல் சமைந்து முழந்தாளிட்டுப் பிரார்த்திப்பதையும் அமா கண்டிருக்கிறாள்.

அவன் எட்டி உதைத்ததால் அவளது சிவப்பு மேலாடையில் புழுதி படிந்தது; அவன் உமிழ்ந்த எச்சில் அவளது தலைமயிரில் உலர்ந்து போயிருந்தது. புதிய ஆணையரை அங்கு காணவில்லை, அவர்கள் அளித்த மனுக்களைப் படித்தபடி அவர் ஆளுநர் மாளிகையினுள்ளே சென்றுவிட்டார் என அவரது பாதுகாப்பை உறுதிப்படுத்திக்கொண்ட அமா, அருகிலிருந்த மலர்படுக்கையில் இருந்து மண்கட்டியொன்றைக் கையிலெடுத்தாள். குழிந்த தாடையும் வசைகள் பாடும் வாயுமாய் இருந்த சிவப்பன் அவளைப் பார்த்து இளிப்பதைக் கண்டாள். அவனை நோக்கி மண்கட்டியைக் குறிபார்த்து எறிந்தாள். அது அவனது தாடையில் பட்டுப் பட்டாசுத் தெறிப்புகளாகச் சிதறியது. வாய்க்குள் சென்றுவிட்ட மணலைத் துப்பியபடியே அவன் ஆத்திரம்பொங்க அவளை ஏசுவது அவள் காதில் விழுந்தது.

ஆனால், பேகம் சாகிபா இருந்த பல்லக்கினை நான்கு ஆட்கள் தூக்கிச் சென்றதையும், சர் ஹென்றி லாரன்சுடனான முதல் சந்திப்பிற்காய்ப் பணியாட்கள் புடைசூழ ஆளுநர் மாளிகையின் பெய்லி காவல் வாயிலருகே பேகம் சாகிபா காத்திருந்ததையும் அமா காணத் தவறிவிட்டாள் – அமாவைப் பிடிப்பதற்காக சிவப்பன் தனது வண்டியிலிருந்து இறங்கி ஓடுவதை முகத்திரை ஊடாகக் கோபம் கொப்பளிக்க பேகம் சாகிபா பார்த்துக்கொண்டிருந்தார். அவரது கைகள் இறுகப் பிணைந்திருந்தன. லக்னோவாசிகள் அனைவரும் வீணாய்ப்போன பலவீனர்கள் என சிவப்பன் கீழ்த்தரமாகக் கூறியதை அமாவின் செயல் ஊர்ஜிதப்படுத்திவிட்டதையும் அமா அப்போது அறியவில்லை.

○○○

காவல் நிலையத்தில், சிவப்பன் அமாவின் கன்னத்தில் ஓங்கி அறைந்தான். அவள் கண்ணில் பொறி பறக்க, புழுதி எழுந்தடங்கியது. பேகம் சாகிபா விழிகளில் வெறுப்பு உமிழ, "பார்த்தாயா? அநாகரிகச் செயலால் நன்மையேதும் விளையாது" எனத் தன்னைப் பழிப்பதாக அமாவுக்குத் தோன்றியது. மூக்குமுட்டக் குடித்திருந்த சிவப்பன்தான் இப்போது சிறைக்காவலர். அவளைப் போன்று சட்டத்தை மதிக்காத இந்தியர்களைச் சிறையில் தள்ளுவதற்காகக் கம்பெனி அவனுக்கு வெகுமதிகள் அளித்துக்கொண்டிருந்தது.

அவனது முதல் அடி அமாவுக்கு சிராய்ப்பை உண்டாக்கியது; இரண்டாம் மூன்றாம் அடிகள் அவள் சருமத்தைக் காயப்படுத்தின. ஆளுநர் மாளிகைத் தோட்டத்தில் அவன்மீது அவள் மண்கட்டியை எறிந்த ஒரு மணிநேரத்திற்குள் இவையெல்லாம் நடந்தேறிவிட்டன. அவளிருந்த சிறையறை முழுவதும் அவனது உடல் அடைத்துக்கொண்டு நின்றது. வைன் மணமும் சுருட்டுப்புகை நாற்றமும் அவனது கோட்டில் இருந்து எழ, அவளது நெஞ்சின் அருகே அவனது துப்பாக்கிமுனை இருந்தது.

அவளைச் சிறையறைக்குள் எறிந்தான். ஏன் இத்தனை வன்மம் அவனுக்கு? அப்போது அவளது சட்டையிலிருந்து விழுந்த நாணயத்தை எடுத்துத் தன் பைக்குள் போட்டுக்கொண்டு சிவப்பன் சிறையைப் பூட்டி விட்டுச் சென்றான். "உங்கள் சட்டதிட்டங்களெல்லாம் அரச குடும்பத்தினரிடம் செல்லாது" என அமா உருதுவில் அவனிடம் கூறினாள்.

“உளவாளி என்ற முறையில் உன்மீது என் சட்டம் பாயும், பையனே” என அவன் ஆங்கிலமும் உருதுவும் கலந்து முணுமுணுத்தான். அவளது நாணயத்தைச் சுண்டிக்காட்டி, “கண்டெடுத்தவர்களுக்கே பொருள் சொந்தம்” என்றான்.

அமா இருந்த சிறையறையைப்போல அவனும் அருவருப்பானவனே. அந்த அறையின் ஒவ்வொரு இடுக்கிலும் அழுக்கு மண்டிக்கிடந்தது; தரையில் உலர்ந்துகிடந்த மலத்தின்மீது ஈக்கள் மொய்த்தன. அவனது பரிகாசங்கள் யாவும் உப்புத் துகள்கள்போலே அவளது காயங்களின்மீது பட்டு எரிந்தன. அமா இருந்த சிறையின் எதிரே பளபளக்கும் சால்வை அணிந்த ஆணொருவரும் அவமானம் பொங்க அமர்ந்திருந்தார். அறையின் நடுவேயிருந்த மேஜையின் முன் இருந்த சிவப்பனை நோக்கி, “எனது மனுவைப் படித்துவிட்டார்களா இல்லையா?” எனக் கேட்டார். ஆனால் அவன் அவருக்குப் பதிலளிக்கவில்லை.

சிறைக்குள்ளிருந்த அம்மனிதரின் பெயர் அலி ஷா. சிறையறையின் பின்பகுதிக்குச் சென்று அவர் வாந்தியெடுக்கும் சத்தம் கேட்டது. இவ்வளவு அருவருப்பான ஓர் அறையை அவர் தன் வாழ்நாளிலேயே பார்த்திருக்கமாட்டார். லக்னோவின் தலைமை நகரக்காவலர், பக்கவாட்டு அலுவலக அறையிலிருந்து வெளியே வந்தார். நல்ல உயரமும் சாம்பல்நிற மீசையும் கொண்ட அவருக்கு மன்னர் பல வருடங்களாகக் கணிசமான தொகையை ஊதியமாக வழங்கிவந்திருக்கிறார். இருந்தபோதும் கடந்த சில மாதங்களாக கம்பெனி அவருக்கு அளித்த லஞ்சப் பணத்திற்கு மதிமயங்கி அவர்களுக்கு ஏவல் செய்துவருகிறார். அலி ஷாவை உணவருந்த வைக்க வேண்டுமென அந்த அதிகாரி எண்ணினார். “ஆளுநரின் ஆய்வை முன்வைத்தேனும் அலி ஷா உடல்நலத்துடன் இருக்க வேண்டும்” என சிவப்பனிடம் கூறினார்.

பின்மதியம், அலி ஷா வெளியே வெறித்துப் பார்த்தபடி சிறைக் கம்பிகளின்மீது சாய்ந்திருந்தார். அவருக்கான உணவுப் பானை சீண்டப்படாமல் ஆணியில் தொங்கிக்கொண்டிருந்தது. அருகேயிருந்த சிறிய சிறைச்சாலைக்குள் அடைக்கப்பட்டிருந்தவர்கள் நடப்பதும் இருமுவதும் காவல்நிலையப் பின்கதவின் வழியே கேட்டது. சிவப்பனும் நகரக்காவலரும் புகைப்பிடிப்பதற்காகக் காவல்நிலைய முன்கதவின் வழியே வெளியே சென்றனர்.

அலி ஷாவும் அமாவும் கம்பிகளின் வழியாக மெல்லிய குரலில் பேசத்துவங்கினர். கடைத்தெருவின் இரைச்சலும் காற்சலங்கையொலிகளும் அவர்களின் உரையாடலை மறைத்துவிட்டன. கிராம நிலவுடைமையாளரான அலி ஷா, புதிய நிலவரியை இன்னும் செலுத்தவில்லை. முன்னர் தன் தந்தையார் அணிந்திருந்த அதே அழகிய சால்வையைத்தான் தற்போது அலி ஷாவும் அணிந்திருந்தார். பல்லாண்டுகளாக, தலைமுறை தலைமுறையாக அவர்கள் அணிந்துவரும் சால்வை அது.

“நீரிணைப் பகுதிகளில் இருப்பதை விடவும் இங்கு தண்டனை பரவாயில்லை. சிங்கப்பூருக்கோ, பினாங்கிற்கோ, மலாக்காவிற்கோ அவர்கள் நம்மை நாடுகடத்தவில்லையே எனச் சந்தோசப்படுங்கள்” என்றாள் அமா.

"அங்கெல்லாம் யாரை அனுப்புவார்கள்?" என அவர் கேட்டார்.

அமா தோள்களைக் குலுக்கினாள், "ஆங்கிலேயர்கள் யாருக்குக் கடும் தண்டனையளிக்க விரும்புகிறார்களோ அவர்களை. அங்கு கைதிகள் கடும் உடலுழைப்புச் செய்ய வேண்டியிருக்குமாம். அங்கு செல்வோர் திரும்பி வருவதேயில்லையாம்" என்றாள்.

அலி ஷாவிடம் அவரை விடுவிக்கத் தேவையான பணத்தைத் தான் தருவதாக அமா கூறியபோது அவர் மறுத்துவிட்டார். அவரது குடும்ப நிலத்தை ஆங்கிலேயர்கள் பறித்துக்கொண்டனர். அதை மீட்கவே அவர் மனுவளித்துள்ளார், குமாஸ்தாக்களோ தத்தம் வேலையில் மூழ்கியிருந்தனர். "இங்கு போர்தான் நிகழவில்லையே தவிர, அவத் ஆங்கிலேயர்களால் கைப்பற்றப்பட்ட நாடுபோலவும், நம் அனைவரையும் முற்றிலும் வீழ்த்தி விட்டதைப்போலவும்தான் அவர்கள் நடந்துகொள்கின்றனர்" என்றார் அவர்.

மன்னருக்குத் தான் பணிவிடை செய்துவந்ததையும், தன் தோழி பேகம் சாகிபா குறித்தும், ஆங்கிலேயன்மீது தானெறிந்த மண்கட்டியைப் பற்றியும் அவரிடம் கூறியபடியே வந்த அமா, லக்னோவாசிகள் குறித்த ஆங்கிலேயரின் அவதூறுகளை மெய்ப்படுத்துவதுபோலத் தனது செயல் அமைந்து விட்டதென வருந்தினாள், "நான் அநாகரிகமாக நடந்துகொண்டேன்" என்றாள்.

"அவர்களின் கவனத்தைப் பெறவேண்டுமானால் நாம் அப்படித்தான் நடக்க வேண்டும் போலிருக்கிறது" என்றார் அவர்.

"உங்களை நீங்களே வருத்திக் கொள்ளாதீர்கள் அலி ஷா, தயவுசெய்து கொஞ்சமேனும் உண்ணுங்கள்" என்றாள் அமா.

அலிஷா உணவுப் பானையிலிருந்த கடைசிப்பருக்கை வரை உண்டு முடித்தார்.

காவல் நிலையத்தினுள் நுழைந்த நகரக்காவலர் வெள்ளீயக் கோப்பையில் வைனை ஊற்றிப் பருகினார். அலி ஷாவின் சிறையறைக்குச் சென்று உணவுப் பானையை நோட்டமிட்டு, "பார்த்தீரா, உமக்குப் பசி இருந்திருக்கிறது" என்றார்.

பசியைப் புறக்கணித்து அமா அன்றைய மாலை வேளை முழுதும் உறக்கமும் விழிப்புமாய்க் கழித்தாள். நகரக்காவலரும் சிவப்பனும் உரக்க உரையாடுவது அருகிலிருந்த அலுவலக அறையிலிருந்து கேட்டது. மூங்கில் நாற்காலிகள் இழுபடும் சத்தம், இரும்புச்சாவிகள் எறியப்படும் ஓசை, கிணிங் கிணிங்கென எழும் மதுபோத்தல்களின் ஒலிகள் கேட்டன. எங்கும் வைன் நாற்றம்! அமாவைச் சுற்றிலும் மட்டுமல்லாது, அவளது ஈரப்பதம்மிக்கக் கன்னங்களிலும்கூட இனிப்பு வினிகரையொத்த அந்த நாற்றம் தொக்கி நின்றது.

காலையில் எழுந்ததும் அமாவிற்குக் கிழங்கான் மீனும் சோறும் சாப்பிட வேண்டும் போலிருந்தது. ஐஸ்கட்டிகளில் பொதிந்த மாம்பழத் துண்டுகள், இனிப்பு வெங்காயம் தூவிய கோழியிறைச்சி கபாப்களும் உண்ண விரும்பினாள். உப்பிய பூரிகளும் ருசிமிக்கக் குழம்பும் நினைவில்

எழுவதை அமாவால் தடுக்கவே முடியவில்லை. பேகம் சாகிபாதான் இப்படி சில்மிஷம் செய்கிறாரெனவும், தன்னைத் தண்டிக்கவே இதுபோன்ற ஆசைகளைத் தூண்டிவிடுகிறார் எனவும் அமா எண்ணிக்கொண்டாள்.

○○○

நகரக்காவலர் எப்போது தனியாக இருப்பார் என அமா காத்திருந்தாள். காவல்நிலையச் சுவர்களில் நீலநிறப் பீங்கான் போத்தல்கள் உடைபடும் சத்தம்கேட்டு அவர் முகம் சுளித்தார். அவரது சுவாசத்தில் புளித்த வைன் நாற்றமடித்தது. உயரமாய், திடகாத்திரமாய் இருந்தார். அவரின் மீசையும், மங்கலான விழிகளும் சாம்பல்வண்ணமாய் இருந்தன. அமா மன்னரின் பெண் காவலாளர் தான் எனவும், பேகம் சாகியாவின் உற்ற தோழி எனவும் எடுத்துச்சொல்லித் தன்னை விடுவிக்கக் கோரிக்கை வைத்ததை அவர் செவிமடுத்த விதம் அவர் பழைய ஆளாக மாறிவிட்டாரோ என்று தோன்றவைத்தது. அறை நடுவேயிருந்த மேஜையின்முன் நின்றவாறு, அவர் மீசையை முறுக்கிக்கொண்டார். சிவப்பன் எழுதிய பதிவுகளை ஆராய்ந்தார். அவன் பெயர் மிஸ்டர். ஜான் கிரகாம் எனக் குறிப்பிட்டார். அமா இதுவரை இப்படியொரு பெயரைக் கேள்விப்பட்டதேயில்லை. நகரக்காவலர் தாடையைத் தடவியபடியே, “மிஸ்டர். கிரகாம் உன்னையொரு வேலைகாரப் பையன் எனத்தான் நினைத்திருக்கிறார். நீ இடைஞ்சல் கொடுக்கும் ஆளாய் இருப்பாய் என்று நான் நினைத்தேன்” என்றவர் சன்னல்வழியாகப் பார்த்தபடியே, “ஆய்வு நடைபெறவிருக்கும் இச்சமயத்தில் ஒரு பெண்ணை இங்கே வைத்திருப்பது சரியில்லை” என்றார்.

அவருக்கு, பேகம் சாகிபாவைப் பிடிக்கும். பேகம் சாகிபா குறித்து அவர் அறிந்துமிருந்தார்.

அருகிலிருந்த அலுவலகத்திற்குச் சென்று மூன்று பறவைக் கூண்டுகளைக் கொண்டுவந்தார், பசும்பொன் சிறகுகள் படபடத்திடும் பட்டுப்புறாக்கள் அதிலிருந்தன. மன்னரின் விலங்குகள் ஆங்கிலேயர்களால் ஏலத்தில் விற்கப்பட்டபோது இவர் துணிந்து இப்பறவைகளை வாங்கியுள்ளார். கூண்டுக்கம்பிகளின் வழியே விரலை நுழைத்து அவற்றைத் தடவிக் கொடுத்தார். பழைய சப்பாத்தித்துண்டுகளை அவற்றுக்கு ஊட்டினார். “இவற்றை வாங்கி மன்னருக்கான என் நன்றிக்கடனைத் தீர்த்துவிட்டேன்” என்றவர், சரியான சமயம் வாய்க்கும்போது இப்பறவைகளை அரசிடமே ஒப்படைக்கப்போவதாகவும் கூறினார்.

குற்றவுணர்வில் இருந்து தப்பித்துக்கொள்ளவே அமாவிடம் இதை அவர் கூறியுள்ளார் என்பதை அவள் உணர்ந்தபோதும், பறவைகளை இதுநாள்வரை வெகுசிறப்பாய்ப் பராமரித்ததற்காக பேகம் சாகிபா அவரைப் பாராட்டிப் பரிசளிப்பாரென அவரிடம் கூறவும் ஏனோ தயங்கினாள். அவளை விடுவிக்க நகரக்காவலர் சாவிகளை எடுக்கச் சென்றபோது, அமா கூண்டுகளில் இருந்த புறாக்களிடம், “நானும் வீடு திரும்பவே விரும்புகிறேன்” எனக் கிசுகிசுத்தாள்.

○○○

பேகம் சாகிபாவின் தோட்டத்தில், உறக்கத்தில் சிணுங்கும் புலிக்குட்டி ஷாசாதியையே அமா வைத்தகண் வாங்காமல் பார்த்துக்கொண்டிருந்தாள்.

“அடுத்து என்ன செய்வதாக உத்தேசம்” என அவளிடம் பேகம் சாகிபா கடுமையாகக் கேட்டார். அலி ஷாவைச் சிறையிலிருந்து விடுவிக்கத் தேவையான பணத்தை வேலைக்காரச் சிறுவன் மூலம் அவர் கொடுத்தனுப்பி விட்டார். பேகம் சாகிபா அசையாது நின்றிருந்தார். அவர் அணிந்திருந்த முக்காட்டை நனைத்த வியர்வை, பூத்தையல் வேலைப்பாடுகள் நிறைந்த அவரது இளஞ்சிவப்புவண்ணச் சட்டையின் கழுத்துப் பகுதியில் இறங்கியது.

“உங்களின் அருகிலேயே இருக்கப்போகிறேன்.”

“முரட்டுத்தனம் மீண்டும் தலைதூக்குமா?”

“இன்னொருமுறை அப்படி நடக்காது.”

“அது நம் வழக்கமுமில்லை” என்றபோது அவர் குரல் கோபத்தில் இறுகிப்போயிருந்தது.

“வரவிருக்கும் புதுவருடத்தில் சர் ஹென்றி லாரன்ஸ் புதிய தலைமை ஆணையராகப் பதவியேற்கவிருக்கிறார். விவேகம் மிக்கவராகத் தோன்றுகிறார் அவர். நம் நகரத்தை நன்கு அறிந்துள்ளார், இங்கு நிகழ்ந்துள்ள மாற்றங்களில் அவருக்கும் ஒப்புதலில்லை” என்றார். அமாவை உற்றுப் பார்த்தபடியே, “தந்திக்கம்பிகளை அறுத்தெறிய சாயுடன் சேர்ந்து சதித்திட்டம் தீட்டினாய் என அவன் என்னிடம் கூறினான். அதையும் நீ செய்யக் கூடாது” என்றார்.

அமாவின் விழிகள் கவிழ்ந்தன “மாட்டேன்” என்றாள்.

இதற்கெல்லாம் பதிலாக அவள் என்ன செய்ய முடியும்? பேகம் சாகிபாவின் விருப்பத்திற்குரிய வீனஸ் நெப்போலியன் சிலைகளைச் செப்பனிடலாம், இடித்துத்தள்ளப்பட்ட கடைகளினருகே இருந்த கடற்மனிதன் சிலைகளுக்குக் காரை பூசலாம். இண்டிகோ நீலமும், போகன்வில்லா இளஞ்சிவப்பும், கிளிஞ்சல்களின் வெண்ணிறமும் பூசலாம்.

“உறுதியாக?”

“உறுதியாக!”

“அப்படியானால் சரி” என்றபோது பேகம் சாகிபாவின் கண்கள் நெகிழ்ந்திருந்தன, குரலில் நேசமிருந்தது. தனது முக்காட்டில் சிக்கிக்கொண்ட காதணியின் முத்துச்சரமொன்றைப் பிரித்துவிட்டார். “நான் சொல்வதைக் கேள் அமா. மகிழ்வான நிகழ்வொன்றின் வழியாக நாம் செயல்படத் துவங்கலாம். விழாவொன்றை ஏற்பாடு செய்வோம், லக்னோவாழ் மக்கள் அனைவரையும் அவ்விழாவிற்கு வரவழைப்போம். சர் ஹென்றி லாரன்சைப் பற்றி அவர்களிடம் கூறுவோம். நகரில் பணியிழந்த அனைத்துத் தொழிலாளர்களும் விழாவில் கலந்துகொள்ளுமாறு அழைப்பு விடுப்போம். அனைவரையும் அழைப்போம் – ஓய்வூதியமின்றி அலைந்து திரியும் முதிய இராணுவ வீரர்கள், நமது தாசிகள், பிரபுக் குடும்பத்தினர், வியாபாரிகள், தன வணிகர்கள், பட்டம் பறக்கவிடுவோர், ஷேக்ஸ்பியர் நாடக நடிகர்கள், வணிகர்கள் என அனைவரும் இவ்விழாவிற்கு வருகைதர வேண்டும்.”

7

ஆங்கிலேயர்கள் கையகப்படுத்திய இந்திய நகரங்களிலேயே லக்னோதான் நன்னம்பிக்கை ததும்பும் நகரமாகத் திகழ்ந்தது. இந்துக்களும் ஜைனர்களும் சேர்ந்து தீபாவளிப் பண்டிகையைக் கொண்டாட, வான் முழுவதும் வண்ண ஒளிகளால் நிறைந்திருந்தது. பட்டாசுகளின் வெடிச்சத்தம் ஊரெங்கும் கேட்டது. முஸ்லீம்கள் காலைத் தொழுகையில் ஈடுபட்டிருந்தனர். கிறித்துமஸுக்கு முந்தைய வாரங்களின் பிரார்த்தனைகளுக்காக கம்பெனிக் குடும்பத்தார்கள் தேவாலயத்தில் கூடியிருந்தனர். வரவிருக்கும் விடுமுறையையொட்டித் தேவதாரு மரத்தை அலங்காரம் செய்யுமாறு விக்டோரியா மகாராணி பொதுமக்களுக்கு அறிவித்திருந்தார், எனவே இங்கிருந்த முதிய மாமரங்களெல்லாம் கிறித்துமஸுக்காக அலங்கரிக்கப்பட்டிருந்தன. ஆளுநர் மாளிகையினுள்ளே இடையறாமல் பேக்பைப்பர் இசைக்கருவிகள் ஒலித்துக்கொண்டிருந்தன.

பிரபுவொருவரின் தோட்டத்தில் வெளிர்மஞ்சள்நிறப் பூக்கள் கரைகட்டி நின்ற மதில்களைக் கடந்துசென்றாள் அமா. தோட்டத்தில் வாடிய மலர்களைக் கொய்துகொண்டிருந்த பிரபுவின் மனைவியாரிடம் பேகம் சாகிபாவின் விழா அழைப்பிதழை வழங்கினாள். லக்னோவாசிகள் பலரும் மூட்டைமுடிச்சுகளோடு கிளம்பி, இங்கிருந்து எண்பது மைல்கள் தொலைவில் இருந்த பைசாபாத் நகரத்திற்குச் சென்றுவிட்டபோதும் பிரபுவும் அவர் மனைவியாரும் மட்டும் இங்கேயே தங்கிவிட்டனர். லக்னோவாசிகளை பேகம் சாகிபாவின் விழாவிற்கு வரவேற்கும் அவ்விழைப்பிதழில் அம்முதியவள் பார்வையைச் செலுத்தினார், அவர் முகத்தில் வியப்பும் ஆமோதிப்பும் அடுத்தடுத்துத் தோன்றின. “மாஷா அல்லா” என்றபடியே அழைப்பிதழைக் கக்கத்தில் வைத்துக்கொண்டு, “அமா, நீ பார்க்க நன்றாக இருக்கிறாய். நல்ல வேலையும் செய்துள்ளாய். உன்னால் உன் குடும்பத்துக்கு நிச்சயம் பெருமைதான்” என்றார்.

அமா தலைவணங்கி, “விழாவிற்குக் கட்டாயம் வந்துவிடுங்கள்” எனக்கூறி விடைபெற்றாள்.

❍❍❍

பேகம் சாகிபாவின் தோட்டத்தில் நடைபெற்ற அவரது விழாவிற்கு நகரக்காவலர்தான் முதலில் வருகைதந்தார். "புறாக்கள் உங்களிடமே திரும்பிவிட்டன" என அமாவிடம் அவர் கூறினார். பரந்துவிரிந்த கூடார நிழலில் பசும்பொன் பட்டுப்புறாக்களோடு மூன்று கூண்டுகள் இருந்தன. பேகம் சாகிபா அவற்றின் அருகிலேயே நின்றிருந்தபோதும் புறாக்களை ஏறிட்டுப் பார்க்கவில்லை. நகரக்காவலரை மட்டும் ஒரு பார்வை பார்த்து விட்டுத் தொலைவில் வெறித்தார். அச்சமயம் அவரது கண்ணிமைகள் படபடத்தன. அமா பேகம் சாகிபாவையே கவனித்துக்கொண்டிருந்தாள். பேகம் சாகிபாவின் பாவனை, "இங்கு ஏற்பட்டுள்ள மாற்றங்களினால் ஆதாயம் பெற்ற ஒருவரை, ஆங்கிலேயர்களுடன் கூடிக் குடித்துக் கும்மாளமிடும் ஒருவரை, இவ்விழாவிற்கு அழைத்தது சரிதானா?" என அவர் அல்லாவிடம் கேட்பதைப்போலிருந்தது.

விழாவிற்கு வருவோரைக் கண்காணிக்க அமா தோட்டத்தின் இரும்புக் கதவருகே சென்று நின்றாள். அண்டை அயலார் எல்லோரும் வரத்துவங்கினர் – ஓய்வூதியத்தை இழந்துவிட்ட மன்னரின் படைவீரர்கள், தானிய ஒப்பந்ததாரர்கள், ஏடு கட்டுபவர்கள், அரசுப் படகின் மாலுமிகள், மிருகக்காட்சிச் சாலைப் பணியாளர்கள், உருவப்படம் தீட்டுபவர்கள், நடிகர்கள், செய்தித்தாள் எழுத்தர்கள், நகராட்சிப் பணியாளர்கள், கட்டிட வல்லுநர்கள், குடும்பமாய் வருகைதரும் பிரபுக்கள் சிலர், வெற்றிலைத்தாம்பூலம் தயாரிப்போர், நடனக் கலைஞர்கள், மயிற்பீலியால் காற்றுவீசும் பணியாளர்கள் என வேலையிழந்து தவிக்கும் அனைவரும் வந்திருந்தனர். ஷியா கவிஞர்களும் சுன்னி நிர்வாகிகளும் வந்தனர். அமாவைப்போல் ரோஜாப்படையைச் சேர்ந்த பெண்களும் வந்தனர். சந்துகளுக்குள் இருந்த அடுக்குமாடி வீடுகளில் இருந்தும், அஸ்ரத்கஞ்சின் சொகுசு வீடுகளில் இருந்தும், பிரதான கடைத்தெருக் கடைகளில் இருந்தும், கைசர்பாக்கின் ஒவ்வொரு குடியிருப்பில் இருந்தும் லக்னோவாசிகள் வந்தனர். தமக்குள் யார் செல்வாக்குமிக்கோர் எனச் சண்டையிட்டுக் கொள்வோரும், பேகம் சாகிபாவை வெறுப்புடன் பார்ப்போருமான மன்னரின் மனைவிமார்கள் சிலரும்கூட விழாவிற்கு வந்திருந்தனர். கருப்பு புர்காக்கள் அணிந்து தாசிகள் வந்தனர். அரசவை உறுப்பினர்களும் வழக்கறிஞர்களும் வந்தனர்; இந்தியப் பெருங்கடலைக் கடந்து, பருவக்காற்றிலும் நறுமணம்மிக்க இளங்காற்றிலும் மிதந்துவந்து இங்கு சேர்ந்ததோடு லக்னோவாசிகளை மணந்துகொண்டு இங்கேயே தங்கிவிட்ட கிழக்காப்பிரிக்க மாலுமிகள், படைவீரர்கள், வணிகர்கள், மற்றும் அடிமைகளின் வம்சாவளிகளும் வந்தனர். கிழக்காப்பிரிக்க இந்தியர்கள் என விளிக்கப்படும் அவர்களின் பண்டைய ஆப்பிரிக்க நினைவுகளோடு புராதன லக்னோவின் நினைவுகளும் கூடிக்களிப்பது வழக்கம், மன்னருக்கான தம் நன்றியை பேகம் சாகிபாவுடன் பகிர்ந்துகொள்ளவே அந்தக் கிழக்காப்பிரிக்க இந்தியர்கள் இன்று வருகை தந்துள்ளனர். "சலாம்" என அமாவிடம் கூறியபடியே அவளைக் கடந்து தோட்டத்தினுள் சென்றனர். பேகம் சாகிபாவின் தரைவிரிப்புகளில் சிலரும், புல்வெளிகளில் சிலருமாக அமர்ந்துகொண்டனர்.

வணிகன் அபி வாயிலை நோக்கி வருவதைக் கண்டதும் அமா விரைந்து சென்றாள். ஆங்கில நண்பர்கள் புடைசூழ இல்லாமல் தனியே

வந்திருந்தவனிடம், "நீ செய்வதற்கு வேறேதுவும் உருப்படியான வேலை இல்லையா?" எனக் கேட்டாள்.

"விழாவிற்கு அனைவரையும்தானே அழைத்துள்ளீர்கள்" பேகம் சாகிபாவின் அழைப்பிதழை உயர்த்திக் காட்டியபடியே அபி கூறினான்.

அமா இரும்புக் கதவை இழுத்துச் சாத்தினாள். "மிகவும் தாமதமாக வந்துவிட்டாய். தோட்டம் நிரம்பிவிட்டது. உனக்கு இடமில்லை" என்றாள். அவன் கறைபடிந்த பற்கள் தெரிய கதவின் கம்பிகள் வழியே அவளைப் பார்த்துச் சிரித்தான். அவன் திரும்பிச் செல்லும்வரை அமா அங்கேயே நின்றாள்.

கூடாரத்தினுள்ளே குல்பதன் இருந்தார்; சாயைக் காணவில்லை. கைசர்பாக் அரண்மனைக் கூடத்தை முதியவர் காசிமும் பாத்திமாவும் மற்றக் காவலர்களுடன் சேர்ந்து காத்துநின்றிருந்தனர். ஹசன் உடனில்லாமல் லைலா சித்தி மட்டும் கூடாரத்தின் கழியொன்றின் அருகே நின்றுகொண்டிருப்பதை அமா கண்டாள். அமாவின் சித்திமகன் வேலையிழந்த விரக்தியில் ஆங்கிலேயக் கம்பெனியின் வரிவசூல் அலுவலகத்தில் குதிரைகளைப் பராமரிக்கும் பணியில் சேர்ந்துவிட்டதாக அரண்மனையில் பேசிக்கொண்டார்கள். அவளுடன் சிறையிலிருந்த அலிஷா போன்ற நிலவுடைமையாளர்களிடம் இருந்து அநியாய வரிவசூல் செய்யும் அதிகாரிகளின் குதிரைகள்தான் அவை.

அமா லைலா சித்தியிடம் சென்று, "தஸ்லீம், சித்தி" என்றாள்.

அவள் பக்கம் திரும்பாமல் கூட்டத்தினரையே லைலா சித்தி பார்த்துக்கொண்டிருந்தார், இறுதியாக "தஸ்லீம், சிறையில் நீ நேரத்தை வீணடித்துக்கொண்டிருந்தபோது, கல்கத்தாவிலிருக்கும் அரச ஊழியர்கள் பற்றிய செய்தியோடு தூதுவர்கள் திரும்பிவந்தனர். அவர்கள் கொண்டுவந்த செய்தியைக் குறிப்பெழுதி வேலைக்காரப் பையன் ஒருவனிடம் கொடுத்து அரண்மனைக்கு அனுப்பிவிட்டார் குல்பதன்" என்றார்.

அவரே மேற்கொண்டு பேசட்டுமென அமா காத்திருந்தாள்.

"உன் தாயார் உடல்நலமற்று இருக்கிறார்" எனக் கூறியபோதும் லைலா சித்தியின் பார்வை கூட்டத்தினர் மீதே பதிந்திருந்தது.

"என்னாயிற்று?"

"படுத்த படுக்கையாகிவிட்டார். இங்கு தயாரிக்கப்படும் யுனானி மருந்துகள் அவருக்குத் தேவைப்படுகின்றன."

"இன்றே அவற்றை அனுப்பிவிடுகிறேன்" என்றாள் அமா.

"தேவையில்லை. நான் முன்னரே அவற்றைத் தூதுவர்களிடம் ஒப்படைத்துவிட்டேன்" என்றபோதும் சித்தி அவளை ஏறிட்டுப் பார்க்கவேயில்லை.

"தூதுவர்கள் எப்போது இங்கிருந்து கிளம்புகிறார்கள்?"

"இன்றிரவு."

கூட்டத்தின் முன்பகுதியிலிருந்த பேகம் சாகிபா அமாவை அழைத்தார். மறுபேச்சின்றி அமா முன்னே சென்று பிர்ஜிஸின் அருகே நின்று கொண்டாள். அழகிய, கொழுத்த புலியைப்போலிருந்த பிர்ஜிஸ் அவளைப் பார்த்துப் புன்னகைத்தான். ஆனால் லைலா சித்தி கூறிய செய்தியிலிருந்து வெளிவர இயலாத அமாவால் விழாவில் ஒன்ற முடியவில்லை. பேகம் சாகிபா அணிந்திருந்த நீள்சட்டை பைஜாமா மீதோ, பூத்தையல் வேலைப்பாட்டில் சிறு மீன்கள் மின்னிய அவரது முக்காட்டின் மீதோ, அவரது கைவளையல்கள் மீதோ எதிலுமே அமாவின் கவனம் செல்லவில்லை. தனது தோழியின் முக்காட்டில் இருந்து அலையலையாகக் கருங்கூந்தல் நழுவி அவரது முகத்தில் விழுவதைக் கண்டாள். அப்போதும் லைலா சித்தி கூறிய செய்தி அசையாது அவள் முன்னே நின்றது. தனது கடமையை மட்டும் சிந்திக்க அமா முயன்றாள். அபி தோட்டத்துச் சுவரின் மறுபக்கமிருந்து ஒட்டுக்கேட்கிறானோ என அவளுக்கு ஒரு சந்தேகம் எழுந்தது. இந்தக் கற்சுவர்கள் மிக உயரமானவை. எனவே அவன் காதில் எதுவும் விழ வாய்ப்பில்லை. தனது தாயார் குறித்த செய்தியில் சின்னதாய் ஓர் ஆசுவாசம். தூதுவர்கள் இன்னும் லக்னோவில்தான் உள்ளனர், இப்போது முற்பகல் நேரம்தான் ஆகிறது. தாயாருக்கு எதையேனும் கொடுத்தனுப்ப அவளுக்கு இன்னும் கொஞ்சம் நேரம் இருக்கிறது.

“எனதன்பு நண்பர்களே, உங்கள் அனைவரையும் மனதார வரவேற்கிறேன், அனைவருக்கும் அமைதி உண்டாகட்டும்!” என பேகம் சாகிபா தன் பேச்சைத் துவங்கினார். “இந்தியர்கள் கூட்டம் கூட்டுவது தமது புதிய சட்டங்களுக்கு எதிரானது என ஆங்கிலேயர்கள் கூறுகின்றனர். கைசர்பாக் அரண்மனைக்குரியோர் எனச் சாசனப்படுத்தப்பட்டோருக்கு அச்சட்டத்திலிருந்து விலக்கு உண்டென அவர்களுக்கு நினைவுபடுத்தினேன். நீங்களும் எங்களைப் போன்றே அரண்மனைவாசிகளா என்பது ஒரு பொருட்டேயல்ல. எனவே நீங்கள் எதற்கும் அஞ்சத் தேவையில்லை. அவர்கள் நம்மை வேறுபடுத்திப் பார்க்கமாட்டார்கள்” என்றார்.

கூட்டதில் மெல்லிய நகைப்பொலி எழுந்தது.

“மன்னர் இன்னும் வரவில்லை. கல்கத்தாவில் அவரளித்த சமீபத்திய மனுகுறித்த செய்தியறியக் காத்திருக்கிறோம். நம் ராஜமாதா இங்கிலாந்தில் தங்கியுள்ளார். அங்கு விக்டோரியா மகாராணியாரைச் சந்திப்பதற்காக அவர் காத்திருக்கிறார்.”

மன்னரிடம் பணிபுரிந்த முதிய கட்டிடக்கலை வல்லுநர் ஒருவர் எழுந்து பேகம் சாகிபாவை வணங்கிவிட்டு, “பேகம் சாகிபா அவர்களே, லக்னோவில் நமது மனுக்கள் அனைத்துமே நிராகரிக்கப்படுகின்றன. நமது செல்வ வளங்களைச் சுரண்டியெடுக்க ஆங்கிலேயர்கள் அனைத்து வழிகளிலும் முயல்கின்றனர்” என்றார்.

“உண்மைதான். இந்நகரை மீண்டும் சகஜ நிலைக்குக் கொண்டுவர லக்னோவில் உள்ள கம்பெனியாரைப் புறக்கணித்துவிட்டு அரசக் குடும்பத்தினர் லண்டனிலும் கல்கத்தாவிலும் தம்மால் இயன்ற முயற்சிகளை மேற்கொண்டுள்ளனர். நடப்பவையெல்லாம் அதிர்ச்சியளிக்கின்றன.

ஆங்கிலேயர்கள் நம்மிடமிருந்துக் கடனாகப் பெற்ற பல லட்சம் ரூபாய்களைத் திருப்பியளிக்க வேண்டியுள்ள நிலையில் அதை நாம் பெருந்தன்மையுடன் விட்டுக்கொடுத்துவிட்டோம். ஆனால் லக்னோவில் ஆங்கிலேய ரூபாய்களைப் புழக்கத்திற்குக் கொண்டுவருவதற்காக மன்னரின் ரூபாய் உற்பத்தியை நிறுத்தச்சொல்லி ஆங்கிலேயர்கள் ஆணையிட்டுள்ளனராம். நீங்களெல்லாம், நீங்களென்றால் நம் மக்களனைவரும் மன்னர்மேல் அதிருப்தியில் இருப்பதைப் போன்ற பாவனையை ஆங்கிலேயர்களே பொய்யாக உருவாக்கி, நமது விலங்குகளையும் மன்னரின் சொத்துக்கள் சிலவற்றையும் பிடுங்கிச் சென்றுவிட்டனர். நம்மையும் காப்பதுபோல் பாசாங்கு செய்கின்றனர்" என்றார் பேகம் சாகிபா.

பிரபு ஒருவர், "நமது மன்னரைப்போல் மக்களின் அர்ப்பணிப்பையும் நன்றியையும் பெற்றுள்ள மன்னர் வேறெவரும் இங்கில்லை. எங்களைக் காக்க எவரும் வரவேண்டியதும் இல்லை. பேகம் சாகிபா, இனியும் இந்த அபத்தத்தை எங்களால் பொறுத்துக்கொள்ள முடியாது" என்று கொந்தளித்தார்.

பேகம் சாகிபா கையை உயர்த்தினார், "ஆம், நம்மால் இதைப் பொறுத்துகொள்ள முடியாதுதான். அதேநேரம் நாம் நம் நிதானத்தையும் இழந்துவிடக் கூடாது. நாசகாரச் செயல்களில் ஈடுபடுவது நமக்கு எவ்விதத்திலும் உதவாது. அவர்களின் பேராசை நம்மை விழுங்கிவிட அனுமதிக்கக் கூடாது. நமக்கென ஏராளமான பொருளாதார உதவிகள் காத்திருக்கின்றன. இந்நிலையில் என்னால் இதில் எவ்வாறெல்லாம் உதவ முடியுமென்பதை இங்கிருக்கும் பலரிடமும் முன்னரே கலந்தாலோசித்துவிட்டேன். மற்றவர்களும் இதுதொடர்பாய் என்னைச் சந்திப்பது நலம். இத்தனை அபகரிப்புகளுக்குப் பிறகும் செல்வவளம் குன்றாமல் இருக்கும் பலரிடமும் பேசிவிட்டேன். இன்னும் நம்மிடம் நிறையச் செல்வம் உண்டென்பதற்கு இதோ நாமே சாட்சியாக நிற்கின்றோம். புதிய ஆங்கிலேயத் தலைமை ஆணையர் வருகைதர இருக்கிறார். அவர் பெயர் சர் ஹென்றி லாரன்ஸ். கூடியவிரைவிலேயே அவர் இங்கு பதவியேற்றுவிடுவார். லாரன்ஸ் மரியாதைமிக்க நபரெனவும், லக்னோமீது ஆழமான விருப்பம் கொண்டவரெனவும் கேள்விப்பட்டுள்ளேன். நான் அவரைச் சந்தித்தும்விட்டேன். இதனிடையே நீங்கள் எவரும் நகரைவிட்டுச் சென்றுவிடாதிருங்கள். பொறுமையைக் கடைப்பிடியுங்கள். ஏதேனும் தேவையெனில் என்னிடம் வாருங்கள், பெற்றோரைப்போலே உங்களுக்கு உதவிக்கரம் நீட்ட என்னால் முடியும். இப்போது அனைவரும் உணவருந்த வருமாறு அன்புடன் அழைக்கிறேன்" என்றார்.

அனைவரும் எழுந்தபோது, நகரக்காவலர் முன்னே வந்து பேகம் சாகிபாவை நோக்கித் தலைவணங்கினார். சிறைச்சாலையை நல்லமுறையில் தான் பராமரித்து வருவதைப் பார்வையிட பேகம் சாகிபா ஒருமுறை வர வேண்டுமென வேண்டுகோள் விடுத்தார். அவரது உச்சந்தலையும், காதின் வளைவுகளும்தான் பேகம் சாகிபாவின் பார்வையில் விழுந்தன. அப்போது அவரது பசும் விழிகளில் மென்மை குடிகொண்டன. ஆனால் நகரக்காவலர் தலைநிமிர்ந்தபோது பேகம் சாகிபாவின் விழிகள் மீண்டும் கடுமை உமிழும் கோளங்களாக மாறின. "மன்னர் இங்கிருந்து சென்றபிறகு,

ஆங்கிலேயர்களோடு சேர்ந்து இழிவான காரியங்கள் செய்ய ஒப்புக்கொண்ட உம்மை முட்டாளென்றுதான்கூறுவேன்; லஞ்சம் வாங்கும் முட்டாள். விவாகரத்துப் பெற்ற ராணிமார்கள் உட்பட அரச குடும்பத்தைச் சேர்ந்தவர்கள் அனைவருமே சட்டப்படி உங்களுக்கு மேலே இருப்பவர்கள் என்பதை நீர் மறக்கமாட்டீரென நம்புகிறேன்" என்றார்.

○○○

மதியம், பலரும் உரையாடிக்கொண்டிருந்த பேகம் சாகிபாவின் தோட்டத்திலிருந்து கிளம்பி கைசர்பாக்கை நோக்கி அமா விரைந்தாள். நேரே தனது தாயின் அறைக்குச் சென்றாள். அறையின் மூலையில் நீலநிறத் தரையோடுகளை நீக்கிக் கீழேயிருந்து ஒரு பெட்டியை வெளியே எடுத்தாள். அதில் அவளது தந்தைக்குச் சொந்தமான முத்துக்கள், அமாவின் குதிரையேற்றத் திறனைப் பாராட்டி மன்னர் அவளுக்களித்த குயில் முட்டையளவு மாணிக்கங்கள், அமாவின் சகோதரனுக்குரிய ஒரு ஜாடி நிறையக் கோமேதகக் கற்கள் இருந்தன. தாயில்லாமல் அந்த அறையே வெறிச்சோடியிருந்தது. தனது சேமிப்புக் குறைந்துவருவதையும் எண்ணி அவள் இதயம் துவண்டது. இருப்பதிலேயே பெரிய முத்தொன்றை எடுத்துத் தோட்டத்தில் பணிபுரியும் வேலைக்காரச் சிறுவர்களில் தனக்கு நம்பிக்கையான ஒருவனிடம் கொடுத்து, நகைவியாபாரி ஜூடியாவிடம் அதை விற்று ரூபாய்களைப் பெற்றுவருமாறு கூறினாள்.

"அமா அக்கா, பணத்திற்கு மிகவும் சிரமமாக உள்ளது. நான் திரும்பி வந்ததும் எனக்கும் ஒரு முத்து தருவீர்களா ?" என அச்சிறுவன் கேட்டான்.

"இதோ பார், என் தாய் உடல்நலமற்று இருக்கிறார். இதைக் கொடுத்து ஜூடியாவிடமிருந்து மன்னரின் ரூபாய்களைக் கேட்டு வாங்கிவா, ஆங்கிலேய ரூபாய்கள் வேண்டாம். இரண்டு பணங்களையும் கொண்டு வியாபார பரிவர்த்தனை செய்பவராக அவர் இருக்கலாம். ஆனால் எனக்கு நம் நாட்டுப் பணமே வேண்டுமெனக் கேள். பணத்தை வாங்கியதும் கடைத்தெருவில் நறுமணப்பொருட்கள் விற்கும் கடைக்குச் செல், அங்கு கடம்ப மரங்களிலிருந்து தயாரிக்கப்படும் தேன் மணக்கும் தைலத்தை வாங்கிக்கொள்" என்றாள்.

"அதன் பிறகு?"

"பிறகு யுனானி மருத்துவமனைக்குச் செல். மிகச்சிறந்த யுனானி மருந்துகளைத் தயாரிக்கச் சொல்லி அதையும் வாங்கிக்கொள். அப்படியே அவருக்காகக் கொஞ்சம் ஹாப்ஷி அல்வாவும் வாங்கிக்கொள். இவையனைத்தையும் கொண்டுசென்று தாசிமனையில் தங்கியுள்ள ரஷீது, அக்பர் ஆகிய இருவரிடம் ஒப்படைத்துவிடு. எனது தாயாருக்கு லக்னோவின் ஒரு துளியைக் கொடுத்தனுப்புவோம்."

"இதனால் அவர் மிகவும் மகிழ்வார். பிறகு?"

"பிறகு உனக்கென ஒரு முத்து தருவேன்."

"மாஷா அல்லா!" புன்னகைத்தபடியே அச்சிறுவன் அவளது பாதங்களைத் தொட்டு வணங்கினான்.

அவள் அவனது தலைமீது மிருதுவாகக் கரம் பதித்தாள். “இப்போது செல்” என்றவள், அவன் அசாலியா மலர்ப்படுக்கைகளின் ஊடாக ஓடி அரண்மனைப் பின்பக்க வாயில்வழியாக மறைவதைக் கண்டாள்.

அமா முன்கூடத்திற்குச் சென்றபோது காசிம் அமைதியான முகத்துடன் அவளுக்கு முகமன் கூறினார். வலதுகை அவரது நெஞ்சின்மீது குவிந்திருந்தது. “அதாப், அமா. நீ வருவதற்கு ஏன் இவ்வளவு தாமதமாகிவிட்டது?” எனக் கேட்டார்.

அவரின் பின்னே கூடத்தில், லக்னோ நவாப்களின் தைல ஓவியங்களின் அருகே நீலச்சீருடையணிந்த கம்பெனி வீரர்கள் நின்றிருந்தனர். அவளைக் கண்டதும், “உன் துப்பாக்கியைக் கொடு” என அவர்களில் ஒருவன் கூறினான். அவனது அழுக்குமேனியில் இருந்து உப்புவாடை வீசியது. அவனது கிளிக்கண்களில் வெறுப்புக் கொப்பளித்தது. புறாக்களைப்போலே கிளிகள் அவ்வளது எளிதாக வீடு திரும்புவதில்லை என அமா எண்ணிக்கொண்டாள். தயக்கத்துடன் துப்பாக்கியை அவனிடம் கொடுத்தாள்.

அவன் அதை ஆராய்ந்தபடி, “இது யாருடைய துப்பாக்கி?” என உருதுவில் கேட்டான்.

“மன்னருக்குச் சொந்தமானது” என்றாள் அமா.

“போ, அங்கு போய் உனது மற்றக் கருப்பின நண்பர்களோடு சேர்ந்து நில்” என்றான்.

அமா துணுக்குற்றுப் பின்வாங்கினாள். அவனது வெறுப்பை உமிழும் நடத்தை எப்போதும்போல் அவளுக்குள் எதிர்ப்புணர்வைத்தூண்டிவிட்டது. ஆனால் அவள் எச்சரிக்கையுடன் இருக்க வேண்டிய நேரமிது. எனவே கருவூல அறைகளின் முன்னே நின்றிருந்த முதியவர் காசிம், பாத்திமா, பிற கிழக்காப்பிரிக்க அரண்மனைக் காவலர்களோடு அவளும் சேர்ந்து நின்றுகொண்டாள்.

கிளிக்கண் ஆங்கிலேயன் அவர்களெதிரே நடைபோட்டபடியே, “ஏய் அமேசான் அடிமைகளே, மன்னரின் உடைமைகள் எங்கிருக்கின்றன?” எனக் கேட்டான்.

எவருமே வாயைத் திறக்கவில்லை. ஆங்கிலேயன் முன்னே வந்து காசிமை நோக்கி அமாவின் துப்பாக்கியை உயர்த்தினான். “சொல், அவரது உடைமைகள் எங்கு வைக்கப்பட்டுள்ளன?” எனக் கேட்டான்.

அரண்மனைக் காவலர்களின் பின்னால், மீன் வடிவப் பல்வண்ணக் கற்கள் பதித்த பித்தளைக் கதவை நோக்கி காசிம் கைகாட்டினார்.

“இங்கிருக்கும் பொருட்களின் இருப்புப் பட்டியலைத் தயாரிக்கவே வந்துள்ளோம்” என்றான் அந்த ஆங்கிலேயன்.

“இருப்புப் பட்டியல் தயாரிக்க மன்னர் ஏதும் ஆணை பிறப்பிக்கவில்லையே” என்றார் காசிம்.

“கதவுகளைத் திறந்துவிடு. மன்னரின் அனைத்து உடைமைகளும் கணக்கிடப்பட வேண்டும்.”

"மன்னரின் உடைமைகளைக் காண வேண்டுமானால் மன்னரின் அனுமதியைப் பெற்றிருக்க வேண்டும்" என்ற காசிமின் குரலில் கடுமை தெரிந்தது.

கிளிக்கண் ஆங்கிலேயன் துப்பாக்கியால் காசிமின் தோளை நெட்டித் தள்ளினான். அதைச் சட்டெனப் பிடுங்கிய காசிம், துப்பாக்கியை அவர்களை நோக்கித் திருப்பி அங்கிருந்து செல்லுமாறு சீறினார். உடனே ஆங்கிலேயன் கைகளை உயர்த்தி, "பொறுமை, பொறுமை" என ஆங்கிலத்தில் கூறினான்.

கீற்றுகள் போன்ற உதடுகள் கொண்ட ஆங்கிலேயர்கள் காசிமைச் சுற்றிவளைத்து, அவரது முகத்தை நோக்கிக் கைத்துப்பாக்கிகளை உயர்த்தினர். காசிம் தன் கையிலிருந்த துப்பாக்கியைக் கீழே போட்டார். கிளிக்கண் ஆங்கிலேயன் இப்போது பாத்திமாவை நோக்கி, "ஏய் அமேசான், கதவுகளைத் திறந்துவிடு, நாங்கள் இருப்புப் பட்டியலைத் தயாரித்து முடிக்க வேண்டும்" என உருதுவில் இரைந்தான்.

பாத்திமா சாவிகளைக் கையில் எடுத்தாள். ஆனால் அந்த இடத்தைவிட்டு நகரவில்லை. கைத்துப்பாக்கி வைத்திருந்த ஒருவன் அவளிடமிருந்து சாவிகளைப் பிடுங்கிக் கருவூலக் கதவுகளைத் திறந்தான். அறைகளினுள்ளே அவர்களை நுழையவிடாமல் அமா வழிமறித்து நின்றாள். ஆனால் மற்றொருவன் கைத்துப்பாக்கியால் அவளது தோளை நெட்டித் தள்ளினான். அதையும் மீறி அவள் மீண்டும் முன்னே செல்லப் போராடினாள். ஆனால் அவன் துப்பாக்கியை அவள்மீது வைத்து அழுத்திக் கொண்டிருந்தான்.

கிளிக்கண் ஆங்கிலேயனோடு வேறுசிலரும் அறைகளினுள் நுழைந்தனர். நுழையும் முன் அவர்களில் எவருமே காலணிகளைக் கழற்றவில்லை. மன்னரின் உடைமைகளைத் தூசியில் இருந்தும் கள்ளப் பார்வைகளில் இருந்தும் பாதுகாக்க அவற்றின்மீது ஏராளமான வெண்ணிற விரிப்புகள் போர்த்தப்பட்டிருந்தன. அவர்களில் ஒருவன் முன்னேறிச் சென்றபோது, "தொடாதே!" என அமா கூச்சலிட்டாள்.

அவளது கூச்சலில் அவன் அப்படியே உறைந்துபோய் நின்று விட்டான். ஆனால் கிளிக்கண்ணன் அவனைச் செல்லுமாறு அலட்சியமாகக் கூறினான். அமாவின் தோள் மீதிருந்த கைத்துப்பாக்கி இப்போது நகர்ந்து அவளின் கழுத்தைக் குறிபார்த்து அழுத்திநின்றது.

கம்பெனியாட்கள் அங்கு மூடியிருந்த துணிகளை இழுத்துப் போட்டனர். அடுத்த நொடி உள்ளேயிருந்த விலைமதிப்புமிக்கப் பொருட்களெல்லாம் பளீரென வெளியே தெரிந்தன. மன்னர் அமரும் பொன் சிம்மாசனத்தின் வளைவுகளையும், கோமேதகமும் மாணிக்கமும் நிறைந்த பைகளையும் அவர்களின் விரல்கள் தொட்டுத் தடவின. கூடாரங்கள், பட்டுத் தரைவிரிப்புகள், பூத்தையல் வேலைப்பாடுகள் நிறைந்த யானைகளின் முகப்படாம்கள், பொன் நூலால் நெய்த சால்வை, முத்துக்கள் நிறைந்த பெட்டிகள் என அங்கு குவிந்திருந்த மன்னரின் சொத்துக்களை விழிகளில் பொறாமை பொங்க கம்பெனி வீரர்கள் குறித்து வைத்துக்கொண்டனர். கிளியோபாட்ரா, ஜீயஸ், ஹெர்குலஸ்

ஆகியோரின் தைல ஓவியங்கள், பிரெஞ்சு ஆங்கிலப் புத்தகத் தொகுப்புகள், ராஜமாதாவிற்கு விருப்பமான நாடகங்கள் இருந்தன. வெனீஸ் வணிகன், ஒதெல்லோ, ஹேம்லட் எனப் பொன்முலாம் தலைப்புகள் பளிச்சிட்ட புத்தகங்களைக் குறித்துக்கொண்டனர். விக்டோரியா மகாராணியாரின் தந்தையார் இளவரசர் எட்வர்ட் அவர்கள் பரிசளித்த வெள்ளித் தேநீர் கலத்தொகுதியை ஆராய்ந்தனர். இவை அனைத்தையும் அவர்கள் நிதானமாகவே செய்தனர். மன்னருக்குச் சொந்தமான ஆங்கிலேயக் கோட் சூட்டுகளையும்கூட அவர்கள் தடவிப் பார்த்தனர்.

வேலை முடிந்ததும் கிளிக்கண்ணன் நண்பர்கள் பின்தொடர அரண்மனைக் காவலர்களை நோக்கி வந்தான். அவர்களைப் பார்த்துப் புன்னகைத்தான், மன்னரின் உடைமைகளைத் தொட்டுத் தடவிப் பார்த்ததில் அவர்களுள்ளே ஏதோ மாற்றம் ஏற்பட்டுவிட்டதுபோலும்.

“நீங்கள் இங்கு இருக்க வேண்டிய அவசியமில்லை. நாங்கள் அடிமை முறையை ஒழித்துவிட்டோம் என்பது உங்களுக்கு இன்னும் தெரியாதுபோலிருக்கிறது” என அவன் உருதுவில் கூறினான்.

அரண்மனைக் காவலர்கள் வாய் பேசாது நின்றிருந்தனர்.

“மூடர்கள்” என்றான் ஒருவன் ஆங்கிலத்தில்.

அதற்கு, “முட்டாள்த்தனத்திற்கும் புற அழகுக்கும் இடையே சிக்கித் தவிக்கும் வேடிக்கை முகங்கள் இவர்களுடையது, நன்றாகப் பார்” என ஆங்கிலத்தில் பதிலளித்த கிளிக்கண்ணன் சட்டென உருதுவிற்குத் தாவினான், “அமெரிக்காவைப்போல இந்தியாவும் அடிமைமுறையின் இருண்டகாலங்களில் சிக்கித் தவிக்கிறது. ஆனால் இடைக்காலத்தில் தோன்றிய அப்பழக்க மரபை நாங்கள் ஒழித்துவிட்டோம். மன்னரை விட்டு விலகிவிடுங்கள், உங்களை நாங்கள் விடுதலை செய்கிறோம். அடிமைவாழ்விலிருந்து உங்களை முற்றிலுமாய் விடுவித்துவிடுகிறோம்” என்றான்.

“அமெரிக்கக் கருப்பின அடிமைகள் இந்த வார்த்தைகளைக் காதாரக் கேட்க என்னவேண்டுமாயினும் செய்யத் தயாராக உள்ளனர். இதைக் மட்டும் கேட்டால் மகிழ்ச்சியில் பூனைகளைப் போல் அவர்கள் கிறீச்சிட்டு ஆரவாரிப்பதை இங்கிருந்தே நம்மால் கேட்க முடியும்” என அவர்களில் ஒருவன் ஆங்கிலத்தில் கூறினான், அதைக் கேட்டு மற்றவர்கள் சிரித்தனர்.

அவர்கள் கூறியதன் பொருள் முழுமையாக விளங்காதபோதும், குரல்களின் தொனியிலேயே அமா உள்ளிட்டோரைப் பற்றி இழிவாகப் பேசிக்கொள்கின்றனர் எனத் தெரிந்தது. மற்றவர்களை அவதூறாகப் பேசுபவர்கள் அதில் இத்தனைப் பெருமிதமும் கொள்வது அமாவிற்கு வினோதமாகவிருந்தது. “கைசர்பாக் அரண்மனையை விட்டு வெளியேற எங்களுக்கு எந்தக் காரணமுமில்லை” என அவள் இறுதியாகக் கூறினாள்.

“அப்படியானால் நீங்கள் இங்கு இருப்பதற்கேனும் ஏதேனும் காரணமுண்டா?” என அவன் கேட்டான்.

“நல்லதொரு வாழ்வை மேற்கொள்வது லக்னோவாழ் மக்களின் வழக்கமாகவே உள்ளது, அவர்களின் பழக்கமே அதுதாம்” என்றாள் அமா.

அதைக் கேட்டு அவன் சிரித்தான். “முட்டாள்த்தனமாக எண்ணிக்கொண்டிருக்கிறாய். இந்தச் சோம்பேறி வாழ்வைத்தான் நீ விரும்புகிறாய்போலிருக்கிறது” என்றவன் தனது நண்பர்களை நோக்கி, “ஒழுக்கமற்ற மன்னருக்கு ஏற்ற துணைகள்தான் இவர்கள். ஒருவரை யொருவர் மாற்றி மாற்றி மகிழ்வித்துக்கொள்வார்கள்போலிருக்கிறது. ஜாடிக்கேற்ற மூடிகள்” என உருதுவிலேயே கூறினான்.

“லக்னோ அள்ளிவழங்கும் மகிழ்ச்சிதான் அனைவரையும் இங்கே இருக்கவைக்கிறது. உங்களையும்தான்” என்றாள் பாத்திமா.

அவன் அலட்சியமாகத் தோள்களைக் குலுக்கிக்கொண்டு அங்கிருந்து நகர்ந்தான். அரண்மனைக் காவலர்களும் கூடவே நகர்ந்து, ஆங்கிலேயர்களை வாசல்வரை சென்று வெளியேற்றினர். கருவூல அறைக்குத் திரும்பிய அமா கீழே கிடந்த விரிப்புகளை அள்ளியெடுத்தாள். இந்த ஆங்கிலேயர் எவ்வளவு காலம் இங்கிருந்தாலும், லக்னோ தோட்டங்களிலுமே சுவாசிக்கும் தேன்மலர் கொடிகளைப் பூத்துக்குலுங்கவைக்கும், ஆகாயத்தில் வட்டமிடும் நீலநிறப்புறாவின் பிம்பத்தைப் பிரதிபலிக்கும் முற்றத்து நீர்த்தொட்டியில் சலனங்களை ஏற்படுத்தும் மகோன்னதத்தை ஒருபோதும் உணர முடியாது. பொன்னாலான சுவர்க் கடிகாரங்கள், பசும்நீலக் கோமேதகங்கள் ஆகியவற்றோடு ஆங்கிலேயர்கள் கூறிச்சென்ற அவதூறுகளையும் சேர்த்து வெண்ணிறப் போர்வைகள் கொண்டு அமா மென்மையாகப் போர்த்தினாள். பாத்திமாவின் சாவிகளால் கருவூல அறைக் கதவுகளைப் பூட்டிவிட்டு வெளியேறிய அமா தரையில் கிடந்த தன் துப்பாக்கியை எடுத்துக்கொண்டு, பேகம் சாகிபாவைப் பார்க்கக் கிளம்பினாள்.

2. செவ்வருடம்

8

பிற்காலத்தில் 'செவ்வருடம்' என அழைக்கப்பட்ட 1857ஆம் வருடப் புத்தாண்டின்போது லக்னோவில் அனற்காற்று வீசிக்கொண்டிருந்தது. மொகம்மதுவின் கடைப் பலகையில் இருந்த பழைய ஆங்கிலச் செய்தித்தாள்கள் காற்றில் எழும்பிப் பறந்தன. தளர்வான நீண்ட கவுன் அணிந்த நிறைமாதக் கர்ப்பிணியாக விக்டோரியா மகாராணியாரின் ஓவியங்கள் கொண்ட செய்தித்தாள்கள் லக்னோ வீதிகளில் பறந்து சென்று கடைக்காரர்களின் கால்களைச் சுற்றிக்கொண்டன. பிரபுமார்களின் இல்லக் கதவுகளின் இடுக்குகளில் செருகிக் கொண்டன, ஆளுநர் மாளிகையின் ரோஜாத் தோட்டத்தில் சிக்கிக்கொண்டன, சேறும் குப்பையும் அடைத்துக்கிடந்த சாக்கடைகளில் விழுந்து புரண்டன. அரசின் இராணுவப் படையுடன் வலுவான தொடர்புகள் கொண்டிருந்த ஜெய் லால் சிங் எனும் சக்திவாய்ந்த அரசவை உறுப்பினரையும், மன்னரின் சிறந்த இராணுவ வீரர்கள் சிலரையும் பேகம் சாகிபா சந்தித்துப் பேசினார். நீளஅச்கன் அங்கிகளை அணிந்திருந்த அவர்கள் பேகம் சாகிபாவின் சந்திப்பு அறைத் திண்டுகளின்மீது சாய்ந்து அமர்ந்திருந்ததை அமா கண்டாள். பேகம் சாகிபா அறையில் நடைபோட்டபடியிருந்தார். அவரது வியர்த்த முகத்தின்மீது விழுந்த முடிக்கற்றையை முகத்திரையின் பின்னே ஒதுக்கிவிட்டுக்கொண்டார். ஜெய் லாலையும் அவருடைய நண்பர்களையும் நோக்கி, "எனக்கு விசுவாசமாக இருக்கக்கூடிய புதிய இராணுவப் படையொன்று வேண்டும். உங்களால் அதை உருவாக்கித்தர முடியுமா?" எனக் கேட்டார் பேகம் சாகிபா.

முகத்தில் எவ்விதச் சலனமுமின்றி அமர்ந்திருந்த நண்பர்களை ஜெய் லால் சிங் பார்த்தார். ஜெய் லாலின் கச்சிதமான உடற்கட்டோடு அறிவுக்கூர்மைமிக்க அவரது முகம் பாந்தமாய்ப் பொருந்தியது. அவர் பேகம் சாகிபாவை நோக்கித் தலைவணங்கி, "ஹுசூர், ஆங்கிலேயர்கள் மீதான நன்னம்பிக்கையை வெளிப்படுத்தும் பொருட்டு மன்னர் எங்கள் படையைக் கலைத்துவிட்டார்" என்றார்.*

"நிலைமையைப் புரிந்துகொள்ளுங்கள், ஜெய் லால். மன்னரின் பொருளிருப்பு ஆபத்திலுள்ளது. தம் கைக்கு அகப்பட்டதையெல்லாம் ஆங்கிலேயர்கள் அபகரித்துச் செல்வதை இனியும் நாம் வேடிக்கை பார்த்துக்கொண்டு

---

* மரியாதை விளி.

இருக்க முடியாது. அவர்களின் அகோரப் பசியை மேலும் மேலும் கூர்தீட்டிக்கொள்ளும் ஆயுதமாகத்தான் நம் நன்னம்பிக்கை மாறிவிட்டது” என்றவாறே பூத்தையல் வேலைப்பாடுகள் கொண்ட தன் காலணிகளை உதறியெறிந்துவிட்டு நடந்தபடியே பேகம் சாகிபா தொடர்ந்து பேசினார், “அவரிடமிருந்து ஆங்கிலேயர்கள் அபகரித்த அனைத்தையும் மீட்கும்வரை மன்னர் கல்கத்தாவிலிருந்து திரும்பமாட்டார் எனத்தான் எனக்குத் தோன்றுகிறது. மனுக்கள் மூலமாகத் தன்னால் இயன்றவரை போராடிவருகிறார், ஆனால், அவரது முதலாம் இரண்டாம் மனுக்களைக் கூட அவர்கள் இன்னும் ஏற்றுக்கொள்ளாத பட்சத்தில் மூன்றாம் நான்காம் மனுக்களுக்குச் செவிசாய்ப்பார்கள் என்று அவர் எப்படி எதிர்பார்க்கிறார் என்றுதான் புரியவில்லை. இருப்புப் பொருட்கள் விஷயத்தைப் பொறுத்த வரை இனியும் மன்னருக்காக நாம் காத்திருந்து காலம் தாழ்த்துவது சரியாக இருக்காது. லக்னோ அமைதியான குளம்போலுள்ளது. ஆனால், எந்த நேரத்திலும் நீரின் உள்ளே குதிக்கக் கரையில் காத்திருக்கும் பாம்புகள்போலே ஆங்கிலேயர்கள் காத்திருக்கின்றனர். வேறுபட்ட ஒரு புதிய படையை உங்களால் உருவாக்க முடியுமா?”

ஜெய் லால் தோள்களைக் குலுக்கினார், “ஊதியம் இன்னும் வழங்கப்பட வில்லையே, ஹுசூர்.”

“நானே ஊதியம் வழங்குகிறேன்.”

இதைக் கேட்டதும் ஜெய் லாலுடன் இருந்த ஆண்கள் அதிர்ந்தனர். அவர்களுக்கு பேகம் சாகிபாவைக் கண்டு பொறாமை என அமா நினைத்துக் கொண்டாள். பேகம் சாகிபாவை நாட்டு மக்கள் வியந்தோதுகின்றனர் என்பதாலும், அவரிடம் லட்சக்கணக்கில் பணமிருப்பதாலும் ஏற்பட்ட பொறாமை இது. முகத்திரை அணிந்திருக்கிறார் என்பதால் அவரைக் குறைத்து மதிப்பிட்டு விடாதீர்கள், உங்களுக்குச் சரிசமமான பலம்கொண்டவர் எங்கள் பேகம் சாகிபா என அவர்களிடம் கூற நினைத்தாள் அமா.

ஜெய் லால் எழுந்து சென்று வாசல் வழியே பார்த்தார், நீளமான உடல்கொண்ட ஷாசாதி புல்தரையில் படுத்துக்கிடந்தது. “இதற்கு லாரன்ஸ் என்ன சொல்வார்? இப்படியொரு படையை நாம் உருவாக்கியதை அறிந்தால் உங்களின் அந்தப் புதிய நண்பர் என்ன நினைப்பார்?” எனக் கேட்டார்.

“அவர் பதவியேற்றதும் நாம் அவருடன் சுமூகமான உறவை மேற்கொள்ள வேண்டும். ஆங்கிலேயர்களின் மிரட்டல்களுக்கு அடிபணிவதை விடவும் தற்போதைய நிலைகுறித்து அவருடன் தெளிவாகப் பேசி நல்லதொரு முடிவை எட்டவேண்டும். அதேசமயம், அவர்களை விடவும் நாம் எண்ணிக்கையில் அதிகமாக இருக்கிறோம் என்பதையும், அவர்கள் நம் வாதங்களுக்கு செவிசாய்க்க வேண்டுமென்பதையும், நமது சொத்துக்கள்மீது அவர்களின் விரல்நுனிகூடப் படக் கூடாது என்பதையும் அவர்களுக்கு நினைவுறுத்தும் வகையில் நமக்கென ஒரு படையைத் தயார்நிலையில் வைத்திருப்பதும் அவசியமாகிறது. எனவே இதை நாம் இரகசியமாகச் செய்ய வேண்டும்” என்றார் பேகம் சாகிபா.

“அவர்களிடம் உளவாளிகள் உள்ளனர். எப்படியும் நம்மைக் கண்டுபிடித்துவிடுவார்கள்” என்றார் ஜெய் லால்.

“உளவாளிகளை நான் பார்த்துக்கொள்கிறேன்” என்றாள் அமா.

ஜெய் லால் தோட்டத்திலிருந்த ஷாசாதியையே பார்த்துக் கொண்டிருந்தார். திரும்பி நின்றிருந்த அவரின் அங்கியின் சரிகையையே மற்றவர்கள் பார்த்துக்கொண்டிருந்தனர். இறுதியாக அவர் திரும்பித் தன் நண்பர்களை ஏறிட்டார், அவர்கள் உடனே வேறுபக்கம் பார்வையைத் திருப்பிக்கொண்டனர். “இந்த யோசனையால் பிரச்சனை வரலாம்” என்றார் அவர்களில் ஒருவர்.

“ஆமாம், இது அரண்மனையில் பிரச்சனையை உண்டாக்கிவிடும்” என மற்றொருவரும் கூறினார்.

ஜெய் லால் சிந்தனையுடன் நண்பர்களைத் தீர்க்கமாகப் பார்த்தார். பின்னர் பேகம் சாகிபாவை நோக்கி மரியாதையுடன், “ஹுசூர், நாங்கள் இரகசியப் படையைத் தயார் செய்கிறோம்” என்றார்.

❍❍❍

புதிய படை குறித்து ஜெய் லால் உள்ளே இரகசியமாகப் பலருடன் கூடி ஆலோசித்துக்கொண்டிருக்க, வெளியே, ஏதும் நடவாததுபோல், இனிப்புகள் செய்வதற்காகத் தெருவோர வியாபாரிகள் பால் காய்ச்சினர். அவர்கள் மூட்டிய தீ லக்னோவின் காற்றுக்கு மேலும் அனலூட்டியது. பளீரிட்ட வானில் சிறுவர்களின் பட்டங்கள் தளர்வாய்ப் பறந்தன. பேகம் சாகிபாவின் திட்டங்களுக்கு உதவிடத் தாசிகள் துணிப்பொதிகளில் மறைத்துப் பை பையாக நாணயங்களைக் கொடுத்தனுப்பினர். இரகசிய இயக்கத்தில் லக்னோவாசிகள் நிதானமாகக் கலந்துகொண்டபோதும் மனதளவில் அவர்கள் அமைதியுடனில்லை. இதையெதையும் அறியாத ஆங்கிலேயர்கள் கொஞ்சம் அசிரத்தையாகவே இருப்பதைப்போலிருந்தது.

புதிதாக உருவான தெருக்களில் லக்னோவாசிகளின் நடமாட்டத்தை கம்பெனியார்கள் தடைசெய்தனர். தனது எஜமானியம்மா திருமதி. கன்னிங்ஸ் குறித்த கதைகளை சாய் கூறினான். இராணுவக் குடியிருப்புத் தோட்டத்தில் படர்ந்திருந்த அல்லிமலர்களைத் துப்பாக்கிக் குண்டுகளால் அவள் அழித்ததையும், தனது வேலையாட்களைச் சாட்டையால் விளாசி முதுகைப் பதம்பார்க்கும் அவளின் அரக்கத்தனத்தையும், தன்னிடம் பணிபுரிபவர்களின் கருப்பான சருமத்தைச் சாட்டையடிகளாலேயே வெளுத்துவிடும் அவளது கொடூரத்தையும் கதை கதையாக அவன் கூறினான்.

❍❍❍

தேன் மணக்கும் கடம்பமரத் தைலம் கல்கத்தாவை நோக்கிப் பயணித்தது. ராஜமாதாவிற்காக லால் தயாரித்துக் கொடுத்த ஊட்டச்சத்து மருந்தையும், அமாவின் தாயாருக்காக யுனானி மருத்துவமனையில் தயாரான மருந்துகளையும், கவிஞர்களைப்போல் பகட்டாக உடையணிந்து மாறுவேடம் பூண்டிருந்த ரஷீதுவும் அக்பரும் கொண்டுசென்றனர். அரண்மனையில் தனது தாயாரின் படுக்கையறை வாசலில் லைலா சித்தி அமர்ந்திருப்பதை அமா கண்டாள். அவரது உதடுகள் இடையறாது பிரார்த்தித்தபடியிருக்க, அவர் விரல்கள் ஜெபமாலைக் கண்ணாடி மணிகளை உருட்டிக்கொண்டிருந்தன.

“சென்று ஓய்வெடுங்கள் சித்தி” என்றாள் அமா.

“மாட்டேன்” சித்தி இரைந்தார். அமாவின் கையை அழுத்தாமல் பற்றியபடி, “நீதான் ஹசனை எப்படியேனும் வற்புறுத்திச் சம்மதிக்கவைக்க வேண்டும். வா, நாம் அனைவருமே கல்கத்தாவிற்குக் கிளம்பிச் செல்வோம்” என்றார்.

“லக்னோவிலிருந்து கல்கத்தா சென்றுசேர நமக்குப் பல வாரங்களாகும், அந்தப் பயணம் நமக்கு எவ்விதத்திலும் நன்மை விளைவிக்காது” ஜெபமாலை மணிகள் தொண்டைக்குழியில் சிக்கிக்கொண்டதுபோல அமா திக்கித்திணறிக் கூறினாள்.

“உன் தாயார் இறக்க நேரலாம்!”

“அவருக்கு நம் மருந்துகளை அனுப்பியுள்ளேன். மாதியா பூர்ஜிலுள்ள மன்னரின் மாளிகையில் அவருக்குத் தேவையான அனைத்து வசதிகளும் பூரணமாகக் கிடைத்துவிடும்” என்றாள் அமா. லைலா சித்தி அமாவின் கரத்தை மேலும் அழுத்தினார். அழுதார். அமா அவரின் தோள்களை ஆதுரமாகப் பற்றினாள், அவரோ அவளது கைகளைத் தட்டிவிட்டு முகத்தைச் சுளித்துக்கொண்டார். சித்தியைக் கடந்து லக்னோ நோக்கி அமா சென்றாள்.

❍❍❍

தெருக்களில் நடந்தபடியே அவள் தன் தாயாருக்காக இறைவனிடம் வேண்டிக்கொண்டாள். தூரத்தில் ஆளுநர் மாளிகையில் பேக்பைப்பர் இசைக்கருவிகள் ஒலித்தன. அவற்றை வாசிக்க நிர்ப்பந்திக்கப்பட்ட லக்னோவின் இசைக்கலைஞர்கள், அக்கருவிகளின் பாரம் தாளாமல் ஒருபக்கம் சாய்ந்தபடியே இசைப்பதை அமா செவிமடுத்தாள். அந்த இசைக்கருவிகள் பொம்மென இரைந்து, வெளிர்வானில் கொடூர ஓசைகளை ஏவின. பின்மதியத்தின்போது, லக்னோவின் குறுகிய சந்துகளின் உள்ளாக அடுக்குமாடிக் குடியிருப்பிலிருந்த அபியின் வீட்டின் முன்பு அமா நின்றாள். அருகே பெண்கள் பலர் கூடித் தமக்குள் கிசுகிசுத்துக்கொள்வதைக் கண்டாள். அவர்களுக்கு அப்பால் தெரிந்த அந்தக் குடியிருப்பின் அடைத்துக் கிடந்த சன்னல்களையும், வாசலில் குவிந்துகிடந்த குப்பைகளையும் கண்டாள். புளித்த அரிசிக்காடி, அழுகிய மாம்பழம், துரோகி ஒருவனின் பேராசை மூச்சுக்காற்று இவற்றின் வாடை அந்தச் சந்து முழுதும் வீசியது.

“இவ்வீட்டைச் சேர்ந்தவர்கள் எங்கு சென்றுள்ளனர் எனத் தெரியுமா?” என அப்பெண்களிடம் விசாரித்தாள்.

“அவர்கள் பைசாபாத்திற்குச் சென்றுவிட்டனர்” என்றாள் அவர்களில் ஒருத்தி.

அவர்களுக்கு நன்றி கூறிவிட்டு அமா வீடு திரும்பக் கிளம்பினாள். வழியில், எவரும் கண்டறியாவண்ணம் ஜெய் லால் லக்னோ மக்களைச் சந்திக்கும் இடமான கைசர்பாக் அரண்மனையின் அருகேயிருந்த அரசக் கட்டிடமான சத்தர் மன்ஸிலை நோக்கி அவள் காதில் விழுந்த பேக்பைப்பர் இசை அவளை விரட்டியது.

படை அணிவகுப்பிற்காக வழக்கமாக மன்னரின் படையினரும் ரோஜாப் படையினரும் பயிற்சி செய்யும் குகைபோன்ற அமைப்புக் கொண்ட பெரிய அறையில் அமா துப்பாக்கி சுடும் பயிற்சி செய்தாள். குண்டுகளாகப் பொழிந்தாள். பெரும் பசி கொண்ட வேடர்கள் அறுவர் சுடுவதை விடவும் அசுர வேகத்தில் அங்கிருந்த சிறுசிறு பானைகளைத் சுட்டுத்தள்ளினாள். இடிமுழக்கம் உண்டாக்கும் ஜீயஸ் தெய்வத்தைப்போல் அவள் காட்சியளித்தாள். லக்னோ மக்களாகிய தாங்கள் மரியாதையுடன் நடந்துகொள்ள வேண்டுமென அவள் கொண்ட உறுதியைக் குலைக்கும் விதமாக ஆங்கிலேயர்களின் செயல்கள் உள்ளன, அவர்களின் இசைக்கருவி களின் பெரும் இரைச்சலையும் விஞ்சி இடியென முழங்கும் ஓர் ஆயுதத்தைக் கையாளும் திறன்கொண்டவள் அவள்.

○○○

லாலின் படை இயக்கத்திற்கு லக்னோ மக்கள் இரகசியமாக வந்து சென்றனர். கடைத்தெருவில், இளம் வெற்றிலைகளில் நறுமணம் மிக்க மசாலாப் பொருட்களைத் தூவித் தாம்பூலம் தயாரிப்போர் இருந்தனர். அமாவின் பாட்டியை அறிந்த அம்முதிய சோமாலியர்கள் அமா கேட்டுக் கொண்டதற்கு இணங்க உளவாளிகளைக் கண்காணித்தனர். சத்தர் மன்ஸிலில் இருந்த சிறந்த துப்பாக்கிகளையெல்லாம் எடுத்துவந்து அமா தன் அறையில் சேமிக்கத் துவங்கினாள். மழை துவங்கப் பல மாதங்கள் இருந்த நிலையில், அரண்மனை முன்கூடத்தில் காவல்பணி இல்லாத நேரத்தில், கடம்ப மரத்தின் கீழே வியர்வை வழியப் படுத்தபடி அமா சீமைச்சாமந்தி மணக்கும் பருத்தித் துணியால் ஒத்தடம் கிடைக்காதா என ஏங்குவாள். அமாவின் தாய் வழக்கமாகத் தரும் நெய்யில் தோய்ந்த ரொட்டித் துண்டுகளுக்குப் பதிலாக அமா அளித்த சாதாரண விதைகளை உண்பதற்காகச் சிறு வெண்புறாக்கள் தம் குடில்களில் காத்திருக்கும்.

ஜெய் லால் படையினரின் எண்ணிக்கை அதிகரிக்க வேண்டுமென அமா காத்திருந்தாள். சர் ஹென்றி லாரன்ஸ் லக்னோ வந்துசேர வேண்டுமெனக் காத்திருந்தாள். ஒரு நாள் மதியம், வெற்றிலைத்தாம்பூலத்தை மென்றபடி தனது பாட்டியை நினைத்து அவரது குரல் தன் காதில் ஒலிக்கும்வரை காத்திருந்தாள். பாட்டியின் வார்த்தைகளின் சுருதியையும், மகிழ்வில் அவர் பேச்சு ஒலிக்கும் பாங்கையும் சந்தத்தையும் நினைவுகூர முயன்றாள். ஆனால் அவளது பாட்டியின் சொற்களெல்லாம் புற்களில் நழுவி, ஆரஞ்சுவண்ணக் கடம்ப மலர்களில் புகுந்துகொண்டன.

○○○

“தஸ்லீம், சாய் எங்கே?” தாசிமனையின் மேற்படிக்கட்டில் நின்றிருந்த குல்பதனிடம் கேட்டாள் அமா.

“தஸ்லீம், அவன் ஆற்றின் மறுபுறம் இருக்கிறான். இராணுவக் குடியிருப்பில் பால் கறந்துகொண்டிருக்கிறான்” என்றார் குல்பதன்.

“அங்கு இருப்போரின் உரையாடல்களையெல்லாம் கவனமாகக் கேட்டுக்கொண்டிருப்பான்.”

“அவர்களுக்கு எதிராக நம்மால் எதையும் சாதித்துவிட முடியுமென அவர்கள் எண்ணுவதாகத் தெரியவில்லை. எனவே ஜெய் லால் பிடிபட்டு விடுவாரோ என நீ வருந்த வேண்டியதில்லை. இப்போது கொஞ்சம் அமைதியாக இரு அமா. இன்று ஆங்கிலேய விருந்தினர்கள் வந்துள்ளனர்” என்றார் குல்பதன்.

முற்றத்தின் மறுமுனைக்கு அமா சென்றாள். அங்கு மீன் உருவம் பதித்து மினுங்கும் திண்டுகள்மீது சாய்ந்தபடி, சிவப்பனும் அவனுடனிருந்த ஆங்கிலேயர்கள் சிலரும், வட்டில்களில் பரிமாறப்பட்டிருந்த குங்குமப்பூ சோற்றுடன் பச்சைமிளகாய்களும் கொத்துமல்லியும் கலந்த ஷாமி கபாப்களை ருசித்துக்கொண்டிருந்தனர். கருநிற வெல்வெட் தொப்பிகள் அணிந்து வழக்கமாக இங்கு வருகைதரும் பிரபுக்கள்போல் அவர்கள் தோற்றமளிக்கவில்லை. வெள்ளித் தட்டுகளில் மலர்களைப்போல வெட்டிப் பரிமாறப்பட்ட சுரைக்காய்களை அவர்கள் உண்ணாமல் தவிர்த்தனர். வைன் பருகியிருந்ததால் அவர்களின் முகம் சிவந்திருந்தது. தாசிமனைக்கு முன்னர் வருகைபுரிந்த அனுபவமேதுமற்ற அந்த ஆங்கிலேயர்கள் பெருவிருப்பத்துடன் காத்திருந்தனர். லக்னோ அரச குடும்பத்தினர் நாடு விட்டு நாடு சென்றிருப்பதாலும், பிரபுமார்கள் நாட்டின் வேறு பகுதிகளுக்குச் சென்றுவிட்டதாலும் அவர்கள் விட்டுச்சென்ற இடத்தை நிரப்பிடும் இவ்வாய்ப்புக்காக அந்த ஆங்கிலேயர்கள் உவகையுடன் காத்திருந்தனர். புத்தம்புதுப் பாரசீகக் கவிதைகளை வாசிக்கவிருக்கும் தாசிப்பெண்டிரின் கவனத்தைக் கவரும் ஆவல் கொண்டிருந்த அவர்களுக்கு நிச்சயம் அக்கவிதைகளின் அர்த்தம் புரிய வாய்ப்பேயில்லை என அமா எண்ணிக்கொண்டாள்.

நிகழ்ச்சிக்கு ஆயத்தமான நான்கு தாசிப்பெண்டிரையும் அவள் அவதானித்தாள். தளர்வான காற்சராய்களும், நீளமான சட்டைகளும் அணிந்திருந்த அப்பெண்கள் பாசாங்குக் கலையில் கைதேர்ந்தவர்கள். அவர்கள் உதிர்க்கும் வரிகளைப்போலவே அவர்களின் முகமும் ஒப்பனை செய்யப்பட்டிருந்தது. ஆங்கிலேயப் பெண்கள் அலங்காரம் செய்துகொள்வதுமில்லை, அதை ஆங்கிலேயர்கள் அனுமதிப்பதுமில்லை எனும்போது இந்த ஆண்கள் எதற்காக இங்கு வந்துள்ளனர்?

அமா மீண்டும் குல்பதனின் மாடத்திற்குச் சென்றாள். அவள் உள்ளே நுழைந்ததுமே, “அவர்களுடன் நல்லுறவு பேண விரும்பித்தான் அவர்களை இங்கு அனுமதித்துள்ளேன்” என்றார் குல்பதன். வெள்ளிமுலாம் பூசப்பட்ட வெற்றிலைச் செல்லத்தை அவளிடம் கொடுத்தார். அதன் குவிந்த மூடியைத் தட்டியபடியே, “ஜெய் லாலின் புதிய படைக்கு ஆதரவாக இதோ என் சார்பில் இன்னுமொரு நன்கொடை. அங்கு நிகழ்வதை எங்களுக்குத் தொடர்ந்து தெரியப்படுத்து” என்றார்.

அமா தலைவணங்கி குல்பதனிடமிருந்து விடைபெற்றாள்.

வெளியே செல்லும் வழியில், சிவப்பனும் அவளைக் கடந்து கடைத்தெரு நோக்கிப் படிகளில் இறங்கிச் சென்றான். “ஏய் கருப்பா, நான் பார்க்குமிடங்களிலெல்லாம் நீ இருக்கிறாயே” என உருதுவில் தெளிவாகக் கூறினான்.

“உனக்கும் அது நினைவிலிருப்பது நல்லது.”

அவன் நின்று அதிர்ச்சியோடு அவளைத் திரும்பிப் பார்த்தான், புருவங்கள் சுருங்கி அவன் நெற்றியில் பள்ளங்கள் உண்டாகின, குழிந்த தாடையில் வியர்வைத் துளிகள் பூத்தன. “ஆங்கிலேயர்கள் குறிப்பிட்ட காரணத்திற்காகத்தான் உலகம் முழுவதிலும் பரவியிருக்கிறோம். இல்லாது போனால் இங்கு நாகரிகமென்பதே தோன்றியிருக்காது” என உருதுவிலேயே கூறியவன் முற்றத்தைக் கைகாட்டியபடியே, “ஆங்கிலேயரின் வழிகள் உங்களை எப்போதும் பெரும் நன்மைகளை நோக்கியே கூட்டிச்செல்லும்” என்றான். அவன் திரும்பிச் செருக்கு நடைபோட்டுப் படிகளில் இறங்கிச் செல்வதையே அமா பார்த்துக்கொண்டிருந்தாள்.

○○○

ஈஸ்டர் பெருநாளை எதிர்நோக்கிக் கிறித்துவர்களும், யூதத் திருவிழா நாளை எதிர்நோக்கி யூதர்களும், ஹோலிப் பண்டிகைக்காக வண்ணப்பொடிகள் தயாரித்துவைத்து இந்துக்களும் காத்திருந்தனர். சந்துகளில் சென்ற பசுக்கள் பக்தர்களின் ஆலயங்களினுள் தலையை நுழைத்துப் பார்த்தன. அமாவைத் தேடிவந்த சாய் அவளை கைசர்பாக் அரண்மனையின் முன்கூடத்தில் கண்டதும்,இதயத்தின்மீது உள்ளங்கையைக் குவித்து, இருமுறை தன் நெஞ்சை லேசாகத் தட்டி அவளை வணங்கினான். “அதாப். முக்கிய நிகழ்வொன்றில் கலந்துகொள்வதற்காகத் திருமதி. கன்னிங் மலர்கள் தீட்டப்பட்ட புத்தம்புதிய கவுன் ஒன்றை இன்று காலை வாங்கியிருக்கிறார். சர் ஹென்றி லாரன்ஸ் லக்னோவிற்கு வந்துவிட்டார். அவர் என்ன செய்யப்போகிறாரெனத் தெரிந்துகொள்ள குல்பதன் ஆவலாக உள்ளார். உங்களைப்போலவே அவருக்கும் அதை அறிய அத்தனை அவசரம்” எனச் சத்தமாகக் கூறினான்.

சர் ஹென்றி லாரஸின் வரவேற்பு ஊர்வலத்தைக் காண காசிமின் குதிரையேறிச் சென்றாள் அமா. ஆனால் அப்படி எந்த ஊர்வலமும் அவள் கண்ணில் படவில்லை. ஆங்கிலேயர்கள் தெருவில் நின்று சுருட்டுப் புகைத்துக் கொண்டிருந்தனர். ஆளுநர் மாளிகை அருகேயிருந்த ரோஜாத் தோட்டத்தில் அவள் காத்திருந்தாள். சர் ஹென்றி லாரன்ஸ் உள்ளே நுழைந்ததாகவோ வெளியேறியதாகவோ தெரியவில்லை.

ஆனால் மறுநாள் காலை அவள் தனது வழக்கமான குதிரைச் சவாரியை மேற்கொண்டிருந்தபோது வழியில் அவரைப் பார்த்தாள். லக்னோவின் புராதனப் பகுதியில் இரு குறுகிய முட்டுச் சந்துகள் சந்திக்கும் இடத்தில், பளபளப்பான கருப்புநிற வேலர் குதிரைமீது அவர் அமர்ந்திருப்பதைக் கண்டாள்.

காசிமின் குதிரையின் கடிவாளத்தைப் பிடித்து நிறுத்தி அவருக்கு வழிவிட்டாள். சர் ஹென்றி லாரன்ஸ் நல்ல உயரம்; நெட்டை என்றுகூடச் சொல்லலாம். அமாவின் குதிரையையும் அவள் அணிந்திருந்த சிவப்பு மேற்சட்டையையும், இளஞ்சிவப்பு வண்ணப் பட்டுக் காற்சராயினையும் கண்டதும் அவர் தாடை வியப்பில் உயர்ந்தது. குதிரை மேல் அவள் அமர்ந்திருந்த கம்பீரத் தோரணை தன் அதிகாரிகளுக்கும் கூட வராது

என எண்ணிக்கொண்ட அவர் உருதுவில், “ஆப்பிரிக்கப் பெண்களைக் கொண்ட ரோஜாப் படையைச் சேர்ந்தவள்தானே நீ?” எனக் கேட்டார்.

“ஆமாம் . . . சர்” என்றாள்.

தனது துல்லியமான அனுமானத்தை மெச்சி அவர் தனக்குத்தானே புன்னகைத்தபடி அங்கிருந்து நகர்ந்தார்.

❍❍❍

சர் லாரன்ஸ் ஹென்றி பதவியேற்ற முதல் வாரத்தின் அதிகாலை வேளைகளில் லக்னோவின் பல பகுதிகளிலும் அவரைக் காண முடிந்தது. சில சமயங்களில் மட்டும் அமா தைரியமாக அவரைப் பின்தொடரவும் செய்தாள். பித்தளைக் கூரைகள் கொண்ட செங்கற் ஸ்தூபிகளையும், பசும் மட்பாண்டத் தொகுதிகளையும் கடந்து மாமரத் தோப்புகளிடையே அவர் செல்வதைக் காணலாம். சிப்பிச் சுண்ணாம்புக் காரை பூசிப் பளபளத்த லக்னோவின் கட்டிடங்களைக் கடந்து அவரது குதிரை துள்ளல் நடைபோட்டுச் சென்றது. முன்னொரு காலத்தில் பிரெஞ்சு நாட்டைச் சேர்ந்த ஒருவர் குளுமைக்காக கோமதி நதியில் வீட்டைக் கட்டியிருந்தார். அவருக்குச் சொந்தமாயிருந்த பெரும் நிலப்பரப்பின்மீது சர் ஹென்றி குதிரையேறிப் பயணித்தார். தற்போது அவ்வீடு அந்தப் பிரெஞ்சுக்காரரின் அழகிய கல்லறை மாடமாக மட்டுமே மீந்துள்ளது.

வார இறுதியின்போது கோமதியாற்றில் காசிமின் குதிரையை அமா கழுவிக்கொண்டிருந்தபோது அவ்வழியே சர் ஹென்றி லாரன்ஸ் குதிரையோட்டி வருவதைக் கண்டாள். அவளது குதிரை ஈரமான மூக்கால், மயிரடர்ந்த வாயால் அவள் கழுத்தைத் தேய்த்துக்கொண்டிருந்தது. சர் ஹென்றி அவளருகே வந்து, “ஜூபிடர், ஜுயஸ் சிலைகள் எங்கிருக்கின்றன என உனக்குத் தெரியுமா?” எனக் கேட்டார்.

அமா சடாரென எழுந்து அவரைப் பார்த்துப் புன்னகைத்தாள்.

இருவரும் லக்னோவின் வீதிகள் வழியே சென்றனர். ரோஜாக்கள் பூத்துக் குலுங்கும் வளைவிதானங்கள், சிக்கந்தர் பாக், மசூதி, இளஞ்சிவப்பு நிறச் சுவர்கள் கொண்ட வேனிற் இல்லம், காலஞ்சென்ற நவாபுகளுக்குச் சொந்தமான ஐரோப்பியப் பாணி அரண்மனைகள், ஆங்கிலேயர்கள் உல்லாசமாகச் சுற்றித்திரியும் அரச வம்சத்தினரின் கல்லறைத் தோட்டங்கள், இரும்புக் கிராதிகள் போட்ட வாயிற் கதவுகள் ஆகியவற்றைக் கடந்து அவர்கள் சிலைகளை நோக்கிப் பயணித்தனர். குதிரையின் கடிவாளங்கள் அவர்கள் கைகளில் இலகுவாக அசைந்தன, சூரியனின் இளங்கதிர்கள் அவர்களின் தோள்களில் பட்டுத் தெறித்தன. நெஞ்சில் சிவப்புத் தடமுடைய பறவைகள் ஆணையரின் மெல்லிய உடலையும் வெண்தாடியையும் சுற்றிவந்து கிறீச்சிட்டன. சிறிதுநேரம் சென்றதும் நீலக்கண்கள் கொண்ட கம்பெனி அதிகாரியொருவன் சர் ஹென்றியை அங்கு கண்டு, அவர் அருகில் வந்தான். அமாவிற்கும் அவருக்குமிடையே நுழைந்து, கப்பலில் வந்திறங்கவிருக்கும் துப்பாக்கித் தோட்டாக்களைப் பற்றி ஆங்கிலத்தில் அவருடன் பேசியபடியே வந்தான். தோட்டாக்கள்! அமா அந்த வார்த்தையை மனதில் பதியவைத்துக் கொண்டாள். அமாவை அவன் பொருட்படுத்தவேயில்லை. தனது

குதிரையோடு முட்டித்தள்ளிக்கொண்டு முழுமையாக நடுவில் வந்து அவளை ஓரங்கட்டினான்.

“ஏன், பழைய தோட்டாக்களுக்கு என்னாயிற்று?” என சர் ஹென்றி லாரன்ஸ் ஆங்கிலத்தில் அவனிடம் கேட்டார், அவர் குரல் எரிச்சலுடன் ஒலித்ததை அமா கண்டுகொண்டாள்.

“அவை தீர்ந்து போய்விட்டன.”

இத்தனை முரட்டு அதிகாரியின் அருகில் தானும் தன் குதிரையும் பயணிப்பது அமாவிற்குச் சங்கடமாக இருந்தது. எனவே அவள் குதிரையை வேகம் கூட்டி முன்னால் ஓட்டினாள். சர் ஹென்றிக்கு வழிகாட்டியவாறு அஸ்ரத்கஞ்ச் நோக்கிப் பயணித்தாள்.

சூரியன் மெல்ல உச்சிக்கு வந்தது. இளஞ் சூடான செம்புழுதியின் மணம் குதிரைகளைச் சூழ்ந்தது. சம்பளபாக்கி குறித்த வருத்தம் அவள் மனதைத் துளைத்தது. அமா தனது பாட்டியார் கூறிய எத்தியோப்பியப் பழங்கதைகளில் ஒன்றை நினைவுகூர்வதன் மூலமாகத் தன் எண்ணங்களை மடைமாற்ற முயன்றாள். ஆனால் அமாவின் நினைவிலிருந்த அவளது பாட்டியோ பீறிட்டுப் பாயும் வெள்ள நீரோட்டத்தில் சிக்கி கைசர்பாக் அரண்மனையை நோக்கி விரைந்தார். அரண்மனை நீரூற்றின் வழியாக அவளது இசுலாமியப் பாட்டியார் வெளியேறி, தன் தூய வெற்றுக் கால்களை கைசர்பாக் அரண்மனையில் கடல்போல் விரிந்துகிடந்த தோட்டங்களில் பதித்தார். அங்கிருந்த அரச குடும்பத்தினர், அமாவின் தாயார், லைலா சித்தி ஆகியோரும் அவளது பாட்டியுடன் சேர்ந்து அல்லி மலர்கள் நிறைந்த குளத்தினுள் குதித்தனர். சலசலக்கும் நீரூற்றுகளும், பளிங்குக்கற்கள் பதித்த கிணறுகளும், நீலப்புறாக்களும், கொழுத்த பொன்மீன்கள் மகிழ்ச்சியுடன் திரியும் குளங்களும் நிறைந்த தோட்டத்தில் அவளது பாட்டியார் நின்றிருந்தார். சூபி இசைக் குழுவினரின் இசைக் கச்சேரி அளித்த ஆனந்தப் பரவசத்தில் மூழ்கியவாறே அவர் வெற்றிலைத்தாம்பூலங்களைத் தயாரித்து வழங்கினார். சர் ஹென்றி லாரன்ஸிற்கு வழிகாட்டிச் சென்ற அமாவின் செவிகளில் அவளது பாட்டியாரின் குரல் இப்போது தெளிவாகக் கேட்டது – பாரசீகமும் உருதுவும் கலந்து தேன்போலத் தித்தித்த அவ்வார்த்தைகள் பழம் பேச்சுவழக்குக் கொண்ட வரிகளாக உருமாறி அவள் செவிகளில் ஒலித்தன. அமாவின் தாயாரின் வார்த்தைகளில் இல்லாத இனிமை அவளது பாட்டியாரின் வரிகளில் இருந்தன. “உன் நோக்கத்தை உணர்ந்துகொள்” என அவரது குரல் ஒலித்தது.

அமா முன்பக்கமாகச் சற்று குனிந்து, குதிரையின் குளம்புகளில் செம்புழுதி படிவதைக் கவனித்தாள். சென்ற வருடம் நடைபெற்ற ஏல விற்பனையிலிருந்து தப்பித்த பசும்பொன் சிறகுகளுடைய மன்னரின் பட்டுப்புறாக்களில் ஒன்று, சாலையோரம் அமர்ந்து கூவியது. அமாவைப் பார்த்தும், சர் ஹென்றி லாரன்ஸை பார்த்தும் அப்பறவை கூவியது. நற்சகுனத்தை அறிவிப்பதைப்போல அப்புறா கூவியது.

லா மார்டினியர் கல்லூரியின் அருகேயிருந்த சிதைந்த பூங்காவிற்கு அவர்கள் வந்துசேர்ந்தனர். கூடியவிரைவிலேயே இங்கிலாந்துக்குச்

செல்லவிருந்த ஆங்கிலேயச் சிறுவர்கள் நீல மேற்சட்டையும் காற்சராயும் டை முடிச்சுகளும் அணிந்து அங்கு பயின்றுகொண்டிருந்தனர். மேஜைகளில் அமர்ந்து புத்தகங்களை அவர்கள் வாசித்துக்கொண்டிருந்தனர். பூங்காவில், மண் கிளறிக்கிடக்க அதன்மீது நீலநிறச் சிற்பங்கள் துண்டுதுண்டாகச் சிதறிக்கிடந்தன. குதிரையிலிருந்து இறங்கிவந்த சர் ஹென்றி லாரன்ஸ், இச்சிற்பங்களேனும் ஆங்கிலேயக் கரங்களில் இருந்து தப்பியிருக்கும் என நம்பியிருந்த அமாவின் அருகிலே சென்று நின்றார். நீலக்கண் அதிகாரி பொறுமையிழந்திருந்தான் என்பது அதை மறைப்பதற்கான அவனது முயற்சிகளையும் கடந்து அவன் முகத்தில் அப்பட்டமாகத் தெரிந்தது.

உடைந்த சிலைகளை இருவரும் யோசனையுடன் பார்த்தனர். "என்னால் இங்கு இருக்கவே முடியாது" என சர் ஹென்றி லாரன்ஸ் அமாவிடம் உருதுவில் கூறினார். என்ன செய்வதென அறியாது அவர் திகைத்துப் போயிருந்தார். "இறந்துபோன என் மனைவிக்கு மிக விருப்பமான சிலைகள் இவை. என்னால் இங்கு இருக்கவே முடியாது" என மனவேதனையுடன் கூறினார்.

அவரது இந்த எதிர்வினையைக் கண்டு அமாவிற்கு வருத்தமும் ஆறுதலும் ஒருசேரத் தோன்றின.

சர் ஹென்றி தன் குதிரையின் மீதேறி அவளைப் பார்த்தபடியே, "இங்கே அருகில் நல்ல தேநீர்க் கடை ஏதேனும் உள்ளதா ?" எனக் கேட்டார்.

ooo

போகன்வில்லா மரங்கள் சூழ்ந்து நிழல் போர்த்தியிருந்த தெருவொன்றில், பால்த் தேநீரை இரு மட்குடுவைகளில் ஊற்றி மேலும் கீழுமாய் ஆற்றினார் தேநீர்க் கடைக்காரர். ஆங்கிலேயர்கள் விரும்புவதைப் போன்று பால்த் தேநீர் தயாரித்து சர் ஹென்றியிடம் கொடுத்தார். சிறு தாழிக்குள்ளிருந்து வைரங்கள்போல் ஜொலிக்கும் கிணற்றுநீரைக் கடைக்காரர் ஊற்றினார். மாணிக்க நீலத்தில் ஒளிர்ந்த தீயின் மீதிருந்த வெள்ளிப் பானையில் தெளிந்த நீரைக் கொதிக்கவைத்து, மரகதப்பச்சை எலுமிச்சைகளை வெட்டி அதில் சர்க்கரைத் துகள்கள் கலந்து, அந்தக் கரைசலைச் சிறிதுநேரம் தோய்ந்துூற வைத்தார். பிறகு அந்த மாணிக்கங்களையும் வைரங்களையும் மரகதங்களையும் ஒன்றுசேர்த்து அமாவிடம் கொடுத்தார். அதை அவள் உதடுகளின் வழியே நாவுக்கு மெல்ல மெல்ல அனுப்பினாள். தொண்டையில் இறங்கும்முன்னே அந்தப் பானத்தைத் தன் கன்னக் கதுப்புகளுக்குள் பாதுகாத்து வைத்துக்கொண்டாள். கோப்பையிலிருந்து எழுந்த ஆவி அவளது மூக்கையும் கன்னங்களையும் ஈரமாக்கியது. தேநீர்க் கடைக் காரரின் வெள்ளிப் பானையில் இருந்து எழுந்த நீராவி புல்லாங்குழல்களைப் போலே காற்றில் எழும்பியது. பாரசீக, அரேபிய மெல்லிசைப் பாடல்களை இங்கு கொண்டுவந்து சேர்த்த குழல்களைப்போலே, கடல்மீது நெடும் பயணம் போகும் எத்தியோப்பியப் பெண்டிரின் சிரசுகளைப்போலே.

சர் ஹென்றி லாரன்ஸ் தன் தாடியில் படிந்த தேநீர்த் துளிகளைத் துடைத்தபடியே, "இவள் மிக அற்புதமாகக் குதிரையோட்டுகிறாள்" என நீலக்கண் அதிகாரியிடம் ஆங்கிலத்தில் கூறினார்.

அதிகாரியோ ஆமோதிக்கத் தயங்கியபடியே, "இவளா?" எனக் கேட்டான்.

"ஆம். விவேகமிக்க அவளது கண்களில் ஓர் ஆணுடையதைப் போன்ற அபரிமிதமான திறனைக் காண்கிறேன். இந்நிலத்திற்குப் புதிதாக வந்திருக்கும் ஆங்கிலேயர்களுக்கு, ஆண்பாலினச் செருக்குக் கொண்ட உன்னைப் போன்றோருக்கு இவளது தோரணைகளும் நாகரிக நடத்தைகளும் புரிய வாய்ப்பேயில்லை. இத்தனை திறன்மிக்க இப்பெண் காவலர்கள் அணிவதற்காக ஆண்களுக்குரிய அதே உடைகள்தான் அரசவையால் வழங்கப்பட்டுள்ளது."

அவரது பேச்சில் அமாவுக்குப் பரிச்சயமில்லாத பல ஆங்கிலச் சொற்கள் வந்துவிழுந்தன. அவை அவளுக்குப் புரியவேயில்லை.

சர் ஹென்றி அதிகாரியிடம், "இனி இந்தச் சிலைகளின் அருகில் நான் செல்லவே மாட்டேன்" எனக் கூறிவிட்டு அமாவையும் அதிகாரியையும் பார்த்து உருதுவிலேயே, "இதுபோன்ற மாற்றங்கள் நடந்திருக்கவே கூடாது" என்றார்.

ஆமாம் சர், இது நடந்திருக்கவே கூடாது என மனதுக்குள் எண்ணியபடியே அமா அந்த ஆங்கிலேய நல்ல மனிதரை நோக்கித் தலைவணங்கினாள்.

அதிகாரி தன் குதிரையில் அமர்ந்தபடி தொலைவில் நடைபெற்ற சாலைக் கட்டுமானப் பணிகளையே பார்த்துக்கொண்டிருந்தபோதும், தனது உயரதிகாரி கூறியதையும், அதனை அவர் முழுவதும் உருதுவிலேயே கூறியதையும் கேட்டு அதிர்ச்சியடைந்திருப்பது அவன் கண்களில் தெரிந்தது.

சர் ஹென்றி லாரன்ஸ் அமாவைப் பார்த்தபடியே தன் பேச்சைத் தொடர்ந்தார். "நான் லக்னோவிற்குப் பலமுறை வந்திருக்கிறேன். இது கிழக்கின் பாரீஸ். நானும் என் மனைவியார் சீமாட்டி ஹானரேரியாயும் முதன்முதலாக இந்நகருக்கு வந்தபோது, 'ஆயிரத்தொரு இரவுகள்', 'அரேபிய இரவுகள்' போன்ற கதைகளை இந்நகரம் அவளுக்கு நினைவூட்டின. மாஸ்கோவும் கான்ஸ்டாண்டிநோபிளும் கூட அவள் நினைவிற்கு வந்தன."

சர், பல ஐரோப்பிய விருந்தினர்கள் இங்கு வருகை தந்துள்ளனர் என அமா அவரிடம் கூற விரும்பினாள்.

"மாஸ்கோவை விடவும் லக்னோ கவர்ந்திழுப்பதாக ருஷ்யப் பாதிரியார் ஒருவர் கூறியுள்ளதாக நினைவு" என்ற சர் ஹென்றி லாரன்ஸ் அதிகாரியை நோக்கி ஆங்கிலத்தில், "வெர்சைல்சை விடவும் கைசர்பாக் அரண்மனை பெரியது. ஆனால் லக்னோவைக் கிழக்கத்தியக் குளறுபடியென நீங்கள் அனைவரும் இழிவாக விளிக்கின்றீர்கள். எவ்வித ஒழுக்கமுமில்லாமல் ஏனோதானோவென வளர்ந்த நகரம், இராணுவப் படையைப் பேணிக் காப்பதற்குப் பதிலாகக் கட்டிடங்களை உருவாக்குவதில் விருப்பம் கொண்டிருந்த இந்நகரின் மன்னரைப்போலவே ஒழுக்கமில்லாத பேடித்தனம் கொண்ட நகரம் இதுவெனப் பழிக்கின்றீர்கள்" எனக் கூறிவிட்டு சர் ஹென்றி லாரன்ஸ் தேநீரை ஒருமிடறு உறிஞ்சினார். "எனதருமைத்

தோழரே, நான் அதிகாலையிலேயே விழித்துக்கொள்வேன், மிகக் குறைந்த அளவே உண்பேன், வைனோ பியரோ சாராயமோ அருந்துவதில்லை. இந்தியாவிலிருக்கும் எந்தவொரு ஆணையும் உடல்பலத்தாலும் மனபலத்தாலும் என்னால் வெல்ல முடியும் என நம்புகிறேன். வெயில் கொளுத்தும் காலத்தில் எண்ணூறு மைல்கள் தொலைவினைத் தொடர்ச்சியாகச் சவாரிசெய்து கடந்துள்ளேன். தொடர்ந்து பல வாரங்கள் ஒவ்வொரு நாளும் பனிரெண்டு முதல் பதினான்கு மணிநேரங்கள்வரை பணியாற்றியுள்ளேன். இந்தியாவிற்குப் பணியாற்ற வந்திருக்கும் பிரிட்டிஷ் வீரர்களின் குழந்தைகளும், அனாதைக் குழந்தைகளும் கல்வி பயில சிம்லாவின் அருகே உறைவிடப் பள்ளியொன்றைக் கட்டியுள்ளேன். அப்பள்ளி மிக வெற்றிகரமாக நடந்துவருகிறது. ராஜஸ்தானின் மலைவாசஸ்தலத்திலும் அதேபோன்ற பள்ளியொன்றைக் கட்டியுள்ளேன். மற்றொரு பள்ளி கட்டும் திட்டமும் என் கைவசமுள்ளது. இந்நாட்டைப் பற்றி மிகத் தெளிவாக அறிந்துவைத்துள்ளேன். ஆனால், புதிய தலைமுறையினராகிய நீங்கள் தற்போது இங்கு செய்திருக்கும் மாற்றங்கள் குறித்து இவ்வாரம் நானளித்த எச்சரிக்கைகள் கவனத்திற்கு எடுத்துக்கொள்ளப்படவேயில்லை. இந்தியாவில் வசித்த முந்தைய தலைமுறை ஆங்கிலேயர்கள் உங்கள் செயல்களை ஒப்புக்கொள்ளவே மாட்டார்கள். எனக்கு முன்னர் இங்கு பணிபுரிந்த ஆணையர் திறனற்றவரென வெளிப்படையாகவே தெரிகிறது. நீங்கள் புத்திசாலியாக இருக்கும்பட்சத்தில், நம் படையில் பணியாற்றும் மிகச்சிறந்த உள்ளூர் இராணுவ வீரர்கள் சமீபகாலமாக நமக்குத் தாமதமாகவே வணக்கம் தெரிவிக்கின்றனர் என்பதைக் கவனித்திருப்பீர்கள் என எண்ணுகிறேன்" என்றார்.

சிடுசிடுப்பாக இருந்த அதிகாரியின் முகம் லேசாகத் தணிந்தது. அருகருகே நின்றிருந்த சர் ஹென்றி லாரன்ஸின் கருப்பு வேலர் குதிரையும், காசிமின் பெண்குதிரையும் ரோமம் அடர்ந்த வாயால் புதிதாய் முளைத்த புற்களைப் பிடுங்கித் தின்றன. வியாபாரிகள் சீட்டியடித்தபடியே பணிக்குச் சென்றனர். வாடிக்கையாளர்களுக்குத் தர எலுமிச்சையும் சர்க்கரையும் கலந்த பானத்தைத் தயார் செய்யச் சொல்லிவிட்டு, மஸ்லின் காற்சராய்கள் அணிந்த வேலைக்காரப் பையன்கள் மகிழ்வு பொங்கும் சிறுசிறு மீன்களைப்போல அமாவைச் சூழ்ந்து நின்றிருந்தனர். காலிக்கோப்பையை சர் ஹென்றி கடைக்காரரிடம் திருப்பிக் கொடுத்துவிட்டு, "போய் வருகிறேன்" எனக் கூறி அமாவிடமிருந்து விடைபெற்றார். சிடுசிடுப்பாக இருந்த நீலக்கண் அதிகாரியுடன் அங்கிருந்து கிளம்பிய அவரை நோக்கி அமா தலைவணங்கினாள்.

சர் ஹென்றி லாரன்ஸைப் பற்றி எண்ணியவாறே, லக்னோ மக்களைப் பார்த்தபடி அங்கேயே சிறிதுநேரம் அமா நின்றாள். அவர்களுள் சிலர் பேகம் சாகிபாவின் அழைப்பிதழை வாசிக்கவுமில்லை, வந்து ஜெய் லாலை சந்திக்குமாறு பையன்களிடம் கூறியனுப்பிய வேண்டுகோளுக்குப் பதிலளிக்கவுமில்லை. அவர்கள் அங்கிருந்து கிளம்பி, ஆங்கிலேயர்களின் உத்தரவுப்படி புதிய சாலைகளைத் தவிர்த்துவிட்டுச் சுற்றியிருந்த வீதிகளின் வழியே நடந்து, வேலைதேடி லக்னோவை விட்டுச் சென்றனர்.

தாகம்கொண்ட வாடிக்கையாளர்கள் தேநீர்க் கடைக்காரரைச் சுற்றி மொய்த்தனர். சிவப்புக் கறைபடிந்த பற்கள் தெரிய அகந்தையுடன் சிரித்தபடி அங்கு வந்துநின்ற திருடன் அலிபாபா அபியை அந்தக் கூட்டம் மறைத்துவிட்டது. அவன் அமாவை நோக்கி வந்தான். அவள் அருகிலிருந்த சிறுமிகள் சூடியிருந்த புத்தம்புது மலர்களின் நறுமணம் அவன் பூசியிருந்த வாசனைத் திரவியத்தைச் சில நொடிகள் மறைத்துவிட்டது.

“கடைசியாக உனக்கும் ஒரு புதிய ஆங்கிலேய நண்பர் கிடைத்து விட்டார்போலிருக்கிறதே. புதிய நண்பர்களின் தேவையை இப்போதேனும் உணர்ந்துகொண்டாயே, தனிமையில் வாடும் ஆப்பிரிக்க நங்கையே!” என்றான் அவன்.

அவன் தன்னைக் கடந்து செல்லும்வரை காத்திருந்த அமா, விடுவிடுவெனச் சென்று அவனைச் சடாரெனத் திருப்பினாள். அவளது திடீர்த் தொடுகையில் அவன் ஒருகணம் திடுக்கிட்டுப் போனான். அவளது செந்நிற மேற்சட்டையையும், பட்டுக் காற்சராயையும், குட்டைக் கேசத்தை யும் வெறித்த அவன் முகத்தில் சினத்தின் ரேகைகள் படிந்தன.

அவன் மேலிருந்து தன் கைகளை எடுத்த அமா, “அம்மனிதர் கருணைமிக்கவர். உன் நண்பர்களைப்போல் இல்லை, அவர் லக்னோவின் நண்பராக விளங்குகிறார்” என்றாள்.

“அவரின் கருணையால் ஏதேனும் பயனிருக்கிறதா? உங்களுக்கு அது எவ்விதத்திலேனும் உதவுமா?” எனக் கேட்ட அபியின் முகத்தில் புன்னகை திரும்பியிருந்தது. “இந்நகரத்தை மேம்படுத்தும் புதிய சாலைகளைப் போல அவரது கருணை இந்நகரத்தை மேம்படுத்த உதவுமா? நமது மகாராணியாருக்கு நன்மை தரும்படி அவர் அப்படி என்ன செய்துவிட்டார்?” எனக் கேட்டான்.

அமா தனியாகக் குதிரையில் வீடு திரும்பிகொண்டிருந்தபோது, எலுமிச்சைப் பானம் அவளுக்கு அளித்திருந்த புத்துணர்ச்சி முழுவதும் வடிந்துபோயிருந்தது; முன்னர் அவள் கண்ட பட்டுப்புறா இப்போது கூவவில்லை. அது எங்கோ பறந்து போய்விட்டது.

9

கைசர்பாக் அரண்மனையினுள், வெல்வெட் சோபாக்களும் வெள்ளிப் பூச்சு மேஜைகளும், பொன் முலாமிட்ட சுவர்களும் கொண்ட அறையில் நீள அங்கிகள் அணிந்த முதிய அரச ஆலோசகர்கள் வருத்தம் தோய்ந்த முகங்களுடன் காத்திருந்தனர். லக்னோ குறித்த சர் ஹென்றி லாரன்ஸின் கருத்துகளை அறியவேண்டி அவருக்கு அவர்கள் எழுதிய கடிதத்திற்குப் பதிலை எதிர்பார்த்துக் காத்திருந்தனர். அமாவும் கூட அவர் பதிலுக்காகக் காத்திருந்தாள். கடிதமும் வந்து சேர்ந்தது. அரசாங்க ஆலோசகர்கள் அதைப் படித்துவிட்டு ஜெய் லாலிடம் கொடுத்தனர், ஜெய் லால் அதை அமாவிடம் கொடுத்து பேகம் சாகிபாவிடம் ஒப்படைக்கச் சொன்னார். பேகம் சாகிபாவிடம் கடிதத்தைக் கொடுத்த அமா, "புதிய தலைமை ஆணையராகப் பொறுப்பேற்றிருக்கும் சர் ஹென்றி லாரன்ஸ் அவர்களுக்கு லக்னோவை மதிப்பீடு செய்யவும், நிகழ்ந்தவற்றை ஆராயவும் கால அவகாசம் தேவைப்படுகிறதாம்" என ஜெய் லால் கூறியதை அப்படியே கூறினாள்.

கடிதத்தை விரைவாகப் படித்துமுடித்த பேகம் சாகிபா, "அவர் தன் கடமையைச் செய்ய அவகாசமளிக்க வேண்டும். அவருக்காக நாம் சிறிது தணிந்துபோக வேண்டியுள்ளதுதான்" என்றார்.

சர் ஹென்றி முன்னகர்வதை விடவும், தாங்கள் முன்னகர்வதை விடவும் காலம் மிக விரைவாக முன்னகர்ந்து ஓடுவதையெண்ணி அமா வருந்தினாள். ஜெய் லாலால் உருவாக்கப்படும் அவத்தின் புதிய படைக்கு 'அவத் படைவீரர்கள் அமைப்பு' என அதிகாரப்பூர்வமாகப் பெயரிட்டு அழைக்கத் துவங்கினர். அப்படைவீரர்களின் எண்ணிக்கை ஆயிரத்தை நெருங்குவதை சத்தர் மன்ஸிலில் அமா கண்டாள். மன்னருக்கு விசுவாசமானவர்கள் சிலர் சத்தர் மன்ஸிலைச் சுற்றி எந்நேரமும் குழுமியிருந்தனர். அங்கு வந்துபோகும் அமாவிடம் ஒருநாள் ஜெய் லால், "நம் மக்களும் நிலைகொள்ளாமல் தவிக்கின்றனர்" எனக் கூறினார்.

"தமது நிலத்தைப் பாதுகாக்க லக்னோ மக்கள் பெரும்பாலானோர் தீரத்துடன் தயார்நிலையில் இருக்கின்றனர் என்பதை ஆங்கிலேயர்களுக்கு நம்மால் மிக எளிதாக நிரூபித்துவிட முடியும். ஆனால் அதைச்செய்ய நாம் அதிக

நேரம் எடுத்துக்கொண்டால், அதுவரை அவர்களுக்கு ஊதியம் வழங்க அதிகப் பணமும் தேவைப்படும்" என்றாள் அமா.

"பொறுமை" என மரியாதையுடன் தன் சுவர்முகத்தைத் தாழ்த்திக் கூறிய ஜெய் லால், "நான் அனைத்தையும் முறையாகச் செய்யவே விரும்புகிறேன். தற்காலிகமாகவேனும் நமக்கு ஓர் அரசர் தேவைப்படுகிறார். மன்னரின் மகன்களில் ஒருவரான பிர்ஜிஸ்தான் அதற்குத் தகுதியானவர். லக்னோவின் நன்மைக்காக ராஜ குடும்பத்தை நாம் மீட்டமைக்க வேண்டியுள்ளது. இதுகுறித்து பேகம் சாகிபாவுடன் கலந்தாலோசிப்பதற்குச் சரியான நேரம் எதிர்பார்த்துக் காத்திருக்கிறேன்" என்றார்.

அமா அவர் கூறியதைச் சிந்தித்துப் பார்த்தாள். ஜெய் லால் திண்ணிய மனம்கொண்டவர், புத்திசாலி, உறுதிமிக்கவர், அவர் கூறுவது சரியாகத்தான் இருக்கும்.

"எனவே பொறுமை காப்போம் அமா. நாம் மிகுந்த எச்சரிக்கையுடன் அனைத்துக் காரியங்களையும் ஏற்பாடு செய்ய வேண்டியுள்ளது" என்றார் ஜெய் லால்.

அமா யோசித்தபடியே வீதிகளில் இறங்கி நடந்தாள். அரண்மனைக் குள்ளேயும் அங்குமிங்கும் நடந்தாள். லக்னோவிலிருந்து தூதுவர்கள் மூலமாகத் தனது தாயாருக்கு அவள் மருந்துகளைக் கொடுத்தனுப்பி நீண்டகாலம் ஆகிவிட்டது. ஆனால் அவரது உடல்நலம் குறித்தோ மன்னர் எப்போது லக்னோ திரும்புவார் என்பது குறித்தோ எந்தச் செய்தியும் இதுவரை கல்கத்தாவிலிருந்து வந்துசேரவில்லை. அனைவரும் காத்திருக்கின்றனர்; காத்திருக்க மட்டுமே செய்கின்றனர். அவள் கைசர்பாக் அரண்மனையின் முன்கூடத்தைக் கடந்தபோது, பாத்திமா ஓடிவந்து அரண்மனை வாயிலில் யாரோ ஓர் ஆள் காத்திருப்பதாக அமாவிடம் கூறினாள்: "நேற்றிலிருந்து அவன் அங்கேயே நிற்கிறான்" என்றாள்.

ஏற்கெனவே பொறுமையிழந்திருந்த அமாவிற்கு இது மேலும் எரிச்சலூட்டியது. முன்பக்கக் கதவுகளைத் திறந்து வெளியே பார்த்தாள். அரண்மனைச் சுற்றுச்சுவரை ஒட்டிய புளியமர நிழலில் அந்த ஆள் நின்றிருந்தான். நீலநிற இறுக்கமான காற்சராயும், முன்பக்கம் வளைந்த காலணிகளும், மெல்லிய மஸ்லின் சட்டையும் அணிந்திருந்தான். மரத்தில் கட்டியிருந்த எலும்பும் தோலுமான அவனது மட்டக்குதிரை ஈக்களை விரட்டத் தன் தலையை அப்படியும் இப்படியுமாய் ஆட்டிக்கொண்டிருந்தது. அவன் குட்டையாக இருந்தான், அழுக்கு வெள்ளைப் பையொன்றை மாட்டிருந்தான், அவனது சுருள்கேசம் எண்ணெய்யில்லாமல், கத்தரிக்கப் படாமல் பரட்டையாக இருந்தது. பரபரப்பாக இருந்த தெருவையே சோர்ந்த விழிகளுடன் பார்த்துக்கொண்டிருந்தவன் அவ்வப்போது தொண்டையைச் செருமிக்கொண்டான். "யாரோ கிராமவாசிபோல் தெரிகிறது. போய் என்னவென்று விசாரி" என்றாள் அமா.

பாத்திமா அவனை நோக்கிச் சென்றாள். அவள் கேட்ட கேள்விகளுக் கெல்லாம் அவன் தலையுயர்த்தாமல் நிலத்தைப் பார்த்தபடியே உடனடியாகப் பதிலளித்தான். வாயிற் கதவருகே காத்திருந்த அமாவிடம்

திரும்பிவந்த பாத்திமா, "அவன் பெயர் பவண். அவனது கிராமத்தில் ஆங்கிலேயர் விதித்துள்ள புதிய நிலவரியை அவன் செலுத்த வேண்டுமாம். அவர்களை எதிர்த்துப் போராடியும் பார்த்துவிட்டானாம், ஆனாலும் கட்டாயம் வரிகட்ட வேண்டுமாம். அவ்வளவு பணம் அவனிடம் இல்லாததால், அரச குடும்பத்திலிருந்து ஏதேனும் வேலைவாய்ப்போ உதவியோ கிடைக்கக்கூடுமென நம்பி இங்கு வந்துள்ளானாம்" என்றாள்.

"இங்கேயே நம்மில் பலர் வேலையில்லாமல் தவிக்கிறோம் என்பதை அவனிடம் சொன்னாயா?"

"ஆம், சொன்னேன்."

"மன்னர் மட்டும் இங்கிருந்தால் அவனுக்கு நிச்சயம் வேலை கிடைத்திருக்கும். ஆனால் இப்போதுதான் நிலைமை சரியில்லையே, எனவே அவனை இங்கிருந்து கிளம்பச் சொல்."

"அதையும் அவனிடம் சொல்லிவிட்டேன்."

பின்மதியத்தின் போதும் அந்த ஆள் அங்கேயே நின்றிருந்தான்.

அவனது கடைவாய் ஓரங்களில் எச்சில் காய்ந்திருந்தது. அவனது மட்டக்குதிரையும் தாகத்துடனேயே காணப்பட்டது. வேலைக்காரப் பையன் ஒருவனை அனுப்பி அவனை அரண்மனைக்குள் அழைத்துவரச் சொன்ன அமா, அவனுக்கு உணவளித்து, அவனது இளைத்த குதிரைக்குத் தண்ணீர் காண்பித்துக் குளிப்பாட்டுமாறு கூறினாள். "இந்த மட்டக்குதிரையை காசிமின் சாம்பல் குதிரையிடமிருந்து விலக்கியே நிற்கவையுங்கள். இதற்கு ஏதோ நோயிருப்பதுபோலத் தெரிகிறது" என்றாள்.

பவணும்கூட நோய்வாய்ப்பட்டிருப்பவன்தானோ என அமா சந்தேகித்தாள். அமாவின் எதிரே அவன் தலை கவிழ்ந்து நின்றிருந்தபோது இருமிக்கொண்டே இருந்தான். ஜோத்பூரியச் சவாரி உடையணிந்த பெண்ணை இதற்கு முன்னர் அவன் பார்த்ததில்லைபோலிருக்கிறது. இதற்கு முன்னர் தன் வாழ்நாளில் அவன் குழல் துப்பாக்கியையும் பார்த்திருக்க மாட்டான். அமா அவனைக் கவனமாக ஆராய்ந்தாள், அவனது இருமல் ஒலியை நன்கு கூர்ந்து கேட்டாள். ஆம், கான்பூர் சாலையில் அன்று அவள் சந்தித்த அதே மனிதன். இருமிக்கொண்டிருந்த அதே திருடன்தான் இவன். "நீ உறங்கச் செல்வது நல்லது. அது சரி, இங்கு வந்துசேர உனக்கு எத்தனை நாள் ஆனது?" எனக் கேட்டாள்.

"இரண்டு நாள்."

"உனக்கு வழங்க இங்கு இப்போது எந்த வேலையுமில்லையே."

"நிலத்தீர்வை அதிகாரி எங்கள் கிராமத்திற்கு வந்திருந்தார்" என்றவன் தொண்டையைச் செருமிக்கொண்டு தொடர்ந்தான், "நாங்கள் புதிய நிலவரியைக் கட்டுவதற்குத் தவறினால் சிறைக்குச் செல்ல வேண்டியிருக்குமென அவர் கூறினார். லக்னோவில் ஏதேனும் உதவிகிட்டுமென நம்பித்தான் இங்கு வந்தேன், ஏனெனில் நீங்கள் எங்களைவிடவும் செழிப்பானவர்கள் ஆயிற்றே." நிலத்தை நோக்கியபடியே அவன் மீண்டும்

தொண்டையைச் செருமி, "நீங்கள்தானே லக்னோ பற்றி அன்று என்னிடம் கூறினீர்கள்" எனவும் கூறினான்.

"வேலை தேடி இங்கு வருவதற்கான சரியான நேரம் இதுவல்ல; வறுமையென்றால் என்னவென்றே அறியாத பலரும் இன்று இங்கு ஏழ்மையில் சிக்கிக்கொண்டுள்ளனர். மேலும், நான் செய்து முடிக்க இப்போது வேறு முக்கிய வேலைகள் உள்ளன. இப்போதைக்கு வேறெதிலும் என் கவனத்தைச் செலுத்த முடியாது. எனவே வயிறாரச் சாப்பிட்டுவிட்டு இங்கிருந்து கிளம்பிச் சென்றுவிடு" என்றாள்.

மறுநாள் காலை, பவண் தனது சுத்தமான கேசத்தைப் படிய வாரியிருந்தான். அவனொரு இந்து, எனவே அரண்மனையில் இந்துமத விருந்தினர்களுக்கென இருந்த பூஜையறையில் ஓய்வெடுத்துக்கொண்டான். அவனது உடைகளும் காலணிகளும் சுத்தமாகக் கழுவி, உலர்ந்திருப்பதைக் கண்டபோது அவனது வருத்தம் ஓரளவு குறைந்திருப்பதுபோல் அமாவிற்கு தோன்றியது. அத்திப்பழத்தைப்போல அவன் முகம் கனிந்திருப்பதையும் கண்டாள்.

அவனைக் கண்டு அவள் மனம் இரங்கியது. காலை உணவிற்குப் பின், பவண் அழுக்கு வெள்ளைப் பையுடன் மட்டக்குதிரையின் மீதேறிக் கொண்டு, அமா காசிமின் குதிரையில் வரும்வரை காத்திருந்தான். இருவரும் சேர்ந்து தாசிமனைக்குச் சென்றனர். பணப்பற்றாக்குறை குறித்த கவலைகள் அமாவைத் தொடர்ந்து அலைக்கழித்தபடியே இருந்தன. கைசர்பாக் சமையலறைக்குத் தேவையான ரவை, உலர்ப்பழங்கள், பால் போன்றவற்றை வாங்க தனது தாயின் சேமிப்பிலிருந்த பெரும்பாலான மாணிக்கங்கள், மரகதங்கள், முத்துக்களை அவள் விற்றுவிட்டாள். அங்கிருந்த அனைவருமே சேமிப்புகளைச் செலவு செய்துதான் வாழ்க்கையை ஓட்டிக்கொண்டிருந்தனர். ஆனால் இந்நிலை மாற வேண்டும், மாறியே ஆக வேண்டுமென அவள் எண்ணினாள். குழல்துப்பாக்கியைத் தன்னோடு சேர்த்து இறுக்கிக்கொண்டாள். ஆயிரம் கம்பெனியாட்களை நோக்கி அவள் அந்தத் துப்பாக்கியை உயர்த்துவதாகவும், ஆங்கிலேயப் புனிதவீரர் ஒருவர் அவளை நோக்கித் தலையசைப்பதாகவும் கற்பனை செய்துபார்த்தாள். மன்னருக்குரிய நடனத்தை ஆடும் பலவாயிரம் லக்னோ மக்களை நோக்கி ஆயிரம் வெண்ணிறக் கைக்குட்டைகளை ஆங்கிலேயக் கைகள் அசைப்பதையும், பல்லாயிரம் லக்னோ மக்களும் திருப்பிக் கையசைத்து அவ்வெளிநாட்டவருக்கு விடையளிப்பதையும், ஆங்கிலேயர்கள் தலைவணங்கி லக்னோ நகரை விட்டு வெளியேறுவதையும் அவள் மனக்கண்முன் காட்சிகளாக ஓட்டிப்பார்த்தாள்.

○○○

தாசிமனை வாயிலில் காவலுக்கிருந்த குல்பதனின் சகோதரர், "குல்பதனுக்குப் பல முக்கியச் சந்திப்புகள் உள்ளன. எனவே நீ அவரை இன்று பார்க்க முடியாது" என்று கூறினார்.

அமா உள்ளுக்குள் படபடத்தபடியே "குல்பதன்தான் என்னை வரச் சொல்லியிருந்தார்" என்று சொன்னாள். அதைக் கேட்ட குல்பதனின்

சகோதரர் தன் பெருத்த கால்களின் மெத்தைபோன்ற வெற்றுப் பாதங்களைப் படிகளில் பதித்து மேலேறிச் சென்றார். அமாவும் பவனும் அவரைப் பின்தொடர்ந்தனர்.

தன வணிகர்கள், கவிஞர்கள், இசைக் கலைஞர்கள், தொழிலதிபர்கள் ஆகியோராலும் இசுலாமியர்கள், இந்துக்கள், ஜைனர்கள், யூதர்கள் எனப் பல்வேறு மதத்தைச் சேர்ந்தவர்களாலும் தாசிமனை முற்றம் நிரம்பி வழிந்துகொண்டிருந்தது. அங்கிருந்த எவர் முகத்திலும் புன்னகையில்லை. அமாவைத் தான் வரச் சொல்லவில்லை என்றும், தனது சந்திப்புகளுக்கு எவ்விதத் தடங்கலும் ஏற்படக் கூடாது எனும்போது இவள் ஏன் இப்படித் தன்னைத் தொந்தரவு செய்கிறாள்? என்றும் குல்பதன் தனது சகோதரரைச் சத்தம் போடுவது அமாவின் காதுகளில் விழுந்தது. குல்பதனின் சகோதரர் மூச்சிரைத்தபடி முன்னால் நடந்துவர, பின்னால் அமாவையும் பவணையும் முறைத்தபடியே குல்பதன் வந்தார். கருப்பும் நரையும் கலந்த குல்பதனின் சுருள்கேசத்தில் வெள்ளி அலங்காரச் சீப்புகள் செருகப்பட்டிருந்தன. மூக்குக்கண்ணாடியை இறக்கி பவணை ஆராய்ந்துவிட்டு அமாவைப் பார்த்து அவர், “அமா, உன் சிறுபிள்ளைத்தனமான விளையாட்டுக்களையெல்லாம் என்னிடம் வைத்துக்கொள்ளாதே. என்னுடன் பேச வேண்டுமானால் நீ காத்திருக்கத்தான் வேண்டும். உனக்கும் முன்னரே இவர்களெல்லாம் இங்கு வந்து காத்திருப்பது உன் கண்களுக்குத் தெரியவில்லையா?” எனக் கோபமாகக் கேட்டார்.

முற்றத்தில் பேச்சுச் சத்தம் பலமாகக் கேட்டது. இரண்டு மணி நேரங்களுக்குப் பிறகு குல்பதனின் சகோதரர் எரிச்சலுடன் அமாவையும் பவணையும் குல்பதனின் மாடத்திற்கு அழைத்தார்.

அவர்கள் உள்ளே நுழைந்தபோது, சுவற்றில் பதித்திருந்த இழுப்பறை யொன்றினுள் குல்பதன் பெரிய வெள்ளிப் பெட்டியொன்றை வைத்துப் பூட்டுவதைக் கண்டனர். “தற்போது விதிக்கப்பட்டிருக்கும் தடைகளிலேயே செய்தித்தாள் அச்சிடுவதைத் தடுத்ததுதான் மிக மோசமானது. அவற்றை கல்கத்தாவிலிருக்கும் எவரோதான் முற்றிலுமாக முடக்க முயற்சிப்பதாக வதந்தியும் பரவியுள்ளது. வெளியுலகத் தொடர்புகளேயில்லாமல் நம்மை இருளில் வைப்பதே அவர்களின் நோக்கமாக இருக்கிறது” என்றார் குல்பதன்.

“நாம் அங்கு சென்றிருக்கவே கூடாது, அது நமக்கான இடமே அல்ல” என்றாள் அமா.

“எது எப்படியோ அனைவரும் இப்போது ஓரளவு நிம்மதியாகவே இருக்கின்றனர்” என்ற குல்பதன் தொடர்ந்து, “புதிய நிலவரைவு வரி கட்ட பணம் தேவைப்படுகிறது. லக்னோ மக்கள் சிறைக்குச் செல்வதைத் தடுக்க பேகம் சாகிபாவின் உதவியை நாம் நாடலாம்தான், ஆனால் புதிதாய் வந்திருக்கும் ஆணையரும் இது தொடர்பாகக் கூடிய விரைவில் ஏதேனும் செய்ய வேண்டும்” என்றபடியே இழுப்பறையைப் பூட்டிவிட்டு குடிக்கத் தண்ணீர் கொண்டுவரச் சொன்னார். “இப்போது சொல், எதற்காக என்னைத் தேடி வந்துள்ளாய்?” என அமாவைக் கேட்டார்.

“என் அன்பான குல்பதனே, இந்தக் கிராமவாசிக்கு உங்களால் ஏதேனும் உதவ முடியுமா? இவருக்கான வேலை ஏதாவது இங்குள்ளதா?”

குல்பதன் மூக்குக்கண்ணாடியைக் கழற்றிவிட்டுக் கண்களைத் துடைத்துக் கொண்டார். “இந்த ஆசாமிக்காக நீ வீரசாகசம் புரிய வந்திருக்கிறாயா என்ன?” எனக் கேட்டபோது அவர் முகம் வியர்வையில் மினுமினுத்தது. “இல்லை அமா, இப்போது எங்களால் மேலுமொரு வயிற்றுக்கு உணவளிக்க முடியாது. மிகுந்த எச்சரிக்கையுடன் இருக்கவேண்டிய காலமிது. ஏன் இவரை இங்கு அழைத்து வந்தாய்?” எனக் கேட்டார்.

பவணுடனான தன் முதல் சந்திப்பை குல்பதனிடம் அமா கூற வில்லை. அரச குடும்பத்தின் உதவியை நாடி அவன் வந்துள்ளதாகவும், அவனும் புதிய நிலவரியைக் கட்ட வேண்டியுள்ளது எனவும் அதற்காய் வேலை தேடி வந்துள்ளதாகவும் கூறிய அமா பவணை பார்த்துத் தன் தோள்களைக் குலுக்கிக்கொண்டாள்.

“ஒருவேளை சாய்க்கு எவரையேனும் இதுதொடர்பாய்த் தெரிந்திருக்கக் கூடும்” எனக் கூறிய குல்பதன் “சாய்! என் அருமை சகோதரி மகனே, எங்கு போய்த்தொலைந்தாய்? நான் நீர் கேட்டு எவ்வளவு நேரமாகிறது? இந்தப் பையன் வேறு அடிக்கடி எங்கேனும் தொலைந்துபோகிறான். ஏய், சாய்!” எனக் கூவினார்.

குல்பதன் எழுந்தார், பெரிய கைக்குட்டையொன்றால் முகத்தை அழுந்தத் துடைத்துக்கொண்டார். ஒத்தடமிடும் கட்டுத்துணியைக் கழுத்தைச் சுற்றிப் போட்டுக்கொண்டார். அனல்காற்று புகுந்து விளையாடும் திரைச்சீலைகளைப் பார்த்தபடியே, குளிர்ந்த பளிங்குத் தரையில் அமா கால்விரல்களைப் பதித்தாள். சிறிது நேரம் கழித்து, மெல்லிய குரலில் மன்னிப்புக் கோரியபடியே சாய் தலைகுனிந்து உள்ளே வந்தான், முகத்தில் தூக்கக் கலக்கம் மீதமிருக்கத் தன் அத்தைக்கு நீரூற்றிக் கொடுத்தான்.

அமா பவணை அங்கு அழைத்துவந்த காரணத்தை அறிந்துகொண்ட சாய், “திருமதி. கன்னிங்சின் வீட்டைப் பெருக்கிச் சுத்தம் செய்வதற்கு ஆள் தேவை. அவரது அண்டை வீட்டாரின் சமையற்காரரும் வேலையை விட்டுச் சென்றுவிட்டார். புதிதாய் வேலையாட்கள் கிடைக்காமல் ஆங்கிலேயர்கள் அங்கு திண்டாடுகின்றனர்” என்றான்.

“என்ன, ஆளில்லாமல் திண்டாடுகிறார்களா? லக்னோ மக்களுக்குத் தான் பணம் தேவைப்படுகிறதே, பிறகேன் வேலைக்குச் செல்லவில்லை?” என்றபடியே குல்பதன் கட்டுத்துணியைச் சரிசெய்துகொண்டார்.

அவன் தோள்களைக் குலுக்கியவாறே, “அங்கு ஆபத்தின் அறிகுறிகள் தென்படுவதாக ஜோதிடர்கள் கூறியுள்ளனராம்” என்றான்.

பவண் தொண்டையைச் செருமிக்கொண்டான்.

“வானில் மட்டும்தான் அவர்களுக்கு ஆபத்தின் துர்சகுனங்கள் தென்படுகின்றனவா?” எனக் கேட்டாள் அமா.

“இப்போதுவரை அப்படித்தான் தெரிகிறது” என அமாவைப் பார்த்தவாறே சாய் கூறினான். தண்ணீர் ஜாடியைக் கீழே வைத்துவிட்டு, “இன்று மாலை நான் அங்கு ஆடுகளுக்குப் பால் கறக்கச் செல்லும்போது நீங்களும் என்னுடன் வாருங்கள்” என்றான்.

“அந்த இரும்புப் பாலத்தைக் கடக்க எனக்கு விருப்பமில்லை” என்றாள் அமா.

“இந்த மனிதருக்காக நீ அதைக்கூடச் செய்யமாட்டாயா!” என எரிச்சலாகக் கேட்டார் குல்பதன்.

○○○

முன்மாலையின்போது, கோமதி நதிமீது மீன்கொத்திகள் துணையிசைக் கருவிகள்போலே பாடிக்கொண்டிருந்தன. இரும்புப் பாலத்தைக் கடந்தபோது, லக்னோவை இறுக்கமாகப் பற்றிக்கொள்ள வேண்டும், பாதுகாப்பாக வைத்துக்கொள்ள வேண்டுமெனும் மட்டுமீறிய உந்துதல் அமாவுக்குள் எழுந்தது. இந்நகரின் மக்கள் அனைவருமே இனிப்புப் பண்டங்கள் தயாரிக்கும் கலையில் தனித்திறனோடு விளங்கிவந்தனர். முட்டைபோல் தோற்றமளிக்கும் சாக்லேட்டுகளும், பளபளக்கும் நீலபெர்ரிகள் கொண்டு கோழியிறைச்சிபோல் தோற்றமளிக்கும் தின்பண்டங்களும் செய்ய அவர்களுக்குத் தெரியும். உணவுமேஜைமீது இவ்வாறு மாறுவேடம் பூண்டுவரும் இனிப்புகளை ஆங்கிலேயர்களும்கூட மிக விரும்புவர். அவற்றைக் கண்டு வாய்விட்டு முதலில் சிரிப்பவர்களும் அவர்களே. ஒரே மேஜையில் பல உணவுவகைகள் இருப்பதைப்போலே, உலகின் பல்வேறு மூலைகளில் இருந்தும் வருகைதரும் அனைத்துப் பயணிகளும் இங்கு சரிசமமாக வரவேற்கப்படுவர். சலங்கையொலிகள், ஜிகினா மின்னும் மஸ்லின் சால்வைகள், சிதார் இசைப் பாடல்கள், எங்கும் பறந்தலையும் பட்டுப்புறாக்கள், விண்மீன்கள் மின்னும் வானின்கீழ் பிரம்மாண்ட அறைகளுடன் விரியும் பாலைவனச் சோலைகள், அதன் கவிதைகள், அதன் மெல்லிய முணுமுணுப்புகள், அதன் ரோமானியக் கடவுளரின் சிலைகள், அதன் ரகசியங்கள் என இப்போதும் லக்னோ உயிரோட்டத்துடனேயே திகழ்கிறது. புதிதாய் உருவாகும் படையின் தேவை குறித்து அமாவிற்கு ஒருகணம் ஐயம் தோன்றியது, ஆனால் மறுநொடியே அது மறைந்தும் போனது. தற்போது மன அமைதியே லக்னோவின் தேவை எனத் தனக்குத்தானே கூறிக்கொண்டாள். லக்னோவின் கடந்தகாலத்தை மீட்டெடுப்பதுதான் அவர்களின் பிரதான தேவை. ஆங்கிலேயர்கள் கையகப்படுத்துவதற்கு முன்பிருந்த வாழ்வை மீண்டும் பெறுவதுதான் அவர்களுக்கு இப்போது தேவை.

○○○

அந்தி மயங்கும் மாலைவானில் உதித்த விண்மீன்கள் வரவிருக்கும் ஆபத்து குறித்து முணுமுணுத்தபடி இருக்க அவர்கள் இராணுவக் குடியிருப்பின் வாயிலில் குதிரைகளிலிருந்து இறங்கினர். சிக்கந்தர் பாக்கின் உயரமான இளஞ்சிவப்புச் சுவர்களின் உள்ளிருந்து எழுந்த தொழுகை ஒலி ஊதாநிற வானில் மெல்ல கசிந்துவந்தது. வாயிலைக் கடந்து சாயைப் பின்தொடர்ந்து அமாவும் பவனும் இராணுவக் குடியிருப்பினுள் சென்றனர். சுண்ணாம்பு வெள்ளையடித்த பங்களா வீடுகளையும் அவற்றோடு இணைந்த ரோஜா மலர்த் தோட்டங்களையும் கடந்து நடந்தனர். வீட்டு வராந்தாக்களிலிருந்து பல விழிகள் அவர்களைக் கண்காணித்தன. தந்திக்கம்பிகளைப்போலே அவர்கள் தமக்குள் விரைவாக முணுமுணுத்துக்கொண்டனர். மூவரும்

திருமதி. கன்னிங்கின் பங்களாவைச் சுற்றிக்கொண்டு பின்பக்கம் சென்றனர். அப்பெண்மணிக்குச் சொந்தமான ஆடுகளும், பசும்பொன்புறாக்கள் அடைந்துகிடந்த பறவைக் கூண்டுகளும் இருந்த பகுதிக்குச் சென்றனர். பக்கத்துத் தோட்டத்திலிருந்து ஒரு ஜோடி விழிகள் அவர்களையே பார்த்துக்கொண்டிருந்தன.

“வந்துவிட்டாயா, இங்கே வா” எனத் திருமதி. கன்னிங் பின்பக்க சன்னல் வழியாக சாயை அழைத்தார். சாய் வீட்டை நோக்கிச் சென்று, “மேம்சாகிப்பிற்கு வேலையாள் எவரேனும் தேவையா?” என முணு முணுப்பாகக் கேட்டது அமாவின் காதுகளில் விழுந்தது. அப்போது அவனது குரல் அவனுடையதைப்போலவே இல்லை. பூப்போட்ட ஆடையும், வைநார் குல்லாயும் அணிந்த முதிய பெண்மணி திருமதி. கன்னிங் வெளியே வந்தார். தன் நரை கேசத்திற்குச் சாயம் பூசிக் கருமையாக்கியிருந்தார். “இவன் பெயர் பவண், மேம்சாகிப். வேலைதேடி வந்திருக்கிறான், மேம்சாகிப்” என்றான் சாய்.

பவண் தொண்டையைச் செருமிக்கொண்டான்; அழுக்கு வெள்ளைப் பையுடன் அவன் தள்ளாடிக்கொண்டே இருந்தான்.

“இவனுக்கு ஏதேனும் நோயா?” எனக் கேட்டார் அப்பெண்மணி, அவர் பேசிய உருது ஆங்கிலத் தன்மையோடு இருந்தது. பவணை அவர் ஆராய்ந்தார், அப்போதும் அவன் தலைகுனிந்தபடியே இருந்தான்.

“பரவாயில்லை, நன்றாக வேலை செய்தானானால் அவன் நோயை நாமே சரிசெய்து விடலாம்” என்றவர், “லூசி” எனப் பக்கத்து வீட்டு முற்றத்திலிருந்து கவனித்த விழிகளை நோக்கிக் குரல் கொடுத்தார். “இவன்தான் நமது புதிய துப்புரவாளன். நம் துரதிர்ஷ்டம் முடிவுக்கு வந்தது என எண்ணிக்கொள்வோம்” என ஆங்கிலத்தில் கூறினார்.

பொன்னிறக் கூந்தலைக் கொண்டையாக முடிந்து, கூடைப் பாவாடை அணிந்திருந்த லூசி எனும் அந்த இளம்பெண், “இருக்கலாம். இவன் எந்தப் பகுதியைச் சேர்ந்தவன்?” எனக் கேட்டாள்.

“சாய்தான் இவனைக் கூட்டிவந்திருக்கிறான். இவனுக்கு ஏதேனும் வேலை தரும்படி சாய் என்னிடம் கேட்டுக்கொண்டான்” எனக் கூறிய திருமதி. கன்னிங் பவணைத் தொடர்ந்து ஆராய்ந்தார். ஒருவனை முழுமையாகச் சோதனையிடும் ஆங்கிலேயச் சோதனைமுறை இதுவென அமா எண்ணிக்கொண்டாள்.

“திருமதி. கன்னிங், பணியாட்களின் விவகாரங்களுக்குள் நம் தலையை நுழைத்துவிட்டால், பின்னர் அதிலிருந்து வெளியேறுவது சிரமமாகிவிடும். அவர்கள் விஷயங்களில் நாம் தலையிடாதிருப்பதே உத்தமமானது” என்றாள். அந்தப் பக்கத்துவீட்டுப் பெண்.

“இம்முறை நான் அவ்வாறு விடப்போவதில்லை” என்ற திருமதி. கன்னிங், பவணுடன் சமையலறைக்குள் சென்று மறைந்தார்.

சாய் வாளியொன்றை எடுத்துக்கொண்டு, கருப்புவெள்ளை ஆட்டினருகே முழந்தாளிட்டு அமர்ந்தான். கூண்டுக்குள் இருந்து அழகிய

பறவைகள் ஒலியெழுப்பின. அந்தி கவியும் அவ்வேளையில் தனித்த சில்வண்டொன்று ரீங்காரமிட்டது, குடியிருப்பில் எங்கிருந்தோ குழந்தை அழும் சத்தம் கேட்டது. திருமதி. கன்னிங்கின் சமையலறையிலிருந்து இறைச்சி வேகும் விசித்திர மணம் வந்தது. சாய் திரும்பி அமாவைப் பார்த்துப் புன்னகைத்து, "நீ ஆங்கிலேயரின் வீட்டிற்கு வருவது இதுதான் முதன்முறை அல்லவா?" எனக் கேட்டான்.

"ஆம்."

அவன் மீண்டும் புன்னகைத்து, "கிளம்புவதற்கு முன் இந்தச் சாலை வழியே நடந்து இவ்விடத்தைச் சுற்றிப்பார். யாரேனும் கேட்டால் என்னோடு வந்திருப்பதைக் கூறு. இங்கிருக்கும் பெண்கள் அனைவருக்கும் என்னை நன்கு தெரியும். அவர்களின் ஆடுகளுக்கும் நான்தான் பால் கறந்து தருகிறேன்" எனக் கூறிவிட்டு அவன் திரும்பித் திருமதி. கன்னிங்கின் கருப்புவெள்ளை ஆட்டின் புடைத்த வயிற்றின்மீது கன்னத்தை வைத்துத் தாழ்ந்த குரலில் பாடத் துவங்கினான்.

"சில நாட்களுக்கு முன் அந்தத் துரோகி அபியை லக்னோவில் பார்த்தேன். நம் தெருக்களில் நடக்க அவன் அனுமதிக்கப்பட்டுள்ளான்" என்றாள் அமா.

"மற்ற லக்னோவாசிகளுக்கு அனுமதி மறுக்கப்பட்ட தெருக்களிலும் கூட அவன் நடந்துசெல்கிறான். சிவப்பனும் அவன் நண்பர்களும் தாசிமனைக்கு அருகிலேயே வசிப்பதுபோல இவன் எங்களுக்கு மிக அருகிலேயே வசிக்கிறான்."

"நீ அளவிற்கதிகமாய்க் கவலைப்படுகிறாய்" என சாய் அமாவைப் பார்த்துக் கூறினான். "இங்குள்ள சாலைகளைச் சுற்றிப்பார், போ. அப்போதுதான் அவர்களைப் பற்றிச் சிந்திப்பதை நீ நிறுத்துவாய். போ, அமா" என்றான்.

அந்திமாலையின் மங்கும் இருளில் பங்களாக்கள் மறைவதைப் பார்த்தபடியே அமா சாலையில் மெதுவாக நடைபோட்டாள். கைகளைப் பக்கவாட்டில் வைத்துக்கொண்டு நடுச்சாலையில் நடந்தபடி வீடுகளை நோக்கினாள். சாய் கேட்டுக்கொண்டதற்கு இணங்கி அவள் துப்பாக்கியை எடுத்து வரவில்லை. நண்பனின்பால் கொண்ட நம்பிக்கையை வெளிப்படுத்தவே அவ்வாறு செய்தாள், மன்னரும் அதையேதான் விரும்புவார்.

காற்று அனலாயிருந்தது. நதியின் மறுபக்கம் தெரிந்த பித்தளைநிற மினுங்கலையே பார்த்துக்கொண்டிருந்தாள், முன்பொரு காலத்தில் அங்கு நவாப்கள் பித்தளைப் பெட்டிகள் நிறைய நாணயங்களை அன்பளிப்பாக வழங்கினர். பித்தளைக் கதவுகளின் பின்னே பரந்துவிரிந்திருந்த அரண்மனைக் கருவூலங்களில், ஐரோப்பியக் கட்டிடங்களின் பித்தளைச் சட்டகமிட்ட தைல ஓவியங்களும், பித்தளைக் கடற்கன்னிகளும் பாதுகாக்கப்பட்டிருந்தன. நோய்வாய்ப்பட்ட தாய்மார்களின் பிணிதீர்க்கும் யுனானி மருந்துகள் பித்தளைக் கிண்ணங்களில் சேமிக்கப்பட்டிருந்தன. இராணுவக் குடியிருப்பினுள் இருந்த தோட்டங்கள் இந்த இரவில்

அடர்பச்சையாக வசீகரித்தன. ஆனால் எல்லா இடங்களிலும் கொசுக்கள் மொய்த்தன, புதர்வேலிகளுக்குள் சலசலப்புகள் கேட்டன. வீட்டு வராந்தாக்களில், தகர லாந்தர்களில் செருகியிருந்த மெழுகுவர்த்திகளி லிருந்து கற்பூரத்தின்மீது வழிந்த மெழுகுத்துளிகள் பூச்சிகளை விரட்டின, ஒளியைக் கண்டு புதருக்குள்ளிருந்தவையும் விலகியே இருந்தன.

அவள் நீண்டநேரம் நடந்தாள். இரவு நீண்டுகொண்டே போனது. இந்த ஆங்கிலேயச் சாலை வழியே வளைந்த முதுகுகளுடன் பயணித்த பெண்களின் ஆயிரமாயிரம் வியர்வைத் துளிகள்மீது நடந்த அமா அங்கு மலர்ந்திருந்த ஆயிரமாயிரம் இளஞ்சிவப்புநிறச் செம்பருத்திகளைக் கடந்துசென்றாள். அங்கு காத்திருந்த நேரத்தில், அவளது மனம் பேகம் சாகிபாவிடமிருந்தும், பாட்டியாரின் நேசத்திலிருந்தும் விலகி, பதற்றத்தோடு லண்டனில் காத்திருக்கும் நீரிழிவு நோயாளியான ராஜமாதாவை நோக்கிச் சென்றது.

ஆயிரம் சமையற்காரர்கள் தாம் செய்த சூப்பிற்குத் தேவையான உப்புப் போடவில்லை; ஆயிரம் கழிகள் ஆசியர்களை அச்சுறுத்தி ஆண்டன; ஆயிரம் புளியமரங்களிலிருந்து விழுந்த பழங்களை ஆயிரம் துப்புரவாளர்கள் பொறுக்கியெடுத்தனர்; ஆயிரம் ஆங்கிலேயப் பிரஜைகள் தங்கள் வீட்டுவராந்தாக்களில் அமர்ந்து ஆயிரம் கோப்பை ஆங்கிலேயத் தேநீரை அருந்தினர்; ஆயிரம் செவிலித்தாய்கள் ஆயிரம் குழந்தைகளின் அழுகையை நிறுத்த அபினி நீர் புகட்டினர்.

அவளை அங்கு யாருமே தொந்தரவு செய்யவில்லை. பிரகாசமாக ஒளிர்ந்த ஆங்கிலேய நடன அறை வரை சென்றுவிட்டாள். அங்கு ஒலித்த இசைமுழக்கம் காற்றை ஆக்ரமித்திருந்தது. சரவிளக்குகள் பளீரிட, வெள்ளிப் பூத்தையல்களிட்ட கவுன்கள் அணிந்து பெண்கள் நடனமாடிக் கொண்டிருந்தனர். கொண்டாட்டக் கிறீச்சொலிகளுடன் அந்த இடம் பயங்கர இரைச்சலாகயிருந்தது. சர் ஹென்றி லாரன்ஸ் மட்டும் இங்கிருந்தால், மனைவியை இழந்த அம்மனிதர் இந்நடனங்களைக் கண்டு ஏங்கிப்போவாரென அமா எண்ணிக்கொண்டாள். கம்பெனியைச் சேர்ந்த யாழிசைக் கலைஞர்கள், ‘பிரான்சின் காரிகையரெல்லாம் காதலும் கட்டற்ற மனமும் கொண்டோரே . . .’ எனும் வசீகரப் பாடலை இசைத்து அவரை வரவேற்பதாகவும், உற்சாகம் பொங்கும் அக்கொண்டாட்டத்தில் பங்கேற்க சர் ஹென்றி லாரன்ஸ் மறுதலிப்பதாகவும் அமா கற்பனித்துக் கொண்டாள். அதற்குப் பதிலாக, சிறிது தொலைவில் இராணுவ வீரர்கள் தம் கூடாரங்களில் அடிக்கட்டைகளில் பொருத்தப்பட்ட மெழுகுவர்த்தி களின் ஒளியில் சீட்டாட்டம் ஆடுவதையும், அவர்தம் மனைவிமார் தம் கணவர்களின் காலுறைகளைப் பின்னும் காட்சியையும் அவர் கவனித்தபடியிருப்பாரெனவும் அவள் எண்ணினாள்.

அவள் வந்தவழியே திரும்பி இராணுவக் குடியிருப்பின் வாயிலைச் சென்றடைந்தாள். ஆங்கிலேயரின் முன்னறைகளில், தரைமீது புலித்தோல் கிடத்தப்பட்டிருக்கும் என முன்னர் சாய் கூறியது அவள் நினைவிலாட அந்த அறைகளிலிருந்து எழுந்த உரையாடல்களைக் கூர்ந்து கவனித்தாள். வீட்டின் வெளியே, மறைவிலிருந்து அவளை நோக்கிக் கத்திய தவளைகளின்

இரைச்சல்களுக்குப் போட்டியாக வீட்டினுள்ளே ஆண்களும் பெண்களும் பேசிக்கொள்ளும் சப்தங்கள் உரக்க ஒலித்தன. அங்கு பணிபுரிந்த அனைத்துப் பணியாட்களையும் அமா எண்ணிப்பார்த்தாள், பறவைகள் இறந்துகிடக்கும் வராந்தாக்களைப் பெருக்கித்தள்ள உத்தரவிட வேண்டாமெனவும் அது தம் சாதி விதிமுறைகளுக்கு எதிரானது எனவும் தங்களின் எஜமானர்களிடம் மன்றாடும் துப்புரவுப் பணியாளர்களையும், அமைதி ததும்பும் லக்னோவில் ஆங்கிலேயக் கிழக்கிந்திய கம்பெனியின் ஆட்சியை நேரம் பார்த்து நைச்சியமாக நுழைத்துவிட்டதைப் பாராட்டி கல்கத்தாவிலிருந்து உயரதிகாரிகள் அனுப்பியிருக்கும் கடிதங்களை ஆங்கிலேயர்கள் தம் பங்களா உணவறையில் அமர்ந்து படிக்கும்வேளையில் அவர்களுக்கு வறுத்த பன்றியிறைச்சியும் மாட்டிறைச்சியும் பரிமாறும் சமையற்காரர்களையும், அற்புதப் பிறவியான இயேசுநாதரை உள்ளபடியே ஏற்றுக்கொண்டு, பைபிள்களையும் இறக்குமதி செய்த ஆரஞ்சுப்பாகு ஜாடிகளையும் தூசி தட்டிக்கொண்டிருக்கும் முஸ்லீம்களையும், இந்துமத வழிபாட்டு உருவங்களோடு சேர்த்து அற்புதப் பிறவியின் தாயாரான மேரி மாதாவையும் துதிபாடிடும் இந்து செவிலித் தாய்களையும், உணவு மேஜைகளின் உச்சியிலுள்ள விசிறிகளை வீசியசைப்பவர்களையும், ஆங்கிலேயத் தோட்டங்களில் அத்துமீறி வளர்ந்த புதர்களைச் செப்பனிடுபவர் களையும், சாலையைப் பார்த்தாவாறிருந்த ஆங்கிலேயர்களின் சன்னல்களை துப்புரவாகத் துடைப்பவர்களையும், லக்னோ மக்களின் உணர்வுகளைக் கிஞ்சித்தும் பொருட்படுத்தாத ஆங்கிலேயர்களின் பூட்சுகளைச் சுத்தம் செய்பவர்களையும் அமா தன் மனக்கண்முன் கொண்டுவந்து நிறுத்தினாள்.

இருளில் மினுங்கும் கோமதி நதியின் மீதிருந்த இரும்புப் பாலத்தின் வழியே அமா தன் குதிரையில் வீடு திரும்பினாள்.

10

"லக்னோவில் நிகழும் மாற்றங்கள் குறித்த எச்சரிக்கைக் கடிதத்தை எப்படியோ கடைசியில் அவர் கல்கத்தாவிற்கு அனுப்பிவிட்டார். சீர்திருத்தமெனும் பெயரில் இங்கு நிகழும் இம்மாற்றங்களை உடனடியாகத் தடுத்து நிறுத்தி லக்னோவை நம்மிடமே திருப்பித்தருமாறும் அதில் எழுதியுள்ளாராம்" கடிதத்திலிருந்து தலையுயர்த்தி பேகம் சாகிபா கூறினார்; அரண்மனை ஆலோசகர்கள் ஜெய் லாலிடம் கொடுத்த சர் ஹென்றி லாரன்ஸின் இரண்டாவது கடிதம் அமா மூலமாக பேகம் சாகிபாவை வந்து சேர்ந்திருந்தது.

"அவர்கள் அனைவரையும் ஒற்றை மனிதராக எதிர்த்து நிற்கிறாரே" என்றாள் அமா.

"அவர் தலைமை ஆணையர், அமா. அவரது அதிகாரம் குறித்து நீ சந்தேகம் கொள்ளவே தேவையில்லை."

ஆனால் அன்றைய மதியம் நிகழ்ந்தவொரு சம்பவத்தால் அமா அதில் சந்தேகம்கொள்ள வேண்டி வந்தது.

பேகம் சாகிபாவைத் தேடி கம்பெனி இராணுவப் படையைச் சேர்ந்த ஓர் இளம் இந்திய வீரன் வந்தான். அவனது கன்னத்தை மறைத்த அரும்பு மயிர்களும், வைக்கோல் கற்றைத் தாடியும் அவனை ஒரு சிறுவன்போலத்தான் காட்டின. பொன் காதணிகளும், மிருதுவான பார்வையும் கொண்ட அவ்விளைஞன் அன்றைய நாள்வரை ஆங்கிலேயருக்கு விசுவாசமாகவே இருந்துவந்துள்ளான். அவனின் தந்தையாரும் பாட்டனாரும்கூட கம்பெனியாரின் இராணுவத்தில்தான் பணிபுரிந்து வந்துள்ளனர்; ஆங்கிலேயர் அளித்த ஓய்வூதியத் திற்கு ஆசைப்பட்டு அவனது குடும்பத்தினர் வழிவழியாக இப்பணியை ஏற்றுவந்துள்ளனர். ஆனால் இந்தப் பின்மதிய வேளையில் அவன் பதற்றமாய், அவசர அவசரமாய்ச் சில விஷயங்களைக் அவர்களிடம் கூறவே அங்கு வந்திருந்தான். "பன்றிக்கொழுப்பும் பசுமாட்டுக்கொழுப்பும் பூசிய தாள்களில் சுருட்டிய புதிய தோட்டாக்களை நாங்கள் பயன்படுத்த வேண்டுமென ஓர் ஆங்கிலேய அதிகாரி எங்களுக்கு உத்தரவிட்டார். பழைய தோட்டாக்கள் பொதிந்துவந்த கொழுப்புத் தாள்களை விரல்களாலேயே கிழித்தெறிந்து விடுவோம். ஆனால் இப்போதோ பன்றிக்கொழுப்பும் பசுமாட்டுக்கொழுப்பும் பூசிய தாள்களை நாங்கள் பற்களால்

கடித்துத் துப்ப வேண்டுமென உத்தரவிடப்பட்டுள்ளது. இப்புதிய தோட்டாக்கள் விநியோகிக்கப்பட்டிருந்த இந்தியாவின் மற்றப் பகுதிகளைச் சேர்ந்த இந்திய வீரர்களும் இதேமுறையில் அவமானப்படுத்தப்பட்டுள்ளனர். 'நாங்கள் இத்தோட்டாக்களை உபயோகிக்க மாட்டோம். எங்கள் மதங்களிலிருந்து விலக்கப்பட்ட மாமிசங்கள் பூசிய தோட்டா முனைகளை நாங்கள் கடிக்க மாட்டோம், அவ்வாறு செய்து எங்கள் கடவுளர்களை இழிவுபடுத்த மாட்டோம்' என ஏனைய பகுதி இந்திய வீரர்கள் தம் அதிகாரிகளின் ஆணையை ஏற்க மறுத்துவிட்டனராம். இன்று காலை எங்களுக்கு அத்தோட்டாக்கள் வழங்கப்படுவதற்கு முன்னர் அவ்வீரர்களின் எதிர்ப்புக் குறித்து அறிந்துகொண்டோம். எங்கள் பணிமீது நாங்கள் கொண்டுள்ள விசுவாசத்தை எங்களைப்போலவே ஆங்கிலேயரும் நன்கறிவர். இவ்விஷயத்தில் நாங்கள் வன்முறையை நாடவேயில்லை. அவர்கள் தோட்டாக்களை வழங்க வழங்க நாங்கள் ஒவ்வொருவராக, 'முடியாது, சர்,' என நேர்மையாகக் கூறிவிட்டோம்" என்றான்.

"பிறகு என்ன நடந்தது?" எனக் கேட்டார் பேகம் சாகிபா.

"நாங்கள் மறுத்ததில் அவர்களுக்கு வருத்தம்தான். ஆனால் அவற்றை உபயோகிக்க எங்களை வற்புறுத்த மாட்டார்களெனவும் நம்புகிறோம். புதியவைக்குப் பதிலாகப் பழைய தோட்டாக்களையே எங்களுக்கு வழங்குமாறு எங்களின் மேலதிகாரிகளுக்கு முறைப்படி கடிதமொன்றை எழுதவிருக்கிறோம்."

"இதில் ஆங்கிலேயத் தலைமை ஆணையரின் நிலைப்பாடு என்ன? அவர் இன்று காலை அங்கிருந்தாரா?" எனக் கேட்டார் பேகம் சாகிபா.

"இல்லை, ஹுசூர்" என்றான்.

ஆச்சரியத்தில் விழிகள் விரிய பேகம் சாகிபா அமாவைப் பார்த்து, "இந்த மனிதர் என்ன இன்னும் உறங்கிக்கொண்டிருக்கிறாரா?" எனக் கேட்டார். இளைஞனை நோக்கி, "உங்கள் கடிதத்தை சர் ஹென்றி லாரன்சிற்கே நேரடியாக அனுப்பிவிடுங்கள்" என்றார்.

இளம் வெயிலில் தந்திக் கம்பிகள் பளபளத்தன. சிப்பிச் சுண்ணாம்பில் அரண்மனைச் சுவர்கள் பளீரிட்டன. வெளியே குதிரையில் அமர்ந்திருந்த ஆங்கிலேய வீரர்கள் நீர்க் குடுவையிலிருந்து தண்ணீரை உறிஞ்சிக்கொண்டிருந்தனர். பேகம் சாகிபாவின் இல்லத்திலிருந்து அந்த இளைஞன் வெளியேறுவதைக் கண்டதும் அவர்கள் ஒருவருக்கொருவர் சமிக்ஞையளித்துக் குரல்கொடுத்துக்கொண்டனர்.

துவக்கத்திலிருந்தே அவர்கள் சபிக்கப்பட்டவர்களென அமா எண்ணினாள். பகல்வெயிலில் எழும் செம்புழுதியை நீர்தெளித்து அடக்க முயல்வதைப்போலே, நிழல்களை ஏறி மிதிக்க முயல்வதைப்போலே இது வீண்முயற்சி எனத் தோன்றியது. ஜைனர்களின் இறுதி ஊர்வலங்களில் முன்சென்று மரணத்தைக் காணும் நாய்கள் அவர்களில்லை.

○○○

அடுத்துவந்த ஞாயிறன்று தேவாலய வழிபாட்டிற்கு ஆங்கிலேய அதிகாரிகள் எல்லோரும் வரவில்லை. அமா அவர்களை எச்சரிக்கையோடு கண்காணித்தாள். கடைத்தெருவில் தின்பண்டங்கள் வாங்கக் காத்திருந்த மக்களை ரோந்துப் பணியிலிருந்த அவர்கள் விரட்டியடித்தனர். ஆங்கிலேயர்கள் மக்களைப் பாண்டிக்கள் என விளித்த வார்த்தையின் பொருள் அமாவிற்கு விளங்கவில்லை. திருமணத்திற்காகப் பட்டுத்துணிகள் வாங்க வந்த ஐந்து பெண்களை விரட்டியடித்தனர். வானில் புறாக்கள் குட்டிக்கரணம் அடிக்கப் பயிற்சியளித்தவனை வேடிக்கை பார்த்துக் கொண்டிருந்த கும்பலைக் கலைத்துவிட்டனர். ஆங்கிலேய அதிகாரிகள் இவ்வாறு லக்னோ மக்களைக் கண்காணிப்பது கவலையளிக்கும் விஷயமாக அமாவுக்குத் தோன்றியது.

கோமதியாற்றின் கரையோரப் பாதையில் பேகம் சாகிபாவும் அமாவும் நடந்தனர். ஆங்கிலேயர்களின் செயற்பாடுகளை பேகம் சாகிபாவும் அறிந்துகொள்ள விரும்பினார். அவர்கள் இருவரும் அணிந்திருந்த கருப்பு புர்காக்கள் அவர்களை முற்றிலுமாக மறைந்திருந்தன. எவர் பார்வையும் படாமல் மறைத்து வைக்கப்பட்டிருக்கும் நிலவுடைமையாளர்களின் மனுக்கள்போல, லண்டன் தங்கும் விடுதியொன்றில் திரைச்சீலைகளின் பின்னே வசிக்கும் ராஜமாதாவின் கவலைகளைப்போல அவர்கள் புர்காவினுள் மறைந்திருந்தனர். புர்காவினுள் அணிந்திருந்த பைஜாமாவின் விளிம்புகளில் தெருப்புழுதி படிந்துவிடாமலிருக்க பேகம் சாகிபா அதை உயர்த்திப் பிடித்துக்கொண்டார். தெருவின் துப்புரவான பகுதிக்கு வந்ததும் பேகம் சாகிபாவின் கையைப் பற்றிக்கொண்டு நடந்தாள் அமா. பட்டாம்பூச்சியின் மென்மையும், செந்தீ வண்ண மிளகாய்களின் கார்ப்பும் ஒருசேரக் கொண்டவர் தன் தோழியென அமாவுக்குத் தோன்றியது.

கோமதியாற்றின் இரும்புப் பாலத்தைக் கடந்தனர். இருபுறமும் கடைகளும் குடியிருப்புகளும் கொண்டு, நண்பகலின் வெம்மையினூடே ஆழ்ந்த அமைதியில் இருந்த கடைத்தெருவின் வழியாகச் சென்றனர். குதிரைகள்மீது அமர்ந்திருந்த கம்பெனி ஆங்கிலேய வீரர்கள் காவல் நிலையத்தின் வெளியே காவலுக்கு இருந்தனர். பசுமையான வேப்பமரங்களில் விளையாடிக்கொண்டிருந்த நெஞ்சில் சிவப்புத் தடமுடைய குக்குறுவான் குருவிகளையும், தெருவில் சென்ற ஆட்டுக் கூட்டத்தையும் கடைத்தெருக் குடியிருப்புகளில் வசித்த தாய்மார்கள் குழந்தைகளுக்கு வேடிக்கை காட்டினர். வெளிச்சம் குறைவாகயிருந்த கடைகளினுள் வியாபாரிகள் வெள்ளை விரிப்புகளின்மீது சம்மணக்காலிட்டு அமர்ந்திருக்க, அவர்களின் காலணிகள் அருகிலேயே கிடந்தன. ஆங்கிலேயர்களுக்குப் புல்வெளிகள் அமைப்பதற்காக லக்னோவின் சில இடங்களிலிருந்த கடைகள் காணாமல் போயிருந்தன. லக்னோவின் வேறு சில இடங்களிலோ தண்ணீர்க் குழாய்கள் உடைந்துகிடந்தன.

மாலை வியாபாரத்திற்காக மரநிழலில் பழவண்டியைத் தயார்செய்துகொண்டிருந்த பழவியாபாரி ஒருவன், குதிரைமீது அமர்ந்திருந்த ஆங்கிலேயர்களின் காதுகளில் விழுமாறு, "Man-go, Man-go" என்று கூவினான்.

"வாட்களை வீசுவதைக் காட்டிலும் கேலிகளை வீசுவது நல்லது" என்றார் பேகம் சாகிபா அமாவிடம்.

அதைக் கேட்டு அமா தோள்களைக் குலுக்கிக்கொண்டாள். காவல் நிலையத்தின் அருகே நின்று, காசிம் தந்த பணத்தில் பறவைகளுக்குத் தானியங்களை வாங்கிக்கொண்டாள்.

வியாபாரி பழைய உருது செய்தித்தாளொன்றில் தானியங்களைக் கொட்டிக் கொடுத்தான். வார்த்தைகளை மறைத்துத் தானியக்குன்று எழும்புவதையே அமா பார்த்துக்கொண்டிருந்தாள். “உன் தாயார் எப்படியிருக்கிறார்?” எனக் கேட்டார் வியாபாரி.

“அவரைப்பற்றிய செய்திக்காகத்தான் நீண்ட காலமாகக் காத்திருக் கிறேன்” என்றாள் அமா.

“அவருக்காக இன்று நான் பிரார்த்தித்துக்கொள்கிறேன்” என்றார் அம்மனிதர். தானியப் பொட்டலத்தை மடித்து அவளிடம் நீட்டினார்.

சிறைவாசத்தின்போது தான் சந்தித்த முதிய நிலச்சுவான்தார் அலி ஷாவை அமா சாலையில் எதிர்கொண்டாள். அவருக்குத் தலைகுனிந்து வணக்கம் தெரிவித்துவிட்டுத் தனக்கு அருகில் புர்காவில் இருப்பவர் பேகம் சாகிபா என அமா அவரிடம் கூறினாள். பேகம் சாகிபாவை நோக்கி அவர் தலைவணங்கி, “பெரும் தயாளர் தாங்கள், ஹுசூர். உங்கள் காவலாளி அமாவின் விழிகளினருகே தெரியும் காயத் தழும்புகள்போலே எனக்கும் ஏற்படாமல் அன்று காத்தீர்கள். நான் லக்னோவிலேதான் இருக்கப்போகின்றேன், ஹுசூர். என்னால் இயன்ற வழிகளில் உங்களுக்கு உதவி புரிவேன்” என்றார்.

அலி ஷாவின் மேற்சட்டையில் சுற்றியிருந்த தோள்த்துண்டு கீழே புரண்டது; அவரது பொன்னிறத் தலைப்பாகை கருப்பு நிறத்திற்கு மாறியிருந்தது. வீட்டிற்குத் திரும்பிச்செல்ல அவர் அஞ்சுகிறாரோ என அமாவுக்குத் தோன்றியது. அவரிடம் இப்போது நிலமில்லை, கோட்டை யில்லை, அவரது குடும்பமே சிதறிவிட்டது. அவர் லக்னோவிலேயே தங்கிவிட்டதற்கு இதுதான் காரணமாக இருக்க வேண்டும். அலி ஷாவைப் போன்ற பலரை அவள் கடைத்தெருவில் அன்று சந்தித்தாள். ஒன்றேபோல் சிந்தனையுடைய மக்கள் கூட்டம் திடுமென எதுவாகவும் மாறிவிடக்கூடுமல்லவா?

காவல் நிலையத்தின் வெளியேயிருந்த பந்தலின் கீழே, சுவர்மேல் சாய்ந்து நின்றிருந்தான் ஆங்கிலேயன் சிவப்பன். சிவந்த கேசமும், குழிந்த தாடையுமாய் இருந்தவன் வாயில் சுருட்டு இருந்தது. பைக்குள் தீக்குச்சியைத் தேடித் துழாவினான். அமாவின் கண்களருகே இருந்த தழும்புகளையே வெறித்துக்கொண்டிருந்த அலிஷாவை அவன் கவனிப்பதை அமா கண்டுகொண்டாள். அவளருகே நிற்பவர் பேகம் சாகிபாவோ என அவன் வியப்பதும் தெரிந்தது. இத்தனை அருகில் இருந்தும் அவனால் அவர்களை எதுவும் செய்யமுடியாத நிலையில் இருந்தான்.

இருவரும் தொடர்ந்து நடந்தனர். தாசிப்பெண்டிரின் ஜவுளிக்கடையில் இருந்த சாய் அமாவை நோக்கிக் குரல் கொடுத்தான். தாங்கள் இருவரும் வீடு திரும்புவதற்கு முன் தங்களைத் தாசிமனைக்கு அழைத்துச்சென்று

எலுமிச்சைப் பானம் அளிக்கமுடியுமா, முடிந்தால் தாசிப்பெண்டிரின் கவிதை வாசிப்போடு அதையளித்து உபசரிக்க முடியுமா என அவனைக் கேட்க எண்ணினாள் அமா. ஆனால், அதற்குள் இளஞ்சூடான மழைத்துளிகள் விழத் துவங்கவே மக்கள் அனைவரும் ஒதுங்க இடம் தேடி அங்குமிங்கும் ஓடத் துவங்கினர்.

மழையோடு கிளர்ந்துவீசிய காற்றில் தாசிப்பெண்டிரின் ஜவுளிக் கடையில் இருந்த பூத்தையல் சால்வைகளும் முக்காடுகளும் அசைந்தாடின. கடையின் கதவருகில் அமர்ந்து ஊசிகளால் மஸ்லின் துணியில் வெள்ளிமுடிச்சுகள் நெய்துகொண்டிருந்த கைவினைஞர்கள் மழையால் தம் வேலையை நிறுத்திவைத்தனர். தாசிப்பெண்டிரின் ஜவுளிக்கடையை நிர்வகித்துவந்த இளம்பெண் கீதா பேகம் சாகிபாவின் பாதங்களைத் தொட்டு வணங்கினாள். கடையின் தாழ்ந்த கூரையிலிருந்து தொங்கிய பட்டு, க்ரேப் துணிகளின் மாதிரிகள் ஈரக்காற்றில் சுருண்டுகொண்டன, அவர்கள் அனைவரும் அவற்றினிடையே நின்றுகொண்டனர்.

“உன் தாயாரைப் பற்றி ஏதேனும் செய்தியுண்டா?” எனக்கேட்ட சாயின் முகம் காற்றிலாடும் துணிகளிடையே அவ்வப்போது தோன்றி மறைந்தது.

“இன்னும் வரவில்லை” என்றாள் அமா.

“அவரது நோய் குணமாகியிருக்குமென நம்புகிறேன்” எனக் கூறியவன், “பால் இனிப்பு வேண்டுமா?” எனக் கேட்டவாறே சிறு பெட்டியொன்றை அவளிடம் நீட்டினான். துணிகளிடையே சிக்கி அவன் குரல் தெளிவற்றுக் கேட்டது.

“வேண்டாம் சாய், நன்றி. நீ மீண்டும் இனிப்புகள் உண்ணத் துவங்கி விட்டாய்போலிருக்கிறது, மகிழ்ச்சி. அப்படியானால் இனி மது குடிக்கும் முட்டாள்த் தனத்தைச் செய்யமாட்டாய்.”

“உறக்கத்திலிருந்து தாமதமாக விழித்தெழுந்ததால் உன் தாயார் சென்ற தபால்வண்டியைத் தவறவிட்டாயே, அந்த முட்டாள்த் தனத்தை விட என்னுடையது ஒன்றும் பெரிதல்ல. என் தாயார் மட்டும் உயிரோடிருந்தால், நான் கட்டாயம் அவருடன் அவர் செல்லும் இடத்திற்குச் சென்றிருப்பேன்.”

இதற்கு அமா பதில் பேசவில்லை.

உடனே சாய், “சரி, நகைச்சுவையாக எதாவது பேசுவோம். மன்னரின் ஊர்வலத்தின்போது நடைபெறும் உங்களின் அணிவகுப்புகளில் சிறப்புமிக்க செங்கோல்களை ஏந்திச்செல்லும் பணியைச் செய்யும் ஊழியர்கள் இருவரை நேற்று சந்தித்தேன். அழகான அந்த வெள்ளிச் செங்கோல்களை உனக்கு நினைவிருக்கிறதுதானே? அந்த ஊழியர்களின் பட்டங்களும் செங்கோல்களும் சில மாதங்களுக்கு முன்னர் அவர்களிடமிருந்து பறிக்கப்பட்டுவிட்டன; அவற்றைத் திரும்பத்தரக் கோரி அவர்கள் மனுக்கள் எழுதிப் போட்டுள்ளனர். நேற்று, அந்த மனுக்கள் விசாரிக்கப்பட்டு அவர்களின் பட்டங்கள் மட்டும் திருப்பியளிக்கப்பட்டுள்ளன. மன்னரில்லாது நடைபெறவிருக்கும் ஊர்வலங்களை முன்னடத்திச் செல்லப் பட்டங்களைத்

திருப்பியளித்துள்ளனர். ஆனால் அந்த வெள்ளிக் கோல்களைத் திருப்பி யளிக்க மட்டும் அவர்கள் எப்படியோ மறந்துவிட்டனர்!" என்றவன் பட்டுத்துணிகள் இடையே சிக்கியிருந்த தன் கைகளைக் காற்றில் வீசினான்.

"இது அப்படியொன்றும் சிரிக்கும் விஷயமல்ல, நண்பனே" என்றாள் அமா.

சாய் பட்டுத்துணிகளைக் கைகளிலிருந்து பிரித்தெடுத்தபடியே, "ஓ, அப்படியானால் கதையொன்று சொல்லவா?" என்றான்.

"*பாண்டிக்கள்* என்றால் என்ன அர்த்தம்?" எனக் கேட்டாள் அமா.

"விலங்குகளின் கொழுப்புத் தடவிய தோட்டாக்களை உபயோகிக்க எதிர்ப்புத் தெரிவித்த பாவப்பட்ட சீவனொன்றின் பெயர் அது. அவனது உண்மையான பெயர் பாண்டே. பர்ரக்பூரிலோ எங்கோ இருக்கிறான். பாண்டே தன் மேலதிகாரிகள் சிலரைக் காயப்படுத்தியும் விட்டானாம். இதனால் நம் எல்லோரையுமே அவர்கள் *பாண்டிக்கள்* என அழைக்கத் துவங்கிவிட்டனர்."

பெண்கள் இருவரும் அமைதியாகயிருந்தனர். காவல்நிலையச் சாலையில் மழைநீர் பெருக்கெடுத்து ஓடியது. இந்த மழையிலும் சிவப்பன் எப்படியோ தீக்குச்சியைத் தேடியெடுத்துத் தன் சுருட்டைப் பற்றவைத்து விட்டான். சுருள்சுருளாய் எழுந்த சுருட்டுப் புகையினூடே இவர்கள் இருந்த திசையையே பார்த்துக்கொண்டிருந்தான். பெருஞ்சத்தத்துடன் மழைபொழிய, பெரிய குடையின் கீழ் அசைந்துகொண்டேயிருந்த குதிரைகளில் ஆங்கிலேயர்கள் அமர்ந்திருந்தனர்.

"ஆங்கிலேயர்கள் பதற்றமாக இருக்கின்றனர்" எனக் கடையினுள்ளே இருந்தவர்களிடம் பேகம் சாகிபா கூறினார்.

"நம்மிடம் வரம்புமீறி நடந்துகொண்டதை உணர்ந்து இப்போதுதான் வருந்துகின்றனர்" என்றாள் கீதா.

"அவர்களின் செயல்களுக்காக அல்ல, இப்போதும் அவர்களுக்காகத் தான் வருந்துகிறார்கள். ஆனால் சர் ஹென்றி லாரன்ஸ் மனது வைத்தால் அவர்களின் தவறை அவர்களுக்கு விளங்கவைக்க முயலலாம்" என்றார் பேகம் சாகிபா.

"இந்த சிவப்பன் எல்லா இடங்களிலும் இருக்கிறான்" என்றாள் அமா.

சாய், "புதிய வரிவிதிப்பதற்காக குல்பதனின் நிலத்தை அளவீடு செய்ய வந்திருந்த கம்பெனி எழுத்தர்களுடனும் இவன் இருந்தான். அப்போது எழுத்தர்களின் பணியில் அவன் கவனம் செலுத்தியதை விடவும், முற்றத்தில் தாசிப்பெண்டிரை எதிர்பார்த்தே அவன் விழிகள் அலைந்து கொண்டிருந்தன. ஒரு விஷயம், உங்களுக்கு உதவ, உங்களின் படைக்கு உதவத் தான் தயாராக இருப்பதாக குல்பதன் உங்களிடம் தெரிவிக்கச் சொன்னார்" என்றான்.

"ஆங்கிலேயர்களைவிடவும் நம் படையினர் அதிகளவில் இருப்பதை நாம் காட்ட வேண்டிய நேரமிது" என்றாள் அமா.

“விரைவிலேயே அமா, விரைவிலேயே அது நடக்கும்” என்றார் பேகம் சாகிபா.

அமா விழிகளை மூடித் திறந்தாள். விரைவிலும் விரைவாக அது நடந்தேற வேண்டுமென எண்ணினாள். வெளியே ஏதோ இரைச்சல் கேட்டது. குடைகளின் கீழே நின்றிருந்த ஆங்கிலேயன் எவனையோ சிவப்பன் கூவியழைத்தான். அந்த அதிகாரி தன் குதிரையைக் காலால் எத்தி விரட்டி, அவர்களிருந்த கடையின் முன்னே வந்து நின்றான். குடையை மடக்கிவிட்டுக் கடையினுள்ளே நுழைந்தான், மடங்கிய குடையிலிருந்து வழிந்த மழைநீர் சாயின் பாதங்களை நனைத்தது. “வீட்டுக்குப் போ” என அவனிடம் கூறினான் அந்த அதிகாரி. அவனது குரலைப்போலவே அவன் உருதுவும் கரடுமுரடாக இருந்தது. ஈரக்கேசம் அவன் முகத்தில் ஒட்டியிருந்தது, அணிந்திருந்த கோட் நனைந்திருந்தது. அவனது துப்பாக்கி சற்று முன்னர்தான் துடைக்கப்பட்டிருக்க வேண்டும், கொழுப்புத் தடவிய தோட்டாக்களின் வாசம் அமாவின் மூக்கைத் துளைத்தது.

பற்களைக் கடித்துக்கொண்டு, “அவமரியாதையாக நடந்துகொள்ளக் கூடாது” என்று அவள் தனக்குத்தானே முனகிக்கொண்டாள். அதிகாரியின் காதுகளில் அது விழவில்லை. முகத்தில் விழுந்த பட்டுத்துணிகளை அவன் தள்ளிவிட்டுக்கொண்டிருந்தான்.

சாய் மெல்ல அங்கிருந்து வெளியேறினான். அமாவும் பேகம் சாகிபாவும் அங்கேயே நின்றிருந்தனர், மழைத்துளிகள் முத்துக்கள்போலே அவர்களின் புருவங்களில் தொக்கிநின்றன. புர்காக்களுக்குள் மறைந்து, அலையலையாக தொங்கிய பட்டுத்துணிகளின் இடையே அவர்கள் ஒளிந்துநின்றனர்.

“எதற்கு இங்கு வந்தீர்கள்?” உருதுவில் கேட்டான் அந்த ஆங்கிலேயன்.

“எல்லா மக்களையும்போல நாங்களும் மழையிலிருந்து ஒதுங்கவே இங்கு வந்தோம்” என்றார் பேகம் சாகிபா ஆங்கிலத்தில்.

அதிகாரி குடையை உயர்த்திச் சுழற்றினான், அது வெள்ளிச் சரிகைகளிடையே சிக்கிக்கொண்டது.

“பொதுவாக நீங்களெல்லாம் இச்சமயத்தில் என்ன செய்வீர்கள்? நகரின் அபிமானக் கட்டிடங்களை இடித்துத்தள்ளி, அந்த இடிபாடுகளை நீர்வடிகால்களில் கொட்டி அடைத்ததால் சாலையெல்லாம் நீர் தேங்கி அடைத்துக்கொண்டிருக்கையில் மழையின்போது நடுச்சாலையில்தான் நிற்பீர்களோ? இங்கிலாந்திலுள்ள ஆங்கிலேயர்களெல்லாம் அப்படித்தான் செய்வீர்களா? மழையிலிருந்து ஒதுங்கிநிற்க இடம் தேடாமல் குட்டையாகத் தேங்கிக்கிடக்கும் நீரிலேயே நிற்பீர்களோ? ஆனால் நாங்கள் அப்படியில்லை, பருவமழையில் நனையாமல் இருக்கும்படிதான் எங்கள் பிள்ளைகளுக்குக்கூடக் கற்றுத்தந்திருக்கிறோம்” என்றார் பேகம் சாகிபா.

மென்கேசம் கொண்ட அந்த அதிகாரி இதைக் கேட்டதும் லேசாகப் பின்வாங்கியது தெரிந்தது. நம்பிக்கை குடிகொண்ட, உணர்ச்சியை வெளிக்காட்டாத அவன் முகத்தில் மெல்லிய அமைதி படர்ந்தது. பேகம்

சாகிபாவை இனங்காண முயன்ற அவன், அரச குடும்பத்தைச் சேர்ந்த ஒருவரோடு தான் உரையாடுவதைச் சட்டென உணர்ந்துகொண்டு அமைதியானான். தனது மூத்த அதிகாரிகளையெண்ணி அவன் கவலைகொள்கிறானென அமா எண்ணிக்கொண்டாள். இவன் ஆங்கிலேய அடிமையாக உருவாக்கப்பட்டவன்.

பேகம் சாகிபா அமாவின் கரத்தைப் பற்றிக்கொண்டார். "வா வீட்டுக்குச் செல்வோம்" என்றவாறே ஆங்கிலேயனுக்கு முதுகைக்காட்டி மழைக்குள் இறங்கி நடந்தார்.

காவல் நிலையத்தில் இருந்து சிவப்பன் கிளம்பிச் சென்றுவிட்டிருந்தான். வீட்டுக்கூரை முனைகளிலிருந்து நீர் தாரையாகக் கொட்டியது. அவர்கள் அணிந்திருந்த முக்காடுகள் நனைந்துவிட்டன; புர்காவினுள் இருந்த பேகம் சாகிபாவின் பைஜாமா விளிம்புகளிலும், பூத்தையல் காலணிகளிலும் சகதி படிந்தது. "நாம் வீட்டிற்கே சென்றுவிடலாம்" என்ற பேகம் சாகிபாவின் குரல் வருத்தத்தில் தோய்ந்திருந்தது.

காவல் நிலையத்தின் வெளியே, குதிரை மீதிருந்த ஆங்கிலேய அதிகாரி கொம்பூதினான். உடனே அவனும் அவனுடனிருந்த மற்றவர்களும் தம் குதிரைகளை அங்கிருந்து கிளப்பிச்சென்றனர்.

இரும்புப் பாலம் இருந்த திசைநோக்கி அவர்கள் குதிரைகளில் பயணிப்பதை அமாவும் பேகம் சாகிபாவும் கண்டனர்.

பொன் காதணிகள் அணிந்து, மிருதுவான விழிகளுடன் பேகம் சாகிபாவைச் சந்திக்க வந்த கம்பெனிப் படையைச் சேர்ந்த இந்திய இளைஞனிடமிருந்து ஒரு கடிதம் கைப்பற்றப்பட்டுள்ளது. தோட்டாக்களை உபயோகிக்க வற்புறுத்தப்படுவதற்குப் பதிலடியாக வன்முறையைப் பிரயோகிக்க வேண்டுமென அக்கடிதத்தில் குறிப்பிட்டிருந்ததாகச் செய்தி. ஆனால் விரைந்து சென்ற அக்குதிரைகள் அமாவிற்கும் பேகம் சாகிபாவிற்கும் இதை உரைக்கவில்லை. அடுத்து என்ன நிகழுமென அறியாத அப்பெண்களிடம் இச்செய்தி இன்னும் வந்துசேரவில்லை. மழையும் மெல்ல நின்றது. வெளியாட்கள் யாருமற்ற கடைத்தெரு வீதியில் அமாவும் பேகம் சாகிபாவும் ஆசுவாசமாக நடைபோட்டனர்.

அவர்கள் திரும்பி, வீட்டின் எதிர்த்திசையை நோக்கி நடக்கத் துவங்கினர். கடைகளின் புறத்தேயிருந்த வீனஸ், மேரி மாதாவின் சிலைகள் விண்மீன்களை நோக்கியிருந்தன, மஸ்லின் சால்வையொன்று ஜிகினா வேலைப்பாட்டில் மின்னியது.

இருவரும் தாசிமனைப் படிகளேறிச் சென்றனர். குல்பதனின் குண்டுச் சகோதரனைக் காணவில்லை. சாயும் தென்படவில்லை. சலங்கைகள் ஒலிக்கும் தாசிப்பெண்டிரின் அறைகளையும், போகன்வில்லா வரிசைகளையும், 'யாஹூ' எனக் கூவும் சின்னஞ்சிறு வெண்புறாக்களையும் கடந்து சென்றனர். அறைகளின் பின்னே நீண்ட பாறைப் பாங்கான படிகளில் ஏறியபோது அப்பெண்கள் தடுமாறிப் பின்னகர்ந்தனர், எனினும் சுதாரித்து மேலே ஏறிச்சென்றனர். இறுதியாக, முழுநகரமும் அவர்களின் பார்வையில் படும் இடத்திற்குச் சென்றடைந்தனர்.

அமா தன் தாயார் அங்கில்லாததை எண்ணி மனம் வருந்தினாள். அவர்கள் இருவரும் குன்றின் உச்சியில் அமர்ந்து லக்னோவைப் பார்த்தனர் – மீன்கொத்திகள் கூவிடப் பழுப்புநிற ரிப்பன்போல் நகரும் கோமதியாறு, ஆங்கிலேய அலுவலகங்களாக மாறிவிட்ட குதிரைத் தொழுவங்கள், ஆட்களற்ற இமாம்பரா கல்லூரி, புதிய அஞ்சல் நிலையம், விலங்குகள் மேயாத நிசப்தப் புல்வெளிகள் ஆகியவை தெரிந்தன. மெல்லிய திரைபோல் அசையும் இன்ப வாழ்வின் எச்சங்களும், முன்னர் அவர்களை மகிழ்வித்த மெல்லிசைப் பாடல்களின் மீதங்களும் அவர்களின் விழிகளில் மிதந்தன. அவர்களின் கைகள் கீழே கிடந்த பாறைகளைத் தொட்டுத் தடவின. ஆளுநர் மாளிகை ரோஜாத் தோட்டங்களில் கரைகட்டி நிற்கும் கற்கள் இவை, பழைய ஆங்கிலேயத் தேவாலயம் கட்டுவதற்குப் பயன்பட்ட கற்கள் இவை; இந்நகரின் கற்கள்.

ஒன்று, இப்பாறைகளின் வழியாகச் செல்லாமல் அமாவும் பேகம் சாகிபாவும் அவற்றின்மீது அமர்ந்து இளைப்பாறலாம் அல்லது தாம் கொண்ட முடிவில் உறுதியாக நின்று, விண்மீன்கள் ஒளிவீசும் மலைச்சரிவின் வழியே கீழிறங்கிச் செல்லலாம். அவர்கள் எதிரே இவ்விரு தேர்வுகள் இருந்தன. அமா தன் தோழியிடம், "நம் விதியை நாம்தான் மாற்றியமைக்க வேண்டும்" எனத் தீர்க்கமாகக் கூறினாள்.

11

மொகம்மதுவின் செய்தித்தாள் கடைக்குச் சென்றாள் அமா; கடைப்பலகைகளில் செய்தித்தாள்களை விடவும் மிட்டாய்களே அதிகம் இருந்ததைக் கண்டவள், அங்கிருந்த கல்கத்தாவின் ஆங்கிலச் செய்தித்தாள் ஒன்றை எடுத்துக்கொண்டு, "மற்றச் செய்தித்தாள்கள் எங்கே?" எனக் கேட்டாள்.

மூங்கில் பல்குத்தியை வாய்க்குள் இடம் மாற்றியவாறே "இப்போதெல்லாம் குறைந்த அளவிலேயே செய்தித்தாள்கள் வருகின்றன" என்றான் மொகம்மது.

எப்போதும்போல் இரு மாதங்களுக்கு முந்தைய பழைய செய்தித்தாள்தான் அது. அவள் பக்கங்களைப் புரட்ட மொகம்மது அதிலிருந்த செய்திகளின் சுருக்கத்தைக் கூறிக்கொண்டே வந்தான் – நட்சத்திரம் ஒன்றை முதல் முறையாக எடுத்த புகைப்படம் வெளியாகியிருந்தது; நீடித்து உழைக்கக்கூடிய துணியில் தைக்கப்பட்ட புதியகோட் பற்றி ஒரு துணுக்குச் செய்தியிருந்தது. ஆனால் விக்டோரியா மகாராணியாரின் பிள்ளைப்பேறு காலம் முடிந்தபிறகு அவரைச் சந்திக்க ராஜமாதா காத்திருப்பது குறித்து அதில் எந்தச் செய்தியுமில்லை. மன்னரும் விசுவாசம்மிக்க அவருடைய ஊழியர்களும் மாதியா பூர்ஜில் தற்காலிகமாகத் தங்கியிருப்பது குறித்தும் எந்தச் செய்தியுமில்லை. லக்னோ பற்றி எந்தச் செய்தியுமே அதிலில்லை. செய்தித்தாளில் பீங்கான் பால் புட்டியின் சித்திரத்தைப் பார்த்துக்கொண்டிருந்த அமா, ஆங்கிலேய அதிகாரிகளைக் கொல்வதற்கான திட்டம்கொண்ட கடிதமொன்றை ஒரு படைப் பிரிவிலிருந்து மற்றொன்றிற்குக் கடத்திய இளம் இராணுவ வீரனொருவன் கைது செய்யப்பட்டதாகக் கடைத்தெருவில் கேள்விப்பட்ட திகைப்பூட்டும் செய்திபற்றி மொகம்மதுவிடம் விசாரித்தாள். கொலைகளை அரங்கேற்றும் கொண்டாட்டம்!

"என்ன நடந்தது என்று எனக்குப் புரியவேயில்லை. அந்த இளைஞன் பேகம் சாகிபாவைக் காண வந்திருந்தான். பழைய தோட்டாக்களையே உபயோகப்படுத்த அனுமதிகோரி உயரதிகாரிகளுக்கு முறையான கடிதமொன்றை எழுதப் போவதாகத்தான் அவன் எங்களிடம் கூறினான்" என்றாள் அமா.

ஜோசலின் கல்லிட்டி

“அவர்களுடைய திட்டம் அதுவாக இருக்காது என நினைக்கிறேன். ஆங்கிலேயர்கள் கைப்பற்றிய கடிதத்தில் கொலைகுறித்துத் தெளிவாகக் குறிப்பிடப்பட்டுள்ளதாம். இதில் சம்பந்தப்பட்ட நபர்களை சர் ஹென்றி லாரன்ஸ் விசாரித்துள்ளார். கடித விவகாரத்தால் அவர்கள் பெரும் பீதி அடைந்துவிட்டனர். இருபது கலகக்காரர்களுக்குத் தூக்குத்தண்டனை விதிக்கப்பட்டுள்ளது. இது உண்மையிலேயே அதிர்ச்சிகரமான விஷயம்தான்” என்றான் அவன்.

“அதிர்ச்சியளிக்கத்தக்க அந்தத் தோட்டாக்களைப் பற்றி மட்டும் யாரும் வாய் திறக்கவேயில்லையே” என்றாள் அமா.

நாட்டுமக்கள் வணங்கும் தெய்வங்களை இழிவுபடுத்தும் வகையில் பசுமாட்டுக்கொழுப்பும் பன்றிக்கொழுப்பும் பூசிய தோட்டாக்கள் அவை. விலங்கின் கொழுப்புக்குப் பதிலாகத் தோட்டாக்களில் கடுகெண்ணெய் பூசிக்கொடுத்தால் முஸ்லிம்களும் இந்துக்களும் அவற்றின் நுனிகளைப் பற்களால் கடித்துக்கிழித்து உபயோகிக்க எவ்வித எதிர்ப்புமின்றி ஒப்புக்கொள்வார்களே என அமா எண்ணினாள். இல்லையெனில் தோட்டாக்களின்மீது பொன்னிற நெய்பூசி மன்னருக்கு வழங்கலாம். அதுவும் இல்லையெனில், இந்த ஆங்கிலச் செய்தித்தாளை மேற்கொண்டு வாசிக்காமல் வைத்துவிட்டுச் சென்றும்விடலாம் என அவளுக்குத் தோன்றியது.

❍❍❍

பேகம் சாகிபாவின் சந்திப்பு அறையில், ஜெய் லாலும் மன்னரின் இந்திய, ஆப்பிரிக்க வீரர்களும் அவரைச் சந்தித்தனர். அமா நுழைந்ததுமே அவளைப் பார்த்து பேகம் சாகிபா, “தஸ்லீம். சற்று முன்னர்தான் உன் சித்தியைப் பார்த்தேன். உன் தாயார் பற்றிய கவலையிலேயே அவர் உயிர் போய்விடும்போலிருக்கிறது, அதற்கு முன்னர் அவரைக் கல்கத்தாவிற்கு அனுப்பிவிட வேண்டும்” என்றார்.

“தஸ்லீம். ஹசன் இல்லாமல் அவர் போகமாட்டார், ஆனால் அவன் சமீபநாட்களாக எங்கிருக்கிறான் என்றே தெரியவில்லை” என்றாள் அமா. கம்பெனியின் வரிஅலுவலக முற்றத்தில் அவர்களின் குதிரைகளை அவன் பராமரித்ததை அவள் கண்டிருந்தாள் எனினும் அரண்மனைக்கு அவன் வருவதேயில்லை. அமா ஜெய் லாலிடம் தான் கேட்க வந்ததைக் கேட்டாள், “புதிய தோட்டாக்களை எதிர்க்கும் படைப் பிரிவுகளிலிருந்து வீரர்கள் எவரையேனும் நம் படையில் சேர்த்துள்ளீர்களா?”

“அது மிக ஆபத்தான செயலாயிற்றே. ஆங்கிலேயர்கள் தங்கள் படைகளைத் தீவிரமாகக் கண்காணித்து வருகின்றனர். மேலும் அந்த வீரர்களிடம் எனக்குப் பரிச்சயமுமில்லை. இதுபோன்ற செயல்களில் ஈடுபடாமல் இருப்பதே நமக்கு நல்லது” என்ற அவரது குரலில் உறுதி தொனித்தது.

“ஆங்கிலேயர்கள் லக்னோவைச் சேர்ந்தவர்களைத் தூக்கிலிடப் போகின்றனர்.”

“அவ்வீரர்கள் கொலைபாதகத்தைத் திட்டமிட்டவர்கள்.”

“அந்த இளம் வீரன் இத்தகைய செயலில் ஈடுபட்டிருப்பான் என என்னால் நம்பவே முடியவில்லை” என்றாள் அமா.

“அமா சரியாகத்தான் சொல்கிறாள். அந்த வீரர்கள் கம்பெனிக்கு மிகுந்த விசுவாசத்துடன் இருந்தனர்” என்றார் பேகம் சாகிபா.

ஜெய் லால் கைக்குட்டையால் புருவங்களை அழுந்தத் துடைத்தபடியே, “அதுபற்றி எனக்கு எதுவும் தெரியாது. ஆனால் நம் படை ஒழுங்குடன் இருக்கும். ஒழுங்கான நடைமுறையை ஒழுகியே நாம் நடப்போம்” என்றார்.

அமா பெருமூச்செறிந்தாள். அவள் கைகளில் ஏந்தியிருந்த கடிதம் வியர்வை ஈரம்படிந்து கசங்கிக்கிடந்தது, அதன்மீது அவளது கவலையும் படர்ந்தது. பேகம் சாகிபாவிடம் அக்கடிதத்தைக் கொடுத்தாள்.

“கடைசியில் ரஷீதும் அக்பரும் வந்துசேர்ந்துவிட்டார்களா?” எனக் கேட்ட பேகம் சாகிபாவின் முகத்தில் மகிழ்வின் ஒளி படர்ந்தது.

“இல்லை. உங்கள் வீட்டில் நான் நுழைந்தபோது ஓர் எடுபிடியாள் இதைக் கொண்டுவந்து கொடுத்தான்.”

கடிதத்தைப் பிரித்து, அதனுள்ளிருந்த ஒற்றைத்தாளை உருவி விரைவாகப் படித்தார் பேகம் சாகிபா. “நல்லது, விழா அழைப்பிதழ் வந்துள்ளது. ஆங்கிலேய அதிகாரிகளுக்குத் துரோகமிழைத்து எழுதப்பட்ட கடிதத்தைக் கைப்பற்றிய அதிகாரிகளைக் கௌரவிக்கும் விழாவிற்கு தலைமை ஆணையர் என்னை அழைத்திருக்கிறார்” என்றபடியே ஜெய் லாலிடம் கடிதத்தை அளித்தார். “எப்படியும் நான் அங்கு செல்லப்போவதில்லை. தலைமை ஆணையர் இங்கு வந்த இந்த ஒரு மாதம் முழுவதும் அவரைப் பற்றிய நல்லெண்ணமே என்னிடம் ஓங்கியுள்ளது. இங்கு நடப்பவற்றைச் சரிசெய்யவே அவர் விரும்புகிறார் என்றுதான் நம்பிக்கொண்டிருக்கிறேன். எனவே அவரிடம் மரியாதைக் குறைவாக நடக்கவோ அவருக்கு எனது ஆதரவு தரப்போவதில்லை என்று சொல்லவோ எனக்கு விருப்பமில்லை, அதே சமயம் அவர் அனுசரிக்கப்போகும் பொதுநிகழ்விற்குச் செல்லவும் எனக்கு விருப்ப மில்லை, இக்கடித விவகாரத்தில் மக்கள் காணச் சார்பெடுக்கவோ, இப்படியானதோர் களேபரச் சூழலில் அந்த ஆங்கிலேயர்களின் அருகில் அமர்ந்து அதை வேடிக்கை பார்க்கவோ என்னால் முடியாது” என்றார் பேகம் சாகிபா.

“அப்படியானால் உடனே அவருக்குக் கடிதம் எழுதுங்கள். அந்த இளம் வீரன் நம்மைச் சந்தித்ததையும், நம் வீரர்களின் குற்றமின்மை மீதான நம் நம்பிக்கையையும், இவ்விஷயத்தில் வேறெதோ தவறு நடந்திருக்கக்கூடும் என்பதையும், இத்தனை கொடூரமான கடிதத்தை அவர்கள் எழுதியிருக்க வாய்ப்பேயில்லை என்றும் எழுதுங்கள். அவர் அக்கடிதத்தை நேரிடையாகப் பார்த்தாரா? அவருக்குக் கடிதமெழுதுங்கள் பேகம் சாகிபா, நான் அதைப் பொதுநிகழ்வில் அவரிடம் கொண்டுசேர்க்கிறேன். லக்னோவைச் சேர்ந்த வீரர்களைத் தூக்குத்தண்டனையிலிருந்து நாம் எப்படியேனும் காப்பாற்றியாக வேண்டும்” என்று அமா படபடத்தாள்.

○○○

அமா பாத்திமாவையும் தன்னுடன் அழைத்துச் சென்றாள். ஆளுநர் மாளிகை முன்பக்கத்துப் பசும்புற்கள்மீது தரைவிரிப்புகள் போடப்பட்டிருந்தன, கட்டிடத்தைப் பார்த்தவாறு போட்டிருந்த நாற்காலிகளின் பின்புறத்தில் நின்றிருந்த மற்ற லக்னோ மக்களுடன் சேர்ந்து இருவரும் நின்றுகொண்டனர். மழைநீர் புகாத நேபாளப் போர்வைகள் போர்த்தி, இந்திய வண்ணச்சாயங்கள் ஏற்றிய கழுத்துக்குட்டைகள் அணிந்திருந்த தம் மனைவியரின் அருகே நின்று கம்பெனி வீரர்கள் சான்சிபார் இலவங்கச் சுருட்டுகளைப் புகைத்துக் கொண்டிருந்தனர். அதிகாரிகள் அமர்ந்திட மாளிகை வராந்தாக்களுக்குள் சோபாக்கள் இழுத்துச் செல்லப்படுவது சிறிது தொலைவில் தெரிந்தது. சர் ஹென்றி லாரன்ஸ் தன் நண்பர்களுடன் அரட்டையடிப்பதும் அமாவிற்குத் தெரிந்தது.

குண்டு பிரபுவொருவர் தன் திறந்த மார்பில் துவாலை போர்த்தி, மாளிகையின் அருகேயிருந்த பெரிய வீட்டின் மேல்மாடி சன்னல்வழியே அனைத்தையும் வேடிக்கை பார்த்துக்கொண்டிருந்தார். கீழே தோட்டத்தில், புதுப்பொலிவு மின்னும் வேட்டிகள் அணிந்திருந்த இந்தியப் பணியாட்கள் வெள்ளரிக்காய் சாண்ட்விச்களைக் காரைபூசிய செங்கற்கள்போலே தட்டுகளில் அடுக்கிவைத்து விருந்தினர்களுக்குப் பரிமாறினர். அவர்களின் விரல்கள் சாண்ட்விச்களைப் பிய்த்து வாய்க்குள் திணித்தன, நாவுகள் மகிழ்வோடு அவற்றை ருசித்தன. பெருமிதம் பொங்கக் காட்சியளித்த கம்பெனிக்காரர்களோடு, நீளமானப் பட்டு ஜிப்பாக்கள் அணிந்து நல்ல உயரமாய், தாடி வளர்த்த, கம்பெனிப் படையைச் சேர்ந்த லக்னோ வீரர்களும் புல்வெளியை நிறைத்திருந்தனர். நிமிர்ந்த உடல்வாகும் அழகிய கைகளும் கொண்ட கம்பெனி வீரர்களின் மனைவியர்கள் இருக்கைகளில் அமர்ந்திருந்தனர். அப்பெண்கள் குதிரைகள்மீது ஒருபக்கமாக அமர்ந்து பயணிப்பவர்கள், உணவுப்பட்டியலில் எதை தேர்வுசெய்வது என்று தெரியாமல் சிரமப்படுபவர்கள், பொன்பந்துகள்போலே தோன்றும் வெண்கத்தரிக்காய்கள் வாங்குவதற்குச் சமீபகாலமாகத்தான் கற்பவர்கள், மாம்பழங்கள் கற்பூரத்தைலத்தின் சுவை கொண்டவை என்ற வதந்தியை நம்பி அவற்றை வாங்கத் தயங்குபவர்கள், அந்துப்பூச்சிகள் பறந்துவந்து தம் உணவுத்தட்டுகளில் விழுவதைக் கையறுநிலையில் பார்த்துக்கொண்டிருப்பவர்கள், நல்ல மனைவியராக உருவாகக் கடுமையாக முயல்பவர்கள். எனினும் தனிமையில் அமர்ந்து மணிக்கணக்காக லக்னோவின் மஞ்சள் பறவைகளை வரைபவர்கள், தமது குழந்தைகளைக் கவனித்துக்கொள்ளும் லக்னோவின் செவிலித்தாய்கள்மீது அன்பைப் பொழிபவர்கள். இந்தப் பெண்டிர் இதமாய்த் தலையசைத்து, கனிவு ததும்பும் புன்னகைகளோடு ஒருவரையொருவர் வரவேற்றுக் கொண்டனர். அவர்களின் மிருதுவான, மென்மையான சருமத்தின்மீது குளிர்காற்றை வீசிக்கொள்ளப் பட்டு விசிறிகளைப் பரிமாறிக்கொண்டனர். உரை நிகழ்த்த அமைக்கப்பட்ட காலி மேடையை அவர்களின் நீலவிழிகள் அவ்வப்போது பார்த்துக்கொண்டன. அவர்களுள் ஒரு பெண் நாற்காலி களின் பிற்பகுதியிலிருந்த கூட்டத்தைப் பார்த்தார். அவரின் இரு நீலவிழிகள் அமா மீதும் பாத்திமா மீதும் பதிந்ததும், அவரது இதழ்களில் புன்னகை தவழ்ந்தது.

அப்பெண்மணியின் கனிவான பார்வை அமாவை வருடியது. பாத்திமாவும் அவ்வாறே உணர்ந்ததை அறிந்ததும் இருவரும் அவரைப் பார்த்துப் புன்னகைத்தனர். புன்னகைப்பது மகிழ்வளித்தது. அவரது இதழ்களில் இருந்தும், முகத்தில் இருந்தும், நெஞ்சம் முழுவதிலுமிருந்தும் வழிந்த கனிவு அமாவை நிறைத்தது. அவர்கள் அமர்ந்து பேச வசதியான நாற்காலிகளும், பருகச் சூடான தேநீரும், உண்டுமகிழ சுவைமிக்க உணவுவகைகளும் அங்கிருந்தன. இருதரப்பினரும் நதியின் எதிரெதிர்க் கரைகளில் இருப்பது மாயையோ என அமாவுக்குத் தோன்றியது. ஒரு நொடி தோன்றிமறைந்த மகிழ்வான எண்ணம் அது.

தட்டு நிறைய சாண்ட்விச்களுடன் முதிய பணியாள் ஒருவர் அவர்களை நோக்கி வந்தார். அமா அவரிடம் கடிதத்தைக் கொடுத்து அதன்மீதிருந்த பேகம் சாகிபாவின் முத்திரையைச் சுட்டிக்காட்டினாள். “தயவுசெய்து இதை சர் ஹென்றி லாரன்ஸ் அவர்களிடம் ஒப்படைத்து விடுகிறீர்களா?” எனக் கேட்டாள்.

பொலிவுமிக்க வெண்ணிற ஆடைகள் அணிந்திருந்த அம்முதிய பணியாள் முத்திரையைக் கண்டதும் சட்டெனத் தலைகுனிந்து வணங்கினார். “நான் இக்கடிதத்தை அவரது மேஜையின்மீது வைத்துவிடுகிறேன். பொதுவிழா முடிந்ததும் அவர் அதைப் படிப்பார். சாண்ட்விச் எடுத்துக்கொள்கிறீர்களா? மன்னரின் தாயாருக்கு இவை மிகவும் பிடித்தமானவை” என்றார்.

“நன்றி” என்றபடியே அமா ஒன்றை எடுத்துக்கொண்டாள்.

அவர் சென்றதும், பாத்திமா கூட்டத்தினுள் எட்டிப் பார்த்தபடியே, “அதோ, திருடர்களின் நண்பன் அபி அங்கு இருக்கிறான்” என்றாள்.

அமா பற்களிடையே சிக்கிக்கொண்ட வெள்ளரித் துணுக்குகளை நாவால் துழாவியவாறே, “அவனுடன் இருப்பவர்களை உனக்குத் தெரியுமா?” எனக் கேட்டாள்.

“தெரியாது” என்ற பாத்திமா, “அதோ அங்கு நிற்பவன் அன்று நம் அரண்மனைவாயில் புளியமரத்தின் கீழே நின்றிருந்தவன்தானே?” எனக் கேட்டாள். கூட்டத்திலிருந்து சற்றுத் தள்ளி, குதிரைகளை மேய்த்துக் கொண்டிருந்த பவண்மீது அவளது பார்வை பதிந்திருந்தது.

“சாயின் ஆங்கிலேய நண்பர்களுக்குத் துப்புரவாளர்தான் தேவையென நினைத்திருந்தேன். குதிரைலாயப் பணியாளா தேவைப்பட்டான்?” எனக் கேட்டாள் அமா.

“ஒருவேளை அவர்களின் குதிரைலாயப் பணியாளும் வேலையை விட்டுச் சென்றுவிட்டானோ என்னவோ.”

“அவனது தோரணையைப் பார்த்தால் விழா நிகழ்வுக்கு வந்தவனைப்போலத் தெரியவில்லையே” என்றாள் அமா.

“புத்தம்புதிய வேட்டி உடுத்தியிருக்கிறான், ஆனால் அவன் முகத்தில் மகிழ்ச்சியே இல்லையே.”

"பயப்படுகிறான் என நினைக்கிறேன். ஆங்கிலேயர்களின் காப்புத்திறன் மேல் அவனுக்கு நம்பிக்கையில்லைபோலிருக்கிறது" என்றாள் அமா.

"அவனது கவலையே அவனைத் தின்று தீர்க்கிறதுபோலும்" என்றாள் பாத்திமா.

○○○

ஒன்றரை மணியானதும் அணிவகுத்து வந்த இசைக்குழுவினர் எக்காள முழக்கமிட்டனர்; பிரம்மாண்ட அரச மரியாதை வான்பிளக்க, மேலே வட்டமிட்ட புறாக்கள் அலறின. பரிசுப்பொருட்கள் ஏந்திய பணியாளர்கள் பின்தொடர சர் ஹென்றி லாரன்ஸ் அனைவரையும் பார்த்துப் புன்னகைத்தபடியே வெளியே வந்தார், புல்வெளி மீதிருந்த மேடையில் ஏறிநின்று "லக்னோவின் வெள்ளரி சாண்ட்விச்கள் அற்புதமானவை" என்றார். அதைக் கேட்டுக் கூட்டத்தினரிடையே மெல்லிய நகைப்பொலி எழுந்தது, அமாவும் பாத்திமாவும் கூடப் புன்னகைத்தனர்.

கடிதத்தைக் கைப்பற்றிய இரு ஆங்கிலேயர்களையும் இரு லக்னோ வீரர்களையும் முன்னே வரும்படி அழைத்தார். அவர்களில் ஒருவன் சிவப்பன்; அவன் அணிந்திருந்த வெள்ளை கோட்டால் அவனது சிவந்த கேசமும் நீல விழிகளும் மேலும் பளீரெனத் தெரிந்தன. அவர்களுக்குத் தலா நூறு ரூபாய்களும், சால்வையும், வீரவாளும், மேற்சட்டையும், பூத்தையல் துணியொன்றையும் சர் ஹென்றி லாரன்ஸ் பரிசளித்தார். அமாவின் கண்களுக்கு மற்ற எவருமே தெரியவில்லை. அவள் சிவப்பனின் முகத்தை, அவனது விழிகளில் தெரிந்த மனநிறைவையே பார்த்துக்கொண்டிருந்தாள். ஏதோ தவறு நடப்பதாக, மிகப்பெரிய தவறொன்று நடப்பதாக அமாவிற்குப் பட்டது.

"சர் ஹென்றி லாரன்ஸ் தம் கைகளால் நேரிடையாகவே பரிசுகளை வழங்குகிறார். நல்ல மனிதர். அவர்கள் அனைவரும் சந்தோசத்தில் பூரித்துப் போயுள்ளனர்" என அமாவிடம் பாத்திமா கிசுகிசுத்தாள்.

சர் ஹென்றி லாரன்ஸ் மீண்டும் கூட்டத்தினரைப் பார்த்து, "நமது துருப்புப் படைகளில் பணிபுரியும் உள்நாட்டு வீரர்களுக்கும் அவர்தம் குடும்பங்களுக்கும் வழங்கப்படவிருக்கும் கணிசமான ஊதியம் குறித்துத்தான் நான் முக்கியமாகப் பேச விரும்புகிறேன். இதே நகரத்திலிருந்து சென்ற வாரம்தான் முன்னூறு வீரர்கள் இன்று அதிகளவு ஊதியம் வழங்கப்படவிருக்கும் புதிய படைகளில் சேர்ந்துள்ளனர். இந்த ஊக்க மானியத்தில் பங்குகொண்டு மகிழ்வாய்ச் சேவைபுரிய மேலும் முப்பத்திரெண்டாயிரம் பேர் ஆவலுடன் காத்திருக்கின்றனர்" என்றார்.

பாத்திமா சப்தமெழுப்பாமல் விசிலடித்தாள், "முப்பத்திரெண்டாயிரம் பேர்!" எனக் கிசுகிசுத்தாள்.

சிவப்பனிடமிருந்து பார்வையை விலக்கிக்கொண்ட அமா பாத்திமாவைப் பார்த்து, "நமது புனித ஆங்கிலேய அதிகாரிக்குத் தன் பேச்சிலுள்ள முரண் புரியவேயில்லை. இதற்கு முப்பத்தோராயிரத்து எழுநூறு பேர் வேலையின்றி அல்லல்படுகின்றனர் என அர்த்தம். இந்த மீதமான வெள்ளரி சாண்ட்விச்கள் அவர்களுக்குப் போதாது, தங்களுடைய

அமாவும் பட்டுப்புறாக்களும்

குடும்பத்தாரின் பசியைத் தீர்க்கும்படியானதொரு பணி தமக்குக் கிட்டவேண்டுமெனவே அந்த முப்பத்தோராயிரத்து எழுநூறு பேர்களும் தவிக்கின்றனர்" என்றாள்.

"பசித்திருப்போரின் எண்ணிக்கை மிக அதிகம்" என்றாள் பாத்திமா.

"தாங்கள் வாழ வேலை வேண்டுமென்ற பசி அது. வா போகலாம்" என்றாள் அமா.

○○○

சர் ஹென்றி லாரன்ஸ் வழக்கமாகச் சவாரி செல்லும் அதே பாதைகளின் வழியே மறுநாள் புலரியின்போது காசிமின் சாம்பல் குதிரைமீதேறி அமா சென்றாள். பசுவின் கொழுப்பும் பன்றிக்கொழுப்பும் பூசத் தேவைப்படாத பழைய பாணித் தோட்டாக்களையே கம்பெனியார் மீண்டும் உபயோகிக்க வேண்டுமென்ற பேகம் சாகிபாவின் கோரிக்கை தாங்கிய கடிதத்தை இந்நேரம் அவர் வாசித்திருப்பார்; இளம் இராணுவவீரன் கம்பெனியிடம் கொண்டிருந்த விசுவாசத்தையும், அத்தனை உண்மையுடன் விளங்கிய வீரர்களைத் தூக்கிலேற்றுவதன் மூலம் பெரும் தவறிழைத்துவிட வேண்டாமெனவும் பேகம் சாகிபா அக்கடிதத்தில் குறிப்பிட்டிருந்தார். அவரும் அமாவும் வழியில் சந்திக்க நேர்ந்தால் பேகம் சாகிபாவிற்கான பதில் செய்தியை அவர் கூறக்கூடுமென அவள் எதிர்பார்த்தாள்.

அவர் வழக்கமாகச் செல்லும் நகரத்துச் சாலைகளில் அவரைக் காணாததால், அஸ்ரத்கஞ்சின் பிரதான சாலையில் பயணித்தாள். பிறகு ஆற்றோரப் பாதைவழியாக ஆளுநர் மாளிகையை நோக்கிச் சென்றாள். மாளிகைக்குன்றின் அடிவாரத்திலிருந்து கரிய கோடொன்று மேனோக்கிச் செல்வதை அமா கண்டாள். கரியகோடு அவ்வப்போது மினுங்கியது. அவள் நெருங்கிச் செல்லச் செல்ல, அது கட்டைவண்டிகளை ஒன்றன்பின் ஒன்றாகத் தள்ளிச்செல்லும் லக்னோவாசிகளின் ஊர்வலமாகத் துலங்கித் தெரிந்தது. உணவுதானியம், விறகுகள், அடுப்புக்கரி, கால்நடைத் தீவனம், படைத்தளவாடங்கள் ஆகியவற்றை ஏற்றிச் சென்ற கட்டைவண்டிகளை நோட்டமிட்டபடியே அமா அவற்றின் பக்கமாகவே சென்றாள். குன்றின் மேலிருந்த ஆளுநர் மாளிகையின் முன்பகுதியில் வெள்ளரி சாண்ட்விச்கள் பரிமாறப்பட்ட அழகிய பசும் புல்வெளிகளை ஆட்கள் தோண்டிப் போட்டிருந்தனர். அவ்விடமே வெறும் மணல்குவியலாகக் காட்சியளித்தது. சிலர் பதுங்குகுழிகள் பறித்துக்கொண்டிருந்தனர். வேறுசிலரோ மணல்மேடு களைச் செதுக்கித் தடுப்பரண்களாக்கிக்கொண்டிருந்தனர. லக்னோவாசிகள் சிலர் மாளிகையைச் சுற்றிலுமிருந்த காலி வீடுகளின் சன்னல்களை மாம்பலகைத் துண்டுகளை அடித்து மறைத்துக்கொண்டிருந்தனர். ஏனையோர் அனைவரும் கோடரிகளுடன் அவ்வீடுகளின் முன்பிருந்த மரங்களைச் சூழ்ந்து நின்றிருந்தனர்.

மலையடிவாரப் பாதையிலேயே அமா நின்றுவிட, லக்னோவாசிகள் அவளைக் கடந்து மேலே சென்றனர். தானியமாவு மூட்டைகளைத் தம் முதுகில் சுமந்தும், பீச்பழங்களும் தண்ணீர்விட்டான் கிழங்குகளும் பன்றியிறைச்சியும் நிரம்பிய டின்களைத் தள்ளுவண்டிகளில் வைத்தும் கொண்டுசென்றனர். ஆட்களற்று வெறிச்சோடியிருந்த இந்திய அரண்மனை களின் எதிரேயிருந்த கிணறுகளிலிருந்து இறைத்து நீர் நிரப்பப்பட்ட

பீப்பாய்கள் மற்றத் தள்ளுவண்டிகளில் இருந்தன. முன்னொரு காலத்தில் இதே அரண்மனைகளுக்கு இரவுவிருந்து உண்ண வருகைபுரிந்த ஆங்கிலேயர்கள் தமது மீசைகளைப் பட்டுக் குறுந்துணிகளால் துடைத்துக் கொள்வர்; அரண்மனைப் பூங்காவில் நிழல்மேவிய வேம்புகளின் கீழே நித்திரைகொள்வர்; தடித்த தாள்களின்மீது சிவப்பு அரசமுத்திரை பதித்து மன்னர் வழங்கவிருக்கும் கடன்தொகைகளை மகிழ்வாய் கற்பனித்தபடியே பிரம்மாண்டக் காட்சிமாடங்களின் நீள்சாய்வு இருக்கைகளில் அமர்ந்து மன்னரின் நாடகங்களைக் கண்டுகளிப்பர். மன்னரிடமிருந்து பழம்பெரும் மாளிகைகளைக் கடன் பெறவும், வெடியுப்புக்கான மானியங்கள் பெறவும் கணக்கற்ற ஒப்பந்தங்கள் செய்துகொண்டனர். பளபளக்கும் புதிர்க் கட்டிடத்திலிருந்து தொடர்ச்சியாகக் கிடைக்கப்பெறும் நிறமித்தூள்களைப் பற்றிக் கேள்விப்பட்டுத்தான் நீண்டகாலம் முன்னரே ஆங்கிலேய வணிகர்கள் ஜோடி ஜோடியாக ஆஸ்திரேலிய வேலர் குதிரைகள் கட்டப்பட்டிருந்த லக்னோ தொழுவங்களுக்கு வந்திறங்கினர்; வந்தாரை வரவேற்கும் பண்புகொண்ட லக்னோ நகரமோ குதிரைலாயத்தில் கிடந்த அவர்களின் குழந்தைகளுக்கும் இளஞ்சூடான பால் கொடுத்து உபசரிக்கவே செய்தது.

தலைப்பாகை அணிந்த ஒருவனை நிறுத்தி, "இங்கு என்ன நடக்கிறது? இதையெல்லாம் செய்யச்சொல்லி எந்த ஆங்கிலேயர் உங்களுக்கு உத்தரவிட்டார்?" எனக் கேட்டாள் அமா. தனக்குத் தெரியாது என்பதாக அவன் தோளைக் குலுக்கிக்கொண்டு அங்கிருந்து நகர்ந்தான். ஹசனின் நண்பனொருவனை அமா கண்டுகொண்டாள், அவ்விளைஞனும் மன்னரின் குதிரையேற்ற வீரனாக இருந்தவனே. "நீ கூலிக்காரன் கிடையாதே, இங்கு என்ன செய்கிறாய்?" என அவனை நோக்கிக் கூவினாள்.

"நானொன்றும் கூலிக்காரனில்லை. ஒரு கூலிக்காரன் நாளொன்றுக்குச் சம்பாதிப்பதை விடவும் மும்மடங்கு எங்களுக்கு ஊதியம் வழங்குகின்றனர்" என அவன் பதிலுக்குக் கூவியபடியே கட்டைவண்டியைத் தள்ளிக்கொண்டு சென்றான்.

தானிய வண்டிகளை வெறுங்கால்களுடன் சிறுவர்கள் தள்ளிக் கொண்டு சென்றனர், அமா குதிரையில் இருந்து இறங்கி அவர்களோடு நடந்து சென்றாள்.

"ஒரு கூலிக்காரன் தினசரி வாங்கும் கூலியை விடவும் மும்மடங்கு ஊதியமா உங்களுக்கு வழங்கப்படுகிறது?" என அவர்களில் ஒருவனிடம் கேட்டாள்.

அச்சிறுவன் குழப்பத்துடன் பளீரிடும் கரும் விழிகளால் அவளை ஏறிட்டுப் பார்த்தான்.

"இந்த வண்டியில் ஒரு மாதத் தேவைக்கான உணவுப்பொருட்கள் இருக்கிறதே" என்றாள் அவள்.

"அலி, உனக்குத் தொடர்ந்து வேலை வேண்டுமானால் யாருடனும் பேச்சு வைத்துக்கொள்ளாதே" என ஒரு லக்னோவாசி சிறுவனைப் பார்த்துக் கூவினான்.

அவளை ஏறிட்ட பார்வையை விலக்காமலேயே "நான் வேலை செய்ய வேண்டும்" எனச் சிறுவன் கூறினான். பன்றிக்கொழுப்பும் பசுக்கொழுப்பும் பூசிய தோட்டாக்களை ஒழிப்பதற்கும் இங்கு நடக்கும் சம்பவத்துக்கும் யாதொரு சம்பந்தமுமில்லை என்பது மட்டும் தெளிவாகத் தெரிந்தது. தூக்கிலப்படவிருக்கும் லக்னோ வீரர்களைக் காப்பாற்றுவதற்கும் இதற்கும்கூட எவ்விதச் சம்பந்தமுமில்லை என்றும் தெரிந்தது. "மேலே சென்று சேர்ந்ததும் நிறையத் தண்ணீர் குடி பையனே. தாகத்தில் உன் உதடுகள் வெடித்துப்போயிருக்கின்றன" என அச்சிறுவனிடம் அமா மென்மையாகக் கூறினாள்.

○○○

அமா பேகம் சாகிபாவிடம் தான் கண்டவற்றைக் கூறினாள், அதற்கு அவர், "ஒருவேளை அவர்கள் இங்கிருந்து கிளம்புகிறார்களோ என்னவோ! இங்கிருந்து அவர்கள் முற்றிலும் வெளியேறுவதற்கான ஏற்பாடுகளை சர் ஹென்றி லாரன்ஸ் செய்கிறாரரோ என்னவோ" என்றார்.

லக்னோவின் உணவுப்பொருட்களை ஆங்கிலேயர்கள் மொத்தமாக வாங்குவதற்கான காரணத்தைக் கேட்டு அரண்மனை ஆலோசகர்கள் உடனடியாக மற்றொரு கடிதத்தை அனுப்பிவைத்தனர். ஆளுநர் மாளிகையின் கீழிருந்த சாலையில் அமா நிலைகொள்ளாமல் முன்னும் பின்னுமாக நடந்துகொண்டிருந்தாள். பிரம்மாண்டமான அக்கட்டிடத்தைச் சுற்றிலும் மணற்தடுப்பரண்கள் எழுந்திருந்தன. இங்கிருந்து கொண்டுசெல்லப்பட்ட உணவுப்பொருட்களெல்லாம் பிரிக்கப்படவுமில்லை, அங்கிருந்து கான்பூர் சாலை வழியாக அவற்றைக் கொண்டுசென்றதைப்போலவும் தெரியவில்லை.

"இல்லை. அவர்கள் இங்கிருந்து கிளம்பவில்லை. நாம்தாம் இங்கு பழைய செய்தித்தாள்களைப்போலே அலைக்கழிந்துகொண்டிருக்கிறோம்" என அமா பேகம் சாகிபாவிடம் பின்னர் கூறினாள்.

கடைத்தெருவில் விற்பனைக்குப் பொருட்களே இல்லையெனக் கடைக்காரர்கள் புலம்புவதைக் கேட்டபடியே அமா கடந்து சென்றாள். ஆங்கிலேயர்கள் ஏன் இத்தனை அதிகளவுப் பொருட்களை வாங்கிக் குவித்துள்ளனர் என எவருக்கும் தெரியவில்லை. வேறொரு அனல் வளர்ந்து வருவதை உணர்த்துகிறார்போல வெயில் தகித்தது.

லக்னோவாசிகளை ஏற்றிவந்த காளைமாட்டுவண்டியிலிருந்து அமா ஒதுங்கிநின்றாள். சாலையிலிருந்த வியாபாரிகள் அனைவரும் இருபுறமும் ஒதுங்கிநிற்க, தறிகெட்டு ஓடிய காளையை அடக்கி நிறுத்த வண்டிக்காரன் கத்தினான்.

வண்டி நின்றதும் சாய் அதிலிருந்து குதித்தோடி வந்தான். வெயிலில் வியர்த்து அழுக்காக இருந்தவன் நேராக அமாவை நோக்கி ஓடி வந்தான். நெஞ்சின்மீது கைவைத்து சுவாசத்தை சீராக்கிக்கொண்டவன், "அதாப். அவர்கள் கிளம்புகிறார்கள்" என்றான்.

"தஸ்லீம். கம்பெனியாட்களா கிளம்புகிறார்கள்?"

"அவர்களின் வீட்டுப்பெண்கள். பெண்களும் குழந்தைகளும் ஆளுநர் மாளிகைக்கு இடம்பெயர்கின்றனர். அவர்களின் ஆடுகளை வண்டிகளில் ஏற்ற நான் உதவினேன். அந்த சிவப்பனும் அங்கிருந்தான். உனக்கு அவனை நினைவிருக்கிறதா?"

"நினைவிருக்கிறது. அபியும் அவனோடு இருந்தானா?"

"இல்லை. அந்த ஆங்கிலேயன் பெண்களுக்கு உத்தரவுகள் பிறப்பித்துக் கொண்டிருந்தான், அவனுக்கு நான் அங்கிருந்ததே பிடிக்கவில்லை. ஆனால் அனைத்து வீடுகளிலும் பெண்கள் தங்களின் குழந்தைகளோடு பெட்டிபடுக்கைகளைக் கட்டுவதில் முட்டிமோதிக்கொண்டிருக்கவே, அவர்களின் ஆடுகளை வண்டிகளில் ஏற்ற நான் உதவ விரும்பினேன். ஆடுகள் மிரண்டுபோயிருந்தன. திருமதி. கன்னிங்சின் ஆடுகளை அவரது வண்டியில் ஏற்றியபோது அவற்றில் ஒன்று பயத்தில் என்னை உதைத்துவிட்டது. ஏன் அவர்கள் வீடுகளை விட்டுக் கிளம்புகிறார்கள்? ஏதேனும் ஆபத்து நேரப்போகிறதா அமா? கடைத்தெரு வியாபாரிகள் எப்போதும்போல் கண்ணாடிப்போத்தல்களைத் தட்டி இசைத்தபடியேதான் இருக்கின்றனர், பையன்கள் பட்டங்கள் பறக்கவிட்டபடிதான் உள்ளனரே."

சாயின் பின்னாலேயே அமா கடைத்தெருவை விட்டு வெளியேறினாள். இரும்புப் பாலத்தின்மீதும், ஆளுநர் மாளிகையை நோக்கிச் செல்லும் சாலையிலும் மற்றொரு ஊர்வல வரிசை செல்லத் துவங்கியது. வருத்தம் மண்டிய எண்ணங்களைக் கனத்த சால்வைபோலே போர்த்தியிருந்த பெண்களுடன் குழந்தைகளும் வண்டிகளில் இருந்தனர், பெட்டிகளும் விலங்குகளும் நிறைந்த கட்டைவண்டிகள் அவர்களின் பின்னே சென்றன.

"இதை நான் உடனே அனைவரிடமும் தெரிவித்தாக வேண்டும்" என்றபடி அமா கைசர்பாக் அரண்மனையை நோக்கி ஓடினாள்.

சாயும் அவளோடு ஓடினான். "இனி நான் பால் கறக்க முடியாது. அங்கு இனி எனக்குப் பணியில்லை. நல்லதொரு வேலை கைநழுவிப் போய்விட்டது" என்றான். சாயின் சட்டைமீது சிவப்பும் பழுப்புமாக மண் ஒட்டியிருந்தது, அவனது மென்கரங்கள் முழுதும் சிராய்ப்புகளைக் காண முடிந்தது. சாலையில் அவனை நோக்கிக் குதித்தோடிவந்த அரைநிர்வாணச் சிறுவர் கும்பலிடையே அவன் சிக்கிக்கொண்டான். அவர்களின் கேலிகளில் இருந்து தப்பித்து மீண்டும் அமாவுடன் சேர்ந்துகொண்டான். ஏதும் பேசாமல் மூச்சிரைத்தபடி ஓடும் தன் தோழியின் அருகிலேயே அவனும் ஓடினான். அவனைத் தள்ளியும், பிடித்திழுத்தும் விளையாடிய சிறுவர்களையெல்லாம் சமாளித்து ஓடிய சாய் ஓர் இளம் தேவனைப்போலே தோன்றினான்.

12

லக்னோவாசிகள் குடிநீர் குளிர்ச்சியாக இருப்பதற்காகத் தண்ணீர்ப் பானைகளின்மீது சிவப்பு ஈரத்துணியைச் சுற்றி வைத்திருந்தனர். பழங்கால ஆங்கிலேயப் போர்வீரனின் அலை பாயும் வெண்கேசம்போலே வானெங்கும் மேகங்கள் விரவிக் கிடந்தன. இருள் சூழ்ந்த ஆளுநர் மாளிகையினுள் ஆங்கிலேயப் பெண்களும் குழந்தைகளும் தஞ்சமடைந்திருந்தனர்.

ஜெய் லாலுடனும் தன வணிகர்களுடனும் உரையாடிக் கொண்டிருந்த பேகம் சாகிபாவின் சந்திப்புக் கூட்டத்தின் இடையே அமா புகுந்தாள். அரண்மனையிலிருந்து கொண்டு வந்திருந்த சர் ஹென்றி லாரன்ஸின் கடிதம் ரத்தினச் சுருக்கமாக இருந்தது. பேகம் சாகிபா அதை வாங்கி உரக்கப் படித்தார், "உள்ளூரில் நிலவும் குழப்பநிலையைக் கருத்திற்கொண்டு எடுக்கப்பட்ட ஓர் எளிய முன்னெச்சரிக்கை நடவடிக்கையாக எங்கள் பெண்களை என் பாதுகாப்பின்கீழ் தங்கவைத்துள்ளேன். மேலும், தூக்கிலிடப்படவிருக்கும் இந்திய வீரர்கள் குற்றமற்றவர்கள் என பேகம் அஸ்ரத் அவர்கள் தன் கடிதத்தில் குறிப்பிட்டிருந்தமையால் அவருக்குப் பதிலளிக்கவும் விரும்புகிறேன். அதிகாரி மிஸ்டர். ஜான் கிரகாம் அவர்களால் கைப்பற்றப்பட்டு என்னிடம் வந்துசேர்ந்த அக்கடிதத்தைத் தாங்களே எழுதியதாக அவ்வீரர்கள் ஒப்புக்கொண்டுவிட்டனர்" எனப் படித்த பேகம் சாகிபா தலையுயர்த்தி, "ஜான் கிரகாமா? யாரிந்த மிஸ்டர். ஜான் கிரகாம்?" எனக் கேட்டார்.

"சிவந்த கேசம் கொண்ட அதிகாரி, சிவப்பன்" என்றாள் அமா.

அந்த சிவப்பன்தான் இதைச் செய்திருக்கிறானெனில் அங்கு என்ன நடந்திருக்கக் கூடுமென அமாவுக்குதான் முதலில் பிடிபட்டது. "அவ்வீரர்கள் கடிதம் எழுதியதென்னவோ உண்மைதான்... ஆனால் அது ஆங்கிலேயர்களால் கைப்பற்றப் பட்ட கடிதமாக இருந்திருக்காது. சர் ஹென்றி லாரன்சிடம் ஒப்படைக்கப்பட்ட கடிதத்தை அந்த இளம்வீரனும் அவன் நண்பர்களும் எழுதியிருக்கமாட்டார்கள். பழைய தோட்டாக்களை உபயோகிக்க அனுமதிகோரும் முறையான கடிதமொன்றைத்தான் அவர்கள் எழுதியிருக்கக்கூடும். ஆனால் சிவந்த கேச அதிகாரியோ, அதான் அந்த சிவப்பன், சர் ஹென்றி

லாரன்சிடம் வேறொரு கடிதத்தைக் கொடுத்திருக்க வேண்டும். அல்லது, இளம்வீரன் அனுப்பிய கடிதத்தில் சில மாற்றங்களைச் செய்துவிட்டு பின்னர் அவரிடம் அதை ஒப்படைத்திருக்க வேண்டும். தலைமை ஆணையர் நம்மீது கொண்டிருக்கும் கரிசனத்தை ஒழித்துக் கட்டவே அவன் அவ்வாறு செய்திருக்க வேண்டும்" என்றாள் அமா.

பேகம் சாகிபா, ஜெய் லால், தன வணிகர்கள் என அங்கிருந்த அனைவரும் அதைக் கேட்டு அமைதியாக இருந்தனர். இறுதியாக பேகம் சாகிபா, "இவ்விஷயத்தை நாம் சர் ஹென்றி லாரன்சிடம் கொண்டு சென்றாலுமே கூட அவர் நம்பிக்கை கொண்ட அதிகாரிகளிலொருவன் அவருக்குத் துரோகமிழைத்து விட்டானென்பதை அவர் நம்பவே மாட்டார்" என்றார்.

"அது மட்டுமல்ல, ஹுசூர். நாம் கூறுவது அபத்தமான குற்றச்சாட்டு என அவர் எண்ணும்பட்சத்தில், அவருடனான நம் சுமூகமான தொடர்புகள் யாவும் முறிந்துவிடக்கூடிய விபரீதமும் இதனால் நிகழ்ந்துவிடும்" என்றார் ஜெய் லால்.

"ஆனால், தூக்குத்தண்டனை விதிக்கப்பட்டுள்ள வீரர்களுக்காகவும், புதிய தோட்டாக்களின் உபயோகத்தைத் தடுத்து நிறுத்தவும் நம்மால் இயன்றவரை விடாது முயற்சித்தேயாக வேண்டும்..."

ஜெய் லாலோ, "அதுபோல் நம்மால் விடாது முயற்சிக்க முடியாது, ஹுசூர். லக்னோவில் பதற்றம் நிலவுகிறதென்பதை அவர் நம்புவதால்தான் ஆளுநர் மாளிகையினுள் தம் பெண்களைப் பாதுகாத்து வைத்துள்ளார். தீய கொழுப்பு பூசப்பட்ட தோட்டாக்களுக்கு எதிரான கலகப்பொறிகள் இந்தியாவின் பல பகுதிகளிலும் பற்றியெரிகின்றன. இந்தியர்களைத் தம் சொந்த மதங்களுக்குத் துரோகமிழைக்க வைத்து, அவர்களைக் கிறித்துவத் திற்கு மதம் மாற்றவே தோட்டாக்களின்மீது பசுக்கொழுப்பும், பன்றிக் கொழுப்பும் வேண்டுமென்றே பூசப்படுவதாக வீரர்கள் எண்ணுகின்றனர். அவர்களுள் ஒருசிலரின் எதிர்வினை வன்முறையில் முடிந்துவிட்டது. இத்தகைய சூழலில் கொலைமுயற்சி குறித்த கடிதம் வேறு கைப்பற்றப் பட்டுள்ளதால் லாரன்சிற்கு மேலும் கவலை பீடித்துவிட்டது. எனவேதான், தடுப்பரண்கள் அமைப்பது, பதுங்குகுழிகள் வெட்டுவது எனத் தங்களைக் காத்துக்கொள்ளத் தேவையான அனைத்துக் காரியங்களையும் அவர் மிகுந்த எச்சரிக்கையுடன் செய்யத் துவங்கியுள்ளார்" என்றார்.

அதற்கு அமா, "அதுவும் உண்மைதான், ஜெய் லால். அப்படியானால் படையைத் திரட்டும் உங்கள் செயலையும் அவர்கள் அறிந்திருக்கக்கூடும். லக்னோவைச் சுற்றியுள்ள கம்பெனி அலுவலகங்களிலிருந்து ஆங்கிலேயர்கள் ஆளுநர் மாளிகையினுள் மேலும் மேலும் குவிந்த வண்ணமுள்ளனர். கம்பெனியிருந்து ஓய்வூதியம் பெற்றுவந்த பீரங்கிச் சிப்பாய்கள் சிலரையும் கூட நான் அங்கு இன்று கண்டேன். மாளிகையைக் காக்க அவர்களுக்குப் பெருமளவு ஊதியம் வழங்கப்படுகிறது" என்றாள்.

"நமது படையைப் பற்றி அவர்கள் அறிந்திருக்கக் கூடும்தான். எது எப்படியாகினும் அவர்கள் அனைவரும் ஆளுநர் மாளிகையினுள்

தஞ்சம் புகுந்திருக்கும் இச்சூழலை நமக்குச் சாதகமாகப் பயன்படுத்தி நாம் முன்னேறிச் செல்ல வேண்டும்" என்றார் ஜெய் லால். தன்னெதிரே நின்றிருந்த ஜெய் லாலின் விழிகள் தன வணிகர்களின் விழிகளைச் சந்தித்து மீள்வதை அமா கவனித்தாள். "நமது உள்நாட்டு ரூபாய்களை மறு உற்பத்தி செய்யத் துவங்கியுள்ளோம், ஹுசூர்" என்றார் ஜெய் லால்.

அதைக் கேட்டு பேகம் சாகிபாவின் விழிகள் லேசாய் விரிந்தன. சிறிது தயக்கத்திற்குப் பின்னர், "ஆகட்டும்" என்றார்.

"நமது படை நன்றாக உருவாகிவருகிறது. ஆயிரத்துக்கும் மேற்பட்ட லக்னோவாசிகள் அதில் இணைந்துவிட்டனர்" என்றார் ஜெய் லால்.

"நகரக்காவலரிடம் எச்சரிக்கையாகவே இருங்கள். அவர் கம்பெனியின் கையாள்" என்றார் பேகம் சாகிபா.

"நாம் தொடர்ந்து ஆட்களைச் சேர்த்துக்கொள்வோம், ஹுசூர். ஆங்கிலேயர்கள் இங்கிருந்து வெளியேற வேண்டிய நேரம் வந்துவிட்டது. கம்பெனிக்கு வழங்கப்படும் அனைத்துக் கடனுதவிகளையும் லக்னோவி லிருந்து நிறுத்திவிடப்போகிறோம்" என ஜெய் லால் அழுத்தமாகக் கூறினார்.

பேகம் சாகிபாவின் எதிர்வினையை அமா கவனித்தாள். தனது தோழி மீண்டும் தயங்குவதை அவள் கண்டாள். பிறகு, "நமது படையினர் தயார்நிலையில் இருப்பதை நீங்கள் உறுதிப்படுத்திவிட்டால், கம்பெனிக்குக் கடனுதவிகள் நிறுத்தப்படுவதை அறிவித்து அவர்களுக்கொரு கடிதத்தை அனுப்பிவிட்டு, மாளிகையைச் சுற்றிலும் நம் வீரர்களைப் பெருமளவில் இறக்கிவிடலாம். ஜெய் லால், கான்பூர் சாலைவழியாக அவர்கள் அமைதியான முறையில் இந்நகரைவிட்டு வெளியேறும் வாய்ப்பும் அவர்களுக்கு வழங்கப்பட்டுள்ளது என்பதை நாம் தெளிவாகத் தெரிவித்துவிட வேண்டும். ஆம், அவர்கள் கோரும் வகையில் அவர்கள் இங்கிருந்து வெளியேற நாம் உதவிட வேண்டும். அதேசமயம், அவர்கள் தம் பெட்டிபடுக்கைகளோடு நம் வாழ்வைவிட்டும், நம் நகரைவிட்டும் வெளியேறும்போது நாம் அமைதி காத்திடவும் வேண்டும். இதை அனைவருக்கும் தெளிவாகத் தெரிவிக்கவேண்டியது உங்கள் பொறுப்பு" என்றார் பேகம் சாகிபா.

"ஹுசூர், மன்னரின் சார்பாக உங்கள் மகன் முடிசூட்டிக்கொள்ளும் விழாவையும் நாம் ஏற்பாடு செய்தாக வேண்டும். அவ்வாறு செய்தால் நம் செயல்கள் யாவும் அதிகாரப்பூர்வமாகிவிடும்."

"அதைச் செய்தேயாக வேண்டுமா என யோசிக்கிறேன், ஜெய் லால்" என்றபடியே பேகம் சாகிபா மெல்ல நடந்தார்.

"நம் செயல்கள் முறைப்படி அமைவதற்கான முக்கியமான நகர்வே அது. மன்னரின் இடத்தில் அவர் மகன் வீற்றிருப்பதை லக்னோ மக்களும் முற்றிலுமாக அங்கீகரித்து வரவேற்பர். அரசருக்குரிய அதிகாரம்கொண்ட உங்கள் மகனும் நீங்களும் அரண்மனையில் இருந்தால், லக்னோவிலிருந்து ஆங்கிலேயர்களை மேலும் வலுவுடன் நம்மால் வெளியேற்ற முடியும்.

மகனோடு நீங்கள் மீண்டும் கைசர்பாக் அரண்மனையில் குடியேற வேண்டும் ஹுஜூர்" என்றார் ஜெய் லால்.

"நான் இருக்குமிடமே எனக்குப் போதுமானதாய் இருக்கிறது" என்ற பேகம் சாகிபா ஜெய் லாலின் முன்னே வந்து, "மன்னர் அதை விரும்ப மாட்டார் என்பதையும் நீங்கள் அறிவீர்கள். அவரது தாயாரும் அதை விரும்பமாட்டார். அரண்மனையில் குடியேற எனக்கு எவ்விதத்திலும் உரிமையில்லை" என்றார்.

"இவ்விஷயத்தில் அவர்கள் இருவரும் லக்னோவிற்குத் திரும்பும்வரை நாம் காத்திருக்க முடியாது என நீங்கள்தானே முன்னர் கூறினீர்கள். கல்கத்தாவிலும் லண்டனிலும் அவர்கள் எவ்விதச் சூழலில் சிக்கியிருந்தாலும் சரி, இனியும் நம்மால் இங்கு காத்திருக்க முடியாது. நீண்டகாலம் பொறுமை காத்தாயிற்று. மன்னருக்கும் ராஜமாதாவிற்கும் லக்னோவை நாம்தான் காப்பாற்றிவைத்துத் தர வேண்டும். அரண்மனையில் முடிசூட்டு விழாவிற்கான ஏற்பாடுகளைச் செய்யத் துவங்கிவிடலாம்."

"மன்னரின் மற்ற மனைவியர்கள் இதை விரும்பமாட்டார்கள். இதில் அவர்களுக்குத் துளியும் சம்மதமிருக்காது என்பதையும் நீங்கள் அறிவீர்கள்."

"கைசர்பாக் அரண்மனையில் எவ்விதச் சங்கடமுமின்றி நீங்கள் வாழ்வது எங்கள் பொறுப்பு" என உறுதியுடன் கூறிய ஜெய் லால், விழிகள் பிரகாசிக்க அங்கிருந்த அனைவரையும் ஏறிட்டுப் பார்த்தார். வெளியே வெயிலில் உறங்கிக்கொண்டிருந்த ஷாசாதியைக் கைகாட்டி, "இந்தப் புலியும் அன்னப் பறவைகளும் வசதியாக வசிக்கவும் ஏற்பாடு செய்துவிடுவோம். இவையாவும் உங்களோடே அரண்மனைக்கு வந்துவிடும். இதெல்லாம் நடைபெற வேண்டுமானால், ஹுஜூர், நீங்கள் அரண்மனையில் இருந்தாக வேண்டும்" என்றார்

"இவையெல்லாம் நடைபெற பிர்ஜிஸ் எவ்வித உத்தரவுகளும் பிறப்பிக்கமாட்டான். நீங்களும் எந்த உத்தரவுகளும் பிறப்பிக்கக் கூடாது" என்றார் பேகம் சாகிபா.

ஜெய் லால் முகம் சிவக்கத் தலைதாழ்த்தி வணங்கினார்.

"நான் சென்று அரண்மனையில் நீங்கள் தங்குவதற்கான ஏற்பாடுகளைச் செய்கிறேன்" என்றாள் அமா.

"ஆகட்டும். நீ ஏற்பாடுகளைத் துவங்கு" என்றார் பேகம் சாகிபா.

○○○

நகரக்காவலரின் ஆட்கள் அங்கு நடந்த சிறுசிறு மோதல்களையும் விசாரித்தனர். எளியவர்களைச் சிறையில் அடைத்தனர். அவர்களில் அதிர்ஷ்டம் கெட்டோரை நீரிணைப் பகுதிகளுக்குக் கைதிகளாக அனுப்பிவைத்தனர். ஆங்கிலேய அதிகாரிகளுக்கு ஜின் மதுபானத்தை ஊற்றிக்கொடுத்து வெகுமதிகள் பெற்றுக்கொண்டனர். சத்தர் மன்ஸிலின் உள்ளே புதிய வீரர்கள் சிலருக்கு ஜெய் லால் ரகசியமாய்ப் பயிற்சியளித்துக்கொண்டிருந்தார். ஆளுநர் மாளிகையைச் சுற்றிவளைக்கும்

அளவிற்குத் தம் படை உருவாகும்வரை அவர் காத்திருந்தார். பேகம் சாகிபாவின் வருகையையொட்டி அரண்மனையின் அறைகள் தூசு தட்டப்பட்டு, தேய்த்துக் கழுவிச் சுத்தப்படுத்தப்பட்டன. பிர்ஜிசின் முடிசூட்டு விழாவிற்கென அரண்மனைப் பூங்காக்களில் ஒன்று தேர்வு செய்யப்பட்டது.

கோமதி நதிக்கரையோரமாக அமா குதிரையோட்டிச் சென்றாள். மலைபோல் பைகள் குவிந்திருந்த கட்டைவண்டிகளை வேலையாட்களின் கழுதைகள் இழுத்துச்சென்றன. ஆளுநர்மாளிகைக்குன்றை நோக்கி அவ்வண்டிகள் சாய்ந்தாடி செல்லும் காட்சி தூசுக்கும் அனலுக்குமிடையே மங்கலான ஓவியம்போல் தெரிந்தது.

அமா உதடுகளில் ஒட்டியிருந்த எச்சிலைக் கைக்குட்டையால் துடைத்துக்கொண்டு, பாதையின் அருகேயிருந்த கிணற்றை நோக்கி நீர் அருந்தச் சென்றாள். கிணற்றிலிருந்து வாளிநிறைய நீர் இறைத்து, வாளியோடு பிணைக்கப்பட்டிருந்த கோப்பையால் நீரையள்ளிக் குடித்தாள். லா மர்டினியர் கல்லூரி ஆசிரியர்களும் நீலச்சீருடை அணிந்த பள்ளி மாணவர்களும் நிறைந்த வண்டிகளையும், மூக்குக்கண்ணாடிகள் அணிந்த கம்பெனி குமாஸ்தாக்களோடு அவர்களின் காகிதக்கட்டுகளையும் சுமந்து வந்த வண்டிகளையும், பொருட்களைச் சுமந்து நடந்துவரும் லக்னோவின் சுமைதூக்கிகளையும் சமையற்காரர்களையும் நீலநிற, வெண்ணிறக் கொப்பரைகளைச் சுமந்துவரும் கூலியாட்களையும் வேடிக்கை பார்த்தபடிவந்த கிறித்துவ மிஷனரிகளிருந்த வண்டிகளையும், இசைக்குழுவினரையும் துப்புரவுத் தொழிலாளர்களையும் ஏற்றிவந்த வண்டிகளையும் எதிர்பார்த்து ஆளுநர் மாளிகையின் பெய்லி காவல் வாயிலின் அருகே கம்பெனி வீரர்கள் காத்திருப்பதை அமா நீரருந்தியபடியே கண்டாள். புதிதாகப் பாதுகாப்பரண்கள் அமைக்கப்பட்டு, தீவிரக் காவல்கண்காணிப்புடன், குன்றின்மீது அச்சுறுத்தும்படியிருந்த அப்பெரிய ஆளுநர்மாளிகையினுள் நுழைந்த அவர்கள் அனைவரையும் சிவப்பன் உள்ளே செல்ல வழிகாட்டினான். அமா மீண்டும் கிணற்றிலிருந்து நீர் இறைத்தாள்; தெளிந்த குளிர்நீரை வாரி முகத்தில் வீசிக்கொண்டாள். அவர்கள் அனைவரும் உள்ளே சென்று மறைந்தனர். ஆட்களற்ற இராணுவக் குடியிருப்பு பங்களாக்களிலும் வைக்கோல் நாற்றம் வீசும் கம்பெனி அலுவலகங்களிலும் கொதிக்கும் மணல் மினுங்கும் சாலைகளிலும் நிசப்தம் நிலவியது. கிணற்றின் உட்சுவர்களில் வாளி மோதும் ஓசையைத் தவிர வேறெந்த ஓசையும் கேட்கவில்லை, எங்கும் அமைதி.

ஆனால் சிறிது நேரத்தில் தூரத்திலிருந்து சில குரல்கள் கேட்கும் ஒலி அவளை வந்தடைந்தது. ஆளுநர் மாளிகையிலிருந்து விலகி அக்குரல்களை நோக்கி கோமதி நதியோரமாகவே குதிரையில் சென்றவள், இறுதியாக மச்சிபவன் கோட்டையை வந்தடைந்தாள், அங்கு கூட்டம் கூடியிருந்தது. கோட்டையின் வெளியே, இரு குறுக்கு உத்திரக் கட்டைகளை இணைத்துத் தூக்குமரங்கள் அமைக்கப்பட்டிருந்தன. காக்கிச் சீருடையணிந்த ஆறு இளைஞர்களைச் சுற்றிலும் லக்னோ காவலர்கள் நின்றிருந்தனர், அந்த இளைஞர்களின் கைகள் பின்னே கட்டப்பட்டிருந்தன. அவர்களுள், பொன் காதணிகள் அணிந்து, மென்பார்வை கொண்ட விழிகளுடன்

பேகம் சாகிபாவை முன்னொருநாள் காண வந்த இளைஞனை மட்டும் அமா உடனடியாக அடையாளம் கண்டுகொண்டாள். சட்டெனத் தன் குதிரையிலிருந்து கீழே குதித்து – இறங்கி, சாலையின் அருகிலிருந்த வேப்பமரத்தில் குதிரையைக் கட்டினாள்.

வீரர்களைத் தூக்கிலிடப்போகும் செய்தியறிந்து அங்கு கூடியிருந்த லக்னோவாசிகளுடன் கம்பெனியைச் சேர்ந்த லக்னோ வீரர்களும் ஆங்கிலேய வீரர்களும்கூடக் குழுமியிருந்தனர். லக்னோ காவலர்கள் அங்கு நடப்பவற்றையெல்லாம் கண்காணித்தபடியே உலவிக்கொண்டிருந்தனர். கூட்டத்திலிருந்த ஒருவன் தன் தம்பி ஹசனைப்போலவே இருப்பதைக் கண்டு அமா அனைவரையும் விலக்கிக்கொண்டு அவனிடம் விரைந்தாள், ஆனால் அருகே சென்றபிறகுதான் அது அவனில்லை எனத் தெரிந்தது. அதேசமயம் மன்னரின் உறவினச் சகோதர சகோதரியரான நவாப் மிர்சாவும் ஷரீப்புன்னிசாவும் அங்கு நிற்பதைக் கண்டாள். குண்டாக, உல்லாசவிரும்பியாக இருந்த தன் சகோதரனை விடவும் ஷரீப்புன்னிசா சிறியவராக, மெல்லிய உடல் கொண்டவராக இருந்தார். நவாப் மிர்சா கேசத்தைப் பின்பக்கமாகப் படிய வாரியிருந்தார். அவர் காதுகளில் மாணிக்கத்தோடுகள் மினுங்கின. சாட்டின் துணியாலான பைஜாமாவும் பூத்தையல் வேய்ந்த மேலங்கியும் அணிந்திருந்தார். முன்பு, கைசர்பாக் அரண்மனையிலிருந்து கொடுத்தனுப்பப்பட்ட பரிசுப்பொருட்களை அமா அவர்களின் வீட்டிற்குக் கொண்டு கொடுத்திருக்கிறாள். பைஜாமா மட்டும் அணிந்தபடி நவாப் மிர்சா அவளைக் கூடத்து நடைபாதையில் வரவேற்பார். தலையணைகள் இறைந்துகிடக்கும் அவரது அறைக்குள் தன்னை வரவேற்று, வறுத்த முந்திரிகள் கொடுத்து உபசரித்து, கைசர்பாக் அரண்மனையிலிருந்து அவள் கொணர்ந்த பரிசுப்பொருட்களுக்காக அவளுக்கு இனிமையாக நன்றி கூறுவாரெனச் சில சமயங்களில் அமா கற்பனை செய்வதுண்டு. ஆனால் அவரோ நடைபாதையில் தூர நின்றபடியே, “நீ வீடு திரும்பும் வழிநெடுக இறைவன் உனக்குப் பாதுகாப்பை அருளட்டும்!” என மட்டும் உரக்கக்கூறி அவளைத் திருப்பி அனுப்பிவிடுவார்.

இப்போதோ அந்த ராஜவம்ச உறவுகள் அமாவை நேசத்துடன் வரவேற்றனர். “இன்று இருபது பேர்களைத் தூக்கிலிடப் போகின்றனர். இது முதல் குழுதான். எங்களால் முடிந்தவரை அரண்மனைக்கு நாங்கள் உதவிபுரிந்தே தீருவோம்” என நவாப் மிர்சா அவளைப் பார்த்துச் சத்தமாகக் கூறினார்.

“உஸ்... மெல்ல... எச்சரிக்கையுடன் பேசுங்கள். சுற்றிலும் காவல் துறையினர் உள்ளனர்” என்றாள் அமா.

குற்றஞ்சாட்டப்பட்ட வீரர்களெதிரே நகரக்காவலர் நடைபோட்டார். லக்னோ காவலர்கள் கூட்டத்தைச் சுற்றிநின்று கவனமாகக் கேட்டனர். மச்சிபவன் கோட்டை நுழைவாயிலின் மேலிருந்து ஆளில்லாப் பதினெட்டு பவுண்டர் நீளத்துப்பாக்கியொன்று அவர்கள் அனைவரையும் குறிபார்த்துக் கொண்டிருந்தது. வெண்ணிறக் காற்சராயும், தங்கத் பொத்தான்களும் தங்க அலங்காரப் பின்னல்களும் பொருத்திய சிவப்புக் குட்டைக் கோட்டும் அணிந்த ஆங்கிலேயக் கிழக்கிந்திய கம்பெனி அதிகாரிகள், தூக்கிலிடுபவனின்

அருகில் நின்றிருந்தனர். அதிகாரிகளிடையே இருந்து வெளிப்பட்ட சிவப்பன் காக்கிச்சீருடைகள் அணிந்த இளம் இந்திய வீரர்களை நோக்கிச்சென்றான். அவர்கள் அணிந்திருந்த அடையாள வில்லைகளைப் பிடுங்கித் தன்னோடு கொண்டுவந்திருந்த பைக்குள் வீசினான். ஆங்கிலேயர்கள் இவ்வுலகை ஆட்டிப்படைப்பதைபோலவும், சிவப்பன், நகரக்காவலர், தூக்கிலிடுபவன் ஆகியோர் மக்களை ஆட்டிப்படைப்பதைப்போலவும், மேலேயிருந்த நீளத்துப்பாக்கி அங்கிருந்த அனைவரையும் அச்சத்தால் ஆட்டிப்படைத்துக் கொண்டிருந்தது.

கூட்டம்கூடித் தமக்குள் கிசுகிசுப்பாய்ப் பேசும் லக்னோ மக்களைப் பார்த்துவிட்டு, அத்தனைப் பெரிய நகரத்தில் தாங்கள் சிறுகுழுவினராக இருக்கிறோம் என்பதை நினைத்து உள்ளுக்குள் அஞ்சிநடுங்குகிற வெள்ளையர்களிடத்தில் மிகுந்த எச்சரிக்கையுடன் இருக்கவேண்டுமென அமா நினைத்துக்கொண்டாள்.

தூக்கிலிடுபவன் இரு குறுக்கு உத்தரக்கட்டைகளிலும் ஆறு தூக்குக் கயிறுகளைக் கட்டித் தூக்குமேடையைத் தயார்செய்தான். கடினமான தேங்காய் நாரிலிருந்து உருவாக்கப்பட்ட அக்கயிறுகள் எளிதில் முறியாதவை. ஆங்கில அலுவலகங்களுக்காகச் செய்யப்பட்ட உறுதிமிக்க மர நாற்காலியொன்று முதல் தூக்குக்கயிற்றின் முன் போடப்பட்டது. பொன்காதணிகள் அணிந்த இளம் வீரனைத்தான் சிவப்பன் முதலில் அழைத்தான். அவன் வரமறுத்துப் பயத்தில் அழுதபோது தூக்கிலிடுபவன் வெறுப்பாகி அவனைப் பிடித்துத் தூக்குமரத்தை நோக்கித் தள்ளினான். அப்போதும் அவ்வீரனின் கைகள் பின்னே கட்டப்பட்டிருந்தன. அமா ராஜவம்சச் சகோதரர்களைக் கடந்துசென்று, தூக்குமரத்தின் நேரெதிரிலிருந்த கூட்டத்தினரோடு சேர்ந்து நின்றுகொண்டாள். யாரும் தூக்குமரத்தை நெருங்கிவிடக்கூடாதென ஆங்கிலேய அதிகாரிகள் சட்டென முன்வந்து ஒரு சுவர்போல் அவளைத் தடுத்துவிட்டனர். புதிதாக முளைத்த இளந்தாடிகொண்ட அவ்வீரன் ஏதோ நினைவில் மூழ்கியவாறு தரையையே பார்த்துக்கொண்டிருந்தான். இரு அதிகாரிகள் அவனை நாற்காலியின் மீது ஏற்றி நிற்கவைப்பதையே அமா பார்த்துக்கொண்டிருந்தாள். அவ்வீரனின் கழுத்தில் தூக்குக்கயிற்றை மாட்டுவதற்காகத் தூக்கிலிடுபவன் முக்காலியொன்றைக் கொண்டுவந்து போட்டு, அதன் மீதேறினான். வீரனின் காதில் அவன் எதையோ முணுமுணுத்தான், கால்விரல் நுனிகளில் நின்றுகொண்டிருந்த வீரனின் தாடைவழியாக இறங்கிய கயிறு மிகச்சரியாக அவனது கழுத்தில் பொருத்தப்பட்டது.

கேடுகெட்ட பாவிகளா. கொடூர ஜின்னுகளும் கொடூர மனிதப் பிசாசுகளும் சேர்ந்து நடத்தும் கொடூரம் இது, நீங்களெல்லோருமே கேடுகெட்ட பாவிகள்தான். இளம்தாடியின் நிழல்படர்ந்த கன்னங்கள் கொண்ட இவ்விளம் வீரனை நான் அப்படியே தூக்கிக்கொண்டு, திறந்தவெளி கால்வாய்களில் இடிபாடுகள் கொட்டிக்கிடக்கும் லக்னோவின் சந்துகளில் ஓடுவேன். கால்வாய்களையும் சந்துகளையும் கடந்து கோமதி ஆற்றங்கரை வரை இவனைச் சுமந்துகொண்டு ஓடுவேன், அங்கே எங்களை ஏற்றிச்செல்வதற்காக நீரலைகளில் முன்னும்பின்னும் தள்ளாடியபடி மன்னரின் படகுகள் காத்திருக்கும். படகில் ஏறியதும், அவ்வீரனின் பொன்

காதணிகளின் வண்ணத்தையொத்த பொன் சொக்காயொன்றை நானும் அணிந்துகொள்வேன். நானும் அந்த இளம்வீரனும் காணவந்த காட்சியிருந்த திசையை இந்த ஆங்கிலேயர்களுக்குக் கைகாட்டுவோம். மன்னரின் நாடகமொன்றிலிருந்து அக்காட்சி அங்கு அரங்கேறும். பொன்னிழைகள் வேய்ந்த பட்டாடைகள் அணிந்த பெண்டிர் குழு இசைக்க, வெற்றிலைக் காவிக்கறை படிந்த உடைந்த பற்களுடன் வியாபாரிகள் குளிர்ந்த நீர் விற்க, இளஞ்சிவப்புப் பட்டங்களுடன் நீலவானில் ஏகும் வெண்ணிற பலூன்களை அவர்களுக்குக் கைகாட்டுவோம்; இக்காட்சி யாவும் வெண்மையும் இளஞ்சிவப்பும் நீலமுமாய் வண்ணம்தீட்டிய மன்னரின் நாடக அரங்கை எமக்கு நினைவூட்டும். கேடுகெட்ட பாவிகளே. அந்த இளம்வீரனுக்கு நான் ஹாப்ஷி அல்வா புகட்டுவேன். அதோ அந்தத் தூக்குக்கயிற்று முடிச்சிலிருந்து அவனது கழுத்தை விடுவித்து, மன்னருக்குரிய பிரகாசமான படகில் நிகழும் அவருடைய நாடகத்தைக் காண அவ்வீரனைக் கைபிடித்து அழைத்துச்செல்வேன் எனக் கையறுநிலையில் அமா மனதினுள் எண்ணிக்கொண்டாள்.

நுனிவிரல்களில் நிற்கும் வீரனின் கழுத்தில் தூக்குக்கயிற்றை மாட்டி விட்டுத் தூக்கிலிடுபவன் முக்காலியிலிருந்து கீழே இறங்கிக்கொண்டான். விழிகளில் அலட்சியம் வழியத் தூக்கிலிடுபவன் நின்றுகொண்டிருந்தான், ஆனால் அமாவோ கோமதியாற்றின் பசும்வண்ணத்திற்கு, அந்த இளம்வீரனின் வயிற்றில் புரளும் பித்தநீரின் பசும்வண்ணத்திற்கு, மன்னரின் நிழல்மேவிய பூங்காக்களில் உலாவும் பட்டுப்புறாக்களின் பசும்வண்ணத்திற்கு, குற்றஞ்சாட்டப்பட்டிருக்கும் வீரர்கள் அணிந்திருக்கும் ஆங்கிலேயக் காக்கிக் கோட்டுகளின் பசும்வண்ணத்திற்கு மாறிக்கொண்டிருந்தாள்.

"டேய் பையா, உனக்கு நீயே ஏன் இப்படிக் கேடு வைத்துக்கொண்டாய்? இதோ பார், உனது சீருடையைத் தளர்த்திவிட்டேன், உனது கண்கட்டையும் அவிழ்த்துவிடுகிறேன். இதன்மூலம் உனது சகவீரர்களுக்கு நீ நல்லதே செய்கிறாய். எப்படியென்றா கேட்கிறாய், கலகம் செய்ய விரும்பும் வீரர்களுக்கு விடுக்கப்பட்ட சரியான எச்சரிக்கையாக நீ இருக்கப்போகிறாய், அதன்பிறகு கொழுப்புத் தடவிய தோட்டாக்களை உபயோகிப்பதில் எங்களுக்கும் எந்தப் பிரச்சினையும் எழாது" எனத் தூக்கிலிடுபவன் அந்த வீரனிடம் ஆணவமாகக் கூறினான்.

"இப்போதும் நாங்கள் அந்தத் தோட்டாக்களை உபயோகித்துக் கொண்டுதானிருக்கிறோம். இந்நாட்டு மக்களை அவமதிக்கும் அவற்றை நாங்கள் தொடர்ந்து உபயோகப்படுத்தவே போகிறோம்" என நாசூக்கான உருதுவில் ஒலிக்கும் சர் ஹென்றியின் தெளிவான குரலை அந்நொடியில் அமா நினைத்துக்கொண்டாள்.

வீரன் எதையோ முணுமுணுப்பதைக் கேட்ட தூக்கிலிடுபவன் தலையை உயர்த்தி "என்ன சொல்கிறாய்? முணுமுணுப்பதற்கு இது நேரமல்ல" என்றான். அவன் இளம்வீரனின் பின்பக்கமாய்ச் சென்று தனது கைகளை நாற்காலியின்மீது வைத்து, "நீ பேசுவதற்கான நேரம் முடியப்போகிறது" என்றான்.

“நான் எந்தத் தவறும் செய்யவில்லை” என்றான் இளம்வீரன்.

“இந்த இடத்திற்கு வருபவர்கள் அனைவரும் கடைசியில் இதைத்தான் சொல்கிறார்கள்” என்றான் தூக்கிலிடுபவன்.

இளம்வீரன் நிலத்தை நோக்கி அழத் துவங்கினான். அடுத்த நொடி, தூக்கிலிடுபவன் நாற்காலியை மெல்ல இழுக்கத் துவங்கினான், தரையைத் தேய்த்தபடியே அது மெல்ல நகர்ந்தது.

“நான் எந்தத் தவறும் செய்யவில்லை” என அவ்வீரன் ஓவென அழுதான்.

“நேரம் நெருங்கிவிட்டது. இதுவரை வேறெவருக்கும் கொடுக்காத கவனத்தையும் அன்பையும் உனக்கு நான் அளித்துவிட்டேன்” எனக் கூறியபடியே தூக்கிலிடுபவன் நாற்காலியின் இருபக்கங்களையும் கெட்டியாகப் பற்றிக்கொண்டான். இளம்வீரனின் கால்களின் கீழேயிருந்து அதை வெடுக்கென இழுத்தான், உடனே அவ்வீரனின் உடல் தொங்க, அவனது பாதங்கள் நிலத்திலிருந்து சிறிது மேலே தத்தளித்தன.

வீரனின் உடல் எடை காரணமாக அவனது கழுத்திலிருந்த சுருக்கு இறுகியது. உடனே அவனது உடல் செயலிழந்து போனது. கழுத்தும் தாடையும் மட்டுமே இப்போது அவனது முழு உடல் எடையையும் தாங்கிக்கொண்டிருக்க, இறுகும் முடிச்சை மீறி சுவாசிக்க அவன் திணறிக் கொண்டிருந்தான்.

“இன்னும் எவ்வளவு நேரம் ஆகும் தூக்கிலிடுபவரே?” எனக் கேட்டான் ஆங்கிலேய அதிகாரிகளில் ஒருவன்.

“இருபது நிமிடங்கள்.”

“அப்படியானால் மற்றவர்களையும் தூக்கிலிடத் துவங்கிவிடுங்கள். இல்லையெனில் மதியஉணவு இடைவேளையைத் தவறவிட்டுவிடுவோம்” என்றான் சிவப்பன்.

அதைக் கேட்டு மற்ற அதிகாரிகள் புன்னகைத்தனர். அவர்களில் யாரோ ஒருவன், ”இன்றைய தூக்குத்தண்டனை சிறப்பாக உள்ளது” எனக் கூறினான்.

தூக்குமேடையில் கழுத்து நெரிபட்டு மெல்ல மெல்ல இறந்து கொண்டிருந்த இளம்வீரனின் இருபுறங்களிலும் மேலும் இருவரை நாற்காலிகள்மீது ஏறி நிற்கவைத்தனர். எதிர்ப்பாளர்களைக் கைது செய்யக் காவலர்கள் எங்கும் சுற்றிய வண்ணமிருக்க, இளம்வீரனின் மென்முகம் கலங்கி, ஊதா நிறத்திற்கு மாறிக்கொண்டிருக்க, மேலேயிருந்து துப்பாக்கி குறிபார்க்க, கீழே நின்றிருந்த கூட்டத்தினரிடையே தன்னைக் கட்டுபடுத்திக்கொண்டு நிற்பதற்கு அமா வெகு சிரமப்பட்டாள். கூட்டத்தினரோ பேச்சுமூச்சில்லாது அதிர்ச்சியில் உறைந்துபோயிருந்தனர். எங்கும் நிசப்தமே நிலவியது. பேச்சுமூச்சற்ற நவாப்களின் பழைய கல்லறைகள்போல, பேச்சுமூச்சற்ற அந்த இளம்வீரனைப்போல, பேச்சுமூச்சற்ற ஒரு கூட்டமாக அது இருந்தது.

சூரியஒளி இளம்வீரனின் பொன் காதணிகள் ஒன்றின்மேல் பட்டு ஒளிர்ந்ததில், அமாவின் கண்கள் கூசின. நரம்புகள் புடைக்க வீரனின் விழிகள் இரத்தச் சிவப்பாக மாறின. நரம்புகள் வெடித்து அவன் விழிகளின் இருபுறமிருந்தும் குருதி வழிந்தது. அவனது மூளை பிதுங்குவதையும், நுரையீரல்கள் வெடித்த ரப்பர் பலூன்கள்போல் சுருங்குவதையும் அவளால் கேட்க முடிந்தது. அவனது முகம் முழுதும் ஊதா நிறத்திற்கு மாறி, இரத்தம் கோடிழுத்து ஒழுகி, அவனது உதடுகள் அசைவதை நிறுத்திக்கொண்டதும், அமாவின் காதுகளில் விழுந்த அவனது இதயத்துடிப்போசையும் நின்றுபோனது.

தூக்கிலிட்ட கடைசி மூன்று ஆட்களிடம் தூக்கிலிடுபவன் அவசரம் காட்டினான். அவர்களின் கால்களின் கீழிருந்து உடனடியாக நாற்காலிகளை இழுத்துச் சேகரித்து வைத்துக்கொண்டான்.

ஆங்கிலேய அதிகாரியின் கோட்டுகளில் இருக்கும் அலங்காரப் பொன் பின்னல்களைப்போலே, பத்தாயிரம் தேங்காய் நார்ப்பிரிகள் சேர்ந்து பின்னப்பட்ட தூக்குக்கயிறுகள் அவை. அரசவை சூபி பாடகர்களின் பாடல்களை மன்னர் ரசித்துக்கொண்டிருக்கும் வேளை பொன் சுருக்குக்கயிறுகளாகத் தேங்காய் நார்கள் பின்னப்பட்டு முடிச்சிடப்படுகின்றன. பக்திமான்களாக விளங்கும் சூபி பாடகர்களின் இசைக்குழுக்கள் மிதமிஞ்சிய பரவசத்தை உண்டாக்கிய அதேவேளை சர் ஹென்றி லாரன்ஸ் பாடிடும் ஆணைகள் மிதமிஞ்சிய கொடும் வேதனையை உண்டாக்கிக்கொண்டிருந்தன. மன்னர், சுன்னி பிரிவினரை யும் ஷியா பிரிவினரையும் தன் இரு கண்களாகவே பாவித்துவந்தார். சூபி பாடல்களையும் ரசித்துக் கேட்பார்; இந்துமதத்தினரின் ஓவியங்களையும் விரல்களால் தொட்டுத்தடவி ரசிப்பார்; ஜைனரின் சமைத்த உணவையும் விரும்பி உண்பார்; யூத நகைவியாபாரிகளிடம் அமைதியாக உரையாடுவார்; பொன்னிழைகளால் தைக்கப்பட்ட ஆங்கிலேயப் பாணி உடைகளையும் விரும்பி அணிந்து கொள்வார். மனதால் நல்லவரென அமா எண்ணியிருந்த சர் ஹென்றி லாரன்ஸ் எப்படித் தன் மனதை வெறுப்புமிக்கதாக மாற்றிக்கொண்டாரோ அதேபோல் தன் மனதையும் கல்லைப்போல் கடினப்படுத்திக்கொள்ளவே அந்த இளம்வீரனின் இதயம் அதன் துடிப்பை நிறுத்திக்கொள்வதை அங்கேயே இருந்து முழுமையாகக் கண்டாள் அமா. சர் ஹென்றி லாரன்ஸ் இந்தியர்களை ஒரு கண்ணாகவும், ஆங்கிலேயர்களை மறுகண்ணாகவும் பாவித்தவர். ஆனால் இப்போது அவர் தனது ஒரு கண்ணை மூடிக்கொண்டார். சுன்னி பிரிவு, ஷியா பிரிவு என மன்னர் தன் இருகண்களையும் திறந்தே வைத்திருந்தார். ஆனால் சர் ஹென்றி லாரன்சோ தனதொரு கண்ணை மூடிக்கொண்டதின் விளைவாக இப்போது இளம்வீரனின் கண்களில் அழுத்தம் தாளாமல் இரத்தம் வழிகின்றது. வெள்ளிக்கிழமை தோறும் நிகழும் தொழுகைகளை ஷியா இசுலாமியரே வழிநடத்துவர், ஆனால் சர் ஹென்றி லாரன்சோ இந்தியர்கள் அனைவரும் கெட்டவர்கள் என முத்திரைக் குத்தி அவர்களிடமிருந்து ஆங்கிலேயர்கள் விலகிச்செல்லுமாறு வழிநடத்துகிறார். இப்போது லக்னோவில் கெட்டவர்கள் மட்டுமே இருக்கின்றனர். தூக்கிலிடுபவர்கள் அனைவருமே கெட்டவர்கள்தான், கேடுகெட்டவர்கள். நீங்கள் தூக்கிலிட்ட

இளம்வீரனை எரித்த சாம்பல் பொன்னைப்போலே ஜொலிக்கப்போகின்றது, ஆனால் உங்கள் சாம்பலோ நரகத்தீயில் எரியும் தீய ஜின்களின் சாம்பலைப்போலத்தான் எரியுமென அமா எண்ணிக்கொண்டாள்.

பொன்னிழைகள் கொண்ட காலணிகளும், பொன்னிழைகள் நெய்த சால்வைகளும் அணிந்த மக்கள் கூட்டத்தினர் முன்பாகவும், தூக்கில் தொங்கும் ஆறு வீரர்களின் உடல்கள் முன்பாகவும் வெண்ணிறக் காற்சராய்களும் சிவப்புக் கோட்டுகளும் அணிந்து ஆணவநடை பயிலும் இந்த ஆங்கிலேயப் படையினர் கனத்த இமைமூடிய தம் விழிகளால் லக்னோவாசிகளைக் கண்காணிக்க வேண்டுமென உத்தரவிட்டவர் சர் ஹென்றி லாரன்ஸ்தாம், லக்னோ மக்களைத் தீயவர்களாகச் சித்தரித்து, தளர்ந்த நூலிழைகளாலான காக்கிச்சீருடைகள் அணிந்த இந்திய வீரர்களின் மரணங்களைக் கொடூரமாய் அரங்கேற்றியதன் மூலம் அம்மக்களுக்குப் பாடம் புகட்ட எண்ணிய, பொன்னிழைகள் வேய்ந்த கோட்டுகள் அணிந்த இந்த ஆங்கிலேய வீரர்களையும் அகந்தைகொண்ட அவர்தம் தலைவர் சர் ஹென்றி லாரன்சையும் ஆணவமெனும் இழைதான் பிணைத்திருக்கிறது. மன்னரோ குளிர்ந்த நீர் பருகியபடியே எங்கோ தொலைவில் பயணித்துக்கொண்டு இருக்கிறார், இங்கே கொடூரன் சர் ஹென்றி லாரன்சோ தீய கொழுப்புப்பசை தடவிய தோட்டாக்களை உபயோகிக்க வற்புறுத்தி ஆடுகளைக் கட்டப் பயன்படும் தேங்காய்நார்க் கயிறுகளால் மக்களின் கழுத்தை நெரித்துக் கொன்றுகொண்டிருக்கிறான். அந்த ஆங்கிலேயன் முன்னர் அமாவின் மனதில் உண்டாக்கியிருந்த சிறு நம்பிக்கை ஒளிக்கீற்று, மெல்லிய மின்மினி ஒளிக்கீற்று இப்போது இறந்து அணைந்துபோனது.

கூட்டத்திலிருந்து அமா வெளியேறினாள், நவாப் மிர்சாவும் ஷரீப்புன்னிசாவும் அப்போதும் தம் நண்பர்களுடன் சத்தமாகப் பேசிக்கொண்டிருந்ததைக் கண்டாள். நகரக்காவலரும் அவரது குழுவும் மொத்தக் கூட்டத்தையும் தங்கள் கூர்விழிகளால் அலசிக்கொண்டிருந்தனர். ஷரீப்புன்னிசாவிடம் சென்று அவர் கையைப் பற்றிக்கொண்ட அமா, “உங்கள் இருவரையும் வீட்டில் கொண்டுசேர்த்துவிடுகிறேன்” எனக்கூறி நவாப் மிர்சாவையும் தங்களோடு வரும்படி அழைத்தாள். “நம்மை அவமதிக்கும் இந்தச் சம்பவத்தை மேலும் ஒரு நொடிகூட நாம் பார்க்கக் கூடாது” என்றாள்.

❍❍❍

மச்சிபவன் கோட்டையின் வெளியே ஆறு வீரர்களின் உடல்களும் தொங்க விடப்பட்டிருந்தன. அன்று ஆங்கிலேயக் கிழக்கிந்திய கம்பெனியின் வரி வசூல் அலுவலகத்திற்கு அமா சென்றாள். முன்பு மன்னரின் குதிரைவீரனாக இருந்து தற்போது ஆங்கிலேய வரிவசூல் அதிகாரிகளின் குதிரைகளைப் பராமரித்து வந்த தன் சித்திமகன் ஹசனைக் காணவே அங்கு சென்றாள். வரிவசூல் அலுவலகத்தின் இரு முகப்புகளில் ஒன்றின்முன் காத்திருந்தாள். வருவோரின் அழுக்கான விரல்கள் பட்டுவிடக்கூடாதென அம்முகப்புகளில் மையொற்றும் காகிதங்கள் பரப்பப்பட்டிருந்தன. முகப்புகளின் பின்புறத்தில் அமர்ந்திருந்த இரு அலுவலர்களில் லக்னோவாசியாக இருந்த ஒருவன்

பதிவேடுகளைச் சேகரித்து மரப்பெட்டிகளில் அடுக்கிக்கொண்டிருந்தான். ஆளுநர் மாளிகையினுள் தஞ்சம் புகும்முன் முதல் நிலவரி வசூலை முடித்துவிடவேண்டுமென்பதில் கம்பெனியின் வரிவசூல் அதிகாரிகள் முனைப்பாக இருந்தனர்.

அமா நின்றிருந்த முகப்பின் பின்னிருந்த ஆங்கிலேய அதிகாரி அன்றைய வருகைப் பதிவேட்டில் ஹசனின் பெயர் உள்ளதா என ஆராய்ந்தான். அவனுக்காகக் கோப்பையில் தேநீர் காத்திருந்தது, ஈக்கள் விழுந்துவிடாமலிருக்க அதன்மீது தட்டொன்று மூடப்பட்டிருந்தது. ஒருவேளை அந்த அதிகாரி அவளை வினவும்பட்சத்தில், தூக்குச் சம்பவத்தால் தூண்டப்பட்ட மக்கள் இன்று அவத் படையில் பெருமளவில் சேர்ந்துவிட்டதால் ஹசனையும் அப்படையில் சேரச்சொல்லி வற்புறுத்தவே தான் அங்கு வந்திருப்பதாக அவள் கூறப்போவதில்லை; மாறாக, தேநீர் விருந்துக்கு அழைப்பு விடுக்கவே அவனைத்தேடி அங்கு வந்துள்ளதாக அதிகாரியிடம் பொய்தான் சொல்லப்போகிறாள்.

பக்கத்து முகப்பிலிருந்து யாரோ தொண்டையைச் செருமும் சப்தம் கேட்கவே திரும்பிப்பார்த்தாள், புழுதி படர்ந்த சுருள்கேசத்துடன் பவண் அங்கு நின்றிருந்தான். கிராமத்தாரின் நிலவரிவசூல் சான்றிதழை ஆராய்ந்துகொண்டிருந்த ஒரு நெட்டை அதிகாரியிடம் அவன் பதற்றமாகப் பேசிக்கொண்டிருந்தான். அமா நிற்பதை பவண் கவனிக்கவேயில்லை. அதற்குப் பதிலாக, அவனது விழிகளும் செவிகளும் அந்த அதிகாரி உருதுவில் கூறப்போகும் பதிலை எதிர்பார்த்தே ஆவலுடன் காத்திருந்தன. சான்றிதழில் இடப்பட்டிருந்த முத்திரைமீது அவர்களுக்கு ஏதோ சந்தேகம் இருந்தது, அது போலி ஆவணமோ எனக் கேள்வி எழுந்துள்ளது. பவண் செருமியபடியே, “எனக்கு அனுப்பப்பட்டபோதே சான்றிதழ் இப்படித்தான் இருந்தது” என்றான்.

“ஜான்சன் புதிதாக வேலைக்குச் சேர்ந்தபோது இதைச் செய்திருக்க வேண்டும்” என நெட்டை அதிகாரி அமாவின் அருகில் பதிவேடுகளைப் பார்த்துக்கொண்டிருந்த அதிகாரியிடம் ஆங்கிலத்தில் கூறினான். சான்றிதழின் ஏதொவொரு பகுதியை வட்டமிட்டுக் காட்டிய நெட்டை அதிகாரி பவணிடம், “எது எப்படியோ நீ நாங்கள் விதித்த காலக்கெடுவைக் கடந்துவிட்டாய். அதற்கான அபராதத் தொகையாக இருபத்தைந்து ரூபாய் நீ செலுத்த வேண்டும்” என்றான்.

அவர்கள் இருவரிடையே அந்தச் சான்றிதழ் கிடந்தது. உடல் நலிந்த பவண் அதைக்கண்டு பீதியில் திடுக்கிட்டான், கவலைரேகைகள் படிந்த அவனது முகத்தின்மீது முகப்பைத் தாண்டி வெயிலின் ஒளிக்கீற்றுகள் விழுந்து அவன் முகத்தை மேலும் துயர்மிக்கதாகக் காட்டின. ஆங்கிலேயர்களின் முடிவுகளைச் சுமந்துவிழும் அனைத்து ஒளிக்கீற்றுகளையும் கேள்வி கேட்பதைப்போலவும் அவன் முகம் இருந்தது.

பவண் அழுக்குப்பையிலிருந்து ரூபாய் நாணயங்களை வெளியே எடுத்து எண்ணியபடியே மீண்டும் செருமினான். வெளியே அவனது மட்டக்குதிரை பலவீனமாகக் கனைத்தது.

தேநீர்க் கோப்பையை ஏந்தியிருந்த கம்பெனி அதிகாரி வருகைப் பதிவேட்டை படாரென மூடியபடியே, “இல்லை, அந்த கருப்புப்பையன் ஹசன் பல நாட்களாகவே இங்கு வரவேயில்லை” என்றான்.

அமா அங்கிருந்து நகரவில்லை. அங்கிருந்த எவருமே காதுக் கொடுத்து கேட்காத பவணின் புலம்பல்களை அவள் அங்கேயே நின்று கேட்டுக்கொண்டிருந்தாள். அவன் நகரில் தொலைந்துவிட்டான்; அவனது குதிரைக்கு உணவு வேண்டியிருக்கிறது. பல நாட்களாய்க் குளித்திராத அவனது உடலிலிருந்து எழுந்த தனி வாடை அமாவை வந்தடைந்தது, மட்டக்குதிரை எழுப்பிய பலவீனக் கனைப்பொலி அந்த அலுவலகத்தினுள் நுழைந்தது. முகப்பு மேஜையின் பின்னிருந்த நெட்டை அதிகாரி, “முன்னூறு போதாது, முன்னூற்று இருபத்தைந்து ரூபாய்கள் வேண்டும் *பாண்டியே!* கேட்கிறதா, முன்னூற்று இருபத்தைந்து” என்றான்.

இருபத்தைந்து ரூபாய்கள்! பேகம் சாகிபாவிடமிருந்து தன்னால் அந்தப் பணத்தைக் கடன் பெற்று வர முடியுமென அமா எண்ணினாள். ஏழை மக்களின் வாழ்வை நரகமாக்கும் அந்த வரிவசூல் அதிகாரிகளை மனதுக்குள் திட்டியபடியே, அடுத்த நொடி அங்கிருந்து பேகம் சாகிபாவின் வீடு நோக்கி அவள் விரைந்தாள்.

அப்போது அமாவையும், வெளியே நின்றிருந்த இரு லக்னோவாசி காவலர்களையும் கடந்து நிலத்தில் பாதங்கள் அறைய பவண் வெளியே ஓடினான். அவனது உடல்நலிந்த மட்டக்குதிரையின் நெஞ்செலும்புகள்மீது கட்டப்பட்டிருந்த கயிறை நோக்கி அவன் கைகள் விரைந்தன. அவனுக்குத் தேவையான பணத்தைக் கொண்டுவரவே தான் விரைவதாக அவனைப் பார்த்து அமா கத்தினாள். ஆனால் அது அவன் காதுகளில் விழவேயில்லை, குதிரைமீது தாவியேற முயன்று தோற்றான். அவன் உடல் மிக மோசமாக நடுங்கிக்கொண்டிருந்தது.

மச்சி பவண் கோட்டையில் பணிகளை முடித்துவிட்டுத் திரும்பிக் கொண்டிருந்த சிவப்பன் இக்காட்சியைக் கண்டதும், “அந்தப் *பாண்டியை* பிடியுங்கள்” என ஆங்கிலத்தில் இரைந்தான். அவன் பவணை நோக்கி மூர்க்கமாகச் சைகை செய்த உடனே இரு லக்னோவாசிக் காவலர்களும் பவணையும் அவனது குதிரையையும் இழுத்துப் பிடித்துக்கொண்டனர். பீதியில் அந்த மட்டக்குதிரை காதுகள் புடைக்க முன்னும் பின்னுமாய்த் துள்ளிக் குதித்தது. உள்ளேயிருந்த இரு ஆங்கிலேய அதிகாரிகள் இவையனைத்தையும் பார்த்தபடி கதவருகே நின்றிருந்தனர். “போலி ஆவணத்தைச் சமர்ப்பித்த குற்றத்திற்காகவும், உரிய நேரத்தில் வரிப்பணத்தைச் செலுத்தாததற்காகவும் அவனைக் கைது செய்து இழுத்துச்செல்லுங்கள்” என நெட்டை அதிகாரி உருதுவில் அவர்களிடம் கூறினான். “இப்போது நிகழும் எந்தவொரு விதிமீறலும் பாதுகாப்பு விதிமீறலின் கீழேதான் கொண்டுவரப்படும், மோசமான நிலையிலிருக்கும் அந்தக் குதிரையை ஏதேனும் செய்துவிடுங்கள்” என்றான்.

○○○

பேகம் சாகிபாவின் சந்திப்பு அறையில், அந்த முன்னாள் ராணியாரின் முக்கிய ஆவணங்களையும், செய்திமடல்களையும் வேலைக்காரப் பெண்கள்

மூட்டை கட்டிக்கொண்டிருந்தனர். மென்மையான திண்டில் அமர்ந்திருந்த பேகம் சாகிபா தனது கருங்கூந்தலை ஆரஞ்சுநிற முக்காட்டுத்துணியால் மறைத்துக் கட்டியிருந்தார். பலாச்சுளைகளை ருசித்துக்கொண்டிருந்த அவர் எதிரே அமா வியர்வையில் நனைந்து, மூச்சுவாங்க வந்து நின்றாள். "தஸ்லீம், ஹசன் இருக்குமிடம் தெரிந்துவிட்டது" என்றார் பேகம் சாகிபா உடனடியாய். "மன்னரின் ஜந்தர் மந்தரில் தங்கியுள்ள வெளியாட்களோடுதான் அவன் தங்கியிருக்கிறான்."

அமா தோழியைக் குழப்பமாகப் பார்த்தாள், ஓடிவந்ததில் அவளுக்கு மூச்சுவாங்கியது. அவரருகே மண்டியிட்டு அமர்ந்தபடி, "ஜந்தர் மந்தரிலா அவன் தங்கியிருக்கிறான்? அதுவும் வெளியாட்களோடா இருக்கிறான்?" எனக் கேட்டாள்.

பேகம் சாகிபா பற்களிடையே சிக்கிய பழத்துண்டுகளை நாவால் நீவி எடுத்தபடியே, "கம்பெனிக்கு எதிரான பலப்பல புகார்களோடு இந்தியர்கள் பலரும் நாட்டில் பதற்றத்துடன் சுற்றித்திரிந்துகொண் டிருக்கின்றனர். அவர்கள் எவருமே லக்னோவிற்குத் தேவையில்லை, இருந்தாலும் அவர்களுள் சிலர் இங்கு நுழைந்துவிட்டனர். நம்மால் எளிதில் கணிக்க முடியாத மனநிலைகொண்ட அந்நியர்கள் அவர்கள். எப்போது வேண்டுமாயினும் மூர்க்கமாக மாறக்கூடியவர்கள். அவர்கள் மேல் நாம் எப்போதும் ஒரு கண் வைத்திருக்க வேண்டும். அத்தகையவர்களோடு நட்புப் பாராட்டித் தங்கியுள்ளான் என்றால், ஹசனுக்குப் பைத்தியம்தான் பிடித்திருக்க வேண்டும்" என்றார்.

"அவர்கள் லக்னோ மக்களையும் தம்முடன் இணைத்துக்கொள் கிறார்கள் போலிருக்கிறது" என்றாள் அமா.

"லக்னோ மக்களை அவர்கள் தம் படையில் இணைத்துக் கொள்கிறார்கள்தான். எனினும் லக்னோ மக்களின் கவனம் முழுவதையும் நமது புதிய படையின்மீது குவிக்கவே நாம் முயல வேண்டும்."

"முடிசூட்டு விழா நடக்கவேண்டிய சரியான நேரம் இதுதான்."

"பெட்டிகள் அனைத்தையும் கட்டிமுடித்ததும் நான் உடனடியாக அரண்மனையில் குடியேறப் போகிறேன். கவலைப்படாதே, எனது மகனின் முடிசூட்டுவிழாவிற்கு நான் உறுதுணையாகவே இருப்பேன்."

"அந்த இளம்வீரர்கள் அனைவரையும் தூக்கிலிட்டுவிட்டனர்."

"கேள்விப்பட்டேன், வெறுப்பூட்டும் செயல். அதுபோன்ற இழிகாரியங்கள் எதிலும் நாம் ஈடுபடக் கூடாது என நானும் ஜெய் லாலும் முடிவெடுத்துள்ளோம். அமைதியான முறையில் அவர்கள் சரணடைவதற்கான கண்ணியம்மிக்க வழிகளையே நாம் தேர்ந்தெடுப்போம். அமா, எனது துணிமணிகளைக் கட்டிமுடித்ததுமே நாம் அரண்மனைக்குச் சென்றுவிடுவோம். எவ்வளவு சீக்கிரம் முடியுமோ அவ்வளவு சீக்கிரம் சென்றுவிடுவோம்."

"அந்த இளம்வீரனைக் காப்பாற்ற நம்மால் எதையுமே செய்ய முடியவில்லையே, ஏதேனும் செய்ய வேண்டுமென என் மனம் தவிக்கிறது.

நான் ஏன் வந்தேனென்றால்... இருபத்தைந்து ரூபாய் எனக்குக் கடன் வேண்டும். நானறிந்த ஒருவன், உடல்நலிந்த மட்டக்குதிரையொன்றை வைத்திருக்கும் உடல்நலிவுற்ற இந்து ஒருவன், வரிவசூல் அலுவலகத்தில் வரியைக் கட்டப் போதுமான பணமில்லாமல் தவிக்கிறான். கூடுதலாக அவன் கட்ட வேண்டிய பணம் என்னிடமும் இல்லை. எனது தாயாருக்குச் சொந்தமான முத்துக்களில் ஒன்றை விற்று என்னால் பணம் புரட்ட முடியும்தான், ஆனால் எனக்கு உடனடியாக இருபத்தைந்து ரூபாய் வேண்டும். அவனைச் சிறைச்சாலைக்கு இழுத்துச்சென்றுவிட்டனர். அவர்கள் பதற்றமாக உள்ளனர். நான் உடனடியாக அவன் கட்டவேண்டிய பணத்துடன் அங்கு சென்று சேர்ந்துவிட்டாலோ அல்லது நீங்களும் என்னுடன் வரமுடிந்தாலோ நிச்சயம் நம்மால் அவனைக் காப்பாற்றிவிட முடியும். அந்த மனிதன் பலவீனமாக இருக்கிறான், அவன் குதிரையும் பலவீனமாக இருக்கிறது."

பேகம் சாகிபாவின் விரல்கள் பழத்தினால் ஈரமாக இருந்தது. அவர் மணிக்கட்டை உயர்த்தி, "புதிதாய் லக்னோவினுள் நுழைந்திருக்கும் வெளியூர் இந்தியர்களிடமிருந்து நம் நகரை நகரக்காவலர் காக்கின்றாரா என்பதை உறுதிசெய்ய இதுவே சரியான தருணமாக இருக்கக்கூடும். அந்த முட்டாள் ஆங்கிலேயர்களிடம் கொண்டிருக்கும் விசுவாசத்தையும் மீறி, ஜந்தர் மந்தரில் தங்கியிருக்கும் ஆட்கள் குறித்த எச்சரிக்கையை அவனிடம் நாம் தெரிவிக்கவேண்டியதும் அவசியம். அவர்கள் இங்கு மேலும் பிரச்சினைகளை உருவாக்க நாம் அனுமதிக்கக் கூடாது. அமா, சிறைச்சாலையைப் பார்வையிட நகரக்காவலர் கொடுத்த அழைப்பை ஏற்றுக்கொண்டேன் என வேலைக்காரப் பையனிடம் சொல்லியனுப்பிவிடு" என்றவாறே கைகளைக் கழுவ எழுந்த பேகம் சாகிபா, "ஒரே கல்லில் இரண்டு மாங்காய்கள்" என்றார்.

○○○

மாலைநேரக் காற்று அப்படியொன்றும் குளுமையாக இல்லை. நான்கு இளைஞர்கள் சுமந்துவந்த பேகம் சாகிபாவின் பல்லக்கின் முன்னே அமா காசிமின் குதிரையில் சென்றாள். புதிதாக அவத் படையில் சேர்ந்தோருக்கு சத்தர் மன்சிலில் இரவு வணக்கம் கூறி ஜெய் லால் வழியனுப்பி வைக்க, அதைக் கடந்து அமா பல்லக்கை வழிநடத்திச் சென்றாள். வீட்டு உப்பரிகையில் அமர்ந்து ஹூக்கா புகைத்து, புத்தம்புதிய பிஸ்தா பருப்புகளை உடைத்து உண்டு, நீலப்பீங்கான் கிண்ணங்களில் இருந்த நீரில் விரல்களை அலசிக்கொண்ட பிரபுமார்கள் இருந்த வீதி வழியாகச் சென்றாள். எண்ணெய் பூசிப் படியவாரிய கேசத்தின் மத்திமத்தில் குங்குமம் பூசி, கீழ்த்தள வீடுகளின் ஜன்னலோரங்களில் பெண்கள் நின்றிருந்தனர், அவர்கள் பழம் பாரசீகப் படிப்பறைகளில் நறுமண ஊதுபத்திகள் கொளுத்திவைத்து, கொதிக்கக் கொதிக்கப் பல கோப்பைத் தேநீர் தயாரிக்கும் பெண்கள், பகல் முடிந்து இரவுக்குள் விழுவதையும், பெருகிவரும் இருள் தூக்கிலடப்பட்ட வீரர்களின் அழுகையொலிகளையும் லக்னோவின் அன்றாட வாழ்வையும் ஊதி அணைப்பதையும் கண்முன்னே காணும் பெண்கள் அவர்கள்; வியர்வையால் இமைகளில் முத்துக்கோர்த்து, கக்கங்களில் கருவளையங்கள் படிந்த பெண்கள் அவர்கள்.

காவல்நிலையம் இருளில் மூழ்கி இருந்தது. சிறிய தீப்பந்தம் ஒன்றுமட்டும் அதன் வாயிலில் எரிந்துகொண்டிருந்தது. அமா காவல் நிலையத்தைக் கடந்து தெருமுனைக்குச் சென்று குதிரையிலிருந்து இறங்கினாள். அவளுக்குப் பின்னால், கருப்பு புர்கா அணிந்து பேகம் சாகிபா பல்லக்கிலிருந்து இறங்கினார். அமாவிடம் இருபத்தைந்து ரூபாயை அவர் கொடுத்தபோது, “பார்த்தீர்களா? நான் கண்ட அந்த கோரக் காட்சியை நீங்களும் பார்த்தீர்களா? அங்கே கிடக்கும் மட்டக்குதிரையைக் கண்டீர்களா?” எனப் படபடப்பாகக் கேட்டாள் அமா.

சற்றுத்தள்ளி, ஒரு கடை முன்னே எரியும் தீப்பந்தத்தின் அருகில், பவணின் மெலிந்த குதிரை கட்டைவண்டியொன்றின் மேல் உயிரற்றுக் கிடந்தது. அதன் தலையில் இரத்தம் உறைந்திருந்தது. கடைசி நொடியில் அது உணர்ந்த கொடும்பீதி அதன் விழிகளில் உறைந்திருந்தது. பேகம் சாகிபா மேலாடையை இழுத்துவிட்டபடியே அதை நோக்கிச் சென்றார்.

அமாவினுள் மனப்பாரம் அதிகரித்தது. பவண்?

மட்டக்குதிரையின் உடல் அருகே சென்ற பேகம் சாகிபா, “உனது ஆன்மா சாந்தியடைய அல்லா அருள்புரிவாராக!” எனக் கூறினார்.

“உள்ளே என்ன நடந்தாலும் சரி, பேகம் சாகிபா, நான் அந்த மனிதனுக்கு உதவி செய்தே ஆக வேண்டும்” என்றாள் அமா அவரிடம்.

“ஆம், என்னால் உன்னைப் புரிந்துகொள்ள முடிகிறது அமா” எனப் பதிலளித்த பேகம் சாகிபா ஒரு பட்டுக் கைக்குட்டையை எடுத்து இறந்துகிடந்த குதிரையின் முகத்தின்மீது மென்மையாக மூடினார்.

அவ்விரு பெண்களும் காவல் நிலையத்தின் முன்னறையில் நுழைந்ததும், அமாவின் கண்கள் பவணைத் தேடியலைந்தன. விறைப்பாக நிற்கும் ஆறு லக்னோவாசிக் காவலர்கள்தான் அங்கிருந்தனர். நகரக்காவலர் அமைதியாக இருப்பதைப்போல் காட்டிக்கொள்ள முயன்று தோற்றுக்கொண்டிருந்தார். புத்தம்புதுச் சால்வை அணிந்திருந்தார். ஒரு பறவையின் அசைவைப்போல வெடுக்கென பேகம் சாகிபாவை அவர் வணங்கிய விதத்திலும், அவரது விழிகள் ஏதோ எண்ணங்களில் அலைபாய்வதையும் கண்ட அமா, அன்று அவர்கள் வருகை தரவிருப்பதை அவர் மறந்து இருந்துவிட்டாரோ என எண்ணினாள். “சமீபத்தில் நீங்கள் கௌரவிக்கப்பட்டது தெரிய வந்தது. வாழ்த்துகள்” என்ற பேகம் சாகிபாவின் பசும்விழிகள் அவரையே ஊன்றிப் பார்த்துக்கொண்டிருந்தன. நகரக்காவலர் மீண்டுமொருமுறை தலைதாழ்த்தி வணங்கினார். அவரது மூச்சிலிருந்த வாடையை அவர்கள் அறிந்துகொண்டனர். தனது வேலைக்கான வெகுமதிகளை அனுபவித்துக் கொண்டிருக்கிறார்போலும். “புத்தம்புதிய சால்வை, கை நிறையப் பணமும் கூடக் கிடைத்துள்ளதுபோலிருக்கிறதே, சந்தேகமேயில்லை, இம்முறை யாரைச் சுற்றிவளைத்தீர்கள்?” எனக் கேட்ட பேகம் சாகிபா அமாவையும் ஒருமுறை பார்த்துக்கொண்டார்.

“நகரைப் பாதுகாப்பாக வைத்துக்கொள்ள வேண்டியுள்ளது, மேதகு இராணியாரே. வீண்வம்புகள் அனைத்தையும் அடக்கி ஒடுக்க

வேண்டியுள்ளது” என்ற நகரக்காவலர் தொண்டையைச் செருமிக் கொண்டார்.

நண்பன் சிவப்பன் உடனில்லாமல் அவர் மிகவும் தனியாகத் தெரிந்தார். தாள்கள் சிதறிக்கிடந்த மேஜையைக் கடந்து அறையினுள் அமா சென்றாள், தான் முன்னர் அடைக்கப்பட்டிருந்த அறையினுள் அழுக்கு பவணைத் தேடினாள். ஆனால் அங்கே யாருமில்லை. அலி ஷா இருந்த சிறையறையும் காலியாக இருந்ததால், அவளுக்கு அங்கு எதுவோ வித்தியாசமாகப் பட்டது. மேஜைமீது பிரெஞ்சு வைன் போத்தல் ஒன்றும், பாதி நிரம்பிய கண்ணாடிக் கோப்பையொன்றும் இருந்தது. அப்போது தாள்களிடையே அழுக்கு வெள்ளைப் பையொன்று இருப்பதை அவள் கண்டாள். வரிச்சான்றிதழும் அருகிலே கிடந்தது.

நகரக்காவலர் தொடர்ந்து பேசிக்கொண்டிருந்தார், “தலைமை ஆணையர் சர் ஹென்றி லாரன்ஸ் அவர்களால் நான் நேரிடையாக இன்று கௌரவிக்கப்பட்டேன். ஆளுநர் மாளிகையைச் சேர்ந்த மதிப்புமிக்க மனிதரொருவர் வந்து பாராட்டியதில் நான் உண்மையில் திக்குமுக்காடிப் போனேன். மேதகு இராணியாரே, சிறைச்சாலையில் அடைக்கப்பட்டுள்ள கைதிகளைக் காண உங்களை வரவேற்கிறேன். லக்னோவைப் பாதுகாக்க எனக்கு கம்பெனி பரிசாக அளித்துள்ள ஆயுதங்களையும் நீங்கள் காணவேண்டுமென அன்புடன் கேட்டுக்கொள்கிறேன்” என்றார்.

அறையின் பிற்பகுதியை நோக்கி முன்னே செல்லும் நகரக்காவலரின் மீதும், காவலர்கள் மீதும் பேகம் சாகிபாவும் அமாவும் விழிகளை அழுந்தப் பதித்திருந்தனர். மேஜைமீது இருந்த பொருட்களைத் தோழியிடம் கைகாட்டிய அமா, தான் பவணைத் தேடிச் செல்லப்போவதாகச் சைகை செய்தாள். பேகம் சாகிபாவும் ஒப்புதல் அளிக்கும்விதமாகத் தலையை லேசாக ஆட்டினார். அவர்கள் அனைவரையும் பின்பக்கக் கதவு வழியாகச் சிறிய சிறைச்சாலையொன்றுக்கு நகரக்காவலர் அழைத்துச்சென்றார், வரிசையாக இருந்த சிறையறைகளில் லாந்தர் விளக்குகள் எரிந்துகொண்டிருந்தன. தற்பெருமை பேசியபடி நடந்த நகரக்காவலரின் குரலைத்தவிர அங்கு வேறெந்த ஒலியுமில்லை. பேகம் சாகிபா கடந்துசென்றபோது அறைகளுக்குள் நிழலுருவங்களாக நின்ற மனிதர்கள் தலைகுனிந்து வணங்கினர். யாரேனும் செருமும் சத்தம் கேட்கிறதாவென அமா உன்னிப்பாய்க் கேட்டாள். அறைகளுக்குள் தேடிப்பார்த்தாள். ஒரு இந்து இருப்பதற்கான அறிகுறிகளே அங்கில்லை. அதற்குள் பழைய மிடுக்கை முழுமையாகத் தன் நடையில் கொண்டுவந்திருந்த நகரக்காவலரிடமிருந்து அவள் விலகித் தூரத்திலேயே இருந்தாள். கடைசி அறையின் எதிரே நின்ற நகரக்காவலர், கைதிகளுக்கு நல்ல உணவு வழங்கப்படுவதாகவும், அந்த இடம் தூய்மையாகப் பராமரிக்கப்படுவதாகவும், மன்னர் முன்னர் அளித்த இடத்தைவிடவும் தற்போது அதிக அறைகள் கட்டப்பட்டுள்ளதாகவும் பேகம் சாகிபாவிடம் கூறிக்கொண்டிருந்தார்.

ஆறு காவலர்களுள் நான்கு பேர் அவர்களுடன் கடைசிச் சிறையறை அருகே நின்றிருந்தனர். நகரக்காவலருக்கும் அமாவுக்கும் இடையே, சிறை வரிசையின் பாதித் தூரத்தில் மற்ற இரு காவலர்கள் நின்றிருந்தனர்.

“ஊர்சுற்றிகள் பலர் லக்னோவுக்குள் சமீபத்தில் நுழைந்துவிட்டனர்” என பேகம் சாகிபா நகரக்காவலரிடம் கூறுவது அமாவின் காதுகளில் விழுந்தது.

அமாவை இரு காவலர்களும் தொலைவில் பின்தொடர்ந்து தமக்குள் பேசியபடியே வர, அவள் மீண்டும் முன்னறைக்குள் புகுந்தாள். புதிதாகப் பிடித்துவரப்படும் குற்றவாளிகளை அடைக்கும் இரு காலிச் சிறையறைகளுக்குள் மீண்டும் தேடினாள். அறைகள் சுத்தமாகக் கழுவிவிடப்பட்டிருந்தன; சந்தேகமேயில்லை. ஆளுநர் மாளிகையிலிருந்து வருகைதரும் முக்கியஸ்தர்களுக்காக நகரக்காவலர் அனைத்தையும் சுத்தப்படுத்தியுள்ளார். முன்னறையிலிருந்து தள்ளி, நகரக்காவலரின் அலுவலக அறைக்குச் செல்லும் கதவு அடைக்கப்பட்டிருந்ததைக் கண்டு அமா, வியந்தாள். சிறிய சிறைச்சாலைக்குச் செல்லும் பின்பக்கக் கதவருகிலேயே இப்போதும் இரு காவலர்களும் பேசிக்கொண்டிருந்தைக் கண்ட அமா. சடாரென அலுவலக அறைக் கதவை நோக்கி ஓடினாள். பூட்டப்பட்டிருந்த அதன் பித்தளைக் கைப்பிடியைக் கைத்துப்பாக்கியால் சுட்டாள். அது திறக்காததைக் கண்டு மரக்கதவின் மேலேயே நேரிடையாகச் சுட்டாள். கதவு பொத்தல்கள் விழுந்து பலவீனமடைந்ததும் அதை உதைத்துத் திறந்தாள்.

உள்ளே, தரையெங்கும் புத்தகங்கள் இறைந்துகிடக்க, புத்தகங்களிருந்த தந்தத்தினாலான பெட்டி அருகிலே இருந்தது. அவளை நோக்கிக் காவலர்கள் ஓடிவருவதையும் பொருட்படுத்தாமல் அமா கதவருகிலேயே நின்றிருந்தாள். அந்த அறையை நோட்டமிட்டாள். தரையில் இரத்தக்கறை படிந்திருந்தது. புத்தகப்பெட்டியின் முனைகள் உடைந்து கூராக இருந்தன. அவள் சுட்டதில் நகரக்காவலரின் அலுவலகக் கதவில் சரிசெய்ய இயலாத அளவு துளைகள் விழுந்துவிட்டன. அன்று அங்கு என்ன நிகழ்ந்திருக்கக் கூடுமென்பதையும் உடனடியாகக் கணித்து, கதவை உடைத்துத் திறக்க வேண்டுமென்ற கண்மூடித்தனமான முடிவை எடுத்தபோதும் அதைத் தான் சரியாகச் செய்துவிட்டதை எண்ணி அமா பெருமிதம் கொண்டாள்.

ஓடிவந்து அலுவலக அறையை வெறித்த லக்னோவாசிக் காவலர்களுக்கு அவளை என்ன செய்வதென்றே தெரியவில்லை. தமக்கே தெரியாத ரகசியமொன்றைக் கண்டுபிடித்ததோடு கையில் துப்பாக்கியுடனும் நிற்கும் அவளை என்ன செய்ய முடியும் அவர்களால்? அவர்களிடமிருந்து விலகி, அவள் நிலையைப் புரிந்துகொள்வதாக உறுதியளித்த பேகம் சாகிபாவையும் விலகி, அமா அங்கிருந்து வெளியேறினாள். இப்போது அவள் பவனைக் கண்டுபிடித்தாக வேண்டும்.

அமா தொடைகள்மீது துப்பாக்கியைச் சாய்த்துவைத்தபடி, உயர்ந்த மதில்கள் கொண்ட தோட்டங்களைக் கடந்து விரைவாகக் குதிரையோட்டிச் சென்றாள். நதிக்கரையோரத்தை அடைந்ததும், அதன் நீண்ட படித்துறைப் பக்கம் சென்றாள். கலங்கிய நதியிலிருந்து வந்த காற்று அவள் கைகளில்படர்ந்து அவள் கண்களின் கீழ் அலைந்தது. நீருக்கு மிக அருகில் குதிரையோட்டிச் சென்றாள். காற்று அவள் முகத்தில் நீந்தி, அவளது தொண்டைக்குள் இறங்கியது. இரவுநேரங்களில் பாறைகளில் அடித்துத் துணி துவைக்கும் சலவைக்காரர்களும், மாலையில்

நதிநீராடுபவர்களும் இருக்கும் படித்துறைகளைக் கடந்து சென்றாள்; சிதைகள் எரியூட்டப்படும் இடம்நோக்கிச் சென்றாள்; செல்வந்தர்களின் மூத்தமகன்கள், இறந்துபோன தம் பெற்றோர்களின் உடல்கள்மீது சாமந்திப்பூக்களைக் குவித்துவைத்து எரியூட்டிச் சென்று, மறுநாள் மீண்டும் வந்து மீதமிருந்த சாம்பலை ஆற்றில் கரைப்பதற்காய் எடுத்துச் செல்வர். அங்கிருந்த அனைத்தையும் கடந்து காலியாக இருந்த இடமொன்றை நோக்கி அவள் சென்றாள்; புழுதிபடிந்த இலைகள் கொண்ட மரப்புதர்களிடையே, முட்கம்பிகள் அடைப்பினிடையே, சிதையொன்று மறைவாய் எரிவதைக் கண்டாள். குதிரையிலிருந்து இறங்கி அதை அங்கிருந்த மரங்களொன்றில் கட்டினாள். அவளது நாளங்களில் பறையறைவதைப் போன்ற ஓசையெழுந்தது. கோமதியாற்றின் காற்று அவள் நுரையீரல்களில் புகுந்தது. லுங்கியும் பழைய சட்டையுமணிந்த, தாழ்ந்த சாதியைச் சேர்ந்த வெட்டியானொருவன் மறுநாள் உபயோகத்திற்காய் விறகுகளைச் சுவரோரம் அடுக்கிக்கொண்டிருப்பதைக் கண்டாள். அவளைக் கண்டதும் இருகரம் கூப்பி, “வணக்கம்” என்றான்.

“தஸ்லீம்” என்றவள் அவனிடம் பேகம் சாகிபா அளித்த ரூபாயைக் காட்டி, சிதையெரியும் பகுதிக்குத் தன்னை அழைத்துச்செல்லுமாறு சைகை செய்தாள். முதலில் அவனுக்கு ஒரு ரூபாய் கொடுத்தாள், அவனது கந்தலாடையைக் கண்டதும் மேலும் இருரூபாய் கொடுத்தாள். ஆற்றின் மறுபக்கமிருந்த காலி இராணுவக் குடியிருப்புகளிலிருந்து துப்பாக்கிச் சத்தம் கேட்டது. இருளும் வெளிச்சமாகவும் இருந்த வானை அந்தச் சத்தம் சில நொடிகள் ஆக்ரமித்தது. பணமோ உறவினர்களோ இன்றி இறந்தவர்கள், பசியால் வாடித் தெருக்களில் செத்துக்கிடந்தவர்கள் ஆகியோரின் பட்டியலை அவனிடம் கேட்டாள். எரியூட்டப்பட்டவர்கள் தம் வாழ்நாளை மோட்சத்துடன் முடித்துக்கொள்ள சிறிய பானைகளில் அடைத்த அவர்களின் சாம்பலை கோமதியாற்றில் அவன் கரைத்திருப்பான், அவர்களின் பட்டியலையும் அவனிடம் கேட்டாள். அன்றுவந்த பிணங்களை அவன் எண்ணினான்: முதிய கலைஞர் ஒருவர், தின்பண்டம் விற்பவரொருவர், மன்னரின் தூரத்து உறவினப்பெண் ஒருவரின் பிணம்கூட அன்று வந்திருந்தது. அப்பெண் மிக வறுமையான நிலையில் இருந்திருக்கிறார். இவர்களைத் தவிர ஒரு கிராமத்தானின் பிணமும் வந்திருக்கிறது, ஏதோவொரு விபத்தில் சிக்கியவனைப்போல் அவன் தோன்றினான் என்ற வெட்டியான் தொடர்ந்து பேசிக்கொண்டே சென்றான். அமாவின் சில அனுமானங்கள் தவறாக இருந்தபோதும் என்ன நடந்திருக்கக்கூடுமென்பதை அவளால் ஓரளவு சரியாக யூகிக்க முடிந்தது, நகரக்காவலரைக் கௌரவிக்க ஆளுநர் மாளிகையிலிருந்து ஊர்வலமாக அதிகாரிகள் வந்துகொண்டிருந்த சமயத்தில் சிறைச்சாலையில் தன்னை எதிர்த்து வம்பு செய்துகொண்டிருந்த பவனை வருபவர்களின் கண்ணிலிருந்து எப்படியேனும் மறைத்து வைக்க நினைத்துள்ளார் நகரக்காவலர். நகரக்காவலரின் அலுவலக அறைக்குள் பவனை அவசர அவசரமாக அடைத்துவைக்க அவர்கள் முயற்சித்திருக்கலாம். அப்போது பவனுக்கும் அவர்களுக்குமிடையே நடந்த தள்ளுமுள்ளுப் போராட்டத்தில் புத்தகப்பெட்டியில் அடிபட்டு பவண் இறந்திருக்கக்கூடும். இந்த விபத்தை அவசர அவசரமாக அவர்கள் மறைக்கவும் வேண்டியிருந்துள்ளது. அமாவின் மனதில் இத்தனை விரைவாக

எண்ணங்கள் ஓட, வெட்டியானோ பேசிக்கொண்டே இருந்தான். வசதிவாய்ப்பற்ற பாவப்பட்ட ஜீவன்களும் நற்கதியடைய மயானத்தீ நிரந்தரமாக எரிவது அவசியமெனவும், அவனது இச்சேவையின் தேவையுணர்ந்து அவனுக்குத் தொடர்ந்து ஊதியமளித்துவந்த மன்னரின் குடும்பத்திற்கும், மன்னரின் இடத்திலிருந்து தற்போது ஊதியம் வழங்கும் ஆங்கிலேயக் கிழக்கிந்திய கம்பெனியாருக்கும் தான் நன்றிக்கடன்படுவதாகவும் அவன் கூறினான்.

கோமதியாற்றின் மறுபக்கம், ஆரஞ்சுவண்ணப் பந்தாகச் சூரியன் கனன்றெரிந்தது. கோமதியாற்றின் மறுபக்கமிருந்து துப்பாக்கிச் சத்தமும் கத்தல்களும் அலையலையாக மிதந்துவந்தன. அந்தப் பக்கம் இராணுவக் குடியிருப்பு பங்களாக்கள் பற்றியெரிந்துகொண்டிருந்தன, கிளைகள் சடசடவென முறியுமோசையோடு கொழுந்து விட்டெரிந்த மரங்கள் வானை வெளிச்சமாக்கிக் காட்ட, ஆரஞ்சுப்பந்துச் சூரியன் வானில் மறைவதை அமா கண்டாள். இறந்தோரின் சாம்பல் கரைந்து அமைதியாகத் தளும்பும் கருத்த கோமதியாற்றின்மீது ஆரஞ்சுப்பந்து மினுங்கியபடியே நீந்திச்செல்வதை அவள் கண்டாள்.

13

நான்கு ஆங்கிலப் படைத்துறைகளைச் சேர்ந்த, கடுஞ்சினங்கொண்ட மூன்றாயிரம் இந்திய வீரர்கள் சேர்ந்து லக்னோவிலிருந்த இராணுவக் குடியிருப்பு பங்களாக்களுக்குத் தீவைத்துக் கொளுத்திவிட்டார்களென ஊரெங்கும் பரவி யிருந்த பதற்றமான செய்தியின் முன்பு பவணின் சாவு குறித்த அமாவின் செய்தி வலுவிழந்துபோனது. இந்த வீரர்களெல்லாம் பன்னெடுங்காலமாக கம்பெனிக்கு விசுவாசத்துடன் பணிபுரிபவர்களாக இருந்தபோதும் மச்சிபவன் கோட்டையில் அவர்களது சகவீரர்கள் தூக்கிலிடப்படுவதைக் கண்டிப்பாகக் காணவேண்டுமென உத்தரவிடப்பட்டனர். ஆங்கிலேயக் காவலர்கள் சம்பவ இடத்திற்கு விரைந்து வரும்முன்னரே அவர்கள் தப்பியோடிவிட்டனர். தீப்பிழம்புகளும் புகையும் பங்களாக்களைப் பெருமளவில் சேதப்படுத்திவிட்டன. அவர்களுள் ஒருசிலர் மட்டும் கைது செய்யப்பட்டு ஆர்ப்பாட்டம் ஒடுக்கப்பட்டதோடு அவர்களிருந்த படைத் துறைகளும் கலைக்கப்பட்டன. இம்முறை ஜெய் லால் முந்திக்கொண்டார். கலைக்கப்பட்ட படைத்துறை வீரர்களை அவர் உடனடியாகத் தன் படையில் சேர்த்துக்கொண்டார். இத்தனை நாட்களாகத் தம் வீரர்களைச் சிறுசிறு குழுக்களாகப் பிரித்து மறைவாகப் பயிற்றுவித்ததைக் கைவிட்டு இப்போது பகிரங்கமாகவே செயல்படத் துவங்கினார். இவ்வாறு அவத் படையில் சேர்ந்த ஆயிரக்கணக்கான வீரர்களும், முன்னர் மன்னர் நடனக்கலைஞர்களுக்கு வட்டப்பங்கள் விருந்து வழங்கிய சத்தர் மன்ஸிலைச் சுற்றி வட்டமிட்டனர்; பலர் அங்கேயே தங்கியும் விட்டனர். பேகம் சாகிபா அரண்மனைக்குக் குடியேறி, பிர்ஜிஸிற்கு முடிசூடும்வரை அந்த வீரர்கள் லக்னோவின் தெருக்கள்தோறும் காவல் காக்க வேண்டுமென ஜெய் லால் உத்தரவிட்டார்.

அன்றிரவு, மனஉளைச்சலுடன் அரைகுறை உறக்கத்தி லிருந்த அமாவை முதியவர் காசிம் தட்டியெழுப்பினார், “தூதுவர்கள் வந்துவிட்டனர்” என்றார்.

அப்பாடா, தூதுவர்கள் வந்துவிட்டனர்! மனதை ஆட்டிப்படைத்துக்கொண்டிருந்த ஜின்களை உதறித்தள்ளி விட்டு அமா நடுநிசியின் அடர்ந்த காற்றைக் கிழித்துக் கொண்டு ஓடினாள். மெழுகுவர்த்தி ஒளிவீசிய பேகம் சாகிபாவின் சந்திப்பு அறையைச் சென்றடைந்தாள். உள்ளே,

ஆங்கிலேயக் காற்சராய் இந்தியக் குர்தாவில் தில்லிக் கவிஞர்களைப்போலே மாறுவேடமணிந்திருந்த ரஷீதும் அக்பரும் கபாப்களைத் தயிருடன் சேர்த்துச் சாப்பிட்டுக்கொண்டிருந்தனர். சால்வையணிந்து பேகம் சாகிபா சுவர்மீது சாய்ந்திருந்தார்.

இத்தனை நீண்ட காத்திருப்பின் பின் அவர்களைச் சந்திப்பதால் தூதர்களை வரவேற்று உற்சாகமாகப் பேசவும், என்னவெல்லாம் நடந்தது என வினவவும் அமா ஆசைப்பட்டாள். ஆனால் அங்கு நிலவிய அமைதி அவளைத் தடுத்தது. வருத்தம் தோய்ந்த தூதர்களின் முகங்கள்தான் அமாவை வரவேற்றன; தீவிரம் ததும்பிய அவர்களின் விழிகள் அவர்கள் கொண்டுவந்த செய்தியின் தீவிரத்தை முன்னுரைத்தன. அமாவின் காதருகே கொசுவொன்று ரீங்காரமிட்டது, அவள் அதைப் பளாரென அறைந்தாள். முகம் முழுதும் வியர்வையில் நனைந்து, அறையினுள் பாய்ந்து நுழைந்த ஜெய் லால், பேகம் சாகிபாவை நோக்கித் தலைதாழ்த்தி, "ஹுஸூர்" என வணங்கினார்.

அவரைக் கண்டதும் பேகம் சாகிபா பேசத் துவங்கினார்: "ரஷீதும் அக்பரும் கான்பூர் வழியாகத்தான் வந்துள்ளனர். அங்கிருந்த ஆங்கிலேயர்கள் அனைவரும் தம் பாதுகாப்புக் கருதித் தற்காலிகக் காப்பிடத்திற்கு இடம்பெயர்ந்துவிட்டனராம். அவத் முழுவதும் தங்களுக்கு எதிராக எழுந்துள்ள கிளர்ச்சியலைகளைக் கண்டு அவர்கள் மிகவும் பயந்துபோயுள்ளனராம்."

"கான்பூர் ஆங்கிலேயர்கள் மிகுந்த எச்சரிக்கையுடன் நடந்து கொள்கின்றனர். எவ்விதத்திலும் தம் பாதுகாப்பை ஆபத்திற்குள்ளாக்க அவர்கள் விரும்பவில்லை" என்றார் அக்பர்.

"இதில் முக்கியமான விஷயம், லக்னோவில் இருக்கும் ஆங்கிலேயர்கள் கான்பூர் வழியாக அமைதியான வழியில் தப்பிச்செல்வது என்பது இனி இயலாத காரியம்" என்றார் பேகம் சாகிபா.

அமாவுக்கு இப்போதுதான் எல்லாம் புரியத் துவங்கியது. "கான்பூரில் ஆங்கிலேயர்களின் நிலைகுறித்து சர் ஹென்றி லாரன்ஸ் நிச்சயம் அறிந்திருப்பார். நிச்சயம் அவர்களோடு தொடர்பில்தான் இருந்திருப்பார். ஆங்கிலேயர்கள் அனைவரையும் அவர் ஆளுநர் மாளிகையினுள் இடம்பெயர்த்ததற்கு இதுவே காரணமாக இருந்திருக்கும்" என்பதைக் கேட்டு அமாவிற்குத் தலைசுற்றியது.

"ஆம், அவர்களுடன் தொடர்பில் இருக்கிறார்தான் போலிருக்கிறது. அந்த ஒற்றன் அபியைக்கூட நீண்ட நாட்களாக இங்கு காணமுடியவில்லை" என்றார் பேகம் சாகிபா.

"ஹுஸூர், சர் ஹென்றி லாரன்ஸ் அவ்வழியைத் தேர்ந்தெடுக்கமாட்டார்" என்றார் ஜெய் லால்.

ரஷீதும் அதை ஆமோதித்தபடியே தொடர்ந்தார், "கிராமப்புறங்களெங்கும் எதிர்ப்புணர்வு பொங்குகிறது. நாங்களே மிகத் தந்திரமாகத்தான் பயணம் மேற்கொள்ள வேண்டியுள்ளது. முடிந்தவரை மறைவாகவே செல்ல வேண்டியுள்ளது. கிடைக்குமிடத்தில் தங்கி ஓய்வெடுத்து, மிகப் பொறுமையாகத்தான் பயணிக்க முடிகிறது. இதுபோன்ற அபாயகரமான

சூழலில் வெகு கவனத்துடன் இருக்க வேண்டியுள்ளது. அவத்தின் பல பகுதிகள் தீப்பற்றி எரிகின்றன. எல்லா இடங்களிலும் அவர்கள் வெறிகொண்டு சுற்றித்திரிகின்றனராம். ஆங்கிலேயர்களை எதிர்க்க அவர்கள் அனைத்துப் பகுதிகளுக்கும் அணிவகுத்துச் செல்கின்றனர். நாட்டிலுள்ள அனைத்து இந்திய மன்னர்களையும் செல்லாக்காசுகளாக்க கம்பெனியார் முயல்கின்றனர் எனத் தெளிவாகத் தெரிந்துவிட்டது. உடைமைகளைப் பறிகொடுத்தவர்கள் கம்பெனிமீது கடும் ஆத்திரத்துடன் சுற்றித்திரிகின்றனர். ஆங்கிலேய வீரர்களை விடவும் தங்களுக்குக் குறைவான ஊதியம் வழங்கப்படுவதில் இந்திய வீரர்களும் சலிப்படைந்துவிட்டனர். ஆங்கிலம் மட்டுமே பேசத்தெரிந்த புதிய ஆங்கிலேய உயரதிகாரிகள் தங்களைத் தொடர்ந்து அவமதிப்பதைக் கண்டு அவர்கள் சலிப்படைந்துவிட்டனர். தில்லி வீரர்கள் தாம் உபயோகிக்கும் தோட்டாக்களின்மீது அசுத்தமான கொழுப்புப் பசை பூசப்படுவதைக் கண்டுள்ளனர். அவர்களுள் சிலர் இதை எதிர்த்துள்ளனர். அவ்வாறு எதிர்ப்பவர்களைச் சுடச் சொல்லித் தங்களுக்கு விசுவாசமாகயிருக்கும் வேறுசில இந்திய வீரர்களிடம் ஆங்கிலேயர்கள் உத்தரவிட்டுள்ளனர். விசுவாசம்மிக்க அவ்வீரர்களோ தம் சக இந்திய வீரர்களைச் சுட மறுத்துவிட்டனராம், மாறாகத் தாங்களும் அவர்களுடன் சேர்ந்து எதிர்ப்பில் இறங்கியுள்ளனர். தில்லியைத் தங்கள் கட்டுப்பாட்டினுள் கொண்டுவந்துள்ளனர். இந்தச் சந்தர்ப்பத்தைப் பயன்படுத்திக் கொள்ளையர்கள் சிலர் தில்லியிலும் அதன் சுற்றுவட்டாரப் பகுதிகளிலும் கொள்ளையில் ஈடுபட்டுள்ளனர். மோசமான சந்தர்ப்பவாதிகள். இவ்வாறு நல்லவர் தீயவரென அனைத்துவிதமான ஆட்களும் சுற்றித்திரிகின்றனர். அவர்கள் இங்கும் வரக்கூடுமெனப் பேசிக்கொள்கின்றனர்."

"ஏற்கெனவே அவ்வகை ஆட்கள் இங்கு சிலர் உள்ளனர், எனவே வெளிக்கொள்ளையர்கள் இங்கு வரத்தேவையில்லை. யார் எப்படிப்பட்டவர் எனப் பிரித்தறிவது கஷ்டமான காரியமாகிவிடும்போலிருக்கிறது, ஒரே குழப்பம்" என்றார் பேகம் சாகிபா.

ரஷீத் வேலைக்காரப் பையனிடம் உணவுத்தட்டைக் கொடுத்தபடியே, "கல்கத்தாவில் செய்தித்தாள்களைத் தடைசெய்துவிட்டதால் நாட்டில் என்ன நடக்கிறதென்பதையே அறிந்துகொள்ள முடிவதில்லை" என்றார்.

"கம்பெனிக்கு நெருக்கடிகள் அதிகரித்துவிட்டன" என்றார் பேகம் சாகிபா.

"நாட்டின் அனைத்துப் பகுதிகளிலிருந்தும் வெள்ளையர்களை வெளியேற்ற வீரர்கள் துடிப்பதாக வதந்திகள் பரவியுள்ளன" என்றார் ரஷீத்.

"அதுபோன்ற நபர்கள் எங்களுக்குத் தேவையில்லை" என மீண்டும் கூறிய ஜெய் லால், "என் சொல் கேட்டு நடக்கும் ஆட்களே எனக்கு வேண்டும்" என்றார்.

"அத்தகைய நபர்கள் ஆங்கிலேயர்களைப் போன்றே ஆபத்தானவர்கள். கண்ணியமற்ற நடத்தை கொண்டவர்கள்" என்றார் பேகம் சாகிபா.

"அவத் முழுவதும் புரட்சி வெடித்துவிட்டது" என அக்பர் பீதியுடன் மீண்டும் கூறினார். அவரே தொடர்ந்து, "ரயிலில் வரும்பொழுது இதை

அறிந்துகொண்டோம். இந்தியர்கள் மிகுந்த ஆவேசமாயுள்ளனர். வெறி கொண்ட அந்நபர்கள் வெள்ளையர்களை விரட்டியடிக்க லக்னோவிற்குள் வரத் துடிக்கின்றனர் என நிச்சயமாகக் கூற முடியும்" என்றார்.

அதற்கு பேகம் சாகிபா கடுமையுடன், "எங்களுக்கு அவர்களின் உதவி தேவையேயில்லை. ஆங்கிலேயர்கள் லக்னோவின் ஒரு மூலையில்தான் இருக்கின்றனர். வெளியுலகத் தொடர்புகளிலிருந்து முற்றிலுமாகத் துண்டிக்கப்பட்ட மூன்றாயிரம் மக்கள் ஆளுநர் மாளிகையினுள் இருக்கின்றனர். எங்களின் நிலைமையை எங்களால் சமாளித்துக்கொள்ள முடியும். அதேசமயம் கட்டுப்பாடின்றி நடந்துகொள்ளவும் மாட்டோம். பன்றிகளைத் தின்று வைன் குடித்துக் கும்மாளமடிக்கும் வெள்ளையர்கள் போலே நடந்துகொள்ளவே மாட்டோம். தீய கொழுப்புப்பசை தடவிய தோட்டாக்களைக் கடித்துத் துப்புகின்ற, சாலைகள் அமைப்பதாகப் போக்குக் காட்டி இந்துக்களின் புனிதக்கோவில்களையும் இசுலாமியர்களின் புனிதத்தலங்களையும் இடித்துத் தள்ளுகின்ற, ஆங்கிலேயப் பள்ளிகளை இங்கு நிறுவ விரும்புகின்ற, கிறித்துவத் தேவாலயங்கள் பல கட்டிக் கிறித்துவ மதத்தைப் பரப்ப வீதி வீதியாக மதகுருமார்களை அனுப்புகின்ற, எங்கள் வழிபாட்டுத்தலங்களைப் புறந்தள்ளுகின்ற அந்தக் கேடுகெட்ட வெள்ளையர்களைப்போலே நாங்கள் எந்நாளும் நடந்துகொள்ளவே மாட்டோம். அவ்வாறு கீழ்த்தரமாக நடக்க நாங்களறியோம். அவர்களை அமைதியாக எங்களிடம் சரணடையச் சொல்லுவோம். அதுதான் முறையான செயலும்கூட. லக்னோவில் வெள்ளையர்கள் சரணடைந்தனர் எனும் செய்தி ஒட்டுமொத்த வட இந்தியாவிற்கும் நன்மை பயக்கக் கூடியதொரு செயலாகவும் அமையும், முறைகேடான நடத்தைகளின் வழி இன்பம் துய்க்கும் எண்ணம் எங்களுக்கு இருந்ததேயில்லை" என்றவர் ஜெய் லாலிடம் திரும்பி, "வெளியூரைச் சேர்ந்த இந்தியக் கொள்ளையர்கள் எவரும் லக்னோவிற்குத் தேவையில்லை" என்றார்.

ஜெய் லால் நிலம் நோக்கியபடியே, "ஹுசூர், உங்களிடம் ஒரு விஷயம் கூற வேண்டும். நம் நகரைச் சேராத வெளியூர் ஆட்கள் சிலரைக் கொண்டு திறமைவாய்ந்த படைப்பிரிவொன்றை உருவாக்கியுள்ளேன். அவர்களில் சிலர் வெகுதொலைவிலிருந்து வந்தவர்கள். நம் படையிலிருந்து லக்னோவாசிகள் பலரும் வெளியேறிவிட்டதால் இதைத் தவிர நமக்கு வேறு வழியுமில்லை. நமக்கு உதவிட இப்புதிய ஆட்கள் மிகுந்த ஆர்வமாயுள்ளனர் என்பதையும் நிச்சயப்படுத்திக்கொண்டேன்" என்றார்.

பேகம் சாகிபா தன் தலையைச் சுற்றிச் சால்வையை இழுத்து விட்டபடியே ஜெய் லாலை உற்றுப்பார்த்தார்.

"இச்சமயத்தில் லக்னோவிற்கு உதவிட இந்த ஆட்கள் மனதார விரும்புகின்றனர் என்பதை என்னால் உறுதியாகக் கூற முடியும். மிகுந்த எச்சரிக்கையுடனேயே இவர்களைத் தேர்வு செய்துள்ளேன். நாட்டின் பிறபகுதிகளில் வெள்ளையர்கள் நிகழ்த்தியுள்ள அராஜகத்தைக் கண்கூடாகக் கண்டவர்கள் இவர்கள். அவத் ராஜ்ஜியத்தை ஆங்கிலேயர்கள் அபகரித்துக்கொண்டதையும் நம் மன்னருக்கு அவர்கள் செய்த துரோகத்தையும் அவர்களால் நம்பவே முடியவில்லை, அதிர்ந்துபோயுள்ளனர். நமக்கு

உதவ விரும்புகிறார்கள் ஹுசூர். நல்ல திறமையான வீரர்கள், அனுபவம் மிக்கவர்கள், நாம் அவர்களுக்கு நல்ல ஊதியம் தருவோமென்பதையும் அறிவர். நமக்கு உதவ வெகுதொலைவிலுள்ள மெட்ராஸிலிருந்து ஒரு தமிழரும்கூட வந்துள்ளார். இப்போது நம்மிடம் உறுதியான படைபலம் உள்ளது. எனவே நாளை என்ன செய்யப்போகிறோமெனில்" என்ற ஜெய் லால் புஜங்கள் புடைத்திடக் கைகளை உயர்த்திக் கதவை நோக்கிச் சென்று, "சர் ஹென்றி லாரன்ஸைச் சரணடையச் சொல்லி நம் ராஜாங்க ஆலோசகர்களிடம் கடிதமொன்றை வரையச் சொல்லப்போகிறேன். நாம் அனைவரும் ஆவலுடன் எதிர்பார்க்கும் இளவரசரின் முடிசூட்டுவிழா முடிந்ததும் அக்கடிதத்தை அனுப்பிவைத்திடுவோம்" என முடித்தார்.

"அரண்மனைக்குக் குடியேற ஏற்பாடுகள் செய்துகொண்டிருக்கிறோம்" என்றார் பேகம் சாகிபா.

"ஹுசூர், முடிந்தளவு சீக்கிரமாய் நாம் முடிசூட்டு விழாவை நடத்தி முடிக்க வேண்டும். பிறகு ஆளுநர் மாளிகையைச் சுற்றி வளைத்திடுவோம்" என்ற ஜெய் லால், தலைதாழ்த்தி வணங்கிவிட்டு இருளுக்குள் விரைந்து மறைந்தார்.

அமாவும் கிளம்ப வாசலை நோக்கிச் சென்றவள், வெளியேற மனமின்றித் திரும்பி, "மன்னரிடமிருந்து ஏதேனும் செய்தி வந்ததா?" எனக் கேட்டாள்.

தூதர்கள் கொண்டுவந்த கடிதத்தை பேகம் சாகிபா படிக்கத் துவங்கினார், "ராஜமாதாவிற்கு லக்னோவின் நறுமணத் தைலங்கள் தேவைப்படுகின்றன. விக்டோரியா மகாராணியாருக்குப் பரிசளிக்க விரும்பும் நறுமணத் தைலம் மட்டுமே இப்போது அவரிடமுண்டு. மகாராணியாரைச் சந்திக்க ராஜமாதாவிற்கு அழைப்பு விடுக்கப்பட்டுள்ளது. தனது மகனின் வழக்கிற்காக அங்கு நீண்டகாலம் காத்திருக்க நேர்ந்ததால் அவர் துயரத்தில் வாடிப்போயுள்ளார். மேலும் லண்டன் பெருஞ்செலவு பிடிக்கும் நகரமாக இருப்பதால் அவர் லக்னோ திரும்பவே விரும்புகிறார்."

அமா தயக்கத்துடன், "என் தாயார்? மற்ற அரசாங்க ஊழியர்கள் குறித்து ஏதேனும் செய்தியுண்டா?" எனக் கேட்டாள்.

"என் செல்ல அமாவே!" என்ற பேகம் சாகிபா விழிகள் மின்ன அமாவின் கரங்களைப் பற்றிக்கொண்டு, "இதை முன்னரே கேட்டிருக்கலாமே, இதற்காகவா இத்தனை நேரம் அமைதியாகக் காத்திருந்தாய்! மன்னரின் ஆலோசகர்களிடமிருந்து ஒரேயொரு கடிதம்தான் வந்துள்ளது. உன் தாயார் நலமாகத்தான் உள்ளார். மன்னருடன் கல்கத்தாவிலிருக்கும் அனைவரும் நலமாக உள்ளதாக அக்கடிதத்தில் குறிப்பிடப்பட்டுள்ளது. மேலும் நீயனுப்பிய மருந்துகள் அவரை அடைந்திருப்பதால் அவர் நலமாகவே இருப்பார்" என்றார்.

ரஷீத், "அவர் நிச்சயம் நலமாகத்தான் இருப்பார்" எனக் கூற அக்பரும் அதை ஆமோதித்தார், அவர்களின் கனிவு ததும்பும் முகங்கள் அமாவை ஆற்றுப்படுத்தின.

அரண்மனைக்குத் திரும்பியதும் அமா தனது தாயாரின் அறைக்குச் சென்றாள். உணர்வுகளால் நிரம்பி அவளது இதயம் விம்மும்போதெல்லாம்

அவள் மனதிலிருந்த கேள்விகள் அமைதியடைந்தன. அறையின் தரையில் புதைத்திருந்த பெட்டியைத் தோண்டியெடுத்தாள். அதில் மூன்று மாணிக்கங்களும், ஐந்து முத்துக்களும் மட்டுமே மீதமிருந்தன. அவற்றி லிருந்து ஒரு பெரிய மாணிக்கத்தை மட்டும் அமா எடுத்துக்கொண்டாள். காலையில் அதை நகைவியாபாரி ஜூடியாவிடம் விற்றுப் பணம்பெற்று வருமாறு வேலைக்காரப்பையனிடம் கூறுவதற்காகச் சமையலைறை நோக்கி விரைந்தாள்.

மறுநாள், இந்துச் சாமியார்போலக் காவி உடையணிந்து ரஷீதும், உயர்குடும்ப இளைஞன்போலத் தொளதொள பைஜாமா அணிந்து அக்பரும் மாறுவேடத்தில் அங்கிருந்து கிளம்பினர். முன்தின இரவின் நல்ல ஓய்வும் உறக்கமும் அளித்திருந்த தெளிவு அவர்களின் முகங்களில் தெரிந்தன. அமா உள்ளே நுழைந்ததும் அவர்கள் சட்டென எழுந்தனர். தனது தாயாருக்காக அவள் வாங்கியிருந்த ரோஜாப்பன்னீர் நிறைந்த சின்னஞ்சிறு பீங்கான் குப்பியை அவர்களிடம் ஒப்படைத்தாள். அத்தனை மென்மையான பொருளை கல்கத்தாவிற்குப் பத்திரமாய்க் கொண்டுசேர்க்கும் சிரமமான பணிசெய்யும் அவர்களுக்கு ஊதியமாய்ச் சிறிது பணமும் கொடுத்தாள். ஆனால் ரஷீதோ, “இல்லை, பணம் வேண்டாம். இதுவொரு நற்காரியம். உங்கள் தாயாரை மகிழ்விக்கும் நல்லதொரு காரியம்” எனக்கூறிப் பணம்பெற மறுத்துவிட்டார்.

❍❍❍

மெட்ராசிலிருந்து வந்திருந்த மலைமுத்து எனும் நெட்டையான இந்து இளைஞன் யாரிடமும் பேசுவதில்லை. மலைமுத்து துப்பாக்கி சுடுவதிலும் ஓட்டத்திலும் சூரனாக இருந்தான். ஜெய் லாலின் படையைச் சேர்ந்த அறிவிலி வெளியூர்க்காரர்கள் துப்பாக்கியுடனிருந்த கருப்பினப் பெண் காவலாளிகளான அமாவையும் பாத்திமாவையும் வெறிக்க வெறிக்கப் பார்த்தனர். ஆனால் மலைமுத்து அவ்வாறு அவர்களை வெறிக்கவில்லை. அவர்களைக் கண்டதும் மரியாதையுடன் தன் பார்வையைத் தாழ்த்தி, கரங்களைக் கூப்பி வணக்கம் தெரிவித்தான். பேகம் சாகிபாவின் வருகையையொட்டி அரண்மனை தயாராகிக்கொண்டிந்தது. மறுநாள் சத்தர் மன்ஸிலில் மலைமுத்து இராணுவப்பயிற்சி மேற்கொண்டிருந்ததைக் கண்ட அமா அவனோடு தானும் சேர்ந்துகொண்டாள். தோட்டாக்களை உள்ளிடுவதிலும் சுடுவதிலும் மெதுவாக இருக்கும் பழைய பாணிக் கைத்துப்பாக்கிகளை ஒதுக்கிவிட்டு இருவரும் குழல்துப்பாக்கிகளால் பயின்றனர். குறிபார்த்துச் சரியாகச் சுட்ட அமாவைப் பார்த்து மலைமுத்து, “இராணுவ விழாக்கள், அணிவகுப்புகளை விட இன்னும் அதிகப்படியாகவே நீ தயாராக இருக்கிறாய்” எனப் பாராட்டினான்.

“நானொரு மெய்க்காப்பாளர். எனது பணி காப்பதே, காயப்படுத்துவது அல்ல” என்றாள் அமா.

அவனும் அவளும் சம வயதினர். அவள் பயிற்சி செய்வதையே பார்த்துக்கொண்டிருந்த மலைமுத்து ஒரு கட்டத்திற்குப் பிறகு அவளை நீண்ட நாள் அறிந்திருந்த உறவினன்போலே சகஜமாக உரையாடத்

துவங்கினான். “எனது தாய்மொழியில் உன் பெயருக்கு ‘அம்மா’ என அர்த்தம், அதாவது தாயார் எனப் பொருள்” என்றான்.

“எனது தாய்மொழியில் என் பெயருக்கு ‘நண்பர்’ எனப் பொருள்.”

“இரண்டு பொருள்களுமே உனக்குப் பொருத்தமாக உள்ளன” எனக்கூறிய மலைமுத்து பார்வையைத் தாழ்த்திப் புன்னகைத்தான்.

“உங்கள் தாயார் என்ன செய்கிறார்?” அமா கேட்டாள்.

“சமீபத்தில்தான் காலமானார். எனது தந்தையாரோ நீண்ட காலத்திற்கு முன்னரே இறந்துவிட்டார். தாயார் ஒரு ‘ஆயா’வாகப் பணியாற்றினார். அதாவது, ஆங்கிலேயர்களின் குழந்தைகளைப் பார்த்துக்கொள்ளும் செவிலிப் பணிப்பெண்ணாக இருந்தார். அதுவும்கூட நீண்டகாலத்திற்கு அவர்கள் இல்லாத குறை மனதில் இருக்கத்தான் செய்கிறது. அவ்வப்போது அவர்களை எண்ணி வருந்துவேன். நீ எப்படி?”

“என் தாயார் கல்கத்தாவில் இருக்கிறார். நானும் அவரை எண்ணி வருந்தவே செய்கிறேன்.”

மலைமுத்து சிறிதுநேரம் அமைதியாக இருந்தான், பிறகு மீண்டும் பயிற்சி செய்யத் துவங்கினான். அதற்குமேல் அவள் எதுவும் கூற விரும்ப வில்லை என்பதை உணர்ந்துகொண்ட அவனை அமா நன்றியுடன் பார்த்தாள். ஆனால் தன் தாயாரால் காயம்பட்ட ஆத்திரம் அவளுக்குள் திடீரெனப் பொங்கியது. தாயார் நலமோடு இருக்கிறார் என்பதையெண்ணி அவள் மகிழ்ந்தாலும், அவரது மௌனம் அவளை அலைக்கழித்தபடியே இருந்தது. இவ்வளவு நாட்கள் கழித்தும் அவளுக்காகச் சிறு தகவலைக்கூட அவர் ஏன் அனுப்பவில்லை? தாயார் இன்னமும் தன் மேல் கோபங்கொண்டுள்ளாரோ என அவள் யோசித்தாள். அவ்வாறிருந்தாலும் அவளால் அதை அறிய முடியாது. அவர்கள் சுமுகமாக வாழ்ந்த காலங்களிலேயே, அவளது தாயார் அமாவிடமிருந்து ஒரு இடைவெளியுடனேயே வாழ்ந்துவந்தார். எத்தியோப்பியக் கர்வமும் இந்திய உறுதிப்பாடும் கொண்ட கலவையாக அவளது தாயார் இருந்தார். இவை நற்குணங்கள்தானே என எண்ணியபடியே அமா தொடர்ந்து பயிற்சி செய்தாள், தாயார் குறித்த எண்ணங்களை மனதில் பாரமாக ஏற்றிக்கொள்ளக் கூடாதெனவும் எண்ணிக்கொண்டாள்.

இந்தியாவின் மற்றப் பகுதிகளில் ஆங்கிலேயர்களை எதிர்த்து மலைமுத்து போரிட்டுள்ளான். இராணுவப் பயிற்சியின்போது அந்தக் கதைகளையெல்லாம் அவன் அமாவுக்குக் கூறினான். கைப்பிடிச் சுவரொன்றின்மீது அடுக்கிவைக்கப்பட்டிருந்த மண்பானைகளைத் துப்பாக்கிக்குழல் வழியே ஒற்றைக்கண்ணால் குறிபார்த்தவாறே, “ஆங்கிலேயர்கள் தங்களுக்கெதிரான எதிர்ப்புகளைத் தகர்த்தெறிய விசுவாசம்மிக்கப் படையினரைத் தம் இராணுவத்தில் சேர்த்து வருகின்றனர். நீல் எனும் அதிகாரி மெட்ராசிலிருந்து தனது படையினருடன் வந்துள்ளான். ப்ரிகேடியர் ஜெனரல் ஜேம்ஸ் நீல். வெண் கேசமும், மீசையும் கொண்ட அவன் ஸ்காட்லாந்திலிருந்து வந்துள்ள அனுபவம்மிக்க வீரன். எதிர்த்துப் போராடுபவர்களையெல்லாம் தண்டிப்பதற்காகவே கடவுள் தன்னைத்

தேர்ந்தெடுத்து இவ்வுலகிற்கு அனுப்பியுள்ளார் என நம்புபவன். சிலுவைப் போர்வீரனைப் போன்றவன், சாத்தானைப் போன்றவன், புகையில்லாமல் எழும் தீயில் முணுமுணுத்தெழும் ஜின்னியைப் போன்றவன். ஆத்திரத்தில் எதையும் செய்யக்கூடிய பைத்தியக்காரன் அவன்" என்ற மலைமுத்து, மண்பானைகளை ஒன்றன்பின் ஒன்றாகச் சுட்டுவீழ்த்திவிட்டு, தன் குழல்துப்பாக்கியில் மீண்டும் தோட்டாக்களை நிரப்பிக்கொண்டான்.

"இப்படித்தான் ஒரு முறை ஹவுராவில், யார் கண்ணிலும் படாமல் நாங்கள் மக்களோடு மக்களாகத் தொடர்வண்டியின் பின்பகுதியில் அமர்ந்திருந்தோம். வண்டி கிளம்பத் தாமதமானது, அப்போது நடைமேடையில் ஒரே சலசலப்பு. தனது படையினருக்காக நீல் வண்டியை நிறுத்திவைக்கச் சொல்லியிருக்கிறான். நீல் அவனது படைக்கு மட்டும்தான் தலைவனே தவிர ரயில்வே துறைக்குத் தலைவனல்ல எனத் தொடர்வண்டி நிலைய மாஸ்டர் அவனிடம் கூறியுள்ளார், நீல் உடனே அவரையும், நிலையப் பொறியாளரையும், தொடர்வண்டிக்குக் கரியள்ளிக் கொட்டுபவரையும் கைது செய்துவிட்டான். அவர்களைத் தூக்கிலடப்போவதாகவும் கத்தினான். பிறகு அவனது படையினர் வந்து வண்டியில் ஏறியபிறகே அங்கிருந்து கிளம்பினோம்" என்றான்.

"என்னவொரு பகட்டாரவாரம்."

"அவன் எப்போதுமே அப்படித்தான்" மலைமுத்து கரும்விழிகள் மின்னச் சிரித்தான், ஆனால் சட்டென அவை வெறுமை கொண்டன. "ஆனால் அவன் அதைவிடவும் மோசமானவன். இந்த ப்ரிகேடியர் ஜெனரல் ஜேம்ஸ் நீலுக்குக் கொடூர விளையாட்டுகள் பிடிக்கும். அலகாபாத் செல்லும் வழியெங்கும் தற்காலிகத் தூக்குமேடைகளை அமைத்துத் தூக்குத்தண்டனைகளை நிறைவேற்றியபடியே சென்றான். ப்ரிகேடியர் ஜெனரல் ஜேம்ஸ் நீல் அரங்கேற்றவிருக்கும் தூக்குகளுக்கு பாண்டிக்களை அள்ளிவருமாறு அவன் படையினருக்கு உத்தரவிட்டான். அவனது படையினர் கிராமங்களுக்குள் வெறியோடு புகுந்தனர், குழந்தைகளை உயிரோடு எரித்தனர். கேரட் பயிரிட்டுக்கொண்டிருந்த கிராமத்தவர்களைக் குத்திக்கொன்றனர். அலகாபாத்தினுள் நுழைந்த ஒரே வாரத்திற்குள் அங்கு அவனை எதிர்த்த அனைவரையும் கொன்றழித்தான். ஆயிரக்கணக்கானோர் கொல்லப்பட்டனர். அவன் கடந்துசெல்லும்போது வேறெங்கோ பராக்குப் பார்த்துக்கொண்டிருந்த தவறுக்காகவெல்லாம் படுகொலை செய்யப்பட்ட அப்பாவிகளும் உண்டு. ஆண்கள், பெண்கள் என அனைவரையும் பாரபட்சமின்றிக் கொன்றுகுவித்தான். அவனிடமிருந்து தப்பியோடிய குழந்தைகளை ஒன்றன்பின் ஒன்றாகக் குறிவைத்துச் சுட்டுக்கொன்றான், வெட்டிக்கொன்றான். கொடூர ஆட்சிக்காலம் இதுவென மக்கள் பேசிக்கொண்டனர். பயங்கரம்."

மலைமுத்து துப்பாக்கியைக் கீழே வைத்துவிட்டு, தன்னிடமிருந்த மெட்ராஸ் பீடியொன்றைப் பற்றவைத்துக்கொண்டான். சிறிது நேரம் புகைத்தான். அதிலிருந்து எழுந்த வித்தியாசமான கடும்நெடி காற்றை நிறைத்தது. "ஊரோரமாகவே சுற்றித்திரிந்தேன், குழிகளில் பதுங்கிக் கொண்டேன், பிணம்போல் நடித்தும் பலமுறை தப்பியிருக்கிறேன்.

அங்கிருந்து தப்பிச்சென்ற தாய்மார் ஒருவர் கூறக்கேட்டு நடந்ததையெல்லாம் அறிந்துகொண்டேன். அங்கு நானே நேரடியாகவும் பல கொடூரங்களைக் கண்டேன். தீ வைத்துக் கொளுத்தப்பட்ட வயல்வெளிகளின் புகை சுற்றிலும் காற்றை நிறைத்திருந்தது. தூக்கில் தொங்கிய பிணங்களிலிருந்து கிடைத்தவரை உறுப்புகளை வனவிலங்குகள் கடித்து இழுத்துச்சென்றதைக் கண்டுள்ளேன்" என்றவன் மீண்டுமொருமுறை பீடிப்புகையை ஆழமாக உள்ளிழுத்துக்கொண்டு, பீடியைச் சுவற்றில் தேய்த்து அணைத்தான். "இப்போது என்ன திட்டங்களுடன் வருகிறானோ யாருக்குத் தெரியும். அவன் லக்னோவிற்குள் நுழையக் கூடாது என்பதுதான் இப்போதைக்கு முக்கியமான விஷயம். அவனைப் போன்ற வேட்டை நாய்களுடன் இங்குள்ள தொடர்புகள் யாவும் முறிக்கப்பட வேண்டும். இங்கிருக்கும் தந்திக்கம்பிகளை அறுத்தெறிய வேண்டும். அதற்கான ஜெய் லாலின் அனுமதிக்காகத்தான் காத்திருக்கிறேன்" என்றான் மலைமுத்து.

அமா மலைமுத்துவை நோக்கித் தலைகுனிந்து வணங்கினாள், அமர்ந்தவாக்கிலேயே, "லக்னோவிற்கு வருக!" என அவனை வரவேற்றாள்.

ᴑᴑᴑ

பேகம் சாகிபாவின் தோட்டத்தில் புல்தரையெங்கும் மரச்சிராய்கள் கொட்டிக் கிடந்தன. ஷாசாதி புலியையும், கார்வண்ண அன்னப் பறவைகளையும் கைசர்பாக் அரண்மனைக்கு இடம்மாற்ற அரண்மனைத் தச்சர்கள் கூண்டுகள் செய்துகொண்டிருந்தனர். சந்திப்பு அறையில், அரச உறவினர்களாகிய குண்டு நவாப் மிர்சாவும் இளையவள் ஷரீப்புன்னிசாவும் பேகம் சாகிபாவுடன் மதிய உணவருந்திக்கொண்டிருந்தனர்.

"இந்த விஷயத்தில் எனது அடுத்த நகர்வு, ஆங்கிலேயர்களைச் சரணடையக் கூறியது உட்பட இங்கு நடப்பவை அனைத்தும் அரச குடும்பத்தைச் சேர்ந்த அனைவருக்கும் தெரிந்திருக்க வேண்டுமென விரும்பு கிறேன்" என அங்கு வந்த அமாவிடம் பேகம் சாகிபா கூறினார்.

"நீங்கள் வருகிறீர்கள் என்ற செய்தியை நாங்கள் முன்னரே அரண்மனை யில் உள்ள அனைவரிடமும் தெரிவித்துவிட்டோம்" என்றாள் அமா.

"ஆளுநர் மாளிகைக்குன்றின் கீழே அவத் படையினர் பெருமளவில் குவியத் துவங்கிவிட்டனர். நீ வா, வந்து சாப்பிடு."

அமா வாசலில் இருந்து நகராமல் அங்கேயே தயங்கி நின்றாள், "முடிசூட்டுவிழாவிற்கான ஏற்பாடுகளையெல்லாம் ஜெய் லால் செய்து விட்டாரா?" எனக் கேட்டாள்.

"ஆமாம், அமா. உணவுத் தயாரிப்பு வேலைகள் மட்டும் முடிய வேண்டியுள்ளது. நீ இப்போது பசியோடிருப்பதனால் எதுவும் நடக்கப் போவதில்லை. வா வந்து சாப்பிடு."

அமா உணவை வெறித்தாள். இறுதியாக, அரச உறவினர்களோடு அவளும் அமர்ந்துகொண்டாள். அவர்களின் வருகையையொட்டிக் குங்குமப்பூவும் உலர்திராட்சைகளும் கலந்து விஷேசமாகத் தயாரிக்கப்பட்ட சர்க்கரைப் பொங்கலை மட்டும் கொஞ்சம் உண்டாள். அரண்மனைக்குக்

கொண்டுசெல்வதற்காக ஷாசாதிக்கான புதிய கூண்டைத் தச்சர்கள் செய்வதையே அனைவரும் பார்த்துக்கொண்டிருந்தனர்.

அச்சமயம் அங்குவந்த வேலைக்காரப் பையன், "படைவீரர் குடியிருப்புக்குத் தீவைத்தவர்களைத் தூக்கிலிடப் போகின்றனர்" எனக் கூறினான்.

அமா சட்டென எழுந்துகொண்டாள், "உணவுத் தயாரிப்புப் பணிகள் முடிவடைந்துவிட்டனவா எனப் பார்க்க அரண்மனைக்குச் செல்கிறேன்" என்றாள்.

கைசர்பாக் அரண்மனைச் சமையற்காரர்களிடம் வாதிட்டுக் கொண்டிருந்த அமாவை சாய் பின்மதியத்தின்போது கண்டாள். விருந்துக்கான உணவுப்பொருட்கள் தட்டுப்பாட்டினால் சமையற் காரர்கள் செய்வதறியாது திகைத்துப்போயிருந்தனர். இருக்கும் பொருட்களைக் கொண்டு எளிய உணவே தயாரிக்க முடியுமென்றாலும் பரவாயில்லை உடனே சமையலைத் துவங்கச் சொல்லி அமா அவர்களை வற்புறுத்தினாள்.

"ஒரு நிமிஷம் இங்கே வா அமா" என சாய் அவளை அவர்களிடமிருந்து தள்ளி அழைத்துச்சென்றான். "ஷரீப்புன்னிசாவையும் நவாப் மிர்சாவையும் நகரக்காவலர் கைது செய்துவிட்டான். ஆங்கிலேய மேலதிகாரிகளிடமிருந்து வந்த உத்தரவின்பேரில் அவன் இதைச் செய்துள்ளான். அச்சமயம் அவனுடன் அந்தச் சிவப்பனும் இருந்துள்ளான். வீரர்கள் தூக்கிலிடப்பட்ட இடத்திலிருந்த கூட்டத்தில்தான் அரச உறவினர்கள் இருவரும் இருந்துள்ளனர். நாங்கள் அனைவருமே தூக்குக்காட்சியைக் கண்டோம். அதைக்கண்ட நவாப் மிர்சாவும் ஷரீப்புன்னிசாவும் ஆத்திரம் பொங்க எங்களோடு சேர்ந்து கூச்சலிட்டனர். திடீரென எங்களை ஆங்கிலேய அதிகாரிகள் சுற்றிவளைத்தனர். அவர்களைமீறி முன்னேறிச் செல்லக் கடுமையாக முயன்றோம். ஆனால் எங்களை அங்கிருந்து கலைப்பதற்காகக் குதிரைமீதேறி அவர்கள் கூட்டத்தினுள் புகுந்தனர். அரச உறவினர்கள் இருவரும் ஆளுநர் மாளிகையினுள் சிறைவைக்கப்படுவரென நகரக்காவலர் அனைவர் காதிலும் விழும்படி உரக்கக் கூறினான். ஏதோ சதித்திட்டம் தீட்டியுள்ளனர்" என்றான் சாய்.

சிலைகள் உடைந்துகிடந்த தோட்டங்களில் பட்டாம்பூச்சிகளைப்போல ரகசியப்பேச்சுகள் எழுந்து எழுந்து அடங்கியவண்ணமிருந்தன. தூக்கிலிடப்பட்டோர், கூட்டத்தை நோக்கிக் குறிவைத்ததுப்பாக்கி, நொறுங்கி விழும் காரைப்பூச்சு எனப் பலப்பல கிசுகிசுப்புகள் காற்றில் அழுந்தப் பதிந்தன. அங்கிருந்த நாய்கள் தங்கள் பாதங்கள்மீது மோவாயைப் பதித்து, காதுகளைப் பின்னோக்கி வைத்து, உலர்ந்த மூக்குடன் நிழலில் படுத்துக் கிடந்தன.

இச்செய்தியை பேகம் சாகிபாவிடம் கூறிய அமா, "ஆளுநர் மாளிகையுள்ளே நம் அரச உறவினர்களின் நிலையை அறிந்துகொள்ள நமக்கு நம்பிக்கையான நபரொருவர் அங்கு செல்ல வேண்டும். அங்கு நடப்பவை உடனடியாக நமக்குத் தெரிந்தாக வேண்டும். அவர்களுக்கு

ஏதேனும் அசம்பாவிதம் நிகழ்ந்துவிட்டால்... அதையறியக்கூடிய ஒற்றனைத் தேடி குல்பதனைக் காணச் செல்லப் போகிறேன்" என்றாள்.

அவள் கூறியதை பேகம் சாகிபா உறுதியுடன் ஆமோதித்தார், "அவர்கள் அமைதியான முறையில் சரணடைவதற்கான மிகமுக்கியத் தருணமிது!"

ooo

தாசிமனை முற்றத்தில் சக தாசிப்பெண்டிருடன் குல்பதன் வீற்றிருப்பதை அமா கண்டாள். கண்களில் மிரட்சியுடன் சமீபத்தில் அங்கு வந்துசேர்ந்த நீண்ட ஜடைகொண்ட இளம்பெண்ணும் அவர்களோடு அங்கிருந்தாள். ஆனால் தற்போது நன்கு பயின்று திறன்பெற்றவளாகி, அவள் தன் தலைவிதியையே மாற்றியமைத்துக்கொண்டிருக்கிறாள். தாசிப் பெண்கள் அனைவரும் அப்போதுதான் குளித்துமுடித்திருந்தனர். அவர்களின் பாதங்களைக் குளிர்விக்க சாய் கொப்பரைகளில் நீரூற்றிவைத்தான். அரச உறவினர்கள் சிறைபடுத்தப்பட்டதை குல்பதனிடம் கூறிய அமா, ஒற்றனொருவனைக் கண்டுபிடிக்க அவரது உதவி கிட்டுமாவெனக் கேட்டாள். "உள்ளே செல்ல ஏதேனும் வழி இருக்கக்கூடும்" என்றாள்.

"நான் வேண்டுமானால் முயன்று பார்க்கவா?" எனக் கேட்டான் சாய்.

அதைக் கேட்டுத் திகைத்த அமா, "நீ மாட்டிக்கொண்டால் சர் ஹென்றி லாரன்ஸ் உன்னைத் தூக்கிலிட்டு விடுவார், தெரியும்தானே" என்றாள். அவனைப்போன்று மென்குணம் கொண்டவர்களால் ஒற்றன் பணியைச் செய்யவும் முடியாது.

"நீ சொல்வது சரிதான், இருந்தாலும் என்னால் இதைச் செய்ய முடியுமென நினைக்கிறேன்."

"நம்மால் அவர்களிடம் உடனடியாக நெருக்கமாகிவிட முடியுமென எண்ணுகிறேன்" என்றார் குல்பதன்.

அமா பொறுமையிழந்து "நாம் அப்படித்தானே இருந்தோம்?" எனக் கேட்டாள். சாயைப் பார்த்தபடியே அவன் கூறியதை ஆராய்ந்தாள். "ஆளுநர் மாளிகையினுள் அவர்கள் கொண்டுசென்றுள்ள ஆடுகளைக் கவனித்துக் கொள்பவனாக, பால் கறந்து கொடுப்பவனாக நீ அங்கு செல்லலாம்தான். நல்ல பணம் கிடைக்குமெனப் பல வேலையாட்கள் உள்ளே சென்றுள்ளனர். திருமதி. கன்னிங்சைச் சந்தித்து அவரது ஆடுகளைப் பால் கறந்து கொடு, வாய்ப்புக் கிட்டும்போது அரச உறவினர்கள் இருக்குமிடத்தைக் கண்டு பிடித்து, அவர்கள் பாதுகாப்பாக இருக்கின்றனரா எனப் பார். அவ்வளவுதான் உன் வேலை. நம் சந்திப்புகளை அவ்வப்போது ஏற்பாடு செய்துகொள்ளலாம். அரச குடும்ப உறவினர்களின் உணவு குறித்தும், அவர்கள் வைக்கப்பட்டுள்ள இடம் குறித்தும் அறிந்துவந்து எங்களுக்குச் சொல்."

சாய் கவனத்துடன் இருக்கும்பட்சத்தில், ஆளுநர் மாளிகையினுள் சென்றுவருவதற்கு அவனே சரியான ஆளாக இருப்பான். ஆங்கிலேயப் பெண்களின் ஆடுகளில் பால் கறந்துதர இராணுவக்குடியிப்பினுள் அடிக்கடி நழுவிச்சென்றுவந்த அனுபவமுள்ளவன் அவன். சிறுநகரச் சந்தைக்கு நழுவிச்

சென்று கடுகு விதைகள் வாங்கிக்கொண்டு மீண்டும் குடியிருப்புக்குள் நழுவி முதிய ஆட்டின் உடல்நலத்தை ஆராயும் சாக்கில் ஆங்கிலேயப் பெண்களின் ரகசியப் பேச்சுக்களை ஒற்றுக்கேட்டுவிட்டு, அங்கிருந்து நழுவித் தாசிமனைக்குச் சென்று அங்கிருப்போருக்குப் பனிக்கட்டிகளிட்ட மாம்பழ பானமும், எலுமிச்சைப் பானமும் தயாரித்துக்கொடுத்து, மாத இறுதியில் ஆங்கிலேயப் பெண்கள் ஒவ்வொருவரும் அவனுக்களிக்கும் ஒரு ரூபாய் ஊதியத்தை அப்படியே குல்பதனிடம் கொடுத்துவிட்டு அங்கிருந்து நழுவி கோமதியாற்றுக்குச் சென்று நீண்ட நேரம் நீராடி, பிறகு தாசிமனையிலுள்ள தனது அறைக்கு நழுவிச் சென்று போர்த்திக்கொண்டு பின்மதியம் முழுவதும் உறங்குவான், இப்படியாக பல இடங்களுக்கும் நழுவிச்சென்றுவரக்கூடிய அனுபவம் கொண்டவன்தான் அவன்.

“இதை நானே செய்கிறேன்” என்றான் சாய்.

குல்பதன் முகத்தை உயர்த்தித் தயக்கத்துடன், “உன் மெலிந்த உடல்வாகு இப்பணிக்கு உதவக்கூடும்தான்” என்றார்.

சாய் மெலிந்த கைகளை விரித்து ஒரு காலை மட்டும் உயர்த்தி, கரத்தை வானை நோக்கி நீட்டியவாறே ஆழ்ந்து மெல்ல மூச்சுவிட்டான், உயர்த்திய கரத்தை நெஞ்சின்மீது வைத்து அங்கிருந்த அனைவரையும் நோக்கித் தலைதாழ்த்தி வணங்கினான், உடனே அங்கிருந்து நழுவிச்சென்றான்.

❍❍❍

பேகம் சாகிபாவின் அரண்மனை வரவும், பிர்ஜின் முடிசூட்டுவிழாவும் உடனடியாக நடக்க இருப்பதாக சத்தர் மன்சிலில் இருந்த தன் படைவீரர்களிடம் ஜெய் லால் சொல்லிக்கொண்டிருந்தார். அரச குடும்பத்து உறவினர்கள் எங்கு மறைத்து வைக்கப்பட்டுள்ளனரெனும் தகவல் கொண்டு வரவிருக்கும் சாயின் வருகைக்காகத்தான் அவர்கள் காத்திருந்தனர். ஒருவேளை அவர்களுக்கு ஏதேனும் ஆபத்தெனில் அவத் படையினர் அவர்களைக் காப்பாற்றியாக வேண்டும். ஆங்கிலேயர்களைச் சரணடையக் கூறி சர் ஹென்றி லாரன்சுக்கு எழுதப்பட்ட கடிதம் ஜெய் லாலிடம் தயாராக இருந்தது. ஆளுநர் மாளிகையைச் சுற்றிவளைக்க அவரது படையினர் தயாராக இருந்தனர்.

கடைத்தெரு வியாபாரியிடம் வாங்கி உண்ட மீதமான கபாப்கள் அமாவின் வயிற்றினுள் கனத்திருந்ததைப் போல சாயின் தகவலை எதிர்பார்த்துக் காத்திருந்த சூழலின் அழுத்தம், வீசும் காற்றையும் கனமாக்கியிருந்தது. கடைசியாக சாய் ஆளுநர் மாளிகையிலிருந்து வந்துவிட்டான் எனும் செய்தியை வேலைக்காரப் பையனொருவன் அவளிடம் தெரிவித்தான்.

வானில் கனத்த மேகங்கள் சட்டென உடைப்பெடுத்தன. பருவமழையின் இளந்துளிகள் தாசிமனையை நோக்கி விரைந்த அமாவின் கேசத்தில் விழுந்து அவள் காதுமடல்களின் வழியாகக் கழுத்தில் இறங்கியோடின. பெரிய பெரிய மழைத்துளிகள் இளஞ்சூட்டுடன் அவள் முகத்திலும் தோள்களிலும் தெறித்தன. தொடர்ந்து மழை பொழியத்துவங்கியது. மழையினூடாகவே கோமதியாற்றில் இசுலாமியர்கள் நீராடிக்கொண்டிருந்தனர். பார்சிகளோ

மீன்குழம்புக்குக் கசகசாவை அரைத்து ஊற்றுவதற்காக நீரெடுக்க ஆற்றுக்கு வந்திருந்தனர். இந்துமதத்தினர் கரைத்த சாம்பல்களாலும், நவாப்களின் பாடல்களாலும், மினுங்கும் மாலைச் சூரியனின் பிம்பத்தாலும், ஆங்கிலேயர் களின் பழங்கனவுகளாலும் ஆறு ததும்பியது.

கடைத்தெருவின் வீதிகளுக்குள் சட்டென மழைநீர் புகுந்துவிடவே, தெருவோர வியாபாரிகள் காய்கறிக் கூடைகளை அள்ளி வண்டிகளில் வைத்தனர். ஆனால் அந்த முதல் பருவமழை உடனே நின்றுவிட்டதால், வீதிகளில் தேங்கியிருந்த நீர் வடியும்வரை அமா தாசிப்பெண்டிருக்குச் சொந்தமான ஜவுளிக்கடையில் ஒதுங்கி நின்றாள். சூரியன் மீண்டும் சுட்டெரிக்கத் துவங்கியதும் மழை தந்த இதம் உடனே மறைந்துபோனது. பரபரப்பாக இயங்கிக்கொண்டிருந்த வீதியிலிருந்து விலகித் தாசிமனையின் படிக்கட்டுகளில் ஏறியபோது சித்திமகன் ஹசனை அமா கண்டாள். உயரமாய், ஒல்லியான முகம்கொண்ட ஒருவனுடன் அவன் பேசிக்கொண்டிருந்தான். அம்மனிதன் அணிந்திருந்த மஸ்லின் ஆடைகளும் அவன் தொப்பியும் பளிச்சென இருந்தன. அவர்களிருவரும் அமாவுக்குப் பரிச்சயமில்லாத வேறுசில வெளியூர் ஆட்களுடன் சேர்ந்து குளிர்பான விற்பனை வண்டியருகே நின்றிருந்தனர்.

ஹசனிடம் சென்ற அமா தலைகுனிந்து அவனைப் பார்த்து, "தஸ்லீம், ஆங்கிலேயர்களின் குதிரைகளைப் பராமரிக்கும் வேலையை விட்டுவிட்டாய் என்றுக் கேள்விப்பட்டேன். இப்போது உனக்கு வேறு புதிய பொழுதுபோக்கு கிடைத்துவிட்டதுபோலிருக்கிறதே" என்றாள்.

ஹசன் முகத்தைத் திருப்பிக்கொண்டு, "சலாம்" மட்டும் கூறினான்.

அபியும் அந்த வெளியூர் ஆட்களுடன் இருந்ததைக் கண்ட அமா சீற்றத்துடன், "ஹசன், முட்டாளைப்போல் நடந்துகொள்ளாதே. அபி ஆங்கிலேயர் ஆள். அவனுடன் நீ பழகுவது உனக்குத்தான் ஆபத்து. ஆங்கிலேயர்கள் இவனைப்போன்ற ஒற்றர்கள் வழியாக நம்மைப் பிரிக்க முயல்கிறார்கள். இந்த ஆட்களை நமக்கெதிராக மடைமாற்றி ஆங்கிலேயர்களைப் பலப்படுத்தவே அவன் முயல்வான் என்பதை..."

அவள் பேசிக்கொண்டிருக்கும்போதே கூட்டத்தைப் பிளந்து கொண்டு அவளருகே வந்த அபி, "உன் எஜமானியம்மாவிடமிருந்து நீ கொண்டுவந்த செய்தியா இது?" எனக் காவிக்கறைப் பற்களைக் காட்டி இளித்தபடியே கேட்டான். பொன்னிழையும் வெள்ளியிழையுமாய்ப் பூத்தையல் நெய்யப்பட்ட புத்தம்புதிய ஜோடிக் காலணிகள் அவன் கையில் இருப்பதைக் கண்டாள். "அதேபோல் எனக்கும் ஏதேனும் செய்தி கொண்டுவந்தாயா?" எனக் கேட்டான்.

"இப்போதைக்கு உனக்குச் செய்தியில்லை" என்றாள் அமா.

"உன் எஜமானியம்மாவின் அவத் படையில் சேரச்சொல்லி என்னை அழைக்கவில்லையா?"

"உன்னை எதற்காகவும் அழைக்கமாட்டார்கள். பேகம் சாகிபாவாகிய எம் அன்புக்குரிய பேகம் அஸ்ரத் மகல் அவர்கள் முறையானதோர் சிறப்பு விழாவிற்காகத் தயாராகிக்கொண்டிருக்கிறார்கள்" என்றாள் அமா.

“அதில் லக்னோவிற்கு ஏதேனும் நன்மை உண்டா?”

“இந்த நகரிலேயே உயர்வான புரவலர் அவர் மட்டும்தான்.”

அவன் சட்டெனத் தலையை உயர்த்தி, அவளை நோக்கித் தன் நெளிந்த விரலை நீட்டி, “ஏய் கருப்பின அடிமையே, புரவலர்களைப் பற்றிக்கூறி என்னைப் பயமுறுத்தப் பார்க்காதே” எனச் சீறினான்.

அவள் ஏதும் பேசாமல் நின்றிருந்தாள். அவன் அவளைப் பார்த்துக் கேலியாகப் புன்னகைத்தான். அவன் ஆடை முழுதும் சந்தனமும் துரோகமும் நாறின. புதிய காலணிகளை ஆட்டியவாறே, “உனது ராணியாரின் வெற்றிச் செய்தியைக் கேட்க ஆவலாயுள்ளேன். அப்படியொன்று நிகழ்ந்தால் உன் தம்பி ஹசன் மூலம் எனக்குச் சொல்லியனுப்பு” என்றான்.

○○○

அமா தாசிமனைப் படிகளேறிவருவதைக் கண்ட குல்பதனின் சகோதரர் வழிவிட்டு விலகிநின்றார். அமாவிடம் “நிலத் தீர்மானத்தை எதிர்த்து ஆங்கிலேயர்களிடம் நானளித்த மனுவை அவர்கள் நிராகரித்துவிட்டனர்... எனது நிலத்தை இழந்துவிட்டேன்” என வருத்தத்துடன் கூறியவர் தொடர்ந்து, “நான் இங்கேயே, எனது சகோதரியுடன் லக்னோவிலேயே தங்கிவிடப்போகிறேன்” என முடித்தார்.

“நீங்கள் இங்கேயே தங்கிவிடப்போவதை அறிந்தால் குல்பதன் மிகுந்த சந்தோஷப்படுவார். இங்கேயே ஏதேனும் பணியில் சேர்ந்துவிடுங்கள்” என அமா அவரிடம் கூறினாள்.

முற்றத்தில் விழுந்துகிடந்த போகன்வில்லா மலர்களையும், வாடிய சாமந்திப் பூக்களையும் பெருக்கிக் குவியலாக்கிவைத்திருந்த சாய், வேலையாட்கள் யாரேனும் வந்து அதை அள்ளிப் போகக் காத்திருந்ததை அமா கண்டாள். அவன் குளித்து லுங்கியும் சட்டையும் அணிந்திருந்தான், காற்றில் படபடத்த பச்சைவண்ண இதயங்கள் போன்ற அரச இலைகளின் கீழே ஏதோ பாட்டை முணுமுணுத்தபடி அமாவிற்காகக் காத்திருந்தான். இருவரும் வணக்கம் தெரிவித்துக்கொண்டனர். அமா அவனருகே முழந்தாளிட்டு அமர்ந்தாள். கடைத்தெரு வியாபாரியொருவர் அவளுக்களித்த பால் இனிப்பை அவனிடம் கொடுத்தபடி, “நாம் ஒருவரையொருவர் தெரிந்தவர்கள்போல் பொதுவிடங்களில் காட்டிக்கொள்ளக் கூடாது” என்றாள்.

அவன் இனிப்பை வாங்கிக்கொண்டு, “நீங்கள் என்றைக்குத் தாக்குதலை நடத்தப்போகின்றீர்கள்?” எனக் கேட்டான்.

“என்ன தாக்குதல்?” அமா கேட்டாள்.

“ஆளுநர் மாளிகைத் தாக்குதலைத்தான் கூறுகிறேன். அடுத்தமுறை நான் அங்கிருந்து சில மணிநேரங்கள் முன்னரே வெளியேறி, அரச குடும்பத்தினர் எங்கு சிறைவைக்கப்பட்டுள்ளனர் என உங்களிடம் தெளிவாகத் தெரிவித்துவிடுகிறேன். அப்போதுதான் அவர்கள் இருக்கும் பகுதியைத் தவிர்த்துவிட்டு அவத் படையினரால் தாக்குதல் நடத்தமுடியும்.”

“ஆளுநர் மாளிகையை நாங்கள் தாக்கப்போவதில்லை சாய், அவர்களைச் சரணடையத்தான் சொல்லப்போகிறோம். ஏதேனும் பிரச்சினை எழும்பட்சத்தில் உள்ளேயிருக்கும் அரசக் குடும்பத்தினருக்கு எந்தப் பாதிப்பும் ஏற்படக் கூடாது என்பதற்காகத்தான் அவர்கள் இருக்கும் இடத்தை உன்னிடம் கண்டுபிடிக்கச் சொன்னோம். அவர்கள் எப்படி இருக்கின்றனர் ?”

“அங்கு அனைவருக்குமே உணவு அளவாகத்தான் வழங்கப்படுகிறது. கொஞ்சம் இறைச்சியும் அரிசிச்சோறும் மட்டும்தான். ஆனால் அரச குடும்பத்தினர் நன்றாகவே கவனித்துக்கொள்ளப்படுகின்றனர்.”

“ஆங்கிலேயர்கள் ?”

“ஆண்கள் முதல் தளத்தில் உள்ளனர். என்னால் அங்கு போக முடியாது. அவர்கள் மேலே போவதையும் வருவதையும்தான் நான் பார்த்திருக்கிறேன்.”

“அப்படியானால் அவர்கள் அங்கு என்ன செய்கின்றனரென உனக்குத் தெரியாதா ?”

“என்னைப்போன்ற ஒற்றன்களைக் கண்டுபிடிக்கும் வேலையில் இருக்கின்றனர். ஆங்கிலேய அதிகாரியொருவன், எழுதுவதற்குத் தேவையான பொருட்களை எடுப்பதற்காக அறைக்குள் நுழைந்த விசிறிவீசுபவன் ஒருவனை ஒற்றன் எனத் தவறாக எண்ணிச் சுட்டுவிட்டான். அதனாலேயே நான் என் அன்றாட வேலைகளைத் தவிர வேறு எதையும் செய்வதில்லை. கொல்லைப்புறத்தில் இருக்கும் திருமதி. கன்னிங்சின் ஆடுகளைப் பால்கறந்ததும் நேராகப் பெண்களும் குழந்தைகளும் இருக்கும் இரண்டாம் தளத்திற்குச் சென்றுவிடுவேன். அவர்கள் அந்த அறைக்குள் அடைந்துகிடக்கின்றனர். குளிக்க லேவண்டர் இல்லாததை எண்ணியும், குறைவான ஆடைகள் எடுத்துவந்ததை எண்ணியும் வருத்தத்தில் உள்ளனர். ஒருசிலரிடம் ஆடைகளை விடவும் அதிக அளவில் ஒப்பியம் சாறு கையிருப்பு உள்ளது. அவர்களுக்குப் பால் கறந்து கொடுக்க நான் மாளிகையினுள் வந்ததையெண்ணி திருமதி. கன்னிங்சிற்கு ஒரே மகிழ்ச்சி. அவர் எனக்கு நல்ல ஊதியம் தருகிறார். அவர்களுக்காக லேவண்டர் கொண்டுசெல்லலாம் என எண்ணியிருக்கிறேன். வேலை முடிந்ததும் பால்பாத்திரத்துடன் படிகளிறங்கி முற்றத்துக்குச் சென்றுவிடுவேன், அங்கு மற்ற வேலைக்காரர்கள் உறங்கும் இடத்திலேயே திருமதி. கன்னிங்ஸ் எனக்கும் படுக்கையொன்றை ஏற்பாடு செய்திருக்கிறார். சமைக்கவும் சுத்தம் செய்யவுமெனத் துணிவுடன் உள்ளே வந்து பணிபுரிபவர்களுக்கு நிறைய ஊதியம் வழங்கப்படுகிறது.”

“அவத் படையினரைப் பற்றி அவர்களுக்குத் தெரியுமா ? அது தொடர்பாக உன் காதில் ஏதும் விழுந்ததா ?”

“ஜெய் லாலின் ஆட்கள் வீதிகளில் சுற்றித்திரிவதை அவர்கள் கண்டுள்ளனர். அவர்கள் அதிக எண்ணிக்கையில் இருப்பதையும் ஆங்கிலேயர்கள் அறிந்துள்ளனர். என்ன நடக்கிறதெனப் பெண்கள் தொடர்ந்து கேட்டு நச்சரித்துக்கொண்டே இருக்கின்றனர். அடுத்து என்ன நடக்குமோ எனத் தங்கள் கணவர்மார்களிடமிருந்து வரும் தகவல்களுக்காகப்

பதற்றத்துடன் காத்திருக்கின்றனர். சரணடைவதில்ப் பெண்களுக்கு எதிர்ப்பில்லையென்பது அவர்களின் பேச்சிலிருந்து தெரிகிறது. நான் மிகவும் எச்சரிக்கையுடன் இருக்க வேண்டியுள்ளது, ஏனெனில் அங்கிருக்கும் அனைவரும் ஒற்றர்களைக் கண்டுபிடிப்பதில் தீவிரமாயுள்ளனர்."

"உள்ளே அபியைப் பார்த்தாயா?"

சாய் தோள்களைக் குலுக்கினான், "இருதரப்பினரிடமிருந்தும் ஒற்றர்கள் உள்ளே வருவதும் போவதுமாய் இருக்கிறார்கள். ஆங்கிலேயர்களுக்கும் செய்திகள் தேவையாயிருக்கிறது. கான்பூரில் ஏதோ அசம்பாவிதம் நடந்துள்ளதாக திருமதி. கன்னிங்சின் துப்புரவாளர் என்னிடம் கூறினார். செய்திகளை அறிந்துகொள்வதற்காக அவர்கள் லட்சக்கணக்கில் பணத்தை வாரியிறைக்கின்றனர்."

"கான்பூர் வன்முறைக்குப் பயந்துபோன ஆங்கிலேயர்கள் தற்காலிகக் காப்பிடமொன்றிற்கு இடம்மாறியுள்ளனர்" என்ற அமா, "அந்த சிவப்பனை உள்ளே எங்கேனும் கண்டாயா?" என சாயிடம் கேட்டாள்.

"அவர்கள் அனைவருமே உள்ளேதான் இருக்கின்றனர் என நினைக்கிறேன்."

சாய் சாமந்திப் பூத் தோட்டத்திற்குள் செல்ல, அமா அவனைப் பின்தொடர்ந்தாள். செம்மண்ணை உள்ளங்கையால் தேய்த்துச் சமன்படுத்தி அதில் விரலால் வரையத் துவங்கினான். "இதுதான் இரண்டாம் தளம், இங்குதான் பெண்களும் குழந்தைகளும் உள்ளனர், அதன் கீழே முதல்தளத்தில் ஆண்கள் உள்ளனர். இரண்டாம் தளத்தின் கிழக்குப் பக்கமாக இதோ இங்கு ஓர் உள்ளறை உள்ளது. நூலகம், அங்குதான் நம் அரசக் குடும்பத்தினர் இருவரும் அடைத்துவைக்கப்பட்டுள்ளனர்" என்றான்.

அமா எழுந்தாள், "நான் உடனே இதை ஜெய் லாலிடம் கூற வேண்டும். நாம் மீண்டும் இன்று மாலை சந்திப்போம். ஜெய் லால் தாக்குதல் நடத்தவிருக்கும் நாளினை அப்போது உனக்குச் சரியாகக் கூறிவிடுகிறேன்."

அமா அங்கிருந்து வீட்டிற்குக் கிளம்பினாள். வழியெங்கும் மக்கள் எதையோ ரகசியமாய் முணுமுணுப்பதைக் கண்டு தலையுயர்த்தி மேலே பார்த்தாள். தந்திக்கம்பிகள் துண்டிக்கப்பட்டிருந்தன.

○○○

அன்றைய மாலை அமா சாயை மீண்டும் தாசிமனையில் சந்தித்தாள். லக்னோவாசிகள் சிலர் நிகழ்ச்சிகளைக் கண்டுகளிப்பதற்காக முற்றத்து மண்டபத்தில் காத்திருந்தனர். அவர்களுள் ஒருசிலர் மட்டுமே பிரபுமார்கள், மீதமிருந்தவர் அனைவரும் அமா அறிந்திராத இளம் வணிகர்கள். சாய் அவர்களுக்குக் கோப்பைகளில் நீர்நிறைத்துக் கொடுத்தான்.

அமா இருளில் நின்றபடி, காற்றில் படபடக்கும் அரசமர இலைகளிலும், முற்றத்து உட்பகுதிகளிலும் மின்மினிகள் நடனமாடுவதையே பார்த்துக்கொண்டிருந்தாள். முற்றத்தின் இருள்மூலைகளை ஒளியூட்டத் தொடர்ந்து சிறுசிறு வாணவேடிக்கைகள் நடத்திக்கொண்டிருந்தனர்.

சாய் வேலைகளை முடித்துவிட்டு அவளைநோக்கி வந்தான். இருவரும் ஒருவருக்கொருவர் முகமன் கூறிக்கொண்டனர், "ஆங்கிலேய ஒற்றர்கள் நம்மைச்சுற்றி எல்லா இடங்களிலும் நிறைந்துள்ளனர். அவர்கள் உன்னை இங்கு கண்டுவிடக் கூடாது. நாளை பேகம் சாகிபா கைசர்பாக் அரண்மனைக்குக் குடிபெயர்கிறார். மறுநாளே பிர்ஜிசிற்கு முடிசூட்டுவிழா, அதற்கு மறுநாள் ஜெய் லாலின் படையினர் ஆளுநர் மாளிகைக்குப் படையெடுக்கின்றனர். அதாவது இன்னும் மூன்று நாட்களுக்குள் அங்கு வருவர். ஏதேனும் பிரச்சினை ஏற்பட்டால் நாம் உடனடியாகவும் விரைவாகவும் அரசக் குடும்பத்தினரை அங்கிருந்து வெளியேற்றிவிட வேண்டும். அவர்களைச் சிறைபிடித்தவர்கள் அவர்களை வேறு எங்கும் இடம் மாற்றவில்லைதானே? அவர்கள் முன்னர் இருந்த அதே இடத்தில்தானே இருக்கின்றனர்?"

"நானறிந்தவரையில் அவர்கள் இப்போதும் நூலகத்தில்தான் உள்ளனர்."

"அரசக் குடும்பத்தினர் அங்கேயேதான் இருக்கின்றனரா என்பதை முதலில் உறுதிப்படுத்திக்கொள்ள வேண்டும். நீ அதைக் கண்டுவந்து என்னிடம் சொல், நான் அதை ஜெய் லாலிடம் தெரிவித்துவிடுகிறேன். ஆளுநர் மாளிகையின் வெளியே இருக்கும் தம் படையினரிடம் ஜெய் லால் அதைத் தெரிவித்துவிடுவார். உன்னால் மூன்று நாட்களுக்குள் உள்ளே சென்று வந்துவிட முடியுமா?" என அமா சாயிடம் கேட்டாள்.

"முடியுமென்றுதான் நினைக்கிறேன். பொதுவாக நடுப்பகலின்போது மாளிகை அமைதியாக இருக்கும், அப்போது நான் வெளியேறிவிடுகிறேன். மூன்று நாட்கள் கழித்து, முன்மதியத்தின்போது என்னை இங்கு வந்து பார், ஆனால் ஒன்று சொல்கிறேன் கேள், உன் திட்டங்களில் எச்சரிக்கையுடன் இரு அமா... அரச குடும்பத்தினர்பொருட்டு எச்சரிக்கையுடன் இரு. ஆங்கிலேயத் தூக்கிலிடுபவன் ரொம்பத் தொலைவில் இல்லை என்பதை நினைவில்கொள்" என்றான் சாய்.

"நீயும் எச்சரிக்கையுடன் இரு. இனி இதுபோல் பகிரங்கமாக நாம் சந்தித்துக்கொள்ளக் கூடாது. தாசிப்பெண்டிரின் நிகழ்ச்சிகளில் பணிபுரிவதில் இருந்தும் நீ விலகியிருக்க வேண்டும், குல்பதனிடம் பேசி அதற்கு அனுமதி வாங்கிவிடு" என்றாள் அவள்.

○○○

கைசர்பாக்கிலிருந்து பேகம் சாகிபாவின் இல்லத்திற்குச் செல்லும் நிழற்பாதையில் கடையொன்றின் வாசலில் மலைமுத்து புகைத்துக்கொண்டிருப்பதை அமா கண்டாள். பீடியில் இருந்து எழுந்த சருகுகள் எரியும் வாசத்தோடு, புத்தம்புதிய காபிக்கொட்டைகள் அரைபடும் நறுமணமும் சேர்ந்துகொண்டது. காப்பி பருக அவன் அமாவையும் அழைத்தான்.

"தஸ்லீம், நான் உடனே செல்ல வேண்டும். அத்துடன் காப்பி என்னைப் பதற்றமாக்கிவிடும்" என்றாள்.

"ஆளுநர் மாளிகையினுள்தான் இப்போது அவர்களனைவரும் உள்ளனர். வெளியுலகத் தொடர்பிலிருந்து முற்றிலுமாகத் துண்டிக்கப்பட்ட

மூன்றாயிரத்துக்கும் அதிகமானோர் அங்குள்ளனர். நாட்டின் பல்வேறு பகுதிகளிலிருந்தும் ஐரோப்பியர்கள் வந்தவண்ணமாக உள்ளனர். மாற்று உடைகூட இல்லாத ஆங்கிலேய அகதிகள்கூட வருகின்றனர். அவர்களுக்கு எந்தத் தீங்கும் நேர்ந்துவிடக் கூடாது. அமைதியான முறையில் அவர்கள் சரணடைவது இப்போது மிக அவசியம்."

போகன்வில்லா மலர்களும், பலாமரப் பூக்களும் லக்னோ தோட்டச் சுவர்களைத் தழுவிநிற்க, எலுமிச்சைப் பானம் லக்னோவாசிகளின் வறண்ட தொண்டைகளைச் சாந்தப்படுத்திக்கொண்டிருந்தன. கைசர்பாக் அரண்மனையின் பின்பக்கச் சுவர் நெடுகவும் முடிசூட்டுவிழாவின்போது ஏற்றப்படுவதற்காய்ச் செம்மண் கிண்ணங்களில் மெழுவர்த்திகள் வைக்கப்பட்டிருந்தன. சாய் வரைந்துகாட்டிய ஆளுநர் மாளிகையின் வரைபடத்தையும், அளந்து வழங்கப்படும் அரிசிச்சோறையும் பயறுகளையும், கத்தும் ஆடுகளையும், ஓப்பியம் சாற்றையும் பற்றிச் சிந்தித்தபடியே அமா தோட்டத்திலிருந்தாள். பிர்ஜிஸின் முடிசூட்டுவிழாவையும், நடன நிகழ்வுகளின் சலங்கையொலிகளையும், விழாவில் மக்கள் ஒருவரையொருவர் ஆரத்தழுவி உற்சாகம் கொள்வதையும்கூட அமா எண்ணிப்பார்த்துக்கொண்டாள். இருபத்தோரு குண்டுகள் முழங்கிட முன்பு ஆங்கிலேய மகாராணியார் லக்னோ மன்னருக்கு அளித்த ராஜமரியாதை இப்போது பிர்ஜிஸின் முடிசூட்டுவிழாவிலும் ஒலிக்கவிருப்பதையும் எண்ணிப்பார்த்தாள்.

பேகம் சாகிபாவின் ஆணையையொட்டி, லக்னோவின் அரசு வானியல் கண்காணிப்பகமாகிய ஐந்தர் மந்தரில் ஹசனோடு தங்கியிருக்கும் வெளியூர் ஆட்களைக் கண்காணிக்குமாறு அமா வேலைக்காரப் பையனொருவனிடம் கூறினாள், அந்தக் கோளரங்கத்தில் இருந்த பிரம்மாண்டத் தொலைநோக்கி இப்போது உடைந்து பயனற்றுக் கிடக்கிறது.

○○○

லக்னோவிலிருந்து வெளியேறாமல் தங்கிவிட்ட பிரபுமார்கள் தம் வீட்டு மேல்மாடிகளில் நன்கு பாதுகாக்கப்பட்ட அறைசன்னல்களின் வழியாக வீதிகளில் உலாவரும் அவத் படையினரைப் பார்த்துக்கொண்டிருந்தனர். பேகம் சாகிபாவின் இல்லத்திலிருந்து கைசர்பாக் அரண்மனைவரை நீளும் நிழலார்ந்த பாதை முழுதும் ஜிகினா வேலைப்பாடுகள் நிறைந்த அலங்காரப் பல்லக்குகள் அணிவகுத்திருந்ததை அவர்கள் கண்டனர். ஊர்வலம் அரண்மனையைச் சுற்றிக்கொண்டு முன்வாயிலுக்கு வந்துசேர்ந்தது. அங்கே காத்திருந்த காசிமும் பாத்திமாவும் பேகம் சாகிபாவின் ஆட்களை வரவேற்றுப் பரந்துவிரிந்த தோட்டங்களின் வழியாக அழைத்துச்சென்றனர். மீன்வடிவக் காரைப்பூச்சால் ஆன வளைவிதானங்களையும், பளிங்கு நீர்த்தொட்டிகளையும், குடைகளும் லாந்தர்களும் கொண்ட இந்துக்களின் பெரிய முற்றங்களையும் கடந்து, பச்சைநிற சாளரக் கதவுகளும், ஆரஞ்சுவண்ணத் திரைச்சீலைகளும் தேக்குமர உத்திரமும் கொண்ட பேகம் சாகிபாவின் பிரம்மாண்ட அறைகளை நோக்கி அவர்கள் சென்றனர். முன்பு மன்னருக்கு விருப்பமான பரவசமூட்டும் இசைநிகழ்ச்சிக்காக முன்புறத்தில் அமைக்கப்பட்டிருந்த எழில்கொஞ்சும் தோட்டங்கள். அரண்மனையின் மற்ற அறைகள்போலவே

பேகம் சாகிபாவின் அறைகளும் காற்றோட்டத்துடன் இருந்தன. பளிங்குத் தரை; மாம்பலகையாலான மரச்சாமான்கள், பொன்முலாம் பூசிய சுவர்கள், அனற்காற்றை வெளியேற்றும் மண்குழாய்கள் அங்கிருந்தன. அறைகளின் வெளியே, கூடாரம்போல் நாற்புறமும் துணிகளால் மறைத்த மண்டபமொன்று அமைக்கப்பட்டிருந்தது, அதுதான் இனி பேகம் சாகிபாவின் சந்திப்பு அறையாக இருக்கும்.

அரண்மனையிலிருந்தோர் அனைவரும் தோட்டத்தில் நின்று வேடிக்கை பார்த்துக்கொண்டிருந்தனர். லைலா சித்தியும்கூடப் பார்த்துக் கொண்டிருந்தார். முன்னர் மன்னரிடம் பணியாற்றிய நூற்றுக்கணக்கான விலங்குப் பயிற்சியாளர்கள் முன்பக்கக் கூடத்தில் கூடியிருந்தனர். முன்னர் மறிமான் கூட்டங்களையும் சிறுத்தைகளையும், பசும்பொன்னொளி வீசும் பட்டுச்சிறகுப் புறாக்களையும் வளர்த்துவந்த அப்பயிற்சியாளர்கள் தம் வளர்ப்பு விலங்குகளை இழந்து ஏக்கத்தில் தவித்துவந்த நிலையில் ஷாசாதியைக் கண்டதும் உற்சாகக் கூச்சலிட்டனர். புலிக்கூண்டைத் தலைக்கு மேலே தூக்கி ஆரவாரித்தனர். வைரமென மின்னும் கண்களும், வெண்ணிற மீசையுமாய் நன்கு வளர்ந்த புலியாகக் கூண்டுக்குள்ளிருந்த ஷாசாதி இருமுறை தும்மிவிட்டுச் சுற்றியிருந்த அனைவரையும் பார்த்து மலங்க மலங்க விழித்தது. அரண்மனைத் தோட்டங்களைக் கடந்து கடற்கன்னி வாயில் வழியாக பேகம் சாகிபாவின் குடியிருப்பிற்குப் புலிக்கூண்டினை வெகு கவனத்துடன் தூக்கிச்சென்றனர். கூண்டுகளுக்குள் இருந்த கருவண்ண அன்னப் பறவைகளைத் தூக்கிச்சென்று பெரிய வேப்பமரத்தின் கீழே விட்டனர். நீண்ட கருத்த கழுத்துகள் கொண்ட அப்பறவைகள் ஊதுகுழல்கள்போல் ஓசையிட்டன. சூடுபறக்கும் இறைச்சியை ஷாசாதிக்காக அரண்மனைச் சமையற்காரர்கள் கொண்டுவந்தனர். அன்றைய ஒரு தினத்திற்காக மட்டும் நெய்யில் தோய்த்த ரொட்டித்துண்டுகளை பறவைகளுக்குக் கொண்டுவந்து கொடுத்தாள் அமா.

“ஏன் அவள் இங்கு வந்திருக்கிறாள்?”, “அதுவும் மகனுடன் ஏன் அவள் இங்கு வந்திருக்கிறாள்?” என அலறிக்கொண்டிருந்த மன்னரின் மனைவியர் சிலரைப்போல நல்லவேளையாக கருவண்ண அன்னங்கள் அலறவில்லை.

மன்னருக்குரிய தேவ அரங்கில் அமாவுக்காக மன்னரின் மனைவியர் காத்திருந்தனர். நடனமகளிர், அரச குடும்பத்து இளவரசிகள், கிழக்காப்பிரிக்கப் பெண்கள் எனக் கலந்துநின்ற அவர்கள் பருமன், ஒடிசல், உயரம், குள்ளம் எனப் பல வகைகளாக இருந்தனர். திரைகளால் மறைக்கப்பட்ட தம் வாழ்வை அவர்களின் குழந்தைகள் விளையாடி மகிழ்ந்துகொண்டிருந்தனர். அம்மனைவியரின் கேள்விகள் தொனிக்கும் காயமுற்ற பார்வை அமாவை ஊடுருவியது. “நமக்கு உதவத்தான் அவர் இங்கு வந்துள்ளார். மன்னர் திரும்பிவரும்வரை அவர் இடத்தில் பிர்ஜிஸ் இருப்பதுதான் முறையாக இருக்குமென ஜெய் லால் கருதுகிறார். இது குறுகிய கால ஏற்பாடு மட்டுமே. லக்னோவைத் தக்கவைத்துக்கொள்ள பேகம் சாகிபா நிறையப் பணத்தையும் நேரத்தையும் செலவுசெய்கிறார். இது சரியான செயல்தான்” எனக்கூறிவிட்டு அமா அங்கிருந்து உடனே கிளம்பினாள். அவர்கள் சினத்துடன் அவளையே பார்த்துக்கொண்டிருந்தனர். அமாவுக்கு இதற்குமேல் அவர்களிடம் கூற ஏதுமில்லை.

சமையலறைப் பணிகள் தொடர்ந்து நடைபெற பேகம் சாகிபா பெரும் தொகையை நன்கொடையாக அளித்தார். சமையற்காரர்கள் உடனே கோழிகளைப் புஷ்டியாக்க கஸ்தூரியும் குங்குமப்பூவும் வாங்க விரைந்தனர். அரிசிச் சோற்றோடு உண்ண முப்பது சேர் இறைச்சி சேர்த்த குழம்பையும், சிறப்பான புலாவ்களையும் அவர்கள் வேகம் வேகமாகச் சமைக்கத் துவங்க, பிர்ஜிஸ் சமையற்காரர்களின் மகன்களோடு சேர்ந்து மாஞ்சாநூல் கட்டிய பட்டங்களைப் பறக்கவிட்டு மகிழ்ச்சியாக விளையாடிக் கொண்டிருந்தான். அவனது தந்தையாரான மன்னருக்கு விருப்பமான கோமேதகக் கற்கள் பதித்த கிரீடம் பளபளவெனத் துடைக்கப்பட்டு அவனது முடிசூட்டு விழாவுக்காகக் காப்பறையில் காத்திருந்தது. பேகம் சாகிபாவுக்கும் மன்னருக்கும் மணவிலக்காகிப் பல வருடங்கள் கழிந்திருந்தன. மன்னர் லக்னோவிலிருந்து சென்றும் பதினைந்து மாதங்கள் ஆகிவிட்டன. மலைமுத்துவும் அவன் பணியமர்த்திய பையன்களும் சேர்ந்து முடிசூட்டுவிழா அறிவிப்புகளைச் செய்துவந்தனர். பிர்ஜிஸின் முடிசூட்டு விழாவை எதிர்நோக்கி ஆயிரத்துக்கும் மேற்பட்ட அவத் படைவீரர்கள் காத்திருந்தனர். விழா முடிந்ததுமே மூன்றாயிரம் ஆங்கிலேயர்கள் அடைபட்டிருந்த ஆளுநர் மாளிகையைச் சுற்றிவளைத்து, அவர்களைச் சரணடைய செய்து, அவர்கள் உண்டாக்கிய போலி ஒப்பந்தங்களை முடிவுக்குக் கொண்டுவந்து, உள்ளே சிக்கியிருக்கும் அரச குடும்ப உறவினர்களைப் பொன்பட்டாம்பூச்சிகளைப்போலே விடுவிக்க அவ்வீரர்கள் ஆவலுடன் காத்திருந்தனர்.

சமையற்காரர்களைத் துரிதப்படுத்தி அமா வேலை வாங்கிக் கொண்டிருந்தபோது பாத்திமா அவளை அழைக்கும் சத்தம் கேட்டது. மூச்சிரைக்கத் தட்டுத்தடுமாறி ஓடிவந்த பாத்திமா, “மன்னரின் உடைமைகளையெல்லாம் ஆங்கிலேய வீரர்கள் நம் காப்பறைகளிலிருந்து எடுத்துச் செல்கின்றனர்” எனப் படபடத்தாள்.

“இரு குறுபீரங்கிகளைக் காட்டி மிரட்டி உள்ளே நுழைந்துவிட்டனர், அவர்களில் பலர் கைகளிலும் துப்பாக்கிகள் உள்ளன. மன்னரின் உடைமைகள் சண்டையில் சேதமடையாமல் பாதுகாக்கவேண்டி இங்கிருந்து எடுத்துவரச்சொல்லி அவர்களுக்கு சர் ஹென்றி லாரன்ஸ் உத்தரவிட்டுள்ளாராம். மன்னரிடம் அவரது நன்மைக்காகத்தான் உடைமைகளை எடுத்துச்செல்வதாகத் தெரிவிக்கப்பட்டுவிடும் எனவும் சொல்கிறார்கள்” என பாத்திமா சொல்வதைக் கேட்டுக்கொண்டே அமா அவளுடன் கூடத்தை நோக்கி ஓடினாள்.

“பேராசை பீடித்தப் பொய்கள் அவை. அவர் கூறும் இந்தக் கட்டுக்கதையையெல்லாம் இனியும் நாம் கேட்டுக்கொண்டிருப்போமென எப்படி அவர் நம்புகிறார்?”

“நமது மற்றக் காவலர்களோடு சேர்ந்து நானும் அவர்களிடம் சிக்கியிருப்பேன், அவர்கள் என்னைப் பார்க்கும் முன்னர் எப்படியோ நழுவி ஓடிவந்துவிட்டேன்.”

அமாவும் பாத்திமாவும் மூச்சிரைக்க ஓடினர். கூடத்தின் அருகிலிருந்த வளைவிதானத்தின் ஓரமாய் உயரமான சூரியகாந்திச் செடிகள் நிறைந்த

நீள்கோளவடிவத் தோட்டத்தின் அருகே மறைந்துகொண்டு உள்ளே நடப்பதைப் பார்த்தனர். கூடத்தினுள்ளே, அரண்மனைக் காவலாளிகள் இருபது பேர்களும் ஒருபுறமாய் நிற்கவைக்கப்பட்டிருந்தனர். அவர்களைப் பயமுறுத்துவதற்காக இரு பீரங்கிகளில் ஒன்றின் முன்னே காசிமை நிற்கவைத்திருந்தனர். அவர்களின் எதிரே துப்பாக்கியேந்திய ஐம்பது ஆங்கிலேயர்களேனும் இருப்பதைப்போல் தெரிந்தது. சில மாதங்களுக்கு முன்னர் மன்னரின் உடைமைகளைக் கணக்கெடுக்க வந்த கிளிக்கண்ணனும் அங்கிருந்தான். கையில் பதிவேடு ஒன்றை ஏந்தி இரண்டாம் பீரங்கியருகே சிவப்பனோடு அவன் நின்றிருந்தான். நீலச்சீருடை அணிந்திருந்த மற்ற வீரர்கள் பீப்பாய்களுக்குள் மன்னரின் பொக்கிஷங்களை அடைத்து வாசற்கதவை நோக்கி உருட்டிச்சென்றனர். விலையுயர்ந்த கற்கள் அடங்கிய பெட்டகத்தையும் தூக்கிச்சென்றனர். மரகதம் பதித்த மன்னரின் அரியாசனத்தை இருவர் தூக்கிச்சென்றனர். ராஜமாதாவின் ஸ்படிக சதுரங்கப்பலகைத் தொகுப்பையும், பிர்ஜிசுக்குச் சூட்டவிருக்கும் கோமேதகக் கற்கள் பதித்த கிரீடத்தையும் தூக்கிச்சென்றனர். அங்கிருந்து எடுத்துச்செல்லப்படும் யானைத்தந்தப் பொருட்களையும் பொற்காசு களையும் சீனப்பீங்கான்களையும் செம்பு வெள்ளிச் சாமான்களையும் கிளிக்கண்ணன் தன் கையிலிருந்த ஏட்டில் குறித்துக்கொண்டதைக் கூடத்தில் தொங்கிய தைல ஓவியங்களிலிருந்து காலஞ்சென்ற நவாப்கள் வெறுமனே பார்த்துக்கொண்டிருந்தனர். இதையெல்லாம் கண்ட அரண்மனைக் காவலர்களின் முகம் ஆத்திரத்தில் விகாரமாகின, ஆங்கிலேய வீரர்களைப் பார்த்து அவர்கள் கூச்சலிட்டனர்.

காசிமின் உதடுகளும் அசைவதை அமாவால் இங்கிருந்து பார்க்க முடிந்தது. ஆனால் அவர் கூறியது எதுவும் அவள் காதில் விழவில்லை. கூடம் முழுவதும் இரைச்சல்களால் நிரம்பிவழிந்தது. அத்தனை பிரம்மாண்ட மான கூடத்து நடைபாதையில் கூச்சல்கள் இடிபோல் முழங்கின. பளிங்குத்தரையில் விழுந்து உடையும் கல்லைவிடவும் அதிக சத்தத்துடன் அவர்கள் இரைந்த ஓசை சூடான ரத்தம் காதுகளை நிறைப்பதைப்போலே கேட்டது. அமா இங்கிருந்து என்ன கத்தினாலும் அது அந்தப் பேரிரைச்சலில் கடலில் இட்ட பெருங்காயமாய்க் காணாமல் போகக்கூடும். இவர்கள் அனுப்பிய முறையான, மரியாதைமிகுந்த கடிதங்களையெல்லாம் நிராகரித்து விட்டு இத்தகைய அக்கிரமச்செயல்களில் ஈடுபடும் இவ்வீரர்களைக் கடிந்து, அவர்கள் முகங்களில் அறைந்து, காதுகூச வசைமாரிபொழிந்து அவர்களோடு படகுகளில் குதித்தேறிக் கடல்கடந்து அவர்களை அனுப்பிவிட வேண்டுமெனத் துடித்தாள். மேரிமாதா, சிவபெருமான், முகம்மது என அனைவரும் கூவியழைப்பதைப்போலவும், ஆனால் அவர்களின் குரல்களும் கூட அந்த இரைச்சலில் அமிழ்ந்துபோனதைப்போலவும் அவளுக்குத் தோன்றியது. ராஜமாதாவின் மருத்துவ ஆலோசகரான முதியவர் லால் திடீரென பாத்திமாவுக்கும் அமாவுக்கும் இடையே நடுங்கியபடியே ஊர்ந்து வந்துசேர்ந்தார். அவரது நடுங்கிய கரத்தை அமா அழுந்தப் பற்றினாள். பின்னர் பாத்திமாவிடம் "இவர்களை வீதியிலேயே தடுத்துநிறுத்தப் படையினரோடு வருமாறு ஜெய் லாலிடம் கூறப்போகிறேன். நீ லாலுடன் சென்று இனி ஒரு நொடிகூட நாம் காலம்தாழ்த்தக் கூடாதென பேகம் சாகிபாவிடம் கூறு.

மன்னரின் உடைமைகள் ஆளுநர் மாளிகைக்குச் செல்வதை நாம் எப்படியேனும் தடுத்துநிறுத்தியாக வேண்டும். அத்துடன் பேகம் சாகிபாவைப் பின்பக்கம் வழியாக அரண்மனையை விட்டு வெளியேறும்படியும் கூறிவிடு. என்ன நடக்கிறதென்பதை லக்னோவாசிகள் திட்டவட்டமாக அறியவிரும்பும்போது அவர் நம்முடன் இருக்கவேண்டியது அவசியம்" என்றாள்.

அமா அரண்மனை மைதானங்களைக் கடந்து, பின்வாசல் வழியாக நிழற்சாலைக்குள் ஓடினாள். சத்தர் மன்சிலில் அமா கூறியதையெல்லாம் இறுகிய முகத்துடன் செவிமடுத்த ஜெய் லால் உடனடியாக மலைமுத்துவை அழைத்து அவத் படையினரைத் தயாராகச் சொன்னார். மன்னரின் உடைமைகள் களவுபோவதைத் தடுக்க வேண்டுமென முழங்கினார்.

சத்தர் மன்சிலுக்கும் ஆளுநர் மாளிகைக்கும் இடைபட்ட சாலையில் ஜெய் லாலின் குதிரையொன்றின் மீதேறி அமா விரைந்தாள். மன்னரின் உடைமைகளை ஏற்றிக்கொண்டு ஆளுநர் மாளிகைக் குன்றை நோக்கிச்செல்லும் வண்டிகளின் இருபக்கமும் துப்பாக்கிகளேந்திய வீரர்கள் காவலுக்கு நடந்துசெல்வதையும், அந்த ஊர்வலத்தை வேடிக்கை பார்க்கும் கூட்டத்தில் பாதுகாவலர்கள் சூழ முகத்திரை அணிந்து பேகம் சாகிபா நிற்பதையும் அமா கண்டாள். வண்டியிலிருந்த பீப்பாய்களை இறுக்கிச் சுற்றிய பித்தளைப் பட்டைகள் வெயில்பட்டுப் பிரகாசித்தன. வண்டிகளைத் தலையுயர்த்திப் பார்த்துக்கொண்டிருந்த லக்னோவாசிகளின் முகம் வியர்வையில் மினுமினுப்பதைப்போலே, அமாவின் பாட்டியார் கூறிய கதைகள் நினைவில் பிரகாசிப்பதைப்போலே, லக்னோவின் கவிதைகளெல்லாம் காற்றில் மினுமினுத்தன. ஜெய் லாலும் மலைமுத்துவும் வழிநடத்திட, ஆயிரக்கணக்கான அவத் படையினர் சாலையில் இறங்கி வந்தனர். ஆங்கிலேயர்களின் வண்டிகள் குன்றின்மீது வேகமாக ஏறிச்செல்ல, அவத் படையினர் அவர்களைத் தொடர்ந்து உறுதியுடன் முன்னேறினர்.

அமா கீழிறங்கியதும் பேகம் சாகிபா அந்தக் குதிரையில் ஏறிக் கொண்டார், "தீயதைவிடவும் நல்லதையே மனிதர்களிடமிருந்து எதிர்பார்த்துத் தப்புக்கணக்குப் போட்டுவிட்டோம். நாம்செய்த மிகப்பெரிய தவறே அதுதான். மன்னரின் உடைமைகள் திருடுபோவதைத் தடுக்க ஆளுநர் மாளிகை உடனடியாகச் சுற்றிவளைக்கப்படும், அவர்களும் உடனடியாகச் சரணடைய வேண்டும்" என சுற்றியிருந்த பெண்களிடம் உரக்கக் கூறினார்.

தூரத்தில், ஜெய் லால் வீரர்களிடம் எதையோ சத்தமாகக் கூறிக் கொண்டிருந்தார். கோமதியாற்றின் மறுபுறம் முற்றிலும் எரிந்துபோய் ஆட்களற்றுக் கிடந்த இராணுவ பங்களாக் குடியிருப்புகளை அவர்கள் பார்த்தனர். ஆற்றின் அந்தப்பக்கமிருந்து குழப்பமான இரைச்சல் எழுந்தது. அமா முகத்திரை அணிந்திருந்த பேகம் சாகிபாவின் முகத்தைக் குழப்பமாக ஏறிட்டுப் பார்த்தாள். அவர்களிருவரும் உன்னிப்பாகக் கேட்டனர். துப்பாக்கிகள் வெடிக்கும் ஓசை நிசப்தமாகயிருந்த காலி குடியிருப்பிலிருந்து வந்ததா அல்லது பைசாபாத் சாலையிலிருந்து எழுந்ததா என அவர்களுக்குச் சரியாகத் தெரியவில்லை. ஜெய் லாலின் படைவீரர்கள், அரண்மனைக் காவலாளிகள் என அங்கிருந்த அனைவருமே அந்தச் சத்தங்களை

உன்னிப்பாகக் கேட்டனர். முதியவர் லால் அமாவின் அருகே வந்து பயத்தில் திக்கினார். ஒரு அலைபோல அந்த இரைச்சல் அவர்களை நோக்கிப் பாய்ந்து வந்துகொண்டிருந்தது.

மன்னரின் உடைமைகள் ஏற்றப்பட்ட ஆங்கிலேயர்களின் வண்டிகள் தள்ளாடித் தள்ளாடி முன்னேறி, மணல்மேடுகள் அமைக்கப்பட்டிருந்த ஆளுநர் மாளிகையினுள் சென்று மறைந்தன. அதைக் கண்ட ஜெய் லாலின் முகம் ஆத்திரத்தில் சிவந்தது. ஆளுநர் மாளிகைக் குன்றின்மீது படையெடுக்குமாறு வீரர்களுக்கு ஆவேசத்துடன் ஆணையிட்டார். அவர்கள் ஆளுநர்மாளிகையை நோக்கி முன்னேற முன்னேற, மக்களின் கடின உழைப்பில் உருவான மணல்மேடுகளால் லக்னோவின் உள்ளிருந்து பாதுகாக்கப்பட்டுவந்த பெய்லி காவற்வாயிலில் மஞ்சள் புழுதி எழுவதைக் கண்டனர். பைசாபாத் திசையிலிருந்து எழுந்த இரைச்சல் மெல்ல மெல்ல அதிகமானது. ஆழம்காண முடியாத அலையொன்று அவர்கள் அனைவரையும் தாக்க வந்துகொண்டிருந்ததைப்போலிருந்தது.

நம்பிக்கை மிளிரும் கண்களுடன் பெண்கள் சிலர் முன்னேவந்து பேகம் சாகிபாவின் பாதம் தொட்டு வணங்கினர். மற்றவர்களோ அவரைத் தலைவணங்கினர். லக்னோவாசிகள் தங்களுக்குள் நம்பிக்கைச் சொற்களைக் கூறிக்கொண்டனர். லக்னோ மண்ணின் மைந்தர்களாகிய அவர்கள் வான்நோக்கித் தம் பிரார்த்தனைகளை ஓதி, குனிந்து தம் மண்ணை முத்தமிட்டனர். மண்ணுக்குள் துடித்த ஆன்மாவை தம் இருகரங்களால் வாரியணைத்துக்கொண்டனர்.

14

தங்களின் உடைமைகள் பறிக்கப்பட்ட ஆத்திரத்தில் இருந்த ஆயிரமாயிரம் இந்தியக் கலகக்காரர்கள் லக்னோவிற்குள் புகுந்தனர். அவர்களின் அபிமான இந்திய மன்னர்களையோ, வளம் கொழிக்கும் நிலங்களையோ, விருப்பமான கடவுளர்களையோ, சுயமரியாதையையோ அவர்களிடமிருந்து கம்பெனி பறித்திருந்தது. ஆங்கிலேயர்கள் அமைதியாகச் சரணடைவதை வலியுறுத்தும் எண்ணத்தோடு அவர்கள் எவருமே அங்கு வரவில்லை. அவர்களில் பெரும்பாலானவர்கள் முட்டாள்களே என்பதை அமா அறிந்துகொண்டாள்.ஏதோவொருகேளிக்கைநிகழ்வொன்றைக் காண லக்னோவிற்குள் நுழைந்துள்ளவர்களைப்போலத் தோன்றிய அவர்கள் ஆங்கிலேயர்களும் அவர்தம் பணியாட்களும் கட்டிடத்தினுள் அடைபட்டுக்கிடப்பதைப் பார்த்துத் தன்னிலை மறந்து குதூகலித்தனர். பூந்தோட்டங்களில் சிறுநீர் கழித்தனர். தாசிகளின் கடைகளைப் பார்த்துக்கொண்ட இளம்பெண் கீதாவிடமிருந்து பட்டுத்துணிகளைத் திருடினர், மிட்டாய்க் கடைகளைச் சூறையாடினர். தொலைதூரக் கிராமங்களிலும் சிறுநகரங்களிலும் இருக்கும் தம் தாய்மார்களுக்கும் மனைவியருக்கும் கொண்டுசெல்வதற்காக வாசனைத் திரவியங்களை அள்ளிச் சாக்குப்பைகளில் திணித்துக்கொண்டனர். கடைத்தெரு எந்நேரமும் திறந்தே இருக்க வேண்டுமெனவும், மாவும் பயறுகளும் கிராம விலைக்கே விற்கப்பட வேண்டுமெனவும் இரைந்தனர். அவர்களின் உச்சரிப்பும் கரடுமுரடாகவே இருந்தது. லக்னோ அரசுநூலகத்தினுள் புகுந்து அங்கிருந்த ஆயிரக்கணக்கான ஆங்கிலப் புத்தகங்களை வீதியில் விட்டெறிந்தனர். ஆளுநர் மாளிகையை முற்றுகையிட்டிருந்த ஜெய் லாலின் படைவீரர்களோடு அவர்களும் சேர்ந்துகொண்டனர். அங்கிருந்தமணற்தடுப்பரண்களின் அருகே,'மகாராணியாருக்கு இறையருள் உண்டாகட்டும்,' 'நான் பிரிந்துவந்த பெண்,' ஆகிய பாடல்களை பாடச்சொல்லி லக்னோ இசைக்குழுவினரை இப்புதியவர்கள் உற்சாகப்படுத்தினர். மாளிகை முற்றங்கள் வரையிலும் எதிரொலித்த தாரைதப்பட்டைகளுக்கு ஏற்ப அவர்கள் தொடைகளில் பலமாகத் தட்டிக்கொண்டனர். அவர்கள் வெடித்த துப்பாக்கிக் குண்டுகளும் கண்ணிவெடிகளும் இசைக்குழுவினருக்கு இடையூறு செய்தன. ஆங்கிலேயர்களும் மணல்மேடுகளின் பின்னால் இருந்தும், தடுப்பரண்கள் பின்னால் மறைந்திருந்தும் திருப்பிச் சுட்டனர். அவத்தில் ஆங்கிலேயர்களிடமிருந்து திருடிவந்த பீரங்கியால்

கலகக்காரர்களும் திருப்பிச் சுட்டனர்; நண்பகலில் தடுப்பரண்கள் இடையே துப்பாக்கிச்சூடு தற்காலிமாக நின்றபோது அவர்கள் துப்பாக்கிகளின் அருகிலேயே ஓய்வெடுத்துக்கொண்டனர். முற்றுகைப்படலம் துவங்கிவிட்டது, இனி பின்வாங்கும் பேச்சிற்கே இடமில்லை.

"ஆளுநர் மாளிகையின் உள்ளேயிருக்கும் ஆங்கிலேயர்களையும், வெளியே இருக்கும் கலகக்கார வெளியாட்களையும் நாம் எப்படியேனும் வெளியேற்றியேயாக வேண்டும்" என பேகம் சாகிபா ஜெய் லாலிடம் கூறினார்.

"ஆங்கிலேயர்களைச் சரணடையச் சொல்வதைத் தவிர நம்மிடம் வேறு வழியில்லை. இந்த வெளியாட்களை இப்போதைக்குப் பொருட்படுத்தத் தேவையில்லை, நாம் எப்படியேனும் முன்னேறிச் செல்ல வேண்டும்" என ஜெய் லால் தீர்க்கமாகக் கூறினார்.

லக்னோவில் பேகம் சாகிபாவின் விழிகள்போல அமா செயல்படத் துவங்கினாள். வீட்டுக்கூரைகளின் மீதும் ஜெய் லாலின் ஆணைகளைக் கவனமாகப் பின்பற்றி நடந்த அவத் படைவீரர்களின் மீதும் பார்வையை அழுந்தப் பதித்திருந்தாள். ஆளுநர் மாளிகைத் தடுப்பரண்கள் அருகே கலவரம் செய்துகொண்டிருந்தவர்களிடமிருந்து படைவீரர்கள் விலகியே இருந்தனர்.

மாளிகைச் சுவர்கள்மீது அம்புகளையும் தோட்டாக்களையும் எறிந்த ஆத்திரங்கொண்ட கலவரக் கும்பலின் நடமாட்டத்தைக் கண்காணிக்கவும், மறைதாக்குதலைத் தவிர்க்கவும் ஆளுநர் மாளிகையைச் சுற்றியிருந்த அழகிய வீடுகளையெல்லாம் ஆங்கிலேயர்கள் கண்காணிப்புப் பகுதிகளாக உபயோகிக்கத் துவங்கியிருந்ததை அமா கண்டாள். புழுதிமூட்டம் படிந்த ஆளுநர் மாளிகை சன்னல்கள் வழியே அவள் எட்டிப் பார்த்து அரச குடும்பத்தினர் சிறைவைக்கப்பட்டிருந்த நூலகத்தைத் தேடினாள். பீரங்கிக்குண்டுகள் நாசமாக்கியிருந்த வராந்தாக்களில் சாயைத் தேடினாள். அவத் படையினரின் துப்பாக்கிமுனைகளை ஒடுக்க இருள்போர்வையில் மறைந்து மாளிகையிலிருந்து வெளியேறிய ஆங்கிலேய வீரர்களின் குரல்கள் கேட்டன. இன்னும் வெடிபொருட்கள் தேவையெனக் கத்திய மலைமுத்துவின் குரலும் அவள் காதில் விழுந்தது. அளவு உணவு உண்டு மாளிகையினுள்ளே அடைபட்டுக் கிடப்போருக்குக் கேட்கும்படியும், இக்கடும்போர் துவக்கத்திலேயே முடிவை எட்டவும், லக்னோவை விட்டு ஆங்கிலேயர்களை வெளியேற வற்புறுத்தவும், பொடிந்துவிழும் அந்நிய சர்வாதிகாரத்தினை மேலும் சிதைக்கவும் வேண்டி ஆளுநர் மாளிகையின் கீழே கண்ணிவெடிகள் புதைக்கப்பட்டிருந்ததையும், வெடிமருந்தின் உப்புக்கரிப்பு காற்றில் கலந்திருந்ததையும் அமா உணர்ந்தாள். கம்பெனியாட்களோ தொடர்ந்து சண்டையிட்டனர். தமது சிறைக்கூடமாக மாறிவிட்ட ஆளுநர் மாளிகையைத் தாக்கவந்த வீரர்கள் ஏராளமானோரை அவர்கள் கொன்று குவித்தனர். தங்கள் வீட்டுக்கூரைகளின் மீதிருந்தும், சன்னல்கள் வழியாகவும், தடுப்பரண்கள் பின்னிருந்தும் ஆங்கிலேயர்கள் சுட்டனர்.

❍❍❍

பின்மாலையில், ஆளுநர்மாளிகையில் துப்பாக்கிகள் நிசப்தமாயின. தடுப்பரண்களின் இரு பக்கங்களிலும் மனிதநிழல்களின் நடமாட்டம்

தென்பட்டது. அருகிலிருந்த ஒரு பழைய வீட்டை நோக்கி அமா பதுங்கிப் பதுங்கிச் சென்றாள். மாளிகை உள்ளே சிக்கிக்கொண்ட சாயை எண்ணி வருந்தினாள். மலைமுத்துவின் குரல்வந்த திசைநோக்கிச் சென்று அவனோடு சேர்ந்துகொண்டாள்.

அவளைக் கண்டதும் இருகரங்கள் குவித்து மெல்லிய குரலில், "வணக்கம்" என்றான் மலைமுத்து.

அமாவும், "தஸ்லீம்" என மெல்லியதாகக் கூறினாள்.

அவர்கள் இருவரும் சிறிதுநேரம் அமைதியாக அமர்ந்திருந்தனர். பிறகு மலைமுத்து மெல்லிய குரலில், "நான் இங்கே அமர்ந்து கண்காணித்துக் கொண்டிருந்தபோது ஒரு ஆங்கிலேயன் வெளியே வருவதைக் கண்டேன். நொறுங்கிக்கிடந்த சுவரின் கதவற்ற வாசல்வழியே கட்டுறுதிகொண்ட ஆன்மாவொன்றைப்போலே அவன் நின்றுகொண்டிருந்தான். தனது துப்பாக்கியின்மீது கொழுப்பெண்ணையை பூசிக்கொண்டான். என்னால் அந்த உலோகத்தின் வாசனையைக் கூட நுகர முடியுமளவு அவன் எனக்கு மிகஅருகில் இருந்தான். அவன் மண்டியிட்டு ஊர்ந்தவாறே மாளிகையிலிருந்து வெளியேறினான். எழுந்து நின்றவன் கால் இடறி அருகிலிருந்த கிணற்றினுள் விழுந்துவிட்டான். அவ்வளவுதான் அவன் கதை முடிந்தது என நினைத்தேன். ஆனால் சிறிதுநேரம் கழித்து கிணற்றிலிருந்து மேலேறி வந்தான், அவன் தன் உடலைப் போராடி வெளியே இழுத்துக் கிணற்றிலிருந்து உருண்டு வெளியே வந்தபோது, மிகச்சரியாக அவன் கீழிருந்து வெடித்த துப்பாக்கிகுண்டு அவன் நெஞ்சில் பாய்ந்தது. வெடித்தது அவனுடைய துப்பாக்கியாகத்தான் இருக்க வேண்டும். கிணற்றில் விழுவதற்கு முன்னர் அதை அவன் அங்கே தவறவிட்டிருக்க வேண்டும். எத்தனைக் கொடூரமான காட்சி தெரியுமா அமா அது!" என்று வருந்தினான்.

அலங்கோலமாகக் கிடந்த தடுப்பரண்களை வெறித்தபடியே அமாவும் மலைமுத்துவும் அங்கேயே அமர்ந்திருந்தனர். பிறகு, "மாளிகையிலிருந்து ஊர்ந்து வெளியேறித் துப்பாக்கி சுடுவதற்கு ஏற்ற இடத்தைத் தேர்ந்துகொள்ளும் ஆங்கிலேயர்களைக் கண்காணிக்க இதுவே சரியான இடம். ஆங்கிலேயர்களில் சிலர் எண்ணெய் விளக்கின் புகைக்கரியை முகங்களிலும் கைகளிலும் பூசிக்கொண்டு லக்னோ மக்களைப்போல மாறுவேடம் பூண்டு கடைகளுக்குச் சென்று மதுபானங்களும் சிகரெட்டு களும் வாங்கிச் செல்கின்றனர். லக்னோவிற்கு வந்த வெளியாட்களான இந்தியக் கலகக்காரர்களோ இவ்வாறு மாறுவேடத்தில் வலம்வரும் ஆங்கிலேயர்களை மிகச் சரியாக அடையாளம் கண்டுகொள்கின்றனர். அவ்வெளியாட்கள் இங்கேயும் ஆள்மாற்றி ஆள் காவல் காக்கின்றனர். அவர்களும் நம்மோடு சேர்ந்தே பணியாற்றுகின்றனர்" என்றான்.

"ஆளுநர் மாளிகையிலிருந்து வெளியேறும் நிஜ லக்னோ மக்களை யும் அவர்கள் ஆங்கிலேயர்களெனத் தவறாக எண்ணிவிடாமல் பார்த்துக்கொள்ளுங்கள்" எனக் கூறிவிட்டு அமா மற்ற இடங்களைப் பார்வையிட அங்கிருந்து கிளம்பினாள்.

ஹசன் தங்கியிருந்த ஜந்தர் மந்தரைக் கடந்து சென்றாள். சன்னல்களில் அசையும் நிழல்களைக் கண்டாள். உயரமாய், ஒடிசலாய் இருந்த நண்பனுடன்

ஹசனை அவள் அவ்வப்போது வீதியில் கண்டிருக்கிறாள். ஆனால் இப்போதெல்லாம் அமாவும் ஹசனும் ஒருவருக்கொருவர் வணக்கம்கூடத் சொல்லிக்கொள்ளாத அளவிற்கு விலகிவிட்டனர். எனவே அவள் அங்கு நிற்காமல் நடந்தாள்.

சிறிது தொலைவில், லக்னோவின் சந்தொன்றில் அவள் அபியைச் சந்தித்தாள். அவன் அணிந்திருந்த பட்டாடைகளும், பொன்னும் வெள்ளியும் இழைந்த தொப்பியும் நிலவொளியில் மின்னின. அவனது தோற்றம் மாளிகை அளந்து தந்த உணவை உண்டு வாழ்பவனைப்போலவேயில்லை. அவளுக்கு மாலை வணக்கம் தெரிவித்தான். அந்த இரவுவேளையிலும் அவளால் அவனது ஏளனப் புன்னகையைப் பார்க்கமுடிந்தது. சற்றுமுன்னர்தான் கோவிலுக்குச் சென்று வந்திருந்தான்போலும், முன்நெற்றியிலும் கன்னங்களிலும் குங்குமம் பூசியிருந்தான்.

“வெளியாட்கள் பெருமளவில் நம் நகரினுள் புகுந்துவிட்டார்கள் போலிருக்கிறதே. ஏய் ஆப்பிரிக்க நாட்டுக்காரியே, இந்த இருளில் நீ எங்கிருக்கிறாயெனக்கூட எனக்குச் சரியாகத் தெரியவில்லை” என்றான்.

“பரவாயில்லையே, நீயும் ஆங்கிலேயனைப்போல் பேசத் துவங்கி விட்டாயே. நீ உண்ணும் உணவும் அவர்களால் களங்கப்பட்டுவிட்டதோ? உனது உணவுத் தட்டிலிருந்து ஆங்கிலேயர்கள் தம் இடதுகையால் உணவள்ளி உண்கின்றனர்போலிருக்கிறதே” என்றாள் அமா.

அபி மூச்சைப் பலமாக உள்ளிழுத்துக்கொண்டு அங்கிருந்து நகர்ந்தான். அவ்வாறு கூறியதற்காக அமா தன்னையே நொந்தபடி வீதியில் கொட்டிக்கிடந்த வெளிச்சத் தடாகத்தில் நடந்துபோனாள். பெண் தெய்வங்கள் தலைகுனிந்து வணங்க, பேகம் சாகிபா அவளோடு மானசீகமாய் நடந்துவந்தார், ‘இத்தகைய வன்மத்தைக் கைவிடு. வழிகளில் இருக்கும் நீர்வண்ண ஓவியங்கள் தீட்டிய வரைதோல்களைத் தடவிப் பார், தெளிந்த நீரூற்றில் விரல்களால் அளைந்து விளையாடு, களிம்புவண்ண வானில் இளஞ்சிவப்பாய் மினுங்கும் நட்சத்திரங்களின் கீழே, பூத்தையல் வேலைப்பாடுகள்போல் நெளிந்து வளைந்த வெண்மலர்களைக் கடந்துசெல்லும் பன்னீர்பூசிய பார்வையாளர்களோடு சென்று, கவிதைகளை ரசித்துக் கேள்’ என அவர் அமாவிடம் கூறினார்.

○○○

மறுநாள் தொடர்ந்து ஒரு மணிநேரம் அடைமழை பெய்தது. புழுதியும் இழிவான செயல்களும் அசுத்தமாக்கியிருந்த உயிர்களைக் கழுவிச் சுத்தம் செய்திட அல்லாவே இம்மழையை அனுப்பியுள்ளதாக லக்னோ மக்கள் நன்றியுடன் எண்ணிக்கொண்டனர். வானிலிருந்து இறங்கிவந்த பெருமழை ஆளுநர் மாளிகையின் பதுங்குகுழிகளை நிரப்பியது. குப்பைகளை அடித்துச் சென்றது. ஈரக்காற்று பேரலையென வீசியது. மீன்கொத்திகள் தலையைச் சிலுப்ப நீர்த்துளிகள் சிதறின. காற்றிலிருந்த தூசியை மழை கழுவித் தெளிவித்ததால், லக்னோ சட்டென உயிர்க்களை பூண்டது.

பெரும் பொருட்செலவில் மன்னர் கட்டியெழுப்பிய அலங்காரக் கட்டமைப்புகளில் ஒன்றாகிய கைசர்பாக்கின் பின்புறத் தோட்டச் சுழற்படிகளின் அருகே அமா நின்றிருந்தாள். முடிசூட்டு விழாவிற்கு

வந்திருந்த விருந்தினர்கள் அங்கிருந்த பரந்துவிரிந்த கூடாரத்தினுள் கூடினர். லக்னோவிலிருந்து இன்னும் வெளியேறாத தன வணிகர்களும் பிரபுக்களும் தோட்டத்தில் நிறைந்திருந்தனர். லக்னோவை விட்டு வெளியேற வேண்டாமெனும் பேகம் சாகிபாவின் கோரிக்கைக் கடிதங்களுக்கு மதிப்பளித்து இங்கேயே தங்கிவிட்ட அவர்கள் சினங்கொண்ட கலகக் காரர்களிடமிருந்து தம் உடைமைகளைக் காப்பாற்றிக்கொள்ள கூடுதல் எண்ணிக்கையில் காவலாளிகளை நியமித்துக்கொண்டனர். திரைச்சீலையின் பின்னே, பிற பெண் விருந்தாளிகளுடன் லைலா சித்தியும் அமர்ந்திருந்தார். மாதியா பூர்ஜில் இருந்த தன் சகோதரியையும் மன்னரையுமே அவர் தொடர்ந்து சிந்தித்துக்கொண்டிருந்ததால் விழாக் கூட்டத்திலிருந்து விலகியே தெரிந்தார். தொலைவில் தடுப்பரண்களிலிருந்து தொடர்ச்சியாகத் துப்பாக்கிச் சத்தம் கேட்டபோதும், விழாவிலிருந்த பெண்கள் ஒருவரையொருவர் அன்புடன் வரவேற்றுக்கொண்டனர். ஆண்களும் ஒருவரையொருவர் நேசத்துடன் வரவேற்றுக்கொண்டனர். அவர்கள் அனைவரும், வெள்ளித்தாளில் பொதிந்த பாலாடைக்கட்டியுடன் மோத்திப் புலாவைப் பரிமாறிய பணியாட்களைச் சூழ்ந்துகொண்டனர். தேன் பாய்ந்தாற்போல இசைக்குழுவினர் இசைக்க, தேனப்பம் போல் மென்மையாக நடனமாடினர் தாசிப்பெண்டிர். படைவீரர்கள் அங்கிருந்த விருந்தினர்களிடமிருந்து விலகி, சுழற்படிகளின் அருகேயும், இளஞ்சிவப்பும் ஆரஞ்சுமாய்ப் பூத்திருந்த ரோஜாத் தோட்டத்தின் அருகேயும் நேர்க்கோடாய் உடல்நிமிர்த்தி நின்றனர்.

பொன்னாடை தரித்திருந்த காசிம் அனைவரின் கவனத்தையும் கவர்ந்தார். அரண்மனைக் காவலாளிகள் புடைசூழ பிர்ஜிஸ் தோட்டத்திற்குள் நுழைந்தான். அவனது உருண்டை முகத்தின் மிருதுத் தன்மையை அமா மனதார ரசித்தாள். பிர்ஜிஸ் தனது தந்தையின் பருத்த உதடுகளையும், தாயின் பசும் விழிகளையும், மிருதுவான அடர்பிங்கல நிறச் சருமத்தையும் கொண்டிருந்தான். பேகம் சாகிபாவின் மகனுக்கு நற்பேறு கிட்டவேண்டுமென லக்னோ மக்கள் பிரார்த்தித்தனர். பிர்ஜிஸ் அணிந்திருந்த மாணிக்கம் பதித்த கிரீடத்தைக் கழற்றிவிட்டு, பொன்னும் பட்டும் கலந்த தலைப்பாகையை அவனது சிரசில் சூட்டினர். உடனே லக்னோ மக்கள் அனைவரும் தலைவணங்கி 'ஹுசூர்' எனப் பெருங்குரலெழுப்பி ஆரவாரித்தனர். இங்கிலாந்தில் ஆங்கிலேயர்களின் கண்களில் படாமல் மறைந்துவாழும் ராஜமாதா, தனது மகன் லக்னோ திரும்பும்வரை அங்கு ஆட்சி புரியவிருக்கும் தனது பெயரனுக்கு ஒப்புதலித்துத் தலையசைப்பதாக அமா கற்பனித்தாள். திரைமறைவின் பின்னாலிருந்து பேகம் சாகிபா தலைவணங்கியதும் விருந்தினர் அனைவரும் பிர்ஜிசை நோக்கித் தலைவணங்கினர்.

வெண்ணிறப் படைத்துறைச் சீருடையை மிடுக்காக உடுத்தியிருந்த ஜெய் லால், அவத் படையினரை நோக்கிச் சென்றார். அவர்களிடம் எதையோ கூறிவிட்டு அங்கேயே நின்றுகொண்டார். பிர்ஜிசிற்கான மக்களின் பிரார்த்தனைப் பாடல்கள் முடிவடையும்வரை அவர் காத்திருந்தார். தடுப்பரண்களில் சீறும் துப்பாக்கிச் சத்தம் சில கணங்களேனும் அமைதி யடையவும், கண்ணிவெடிகளில் எவரும் சிக்காமல் இருக்கவும் அவர் காத்திருப்பதைப்போலவும் அமாவுக்குத் தோன்றியது. லக்னோவிற்கு

வருகைதந்த விருந்தினர்கள் பிரார்த்தனை செய்யும் தம் கரங்களை மடக்க அவர் காத்திருந்தார். கோமதியாற்றில் நனைத்து, கொப்பரைகளில் தூய நீர் நிரப்பி, பட்டாடைகளைச் சுத்தம் செய்து, தம் தோட்டங்களில் பள்ளம்பறித்துப் பணம் நிறைந்த வெள்ளிப்பெட்டிகளைப் பத்திரமாகப் புதைத்துவைத்து, தம் குழந்தைகளின் கன்னங்களை வருடி, பிரார்த்தனை செய்து முடிக்கும் அவர்களின் கரங்கள், நடனமாட நீளும் கரங்கள், இசைக்கருவிகள் மீட்டிடும் கரங்கள், வெற்றிலைகளைக் கிள்ளும் கரங்கள், ஜெபமாலையின் கண்ணாடி மணிகளை உருட்டும் கரங்கள், இறுதிச்சடங்கில் கொள்ளியை ஏந்தும் கரங்கள், தங்கத் துண்டுகளை அளையும் பணக்காரக் கரங்கள், கம்பெனியாட்களுக்கு சலாம் போடும் ஏழைக் கரங்கள் என லக்னோவின் அத்தனை கரங்களும் தம் பிரார்த்தனையை முடிக்க அவர் காத்திருந்தார்.

“மேன்மைபொருந்திய மன்னர் ‘வாஜித் அலிஷா’ அவர்களின் இருபத்தோரு குண்டுமுழக்க மரியாதை!” என ஜெய் லால் முழங்கினார்.

குழல்துப்பாக்கிகள் வானை நோக்கின. பூம்–பூம்–பூம் என ஒலித்த துப்பாக்கிக் குண்டுகளால் திகைத்த இளஞ்சிவப்புநிறச் சிறு புறாக்கள் மரங்களிலிருந்து எழும்பி கைசர்பாக் அரண்மனைச் சுவர்களைக் கடந்து பறந்தன. குண்டு முழக்கங்கள் நீலவானை நிரப்பின; லக்னோ வீடுகளின் கூடத்துத் திரைச்சிலைகளை வேகமாக உள்ளே தள்ளின; தடுப்பரண்களில் துப்பாக்கிகளின் இயக்கத்தை நிறுத்தின. இராணுவச் சிறப்புடை அணிந்த வீரர்கள் ஆரஞ்சும் இளஞ்சிவப்புமாய் மலர்கள் பூத்துக்குலுங்கிய ரோஜாத் தோட்டத்தினருகே நெஞ்சம் நிமிர்த்தி நின்றிருந்தனர். பூம்–பூம்–பூம் என அவர்களின் துப்பாக்கிகள் முழங்கின.

நீண்ட நேரம் குண்டுமாரி பொழிந்தது. முழக்கம் நிறைவுற்று அவத் படைவீரர்களின் துப்பாக்கிகள் அடர்ந்த புல்தரையில் இளைப்பாறின. தடுப்பரண்களிலிருந்து வேறெந்தத் துப்பாக்கியோசையும் கேட்கவில்லை. தடுப்பரண்களில் துப்பாக்கிச்சூடு நின்றிருந்தது. சிறிது நேரத்திற்குப் பிறகு, தொலைவிலிருந்து திடீரென உற்சாக ஆரவார ஒலிகள் கேட்டன.

என்ன நிகழ்கிறது எனக் காண அமா விழா நடக்கும் இடத்திலிருந்து குதிரையில் கிளம்பிச் சென்றாள். வெளியாட்கள் அனைவரும் அடர்ந்த புழுதியினூடே ஆளுநர் மாளிகையைச் சூழ்ந்து நின்று உள்ளேயிருந்த வந்த உற்சாகக் கூப்பாடுகளைக் கேட்டுக்கொண்டிருந்தனர். பெண்களின் குரல்களைக்கூடக் கேட்க முடிந்தது. மாளிகையினுள்ளே கம்பெனி வீரர்களும் அதிகாரிகளும், பொறியாளர்களும், பள்ளி ஆசிரியர்களும், தாய்மார்களும், குழந்தைகளும், நூலகர்களும், இசைக்குழுவினரும், சமையற்காரர்களும், துப்புரவுத் தொழிலாளர்களும், கீதாரிகளும், சாயும், அரச குடும்பத்தினர் இருவரும் இருந்தனர். அதன் நொறுங்கிய சுவர்களும், காலி வராந்தாக்களும் குண்டு துளைத்த கதவுகளும் இருந்த திசைநோக்கி அனைவரும் தம் காதுகளைத் தீட்டிவைத்துக்கொண்டனர். பிரம்மாண்ட அறைகளையும், துளை விழுந்த சுவர்களையும், சிதிலமடைந்த கூரைகளையும் கடந்து வெளியேறிய ஆங்கிலேயரின் மகிழ்ச்சிக் குரல்களைக் கேட்டு வெளியில் இருந்தோர் குழம்பினர்.

“நம் மன்னருக்கு இருபத்தோரு குண்டுமுழக்க மரியாதையளிக்க விக்டோரியா மகாராணி முன்னொரு காலத்தில் ஒப்புக்கொண்டாரே, அதை நினைவுகூர்ந்துதான் இவர்கள் இவ்வாறு ஆரவாரிக்கின்றனரோ? அவர்களின் மகாராணியாருக்கும் நமது அரச குடும்பத்தாருக்குமிடையே நிலவிய நல்லுறவுமிக்க நாட்களை நினைத்துக் களிக்கின்றனரோ?” என அமா பொதுவாகக் கேட்டுவைத்தாள்.

அமாவின் அருகில் நின்றிருந்த உடல் முறுக்கேறிய அவத் படைவீரனொருவன், ‘நமது மன்னர் பெரும் முக்கியத்துவம் கொண்ட நபர், தில்லி அரசருக்குப் பிறகு இவரே நாட்டில் மதிப்புமிக்கவர். இருபத்தோரு குண்டுமுழக்க மரியாதை என்பது எத்தனை பெரிய கௌரவம்!” எனப் பெருமிதம் பொங்கக் கூறினான்.

“ஒருவேளை இதற்காக அவர்கள் சரணடையவும் கூடும்” என யாரோ நம்பிக்கையில்லாத குரலில் கூறினார்கள்.

“எது எப்படியோ, இதுவொரு நல்ல அறிகுறியே” என்ற அமா, இவை எதனாலும் முடிசூட்டு விழாவில் எவ்விதத் தொய்வும் வந்துவிடக் கூடாது என்பதில் குறியாக இருந்தாள்.

ஆங்கிலேயரின் வெறிக்கூச்சல்களிலிருந்து விலகி அவள் மீண்டும் லக்னோவை நோக்கிக் குதிரையில் சென்றபோது, கைவிடப்பட்ட அரசாங்கப் புல்வெளிகளில் யாரோ தம் பழுப்புநிறக் குதிரைகளை மேய்ச்சலுக்கு விட்டிருந்ததைக் கண்டாள். அக்குதிரைகள் மரவேலியைக் கடித்துக் கொண்டிருந்தன. வேலியைச் சுற்றிலும் தன்னிச்சையாக வளர்ந்திருந்த ரோஜாக்கள்யாவும் கைசர்பாக் அரண்மனைத் தோட்டத்திலிருந்த பளீர் இளஞ்சிவப்புநிற, ஆரஞ்சுவண்ண ரோஜாக்கள்போலவே பூத்துக் குலுங்கின. பொன்னிறப் பைஜாமாவும், பூச்சித்திர வேலைப்பாடுகளுடன் நுனியில் வளைந்த காலணிகளும் அணிந்து சிறுவர் சிறுமியர் ஆனந்தமாகக் கைகோர்த்தபடி சென்றனர். காவலாளிகளும் பூச்செடிகளும் சூழ்ந்த பிரபுவொருவரின் வீட்டு முற்றத்தில் இசைநிகழ்ச்சிகளுடன் அரங்கேறும் வீட்டு விசேஷத்தில் கலந்துகொள்ளவே அவர்கள் செல்கின்றனர், ஆளுநர் மாளிகையையும் அதன் தடுப்பரண்களையும் கடந்துசெல்கின்றனர். அவ்விழாவில், எண்ணெய் பூசிப் படிய வாரிய கூந்தலில் சம்பங்கி மலர்கள் சூடியிருந்தாள் மணப்பெண். பிரமாதமான பூத்தையல் வேலைப்பாடுகள் மிகுந்த உயர்ரக ஆடைகளையும் ஆபரணங்களையும் அவள் அணிந்திருந்தாள். மணமகளும் மணமகனும் பளபளக்கும் மிட்டாய்களை ஒருவர் மீதொருவர் எறிந்து மகிழ்ந்தனர். மணமகளுக்கும் மணமகனுக்கும் நெருங்கிய உறவுப்பெண்கள் பசும் காய்கறிகளை ஒருவர் மீது ஒருவர் வீசியெறிந்து விளையாடினர், இளஞ்சிவப்பு மலர்கள் பொருத்திய மெல்லிய குச்சிகளால் ஒருவரையொருவர் அடித்து விளையாடிக் குதூகலித்தனர். அங்கு குளிர்ந்த ஆரஞ்சுப் பானங்கள் இருந்தன. பாங் போதையேறிய கவிஞர்கள் காதல்ரசம் சொட்டும் அரேபியக் கவிதைகளை ரசனையோடு வாசித்துக்கொண்டிருந்தனர். மஞ்சளும் பச்சையுமாக வாண வேடிக்கைகள் வானில் அலைகளை உருவாக்கிய வேளை, விழாவிற்கு வந்திருந்த சிறுவர்கள் மாமரங்கள்மீது சாய்ந்து இளைப்பாறிக்கொண்டனர்.

15

"சர்ஹென்றிலாரன்சையாரோகொன்றுவிட்டார்கள்."

ஆளுநர் மாளிகையிலிருந்து அப்போதுதான் திரும்பியிருந்த சாய் தாசிமனையில் வைத்து இதைக் கூறியதும் அமாவிற்கு ஒன்றுமே புரியவில்லை.

சாய் தொடர்ந்தான், "எட்டு இஞ்ச் அளவுள்ள ஷெல் குண்டொன்று அவரது படுக்கையறைச் சன்னல் வழியாகப் பாய்ந்துவந்து, நாற்காலியில் அமர்ந்திருந்த அவரைத் தாக்கியது. உள்ளேயிருக்கும் அனைவருக்கும் விஷயம் தெரிந்துவிட்டது. அவர்களிடம் கைவசம் சவப்பெட்டிகளேதும் இல்லாததால் அவர் உடலை ஒரு போர்வைக்குள் பொதிந்து, மற்றப் பிணங்களோடு சேர்த்து ஒரு குழிக்குள் புதைத்து, அதன்மேல் உடைந்த பளிங்குக்கல் ஒன்றைக் கல்லறைக்கல்லாக நட்டுவைத்துவிட்டனர். தேவாலயத்தையொட்டி ரோஜாப் புதர்களும் உனக்கு விருப்பமான சிலைகளும் கொண்ட ஒரு பழைய ஆங்கிலேயத் தோட்டமொன்று இருந்ததே, அங்குதான் இப்போது அவர்கள் பிணங்களைப் புதைத்துவருகின்றனர். வெடிகுண்டுமழைக்கும், தோட்டாப்பொழிவுக்கும் இடையே மண்ணில் படுத்தபடி கிறித்துவ மதகுரு ஒருவர் இறந்தவர்களுக்காகப் பிரார்த்திக்கிறார். சர் ஹென்றி லாரன்ஸின் அறையை மிகச்சரியாகக் குறிபார்த்து எதிராளிகள் சுட்டிருப்பதால், உள்ளேயிருப்போரின் இருப்பிடம் குறித்து எவரோ வெளியே இருப்பவர்களுக்குத் தகவல் சொல்வதாக அவர்கள் சந்தேகிக்கின்றனர்."

"இனியும் தாமதிக்காமல் அவர்கள் சரணடைவதே நல்லது" என்றாள் அமா.

அரண்மனைச் சமையலறையிலிருந்து அமா கொண்டு வந்த வெற்றிலைத்தாம்பூலத்தை சாய் மென்றபடியே, "'சரணடையாதீர்கள்!' என்பதுதான் சர் ஹென்றி லாரன்ஸ் கூறிய கடைசி வார்த்தைகளாம். இவ்வார்த்தைகளை அவர்கள் மாளிகையின் எல்லாக் கூடங்களிலும் கத்திக் கூறினர். ஆனால் இப்போது அனைவராலும் அந்த வார்த்தைகளோடு ஒத்துப்போக முடியவில்லை. முக்கியமாக உள்ளே பெண்களின் நிலை மிக மோசமாகவுள்ளது. கான்பூரில் ஏதோ அசம்பாவிதம் நடந்துவிட்டதுபோலிருக்கிறது. அதைக் கேட்டு திருமதி. கன்னிங்சும் மற்றப் பெண்களும் மிக வருத்தமாய் உள்ளனர்" என்றான்.

அமா கண்களை மூடிக்கொண்டாள், அவளுக்குள் ஏதோவொரு பாரம் ஏறியது.

“அவர்கள் தங்களுக்குள் ஆவேசத்துடன் பேசிக்கொள்கின்றனர். திருமதி. கன்னிங்ஸ் – அவரும் இப்போதில்லை. லக்னோவின் அழிவு பற்றியே அவர் எப்போதும் பேசிக்கொண்டிருந்தார். அவரது அறையை நான் பெருக்கச் சென்றபோதெல்லாம் அதையே என்னிடம் கூறிக்கொண்டிருந்தார். ஆளுநர் மாளிகையில் இறந்த ஒவ்வொருவரின் பெயரிலும் நினைவுச்சின்னம் எழுப்ப லக்னோவாசிகள் அனைவருக்கும் வரிவிதிக்கப்படுமென அவர் கூறவந்த வேளை எங்களின் காதுகளருகே குண்டுகள் சரேலெனப் பாய்ந்துசென்றன. அவர் இறக்கும் முன் அதைத்தான் கூற நினைத்திருப்பார் என அறிவேன்” எனக் கூறிவிட்டு அவன் பித்தளை எச்சிற்படிகத்தில் அடர்சிவப்பு வெற்றிலைச் சாற்றைத் துப்பினான். வாயோரங்களைக் கட்டைவிரலால் துடைத்தபடி தாம்பூலத்தை உட்கன்னத்தில் ஒதுக்கிக்கொண்டான். “அவர்கள் எவ்வளவு அதிகமாய்ப் பணம் கொடுத்தாலும் அங்கிருப்பது ஆபத்தென்பதை உணர்ந்து வேலைக்காரர்கள் பலர் பணியைவிட்டுச் சென்றுவிட்டனர். ஆனால் இந்தச் சண்டை முடிவடைய வேண்டுமென திருமதி. கன்னிங்சோடு மற்றப் பெண்களும் பிரார்த்திக்கும் அறையைக் கூட்ட நான் மட்டும் செல்வேன். உடைகளைக்கூட மாற்றாமல் அவர்கள் அங்கேயே உறங்கினர். தோல்வியடைந்து விடுவோமோ எனத் தொடர்ந்து பீதியிலேயே இருந்தனர். தம்முள் யார் அடுத்து பலியாகப் போகிறோமோ என்ற கிலி அவர்களை அழுத்தமாய்ப் பீடித்திருந்தது” என்றான்.

எழுந்து நின்றவன், அமாவை ஒருமுறை பார்த்துவிட்டு மீண்டும் அமர்ந்துகொண்டான். “உன்னிடம் நான் அதைப்பற்றிக் கூற வேண்டும், அமா. அங்கு இரவுநேரம்தான் வெகு பீதியான தருணங்களாக இருந்தன. கொசுக்கள் மொய்க்கும், கடும் வெப்பம் வேறு. விதவைப்பெண்களின் பிரார்த்தனைகளை என்னால் கேட்கமுடிந்தது, நம்பிக்கையைவிட விரக்தியே அவர்களிடம் விஞ்சியிருந்தது. இங்கிருந்து தப்பி வேறிடத்துக்குச் செல்வோமா என்பதே அவர்களுக்குப் பெரிய கேள்விக்குறியாக இருந்தது. பகல்நேரத்தில் வெளியே மீண்டும் வெடிச்சத்தம் கேட்கத் துவங்கும். அப்போது கொல்லைப்புறத்திற்குச் சென்று ஆடுகளை ஆசுவாசப்படுத்திப் பால் கறப்பேன். கண்ணிவெடிகளின் பெருஞ்சத்தம் காதைப் பிளக்கும், அந்த ஒலியே பயங்கரமாக இருக்கும். ஆடுகள் அதைக் கேட்டு மிரண்டன. அனைவரும் அந்தச் சத்தத்தை வெறுத்தோம். ஆடுகளிருந்த கொல்லைப்புறத்தில் கடும் துர்நாற்றம் வீசுகிறது, அமா. ஆங்கிலேயர்கள் சுட்டதிலும், தடுப்பரண்களில் இருந்தவர்கள் சுட்டதிலும் ஏராளமான குதிரைகளும் காளைகளும் அங்கு செத்துக் கிடக்கின்றன. உள்ளேயோ ஷெல்குண்டுகள் எங்களைச் சுற்றி எல்லாத் திசைகளிலும் வெடித்துச் சிதறுகின்றன. அவற்றினிடையே நாங்கள் உள்ளே உயிரோடிருப்பதே பெரிய ஆச்சரியம்தான். துப்பாக்கிகளில் இருந்து தெறித்துவிழுந்த சூடான தோட்டாக்களைக் குழந்தைகள் பொறுக்கியெடுத்து விளையாடுகின்றனர். படிகளில் ஏறிச் சென்றபோது காயம்பட்டவர்கள் வழியெங்கும் கிடப்பதையும், இறந்தவர்களைக் கூரைகளிலிருந்து கீழே இறக்குவதையும் கண்டேன். காயம்பட்டோரையும், உடல்நலம் பாதிக்கப்பட்டோரையும் சிகிச்சைக்காக மருத்துவமனைபோல மாற்றியமைப்பட்டிருந்த விருந்துமண்டபத்திற்குத்

தூக்கிச் செல்கின்றனர். ஆனால் தாக்குதல் மிகத்தீவிரமாக இருந்த சமயங்களில், காயம்பட்டோரும் உடல்நலிவுற்றோரும்கூடத் துப்பாக்கிகள் ஏந்திச் சண்டைக்குச் செல்ல நேர்ந்தது. அமா, வெற்றிலையை மென்று முடித்துவிட்டாயா? பாதாம்கள் வேண்டுமா?" எனக் கேட்டான்.

“இல்லை, வேண்டாம்.”

“கொஞ்சமேனும் எடுத்துக்கொள்ளேன்.”

“ஒன்று போதும், நன்றி.”

“அப்போதுதான் கூரையிலிருந்து வீரர்கள் இறங்கிவந்திருப்பார்கள், ஒரு மணிநேரம் மட்டுமே உறங்கியிருப்பர், அதற்குள் மேலே இறந்தவர்களுக்கும் காயமடைந்தவர்களுக்கும் பதிலாக மீண்டும் இவ்வீரர்கள் சண்டையிடக் கூரைக்குச் செல்லவேண்டியிருந்தது. அவர்கள் அனைவரின் முகங்களிலும் ஆழமான, நீண்ட நிழலிருள் படிந்திருக்கிறது. உனக்கு ஒருவனை ரொம்பப் பிடிக்குமே, அந்த சிவப்பன் முகத்திலும், ஆடுகளின் மீதும்கூட அதே நிழலிருள் இருக்கிறது.”

“உன் முகத்திலும்தான், நண்பனே”

அவன் தோள்களை அலட்சியமாகக் குலுக்கிக்கொண்டு, “ஆம், ஆனால் நான் உறங்கும் பகுதி தற்போது நல்ல இடமாக உள்ளது. அவர்கள் உணவருந்தும் அறையில்தான் இப்போது நான் உறங்குகிறேன். அதிகாலையில் லக்னோவாசிப் பணியாளொருவன் உணவுமேஜையைத் தயார் செய்வான். ஏதோ விருந்துக்குத் தயார் செய்வதைப்போல, இங்கிலாந்தின் மரபுச்சின்னங்கள் பொறித்த வெள்ளி உருளிகளை மேஜைமீது வைப்பான், அதில் ஒற்றை எலும்புத்துண்டுகூட இல்லாத குழம்பு இருக்கும். உணவு தயார் செய்ய எவரேனும் இருக்கும்பட்சத்தில் கொஞ்சம் சப்பாத்தியும் நீரும் மட்டுமே அங்கு பரிமாறப்படுகிறது. மேஜைக்கால்களின் இடையே சிலந்திவலைகள் தொங்குகின்றன, காற்றில் தூசு மிகுந்துவிட்டது. அவர்கள் உண்ணும் ஒரு கவளம் சோறு, சப்பாத்தி மாவு, பயிறு போன்றவற்றைப் பாதியாகக் குறைக்க நல்ல உடல்நலத்துடன் இருக்கும் விலங்குகளையும் கூடக் கொல்கின்றனர். கால்வயிற்றுக்கு உண்ணும் அவ்வுணவு, அவர்களின் அகோரப்பசியைத் தீர்க்க முடியவில்லையாயினும் உயிருடன் இருக்கவாவது உதவுகிறது. ஷாம்பெய்ன் தினமும் அருந்தி, பதப்படுத்தப்பட்ட இறைச்சியை உண்ணுபவர்களும் இருக்கிறார்கள் எனப் புரளி இருந்தாலும், நானறிந்த பெண்களில் யாரும் அவ்வாறில்லை. இறந்துபோனவர்களின் பொருட்களை உயிருடன் இருப்பவர்கள் வாங்க முயற்சிக்கின்றனர். மாடியில் இருக்கும் உடல்நலிவுற்ற குழந்தைகளுக்காக மருத்துவர் ஒருவர் மரவள்ளிக்கிழங்கு மாவும், சிறிது சவ்வரிசியும் கொண்டுவந்து தருவார். தம்மைச் சுற்றி யிருக்கும் ஆபத்தை அறியாத அந்த இனிமையான குழந்தைகள் அங்கு விளையாடிக்கொண்டிருக்கிறனர். எதைவைத்து விளையாடுகிறார்கள் தெரியுமா, துப்பாக்கிகளிலிருந்து தெறித்து விழும் சூடான தோட்டாக்களை வைத்து” என்றான்.

“அவர்களுடன் அமைதியான முறையில் பேச்சுவார்த்தை நடத்த வேண்டுமென்பதில் ஜெய் லால் உறுதியாக இருக்கிறார். ஆனால் அவர்கள்

அதற்கு ஒத்துழைக்கவில்லை. நீ சொல்வதையெல்லாம் பார்க்கும்போது இந்தப் பயங்கரம் வெகுவிரைவிலேயே முடிவுக்கு வந்துவிடுமெனத் தெரிகிறது. நம் வீரர்கள் அவர்களால் இயன்றவரை முயல்கிறார்கள். கம்பெனியாரை விடவும் நம்மிடம் அதிகளவு வீரர்கள் இருக்கிறார்கள்தான், எனினும் இப்போது நம் படையில் பயிற்சியில்லாத சில முட்டாள்களும் சேர்ந்துவிட்டார்கள் என்பதுதான் பிரச்சினை.”

“ஆளுநர் மாளிகையின் வெளியிலிருந்து பார்க்கும்போது, அனைவரும் ஒன்றுசேர்ந்து போர்புரிவதைப்போலத்தான் தெரிகிறது. தடுப்பரண்களிலிருந்து சண்டையிடும் வீரர்கள் ஆபத்தானவர்கள். உள்ளேயிருக்கும் அரச சகோதரர்கள் காயமடைந்துவிடுவார்களோ என அஞ்சுகிறேன். உள்ளேயிருக்கும் பெண்கள், குடும்பங்கள், குழந்தைகள் என அப்பாவிகள் அனைவருக்காகவும் அஞ்சுகிறேன். எப்படியும் ஒரு நாளைக்கு இருபது நபர்களேனும் உள்ளே இறந்துபோகிறார்கள், அமா.”

“உள்ளேயிருப்பவர்களின் எண்ணிக்கை குறையும்போது கட்டாயம் அவர்கள் சரணடைந்துவிடுவார்கள்.”

அவன் மீண்டும் தோள்களை மெதுவாகக் குலுக்கியபடியே பேசத் துவங்கினான், “உனக்கு ஒன்று சொல்லவா அமா... திருமதி. கன்னிங்ஸ் உயிர்பிரியும் வேதனையில் படுக்கையில் துடித்துக்கொண்டிருந்தார். மருத்துவர் என்னிடம் அவருக்காக அம்மோனியா கொண்டுவரச் சொன்னார். திருமதி. கன்னிங்ஸ் அலமாரியிலிருந்து ஒரு தட்டை எடுத்துக்கொண்டிருந்தபோது, ஒன்பது பவுண்டர் எடைகொண்ட குண்டொன்று சன்னல்வழியாகப் பாய்ந்துவந்து அவரது காலைத் தாக்கியது. அவரது வலியைப்போக்க மருத்துவர் குளோரோபார்ம் கொடுத்தார். குளோரோபார்மின் அழுகிய நெடிதான் எங்கும் பரவியிருந்தது, லேவண்டர் மலர்களின் நறுமணமில்லை, குளோரோபார்ம் மட்டும்தான். குளோரோபார்ம் கொடுத்து அவரது காலை மருத்துவர் வெட்டியெடுத்தார். கன்னிங்ஸ் குணமடைய வாய்ப்பிருப்பதாகக் கூறிவிட்டு அவருக்குத் தொடர்ந்து பலமுறை அம்மோனியா கொடுக்கச்சொன்னார். மற்றப் பெண்களெல்லாம் பயத்தில் மூலைகளில் ஒடுங்கிக்கொண்டனர். எனவே திருமதி. கன்னிங்சுக்கு நானே அம்மோனியா தர ஒப்புக்கொண்டேன். அப்போது அவரது கன்னங்கள் நல்லசூடாக இருந்தன. ‘நான் கொஞ்சம் உறங்கிக்கொள்கிறேன்’ என என்னிடம் கூறிவிட்டு இறந்துபோனார்.”

அமா அவனது மெலிந்த முகத்தையும், விழிகளில் விழுந்திருந்த நிழலிருளையும் ஆராய்ந்தாள். ஆங்கிலேயப் பெண்ணொருவர் இறந்து கொண்டிருக்கும் அறையொன்றில் சாய் மட்டுமே தனியே நின்றிருக்கிறான். இறப்பு நிகழ்வுக்குரிய ஆடைகளோ தொப்பிகளோ அணியாமல் ஆங்கிலேயப் பெண்கள் பயத்தில் உறைந்துபோய் அதே அறையின் ஒருமூலையில் இருக்கின்றனர். ஆங்கிலேய மலைகளும் ஆங்கிலேய நாய்களும் தீட்டப்பட்டிருந்த ஆங்கிலேய ஓவியங்களும், ஆங்கிலேயப் பீங்கான் பொருட்களும் சூழ நின்றிருந்த அப்பெண்டிரோடு சாய் மட்டும் தனியொரு ஆணாக ஆளுநர் மாளிகையின் இரண்டாம் தளத்தில் இருக்கின்றான். தூசுபடிந்த மாலுமிச் சீருடைகளையும் ஆடைகளையும்

அணிந்த ஆங்கிலேயக் குழந்தைகளை அப்பெண்டிர் தம்மால் இயன்றளவு பாதுகாப்பாகக் கவனித்துக்கொள்ளும் அதேவேளை, கீழ்தளத்தில் இருக்கும் அவர்களின் ஆங்கிலேயக் கணவர்மார்களோ காடைக்கறி உண்டு சுருட்டுகள் புகைத்து ஷாம்பெய்ன் பருகியபடி "தொடர்ந்து சண்டையிடுவோம்" எனக் கூவும் காட்சி அமாவின் மனக்கண்முன்னே விரிந்தது.

சிறிது நேரம் அமைதியாக இருந்தவள் பிறகு, "அந்தத் துரோகி அபியை எங்கேனும் கண்டாயா?" என சாயிடம் கேட்டாள்.

"ஆங்கிலேயரின் மிகச்சிறந்த உளவாளிகள் அனைவருமே மறைவாய் உள்ளனர். என்னையும் அவன் கண்காணித்துக்கொண்டிருக்கக் கூடுமென எண்ணும்போது வருத்தம் எழுகிறதுதான். இருபத்தொரு துப்பாக்கிக் குண்டுகள் முழங்க நிகழ்ந்த மரியாதை நிகழ்வைப்பற்றியும், நகரத்திலிருந்து வருவோரைப் பற்றியும் யாரோ அவர்களுக்குத் தகவல் கொடுத்தவண்ணமே இருக்கின்றனர்."

"அன்று எழுந்த உற்சாக ஆரவாரத்தைக் கேட்டிருந்தால் உன் காதுகள் செவிடாகியிருக்கும். பிர்ஜிசின் முடிசூட்டுவிழாவிற்கு ஆளுநர் மாளிகையிலிருந்து ஏன் திடீரென ஆரவாரம் எழுந்ததென எங்களாலும் அன்று புரிந்துகொள்ளவே முடியவில்லை."

அதைக் கேட்டுக் குழப்பத்தில் தத்தளித்த சாயின் கண்கள் சட்டெனத் தெளிவடைந்தன, அவன் உடனே சிரிக்கத் துவங்கினான். "எனதருமை அமாவே, உங்களின் துப்பாக்கி முழக்கங்கள் கேட்டதும் தங்களைக் காப்பாற்ற ஆங்கிலேய இராணுவவீரர்கள்தான் வந்துவிட்டார்களோவென எண்ணி அவர்கள் அன்று ஆரவாரக்கூச்சல் போட்டனர். துப்பாக்கிக்குண்டு முழக்கம் அங்கிருந்த பீங்கான் பொருட்களையும், எங்கள் எலும்புகளையும் நடுங்கச்செய்தது. திருமதி. கன்னிங்சின் அறையிலிருந்த சீமாட்டிகளுக்காக நான் சிறிது பால் கொண்டுசென்றேன். முதலில் கூரையிலிருந்துதான் உற்சாகக்குரல்கள் எழுந்தன. பிறகு அனைவரும் சந்தோஷக் கூச்சல்கள் போடத்துவங்கினர். அன்று என்னால் நடைக்கூடங்களை கடந்துசெல்லக்கூட முடியவில்லை, அவ்வளவு ஆரவாரம். எப்படியும் அவர்கள் மகிழ்ச்சியில் நூறு பெட்டிகள் ஷாம்பெய்ன் போத்தல்களைக் காலி செய்திருப்பர் என எண்ணுகிறேன். துப்பாக்கிகள் வெடிக்கும் பாப்–பாப்–பாப் சத்தங்களுக்குப் பதிலாக அன்று ஷாம்பெய்ன் போத்தல்களைத் திறக்கும் பாப்–பாப்–பாப் சப்தங்கள்தான் எங்கும் கேட்டன, கீழ்தளத்தில் இருந்த மருத்துவமனையிலும்கூட. ஆங்கிலேய அதிகாரிகள் மேல்மாடிக்கு வந்து தம் மனைவியருடன் கொண்டாடினர். ஒருசில பெண்கள் தம்மோடு கொண்டுவந்திருந்த கூடைப்பாவாடைக் கவுன்களையும் அழுக்குக் குல்லாய்களையும் அணிந்துகொண்டு அதிகாரிகளுடன் நடனமாடவும் செய்தனர். பால்கொண்டு சென்ற நான் இதையெல்லாம் கவனிப்பதையும்கூட அவர்கள் உற்சாகத்தில் கவனிக்கவில்லை. யாரோ மீட்புப்படையினர் வரவில்லை எனக்கூற, அவர்களின் உற்சாகம் முழுவதும் சட்டென வடிந்துபோனது. இதை யார் அவர்களிடம் கூறினார்கள் என எனக்குச் சரியாகத் தெரியவில்லை. ஒருவேளை அது அபியாகக்கூட இருக்கலாம். கைசர்பாக் அரண்மனையில் ஏன் இருபத்தோரு குண்டுமுழக்கம்

எழுந்ததென ஆங்கிலேயர்களிடம் யாரோ தெளிவாக விளக்கியுள்ளனர். அதைக் கேட்டதும் மகிழ்ச்சி காணாமல் போனது. அங்கிருந்த அனைவருமே சோகத்தில் மூழ்கினர், என்னையும் சேர்த்துதான். குறிப்பாகப் பெண்களும் குழந்தைகளும் மிகுந்த வேதனைகொண்டனர். மருத்துவமனையில் இருந்தவர்களும் கூட வருத்தம்கொண்டனர்."

"அப்படியானால் அபிதான் அதைக் கூறியிருப்பான்."

"அவர்கள் தங்களின் உளவாளிகளுக்கு நிறையப் பணம் தருகிறார்கள். கான்பூரில் இருந்து தகவல் கொண்டுவருபவர்களுக்கு ஐநூறு பவுண்டுகள் பணமளிப்பதாக எனக்குத் தெரிந்த வேலையாள் ஒருவன் கூறினான்."

"பரவாயில்லை, உன் காதுகள் ஏதும் ஆகாமல் நன்றாகவே உள்ளன. துப்பாக்கிச்சூட்டுச் சத்தமும், குண்டுவெடிப்புகளும் உன் காதுகளைப் பாதிக்கவில்லைபோலிருக்கிறது."

"உண்மைதான்."

"சர் ஹென்றி லாரன்சிற்குப் பதிலாக இப்போது யார் பொறுப்பேற்றுள்ளார்கள்?"

சாய் தோள்களைக் குலுக்கிக்கொண்டான். "சரியாகச் சொல்வது சிரமம். நேரத்திற்கேற்ப ஆட்கள் மாறிக்கொண்டே இருக்கின்றனர். மிஸ்டர். பாங்கெஸ் இருந்தார், பிறகு அவரும் சுடப்பட்டார். பிறகு மிஸ்டர். ஓம்மானே வந்தார், அவரும் பீரங்கிக்குண்டு பட்டு இறந்துபோனார். இப்போது நம்மைவிடவும் காலரா நோய்தான் அவர்களை அதிகளவில் தாக்கிக்கொண்டிருக்கிறது. நம்மைவிடவும் விரைவாக அவர்களை அந்நோய் கொன்றுவிடுகிறது. ஆனாலும் அவர்கள் முன்பைவிடவும் புத்திசாலித்தனமாக நடந்துகொள்கின்றனர். முன்பு உன்னைச் சந்தித்துச் சென்றபிறகு, நூலகம் மட்டும் தகர்க்கப்படவில்லை என்பதை அறிந்துகொண்டனர். எனவே நூலகத்திலிருந்த அரச உறவினர்களை இடம்மாற்றிவிட்டு, முடிவெடுக்கும் முக்கியஸ்தர்களின் தலைமையிடமாக நூலகத்தை மாற்றிவிட்டனர். அரச உறவினர்கள் நூலகத்தின் பக்கத்து அறையில் இப்போது தங்கவைக்கப்பட்டுள்ளனர். அதன் பின்பக்க வழியில் இந்தியர்கள் எவரேனும் தென்பட்டால் சந்தேகிக்கின்றனர். என்னையே இருமுறை விசாரித்துவிட்டனர்."

"நீ மீண்டும் உள்ளே செல்ல வேண்டாமென நினைக்கிறேன்."

சாய் எழுந்துநின்று கால்களை உதறிக்கொண்டான். "நான் மீண்டும் உள்ளே போவேன். அவர்களுக்கு நான் உதவ வேண்டும். அரச உறவினர்களைத் தொடர்ந்து கண்காணிக்க வேண்டும். நூலகத்தின் அருகிலுள்ள மூலை அறையில்தான் அரச உறவினர்கள் இருக்கின்றனரென ஜெய் லாலிடம் மறக்காமல் கூறிவிடு. நீ சொன்னது உண்மைதான் அமா, அவர்கள் சரணடைவதற்கான வாய்ப்புகள் உள்ளன. இந்த இக்கட்டான சூழலிலிருந்து நாமெல்லோரும் முற்றிலுமாக வெளியேறுவோம், அதன்பிறகு நான் மீண்டும் அந்திநேரங்களில் பட்டம்விடப் போவேன்."

"ஆளுநர் மாளிகையிலிருந்து நீ வெளியேறும்போது தவறான இந்தியனை சந்திக்கநேர்ந்தால் உன்னைத் துரோகியெனக் கருதிக் கொன்றுவிடுவர். உள்ளே செல்லும்போது ஆங்கிலேயர்களால் கொல்லப்படும் ஆபத்தும், வெளியே வரும்போது இந்தியர்களால் கொல்லப்படும் ஆபத்தும் உனக்குள்ளது."

"எனதருமைத் தோழியே, சோதனைகள் வரும்வரை நமது பலம் நமக்கே தெரிவதில்லை. நமது பலம் முழுவதும் நமக்கான சோதனைகளில்தான் மறைத்துவைக்கப்பட்டுள்ளது. திருமதி. கன்னிங்ஸ் இதைத்தான் கூறுவார், அவர் கூறுவதும் சரிதான் அமா. அங்கிருக்கும் ஆடுகளுக்குச் சிறிதளவேனும் உணவு கொண்டுசெல்ல வேண்டும். பட்டினியாக இருப்பதால் அவற்றுக்குப் பால் சுரப்பதில்லை. அங்கிருக்கும் பெண்களுக்கும் குழந்தைகளுக்கும் அவற்றின் பால் தேவைப்படுகிறது. ஒரு இராணுவவீரரின் மனைவியும் குழந்தையும் புழுக்கம்நிறைந்த நிலவறையொன்றில் தங்கவைக்கப்பட்டுள்ளனர். அந்தக் குழந்தைக்கு உடல்நலமில்லை. அதுபோன்ற கடைநிலை வீரரின் மனைவிக்கும் குழந்தைக்கும் திருமதி. கன்னிங்ஸ் பால் தரவே மாட்டார். மாடிப்படி ஏறிவந்து அந்த மனைவி கேட்டபோதும்கூட திருமதி. கன்னிங்ஸ் மறுத்துவிட்டார். சீமாட்டிகள் மேல்தளத்திலும் வீரர்களின் மனைவியர் நிலவறைகளிலும் உள்ளனர். லக்னோவாசிகளின் சாதிய வேறுபாடுகளைக் கேலிசெய்யும் ஆங்கிலேயர்களின் லட்சணம் இதுதான்! இத்தகைய வருத்தமான சூழலிலும் அவர்கள் தம் வர்க்கபேதங்களைக் கடைப்பிடிக்கத் தவறுவதேயில்லை. கீழேயிருக்கும் அந்தக் குழந்தைக்கு நான் இம்முறை கொஞ்சம் பால் கொண்டுதரப்போகிறேன். கைத்தடியால் என்னை அடிக்கும் திருமதி. கன்னிங்ஸ்தான் இப்போது அங்கில்லையே" என்றான் சாய்.

16

சாயை மீண்டும் ஆளுநர் மாளிகையினுள் கொண்டுவிடும் முன்னர் அமா லக்னோவின் வீதிகளில் நடந்தாள். நவாப்களின் ஆன்மாக்கள் வீதிகளில் கிசுகிசுப்பதும், பருத்தி உள்ளாடையணிந்த குழந்தைகள் உறக்கத்தில் உளறுவதும் சன்னல்களின் வழியே கேட்டன. முன்பு நீலமார்புக் குயில் கூவிய சிக்கந்தர் பாக்கின் மசூதிகளில் இருந்து மெழுவர்த்தி வெளிச்சத்தோடு எழுந்த தொழுகையொலி நகரின் புழுக்கக்காற்றோடு கலந்திருந்தது. ஆட்கள் எவருமற்று நிழலில் இருந்த புதிய அஞ்சல் நிலையத்தைக் கடந்தாள். ஊதியணைத்த மெழுகுவர்த்திகள்போல் ஆங்கிலேயர்களின் வசைமொழிகளெல்லாம் சட்டெனக் காணாமல் போயிருந்த தெருக்களின் வழியே நடந்தாள். மல்லிகை மலர்கள் பூத்துக்குலுங்கும் நகரின் பழைய பூங்காச் சுவர்களைக் கடந்து நடந்தாள்; மென்மையான பசும் இலைகள் கொண்ட மரங்களிடையே பொதிந்திருந்த இனிமையான இல்லங்களைக் கடந்து நடந்தாள்; ஆத்திரம் கொண்ட கலகக்காரர்களின் காலடியில் மிதிபட்டு நசுங்கி அழுகிய புளியம்பழங்கள் இறைந்துகிடந்த குறுகிய தெருக்கள் வழியே நடந்து சென்றாள்.

லக்னோவின் வெளியே, மன்னர் புதிதாக உருவாக்கிய பண்ணைவீடும், உயர்ந்த மதில்கள் கொண்ட தோட்டமும் இருந்த ஆலம்பாக் அரண்மனையில்தான் தற்போது ஜெய் லால் தனது அவத் படையினரைத் தங்கவைத்துள்ளார். அவர்களிடம் ஏதேனும் செய்தியுண்டா என அறிவதற்காகத்தான் அமா அங்கு சென்றுகொண்டிருந்தாள். கான்பூர் சாலையில், நகரின் தெற்கு எல்லையையொட்டி ஓடிய கால்வாயின் மறுபக்கத்தில் அது அமைந்திருந்தது. கான்பூரில் சிக்கிக்கொண்டிருக்கும் ஆங்கிலேயர்களின் நிலைகுறித்து எவருக்குமே தெரியாது. ஆனால் லக்னோவை நோக்கி கான்பூர் சாலை வழியாக வரும் வெளியூர் கலகக்காரர்கள் மூலம் செய்திகள் வருமென எதிர்பார்த்து அவத் படையினர் காத்திருந்தனர். அந்திமயங்கும் வேளை, சார்பாக் பாலம் வழியாக அமா கான்பூர் சாலையில் இறங்கி நடந்தபோது, மரங்களுக்கு இடையேயிருந்த சிறிய வீடான மஞ்சள் இல்லத்தின் கதவு அடைபடும் ஓசையைக் கேட்டாள். கூன்விழுந்த அபி அதிலிருந்து வெளியேறிப் பின்பக்கமிருந்த மூங்கில்புதர்களுக்குள் செல்வதையும் கண்டாள். அவன் அங்கிருந்து சென்றுவிட்டான் என்பதை

உறுதிசெய்துகொண்டதும், வீட்டின் முன்பக்க சன்னல் வழியாக உள்ளே எட்டிப்பார்த்தாள். அறை இருளில் மூழ்கிக் கிடந்தது.

அவளுக்குப் பின்னால் சார்பாக் பாலத்தில் காலடியோசைகள் கேட்டன. அங்கு இரு உருவங்கள் நிற்பதைக்கண்டு அவள் மீண்டும் பாலத்தின்மீது ஏறினாள். அவளைப் பெயர்சொல்லி இருளிலிருந்து ஓர் இளைஞன் அழைத்தான், அருகே சென்றதும்தான் அவன் ஹசனுடன் இருக்கும் ஒடிசல் ஆசாமி என அமாவுக்குத் தெரிந்தது. அவனருகில் நிற்பவன் ஹசன்தான் என்பதையும் கண்டுகொண்டாள். ஒடிசலான் தன்னைநோக்கி வருவதைக் கண்டு அவள் பின்னகர்ந்தாள். அவனோ அவளது முன்கைகளுக்குள் விரல்களைச் செலுத்தி பாலத்தின் மரப்பாளங்களிடையே அவற்றைச் சேர்த்தழுத்தினான். அவளது முகத்தின் நேரே அவன் முகம் இருந்தது, அவனது மூச்சுக்காற்றில் வெங்காய வாடையிருந்ததையும், அவனது சருமத்தில் வியர்வைநெடி வீசியதையும், அவனது வாள் கடினமாக அழுத்தியதையும் அவள் உணர்ந்தாள். இயன்றவரை அவனிடமிருந்து முகத்தை வேறுபக்கமாகத் திருப்பிக்கொண்டாள். எதிர்ப்பக்க மரப்பாளத்தில் சாய்ந்தபடி தன் சித்திமகன் இதையெல்லாம் வேடிக்கை பார்ப்பதைக் கண்டாள். ஒடிசலான் முழுப்பலத்தையும் அவள் கைகள் மீதுவைத்து அழுத்தினான். பிறகு சட்டென அவளை விடுவித்துவிட்டான். அவளெதிரே நேருக்கு நேராக நின்று, “உன் எஜமானியம்மாவிடம் போய்ச் சொல், லக்னோவிற்கு எது நன்மை தரும், அவருக்கு எது நன்மை தருமென்பதை அறிந்திருந்தால் எங்களைப் பின்பற்றி வரச் சொல். அல்லது எங்கள் வழியில் குறுக்கிடாமல் விலகி நிற்கச் சொல். நீயெல்லாம் எங்களுக்கு ஒரு பொருட்டேயில்லை” என்றான்.

அபி குறித்த அவளது சந்தேகங்களை அவன் பேச்சு ஊர்ஜிதப் படுத்தியது; இப்படியெல்லாம் பேச இவனுக்கு எங்கிருந்து தைரியம் வந்தது என்பதையும் அவளறிவாள். வலிக்கும் கைகளால் துப்பாக்கியைப் பற்றித் தூக்கிக்கொண்டாள். அவனது வாள் அவள் முன்னே தொங்கிக் கொண்டிருந்தது. அவளது சித்திமகன் சில அடிகள் முன்னே வந்தபோதும் நண்பனின் பின்னாலேயே நின்றுகொண்டான். “ஆங்கிலேயர்களைத் தோற்கடிக்க வேண்டுமென்றால் நீ எங்கள் பாதையிலிருந்து விலகியிருக்க வேண்டும்” எனப் பதின்பருவக் குரலின் கரகரப்புடன் கூறினான் ஒடிசலான். அவன் அத்தனை இளையவனாக இருந்தான். இருவரும் அவளைப் பாலத்தின் கடைசிவரை தள்ளிச்சென்றனர். அவர்களின் கைகள் அவள்மேல் மழைபோல் படர்வதை உணர்ந்தாள். கூரிய கற்கள்மீது அவளைத் தள்ளிவிட்டு அவர்கள் வெற்றிக் கூச்சலிட்டனர், அவளோ அசையாது அங்கேயே படுத்துக் கிடந்தாள். அவளது சித்திமகனின் நண்பன் மீண்டும் கரகரப்பாய்ச் சிரித்தான். பிறகு அவர்களிருவரும் அங்கிருந்து கிளம்பி லக்னோ நோக்கிச் செல்லும் சாலையில் இறங்கி நடக்கத் துவங்கினர்.

தூரத்தில் செல்லும் அவர்களிருவரும் பேசிக்கொள்வதை அமா கேட்க முயன்றாள். அங்கிருந்து எழுந்துகொண்டாள், சிறுத்தையைப்போலப் பதுங்கி நகர்ந்தாள்; சீறியெழும் ஆயிரம் நாகங்களின் ஆத்திரநஞ்சோடு அங்கிருந்து ஓடினாள். முறுக்கிக்கொண்ட தசைகளை நேராக்கிக்கொண்டாள், உறவுப் பிணைப்புகளை மறந்தாள், அவர்களை நோக்கி ஓடினாள். அவர்களின்

கண்களில் படாமல் புற்களிடையே நகர்ந்தாள். சாலைக்கு வந்ததும், சில அடிகள் அவர்களுக்கு முன்னே சென்று நின்றாள். அவர்களை நோக்கித் துப்பாக்கியை நீட்டியபடி சுவாசத்தைச் சீராக்கிக்கொள்ள முயன்றாள். மெல்ல மெல்ல மூச்சைச் சீராக்கினாள்.

இருவரும் திகைத்துக் கைகளை மேலே உயர்த்திச் சிலைபோல் நின்றனர். அவர்களின் தலைமீது இருளில் ஒருமுறைச் சுட்டாள், முட்டாள்த் தனமாக ஹசன் தன் கைத்துப்பாக்கியை எடுக்கக்கூடுமென்பதால் அவன் பக்கமாய் ஒருமுறை சுட்டாள். "அசையாதீர்கள்" எனக்கூறி மீண்டுமொரு முறை சுட்டாள். "அசையவே கூடாது." அவர்களருகே சென்றாள், பாம்பைக் கண்ட குஞ்சுப்பறவைகள் நடுங்குவதைப்போலே அவர்களின் விழிகளில் அச்சத்தைக் கண்டாள். வலிக்கும் விரல்களை இறுக மூடித் திறந்தாள். கழுத்துக் காயத்திலிருந்து சிவப்பு ஜாக்கெட்டை ஒதுக்கியபடி, ஒடிசலானை அங்கிருந்து ஓடச் சொன்னாள். "ஓடு" என்றதும் அவன் தலைதெறிக்க ஓடினான். தனது சித்திமகனைப் பார்த்தாள், அவனது தலையுச்சி தெரிந்தது. அதன்மீது துப்பாக்கி நுனியைப் பதித்தாள். அவன் தலை மேலும் கீழும் அசைய, குலுங்கி குலுங்கிச் சத்தமாக அழத்துவங்கினான்.

அவனது கைத்துப்பாக்கியை எடுத்துக்கொண்டு, "திரும்பு" என்றாள், திரும்பியதும் அவனது பின்கழுத்தில் துப்பாக்கியைப் பதித்து அவனை நடக்கச் சொன்னாள். அவர்கள் மீண்டும் பாலத்தை நோக்கி நடந்தபோது, தனது இளஞ்சிவப்புவண்ணக் காற்சராய்களிலும் மென்மையான காலணிகளிலும் ஈரம் படர்ந்திருந்ததைக் கண்டாள். சித்திமகன் பயத்தில் பெய்த சிறுநீரில் நடந்துகொண்டிருக்கிறோமென உணர்ந்துகொண்டாள். பாலத்தின் கீழே சென்று அவனைக் கால்வாய் நீரில் நிற்கச்சொல்லித் தானும் நீரில் இறங்கினாள். "இதுபோல் இன்னும் எத்தனை பேர் அந்தப் பாசாங்குக்காரனைப் பின்பற்றுகிறீர்கள்?" எனக் கேட்டபடியே பட்டுக்காற்சராய்களின் நுனிகளையும் காலணிகளையும் பாதங்களையும் சுத்தமாகக் கழுவிக்கொண்டாள். "அது இருக்கட்டும், அவன் யார்?"

"வெளியூர்க்காரன்" என்றான் ஹசன்.

"எனது சின்னத்தம்பிக்கு அவனைப்பற்றி இன்னும் நன்றாகத் தெரியுமென்பது எனக்கும் தெரியும், எனவே எதையும் மறைக்காமல் சொல்" என்றபடியே அவனை மீண்டும் கரையிலிருந்து மேலே தள்ளிச்சென்றாள். அவர்கள் பாலத்தைக் கடந்து, அவள் எங்கு செல்ல வேண்டுமெனக் கிளம்பினாளோ அதே ஆலம்பாக் அரண்மனையைச் சென்றடைந்தனர். வாயிற் காவலாளி அமாவைக் கண்டதும் தலையசைத்தான். அவர்களிருவரும் தோட்டத்திற்குள் சென்றனர். "உட்கார்" என்றாள், ஹசன் வித்தியாசமாக அசைந்தாடி நிலத்தில் அமர்ந்தான். அவனது பட்டு ஜோத்புரி ஆடை சில இடங்களில் நனைந்திருந்தது. மலைமுத்துவைத் தேடி அழைத்துவரச் சொல்லி வாயிற்காவலனிடம் கூறினாள்.

"ஆயுதங்கள் குறித்து ஏதேனும் செய்தியுண்டா?" எனக் கேட்டபடியே ஓடோடிவந்த மலைமுத்து, ஹசனைப் பார்த்ததும் தடுமாறி, "ஆயுதங்கள்..." என இழுத்தான்.

“நான் உன்னை அடிக்கமாட்டேன். ஆனால் அவர் உன்னை அடிக்கக்கூடும். உன்னோடு இருந்த அந்த முட்டாளைப் பற்றி எங்களிடம் அனைத்தையும் கூறுவதுதான் உனக்கு நல்லது” என அமா ஹசனிடம் கூறினாள்.

ஹசன் தன்மீதே சாய்ந்துகொண்டு முனகினான், மலைமுத்து அவனருகே குத்தவைத்து அமர்ந்து, “உன் அக்காள் என்ன கேட்கிறாளோ அதைக் கூறிவிடு” என்றான்.

ஹசன் நீளமாய் மூச்சிழுத்துக்கொண்டான். அவனிடமிருந்து வார்த்தைகள் வெளிவரத் துவங்கின, “அவன் பெயர் ஒமர், தில்லிப் போரிலிருந்து வந்திருக்கிறான். அங்கிருந்த ஆங்கிலேயரிடம் முன்னர் இராணுவவீரனாக இருந்தவன். அவத்தைச் சேர்ந்த கிராமவாசியான அவனை அவர்கள் பணியில் சேர்த்துக்கொண்டனர். ஆங்கிலேயர்கள் அவனையொரு நாயைப்போலத்தான் நடத்தியுள்ளனர். தில்லியில் ஆங்கிலேயரை எதிர்த்துப் போராடிய குழுக்களுள் ஒன்றைச் சேர்ந்தவன் அவன். இங்கேயும் ஆங்கிலேயர்களை எதிர்த்துப் போராடவே வந்துள்ளான். நமது மன்னருக்காக” என்ற ஹசன் தலையுயர்த்தி அமாவைப் பார்த்தான். அவன் முகமெங்கும் கண்ணீரும் அழுக்கும் கலந்து அப்பியிருந்தது. “நமது நகரைத் தன் கட்டுப்பாட்டின்கீழ்க் கொண்டுவர பேகம் சாகிபாவிற்கு எந்த உரிமையும் கிடையாது. எனது புது நண்பர்கள் சொல்வதைத்தான் ஆங்கிலேயர்கள் காது கொடுத்துக் கேட்கின்றனர், பேகம் சாகிபா சொல்வதையல்ல. மன்னர் திரும்பிவரவிருக்கிறார். அப்படித்தான் ஆங்கிலேயர்கள் கூறியுள்ளனர். மன்னருக்கு விசுவாசமான ராஜாங்கக் குதிரைவீரன் நான், அமா” என்றான்.

“மன்னரை மீண்டும் இங்கு அழைத்துவரப்போவதாக ஆங்கிலேயர்கள் அவிழ்த்துவிடும் பொய்யை இன்னும் எத்தனை பேர்தான் நம்பப்போகிறீர்கள்? உனது நண்பன் அந்த ஒமரின் குழுவைச் சேர்ந்த எத்தனை பேர் மன்னர் திரும்பிவருவாரென நம்புகின்றனர்?” என அவள் கேட்டாள்.

“நூற்றுக்கணக்கானோர்” என்றான் அவன்.

அதைக் கேட்டதும் மலைமுத்து சிரிக்கத் துவங்கினான், அமாவாலும் தன் சிரிப்பை அடக்கிக்கொள்ள முடியவில்லை.

“சரி, ஹசன். நீ கைசர்பாக்கிற்குச் செல்லும் முன் உன் முட்டாள்த் தனத்தையும் உன் உடல் வாடையையும் இங்கிருக்கும் மல்லிகைகள் உறிஞ்சிக்கொள்ளட்டும்” என்றாள்.

உதடுகள் கோணி கண்களைத் துடைத்துக்கொள்ளும் தனது தம்பியை, அமா பார்த்தாள். அவனருகே மண்டியிட்டு அமர்ந்து, “சத்தம் போடாதே, நான் சொல்வதைக் கேள், ஹசன். நமது செயல்களுக்கு இடையூறாக இருக்கும் ஆட்களுடன் நட்புப் பாராட்டாதே. லக்னோ போன்ற ஒரு வளர்ந்த நகரில் எப்படி நடந்துகொள்ள வேண்டுமெனக்கூட அந்தக் கிராமத்தான்களுக்குத் தெரியவில்லை. யார் சொல்வதைக் கேட்பது எனக்கூட அவர்களுக்குத் தெரியவில்லை. அதுவும் அபி போன்ற ஒருவனை நம்புகிறாயெனில் உனக்குப்

பைத்தியம்தான் பிடித்திருக்க வேண்டும். நீங்கள் சொல்வதையெல்லாம் ஆங்கிலேயர்கள் காது கொடுத்துக் கேட்டுக்கொள்கின்றனர் எனும் அபத்தத்தை அவன்தான் உன்னிடம் கூறினானல்லவா?" எனக் கேட்டாள்.

மலைமுத்துவும் ஹசனை நோக்கிக் குனிந்து, "பேகம் சாகிபாவிற்கு எதிராக மக்களைத் திசைதிருப்பும் உளவாளிதான் அந்த அபி. உன்னையும், உறுதியான மனநிலையற்ற உன் நண்பர்களையும் அவன் தன் கட்டுப்பாட்டில் வைத்துக்கொள்ளப் பார்க்கிறான் என்பது உனக்குத் தெரியவில்லையா? பிரித்தாளும் சூழ்ச்சி. ஆங்கிலேய நண்பர்களிடமிருந்து அவன் அதைத்தான் கற்று வைத்திருக்கிறான். அவனது ஆங்கிலேய நண்பர்களுக்காக நம்மைப் பிரிக்கப் பார்க்கிறான். அவன் வேலை முடிந்ததும் கடைசியில் அவன் உங்கள் அனைவரையும் கொன்றுவிடுவான்" என்றான்.

அமா தன் தம்பியின் தோள்மீது கைபோட்டுக்கொண்டாள், "நீ இன்றிரவு இங்கேயே உறங்கு, நாங்கள் கூறியதையெல்லாம் யோசித்துப்பார். மலைமுத்து உனக்குக் காவலுக்கு இருப்பார்" என்றாள்.

ஹசனுக்குப் பக்கத்தில் மலைமுத்து கைகால்களை நீட்டிப் படுத்துக்கொண்டு, "நான் வேண்டுமானால் உனக்குத் தாலாட்டுப் பாடவா?" எனக் கேட்டான்.

ஆலம்பாக்கில் இருந்த பெரும்பாலானோர் உறக்கத்தில் இருக்க ஒருசிலர் மட்டும் கூரைமீது காவல் இருந்தனர். நிலவொளி வீசிய தூரம்வரை அவர்கள் காவல் காத்துநின்றனர். அமா அங்கிருந்துக் கிளம்பி மஞ்சள் இல்லத்தினருகே இருந்த மூங்கில் புதரில் காத்திருந்தாள். ஆனால் அபி திரும்பி வரவேயில்லை.

சூரியன் உதிக்கும்முன், தடுப்பரண்களில் துப்பாக்கிகள் வெடிக்கத் துவங்கும் சத்தத்தைக் கேட்டபடியே அவள் லக்னோ வீதிகளில் நடந்துவந்தாள். வெளிச்சம் பரவத் துவங்கியது. ஒரு வீட்டிலிருந்து பானையுடன் வெளியே வந்த மனிதரொருவர், ஓடாமல் தேங்கிநின்ற கழிவுநீர் பள்ளத்தில் அதைக் கொட்டினார். தெருக்களிலிருந்த கழிவுநீர்க் குழாய்கள் உடைந்துவிட்டதால், நீரோடும் வசதிகொண்ட செல்வந்தர்களின் வீட்டுக் கழிவறைகள்கூடப் பழுதாகிக் கிடந்தன.

கிண்கிணி என சப்தமெழுப்பிய கனமான சாவிக்கொத்தை ஏந்தியபடியே புதிய காவலாளி ஒருவன் வீடுகளின் எதிரே நடந்துசென்றான். அவளைக் கண்டதும் அவன் நின்று அவளையே நீண்டநேரம் பார்த்துக் கொண்டிருந்தான். அவள் அங்கிருந்து நகரத் துவங்கியதும் கிண்கிணி மீண்டும் ஒலிக்கத் துவங்கியது.

○○○

அன்றைய காலை வேளை, கைசர்பாக் அரண்மனைத் தோட்டத்தின் உள்ளே, தனது குடியிருப்பின் கீழே அமைக்கப்பட்டிருந்த கூடாரம்போன்ற சந்திப்பு அறையில் பேகம் சாகிபா ஹூக்கா புகைத்துக்கொண்டிருந்தார். அவர் புகைக்கும்போது நீர் குமிழியிட்டது. "ஆலம்பாக் அரண்மனையிலிருந்து ஏதேனும் செய்தியுண்டா?" எனக் கேட்டவர் அமா பதிலளிக்கும் முன்னரே

தொடர்ந்து, "அவர்களிடம் நீயொரு விருந்தினரை அழைத்துச் சென்றுள்ளாய் எனக் கேள்விப்பட்டேன், ஒரேயொரு துரோகம்கூட நமக்குப் பெரும் பாதிப்பை உண்டாக்கிவிடக் கூடும். உன் சித்திபையன் எப்படிப்பட்டவன்? அவன் நமக்கு விசுவாசமாக இல்லாதபட்சத்தில் அவனுக்கு நம்மிடையே இடமில்லை" என்றார்.

அமா ஹூக்கா வெள்ளிக் கிண்ணத்தின்மீது தன் பார்வையைப் பதித்திருந்தாள். துக்கம் அவள் தொண்டைக்குழிக்குள் எரிந்தது. அமாவின் கண்களுக்கு, தானும் பேகம் சாகிபாவும் அமர்ந்திருந்த தரைவிரிப்பின் அப்பால் அவர்களின் பால்யகாலக் காட்சிகள் படம்போல் விரிந்தன: வெயில் கொளுத்தும் பின்மதியங்களில், அரண்மனைத் தோட்டங்களில் இருந்த நிழலார்ந்த மறைவிடங்களில், அவர்களிருவரும் உறங்கியது; பாதாம் மரங்கள்மீது வெற்றுக் கால்களுடன் ஏறி விளையாடியது; சமையலறையிலிருந்து பால் இனிப்புகளைத் திருடிச் சுவைத்தது; உண்ணாநோன்பு நாட்களின்போது முதியவர் லாலிடம் கமலா ஆரஞ்சுச் சுளைகள் கேட்டுக் கெஞ்சியது; புலிக்குட்டிகளுக்குக் கிண்ணங்களில் நீர் அருந்தக் கொடுத்தது; அதிகாலைத் தொழுகையின்போது உறங்கிவிழாமலிருக்க ஒருவரையொருவர் கிள்ளிவிட்டுக்கொண்டது; அவர்களின் இளஞ்சூடான உடல்கள் குளங்களின் ஆழங்களில் நீந்தியதைப்போலக் காற்றில் நீந்திவந்த பாரசீகக் கவிதைகளைச் செவிமடுத்தது; அவ்வாறு நீந்துகையில் அவர்கள் அணிந்திருந்த பீச் வண்ண ஆடைகள் அவர்களைச் சுற்றிலும் மலரிதழ்கள்போலே விரிந்துகொண்டது என எல்லாம் அமாவின் நினைவிற்கு வந்தன. அப்போதெல்லாம் ஹசன் தன் பாட்டியாரின் மடியில் அமர்ந்தபடியே சிறுமிகளாயிருந்த பேகம் சாகிபாவையும் அமாவையும் வியப்புடன் கண்டுகளிப்பான்.

பேகம் சாகிபா முகமுயர்த்தி, "ஏன் மௌனம், அமா? அவன் வெளியூர் ஆட்களுடன் சேர்ந்து வேலை செய்கிறான்தானே?" எனக் கேட்டார்.

"இல்லை" அமா பொய் சொன்னாள்.

"அப்படியென்றால் நல்லது" என்றபடி பேகம் சாகிபா ஹூக்கா குழாயைக் கீழே வைத்தார். "நமக்கு இதுபோன்ற நல்ல செய்திகள்தான் இப்போது தேவை" என்றவாறு வெளியே தோட்டத்தில் பயிற்சியாளரும் சமையற்காரரும் புலி ஷாசாதிக்கு உணவளித்துக்கொண்டிருந்ததைக் கதவுவழியே பார்த்தார். "நாம் தொடர்ந்து போரிடும் அதே சமயம் நம்மிடம் ஆயுதங்கள் தீர்ந்துபோகாமலும் பார்த்துக்கொள்ள வேண்டும். அந்த வெளியூர்க் கலகக்காரர்களாலும்கூட இப்போதெல்லாம் இரவுநேரத்தில் குண்டுபொழிவைத் தொடரமுடிவதில்லை" என்றார்.

❍❍❍

அந்திநேரத்திற்கு முன் அமா சாயைத் தாசிமனையில் சந்தித்தாள். அவளோடு வந்த பேகம் சாகிபா குல்பதனின் கூடார மண்டபத்தினுள் சென்றார். இந்திய கலகக்காரர்கள் முற்றத்து அரசமரத்தினடியில் நீட்டிப் படுத்திருந்தனர். நீள ஜடையுடன் அங்குவந்த புதிய பெண், மன்னரின் பாடலொன்றுக்கு கதக் நடனமாடுவதை அவர்கள் கண்டுகளித்தனர். அமா

அவர்களை ஆராய்ந்தாள். தாசிமனைக்குள் நுழைய அவர்கள் மன்றாடிக் கேட்டிருக்க வேண்டும்; அதனால்தான் குல்பதன் அவர்களை உள்ளே அனுமதித்திருக்க வேண்டுமென எண்ணிக்கொண்டாள். அனைத்திற்கும் மேலாக, இந்நாட்களில் அனைவருக்கும் பணம் தேவையாயிருக்கிறது எனும் அதிர்ச்சியிலிருந்துதான் அமாவால் மீளவே முடியவில்லை.

அவர்களுக்குள் ஹசனின் நண்பனான ஒடிசலானை அவள் அடையாளம் கண்டுகொண்டாள். பளபளப்பான, மீன் வடிவத் தலையணையில் சாய்ந்தபடி, அவன் தன் நண்பனுடன் சத்தமாகச் சிரித்துக் கொண்டிருந்தான். இறுக்கமான அங்கார்கா* மேலாடைக்குப் பதில் அவர்கள் எளிய பைஜாமாக்களே அணிந்திருந்தனர்; அவர்களுள் எவருமே நான்குமுனைத் தொப்பிகள் அணியவில்லை, கைக்குட்டைகள் வைத்திருக்க வில்லை, வெல்வெட் காலணிகளுக்குப் பதிலாக மரச்செருப்புகளே பக்கவாட்டில் அணிவகுத்திருந்தன. கண்ணாடித் தட்டுகளில் வெயிலில் காய்ந்த ஓப்பியம் வைக்கப்பட்டிருந்தது. அவர்கள் தட்டுகளை முத்தமிட்டுத் தம் மூளைகளில் தீ பற்ற வைத்துக்கொண்டனர். லக்னோவின் அதியற்புத நிகழ்வுகளை விலைக்கு வாங்கிவிட்ட குதூகலத்திலிருந்த அந்தப் போர்வீர விருந்தாளிகளின் மகிழ்வில் அம்முற்றமே பற்றியெரிந்தது. வியப்பு மேலிடத் தலையாட்டிக் கத்திக்கூச்சலிட்டு மகிழ்ந்த வெளியாட்களால் அந்த முற்றம் நிரம்பிவழிந்தது. புலாவ்கள், இளஞ்சிவப்புவண்ண வைன், ஹூக்கா, ஓப்பியம் ஆகியவற்றோடு காதற்கனவுகளும் அங்கு பரிமாறப்பட்டன.

சமையலறைக்கு வெளியேயிருந்த சாயின் அறைவாசலில் அமா அவனைக் கண்டாள். கைசர்பாக் அரண்மனையில் மிட்டாய்கள் தீர்ந்துபோய்விட்டன, எனினும் முடிசூட்டு விழாவின்போது அவள் தனியே எடுத்துவைத்திருந்த இரு பால் இனிப்புகளை அவனுக்காகக் கொண்டுவந்திருந்தாள். சகோதர சகோதரியர் உறவைக் கொண்டாடும் ரக்ஷாபந்தன் விழாவையொட்டி அவனது கரத்தில் ஒரு தாயத்தைக் கட்டிவிட்டாள். “நீ எனக்கொரு சகோதரனைப்போலே, பத்திரமாக இரு” என்றாள். அவன் உடைகளை மாற்றிக்கொள்ள அறையினுள் நுழைந்து கொண்டான்.

அமா யாரிடமும் பேசாமல் சமையலறையருகே சாயிக்காகக் காத்திருந்தாள். முற்றத்தில், இளம்பெண்ணின் பாடலுடன் ஒரு சித்தாரும் ஒலித்தது. தடுப்பரண்களில் இருந்த துப்பாக்கிகளோ பாப்–பாப்–பாப் என தூரத்தில் இடைவிடாமல் ஒலித்தவண்ணமிருந்தன.

பேகம் சாகிபா விருட்டென வெளியே வந்தார். அவரது பசும்விழிகளில் கோபம் கொப்பளித்தது. வெளியூர் ஆட்கள் இருந்த திசைநோக்கித் தலையாட்டியபடியே, “இந்நபர்களால் கவர்ந்திழுக்கப்பட்டுள்ள லக்னோவாசிகள் யார்யாரென குல்பதன் நன்கு அறிவார். உனது உறவினன் ஒருவனும் அதிலுண்டு. கைசர்பாக் அரண்மனையைச் சேர்ந்தவன் அவன்” என்றார்.

---

* ஆண்கள் அணியும் பிரத்யேக மேலாடை

“அன்புத் தோழியே” என்ற அமா தலைதாழ்த்தி வணங்கியபடியே, “ஹசன் அதிலிருந்து எப்படியோ வெளியேறிவிட்டான். மீண்டும் அதில் விழமாட்டான். நான் அதை ஊர்ஜிதப்படுத்திக்கொள்கிறேன். அவர்களுடனான அவனது தொடர்பு எவ்வகையிலேனும் நமக்கு உதவுமா எனவும் நிச்சயப்படுத்திக்கொள்கிறேன்” என்றாள்.

அமாவையே சில நொடிகள் முறைத்த பேகம் சாகிபா முகத்தைத் திருப்பிக்கொண்டார்.

○○○

ஆளுநர் மாளிகையின் பின்பக்கமிருந்த சாலையில் அமா சாயுடன் நடந்துசென்றாள். மாளிகையுள்ளே நுழைய அவனொரு இந்து விதவையைப்போல வேடமிட்டு வெள்ளைச் சேலையணிந்திருந்தான். அதனுள்ளே லுங்கி அணிந்திருந்தான். அமா கட்டிவிட்ட தாயத்து வெள்ளைச்சேலையால் மூடியிருந்த அவன் கரத்திலேயே இருப்பதை அவளுக்கு உயர்த்திக் காட்டினான். அங்கிருந்த ஒரேயொரு முதிய காளையைத் தவிர சாலை வெறிச்சோடி இருந்தது. வீடுகளின் அலங்கார சன்னல்கள் யாவும் செங்கற்கள் கொண்டு அடைத்திருக்க, மரக்கதவுகள் தடுப்பரண்களால் மூடப்பட்டிருந்தன. உயர்ந்த மதில்கொண்ட தோட்டத்தில் மஞ்சள் புற்கள் மட்டுமே இருந்தன, முன்னர் மலர்கள் பூத்துக்குலுங்கிய அத்தோட்டத்தில் இப்போது பாய்களும் சமைக்கும் பானைகளும்தான் இருக்கின்றன. தோட்டத்தின் ஒருபகுதி வெளியாட்கள் மலங்கழிக்க ஒதுக்கப்பட்டிருந்தது.

சாய் சேலையைச் சரிசெய்து, முதுகைக் கூனிக்கொண்டான். “உன்னிடமிருந்து சிறிதுகாலம் விடைபெறுகிறேன்” என அவளிடம் முணுமுணுத்தான். அமாவைப் பார்த்தபடியே சிறிதுநேரம் வாய்க்குள்ளேயே பாட்டிசைத்தான். அவனது இளைய முகம் அவளது முகத்திற்கு வெகு அருகே இருந்ததால் அவன் குளித்த ரோஜாப்பன்னீரின் வாசம் வீசியது. அவனது இமைகளின் மேல் முத்தமிடத் தூண்டிய இரு அழகிய பழுப்புவண்ணக் கண்களைக் கண்டாள், “விடைபெறுதலென்பதுதான் எத்தனை இனிமை யான துக்கம்” என்றவன் அவளைநோக்கிப் புன்னகையொன்றை உதிர்த்துவிட்டு, தோட்டச் சுவரிலிருந்த துளைவழியாக மறுபக்கம் சென்று மறைந்தான்.

○○○

மறுநாள் காலை அமா கண்விழித்தபிறகும் தனது தாயாரின் படுக்கை யிலேயே படுத்துக் கிடந்தாள். அருகே அவளது துப்பாக்கி கிடந்தது. தொலைவில் துப்பாக்கிச் சத்தம் கேட்டது. லக்னோவின் ராஜ ஊர்வலத்தில் மன்னருக்கு அருகே தன் தாயும் சித்தியும் நிற்கும் ஓவியப்படத்தில் அவர்கள் இருவரும் இப்போதும் சிரித்துக்கொண்டிருந்தார்கள். ஜன்னலோரமிருந்த அவளது தாயின் மஞ்சள் கைக்குட்டை தூசுபடிந்திருந்தது. முன்தின இரவில் அவள் தட்டில் உதிர்த்துக்கொட்டிய சிவந்த மாதுளைமுத்துகளெல்லாம் வாடிச் சுருங்கிக் கிடந்தன. கட்டிலின் முனையில் சிவப்பு ஜாக்கெட்டும் இளஞ்சிவப்புவண்ணக் காற்சராயும் அவளுக்காகக் காத்திருந்தன.

அப்போது யாரோ கதவைத் தட்டினார்கள். அவள் உடனே அவற்றை அணிந்துகொண்டு துப்பாக்கியைத் தோளில் மாட்டிக்கொண்டாள். குனிந்து கதவிடுக்கின் வழியாகப் பார்த்தாள். அலங்காரக் குஞ்சங்கள் வைத்தப் பட்டுக்காலணிகள் தெரிந்தன; "சித்தி?" எனக் கேட்டாள்.

"தஸ்லீம், கதவைத் திற அமா" சித்தியின் குரல் கேட்டது.

"தஸ்லீம்" என்றபடியே அமா எழுந்து கதவைத் திறந்தாள்.

கையில் ஜெபமாலையுடன் லைலா சித்தி உள்ளே வந்தார். "ஏன் இங்கு வந்து உறங்குகிறாய்? உன் அறையிலேயே உறங்க வேண்டியதுதானே? போகும்போது உன் தாயாரின் படுக்கையைச் சரிசெய்துவிட்டுப் போ, அவரது அறையைச் சமையலறைபோல் ஆக்கிவிடாதே" என்றபடியே அங்கு தட்டில் வாடிக் கிடந்த மாதுளைமுத்துக்களைச் சுட்டிக்காட்டினார். அவர் தனது அடர்த்தியான கேசத்தைக் கழுவி, கழுத்தருகே முடிச்சிட்டிருந்தார். "நானே அந்தத் தட்டை எடுத்துச் செல்கிறேன்" என்றார்.

"வேண்டாம் சித்தி, அப்படியே இருக்கட்டும். நான் இப்போது அவசரமாக வெளியே செல்ல வேண்டியுள்ளது, ஏற்கெனவே நேரமாகி விட்டது" என்றாள் அமா.

"ஹசனை எங்காவது பார்த்தாயா? அவன் எங்கிருக்கிறான் எனத் தெரியுமா?"

"சிறிது நேரம் முன்னால்தான் பார்த்தேன்."

"என் கண்ணில் படாமல் ஒளிந்துகொண்டே இருக்கிறான். அவனைப் பார்த்தே பல நாட்கள் ஆகின்றன. அவனது படுக்கை அப்படியே இருக்கிறது. பார்க்கும்போதெல்லாம் ஏதோ நினைப்பிலேயே இருக்கிறான். காசிமும் பாத்திமாவும்கூட இதையேதான் சொல்கின்றனர்."

"ஒருவேளை அவனுக்குப் புதிய பணி கிடைத்திருக்கலாம்."

"அப்படி என்ன பணி?"

"இராணுவப் பாதுகாப்புப் பணி."

"அப்படி அவன் அப்பணியில் சேர்ந்திருந்தால் ஜெய் லால் அதை இந்நேரம் என்னிடம் தெரிவித்திருப்பாரே. நீ கூறுவது அபத்தமாக உள்ளது."

"ஒருவேளை அபத்தமான பணி எதிலேனும் ஈடுபட்டிருக்கானோ என்னவோ."

"ஏதேனும் தவறான காரியத்தில் ஈடுபடுகிறான் என்கிறாயா? என்ன காரியம் அது? நிறையப் பேசுகிறானா? தவறான ஆட்களுடன் சேர்ந்துவிட்டானா?"

"தவறான ஆட்களால் பலரும் கவரப்பட்டுள்ளனர்."

"தவறான ஆட்களென்றால் அந்த வெளியூர் ஆட்களைச் சொல்கிறாயா? கடைத்தெருவில் அவர்களை இவன் சந்திக்கிறானா?"

"ஆமாம்."

"என்ன? உண்மையாகவா அமா?"

அமா பதிலளிக்காமல் அமைதியாக இருந்தாள்.

"நான் அவனைப் பார்த்துப் பேச வேண்டும். ஹசன் இருக்குமிடத்தைக் கண்டுபிடிக்க எனக்கு உதவுவாயா அமா? நீ அவனுக்கு அக்காள் முறை, நாம் கண்டிப்பாக அவனைச் சென்று பார்த்தேயாக வேண்டும்."

"வேண்டாம், போகாதீர்கள் சித்தி. நாம் இருவரும் இங்கேதான் இருக்க வேண்டும். பயணம் செல்லுமளவு சாலைகள் பாதுகாப்பாக இல்லை. என்னுடன் இங்கேயே லக்னோவில் பாதுகாப்பாக இருங்கள்" என அமா குரல் தழுதழுக்கக் கூறினாள்.

"அப்படியானால் அவனைக் கண்டுபிடித்து இங்கு கொண்டுவந்து பாதுகாப்பாக இருக்கவை அமா" என்றபடியே கீழே பார்த்தார். "பார், மாதுளம்பழத்தில் எறும்புகள் மொய்க்கின்றன. இதை உண்டால் உனக்கு உடல்நலம் கெட்டுவிடும்" என்றார்.

அமா குனிந்து தட்டை எடுத்துக்கொண்டு, "சித்தி, நான் போக வேண்டும், நேரமாகிவிட்டது" என்றாள்.

அவளருகே வந்த அவளது சித்தி, தனது இரு கைகளாலும் அமாவின் முகவாயை ஏந்தினார். அவள் முகம் முழுதையும் தன் விரல்களால் தடவிக்கொடுத்தபடியே, "என் செல்லமே அமா, நீ பார்ப்பதற்கு அப்படியே உன் தாயைப்போலவே இருக்கிறாயம்மா" எனக் கூறி அவள் கன்னங்களில் முத்தமிட்டார்.

17

கடம்ப மரங்களின் கீழே நர்த்தனமிடும் கண்ணன்கள் தம் புல்லாங்குழல்களில் சோகராகம் இசைத்திட, அம்மரங்களை நோக்கி மின் இடிமேகங்களை ஊதித்தள்ளியது காற்று. அந்த அந்திநேரத்தைக் கடம்ப மரங்களின் ஆரஞ்சுவண்ண மலர்கள் அடர்த்தியான இனிய சுகந்தத்தால் நிரப்பியிருந்தன. இரவு குளிர்ந்திருக்க, கனவுகளையோ குழப்பமான கேள்விகள் ஆக்ரமித்திருந்தன.

ஜெய் லால், குல்பதன், அமா ஆகியோர் பேகம் சாகிபாவின் சந்திப்பு அறையில் கூடியிருந்தனர். பேகம் சாகிபா, "நம் லக்னோவிலுள்ள ஒரு கட்டிடத்தினுள் சிக்கிக்கொண்டிருக்கும் ஆங்கிலேயர்கள் ஒவ்வொருவரையும் தனித்தனியாக அமைதியான முறையில் சந்தித்துச் சம்மதிக்கவைத்து, அவர்களை இந்நகரைவிட்டுப் பாதுகாப்பாக வெளியேற்றுவதெனும் எளிதான முடிவைத்தானே நாம் திட்டமிட்டிருந்தோம்? அதன்மூலம் வன்முறையை எளிதாக விலக்கியிருக்கலாம், சரணடைவதும் நிகழ்ந்திருக்கலாம். அதன்மூலம் லக்னோவிலும், ஒட்டுமொத்த வடகிழக்கிலும் ஆங்கிலேய ஆட்சி முடிவுக்குக் கொண்டுவரப்பட்டிருக்கும். ஆனால் சரணடைவதற்குப் பதிலாக அவர்கள் அனைவரும் சாகத்தான் விரும்புவர் என யாருக்குத் தெரியும்? இப்படியொன்று நிகழுமென நாம் நினைத்துக்கூடப் பார்க்கவில்லையே" என்றார்.

மழை பொழியத் துவங்கியது. மலர்ப் படுக்கைகளையும் சாலைகளையும் நனைத்ததோடு, பழம்பெருமை கொண்டோர் தமது நிலத்தை மீட்கவும் தமது மரியாதையை நிலைநிறுத்திக் கொள்ளவும் ஆக்ரோஷமாகப் போராடுவதைப்போல, அழுகிய விலங்குகளின் துர்நாற்றம் வீசும் சேற்றில் உழன்றும் மணல்மேடுகளில் மறைந்தும் சண்டையிட்டுக்கொண்டிருந்த ஆயிரக்கணக்கானோர் மீதும், அவர்களிடம் சரணடைய மறுத்த ஆங்கிலேயர்கள் இருந்த ஆளுநர் மாளிகையின்மீதும் மழை பெய்தது. ஆயுதங்கள் குறைந்துகொண்டே வந்தபோதும் மணற் தடுப்பரண்களின் வெளியே வீரர்கள் தாக்குப்பிடித்துச் சண்டையிட்டு வந்தனர்.

காவல் நிலையத்தின் வெளியே, சுவரில் சாய்ந்தபடி நகரக்காவலர் புகைத்துக்கொண்டிருந்தார். முறிந்த தந்திக்கம்பிகள் மேலேயிருந்து தொங்கிக்கொண்டிருந்தன.

கம்பெனியாரின் வரிவசூல் அலுவலகம் காலியாக இருந்தது, கலகக்காரர்கள் அதன் கதவுகளை உடைத்துத் திறந்திருந்தனர்.

லக்னோ இல்லங்களில், அடைக்கப்பட்ட சன்னல்களின் உள் அறைகளில் பெண்கள் மிளகாயும் இலவங்கமும் சேர்த்து ஷமி கபாப்கள் தயாரித்தனர். மசாலாப் பொருட்களும் வாசனைத் திரவியங்களும் கலந்த சாற்றுடன் புகையிலையை இடித்துக்கலந்து அதை மெல்லிய ஹூக்கா கிண்ணங்களில் நிரப்பிவைத்தனர். பகல் முடிந்து மாலை நெருங்கும் அவ்வேளை, துப்பாக்கிச் சத்தங்கள் ஓய்ந்த அவ்வேளை, வேலைப்பாடுகள் கொண்ட மரமேஜைகளின்மேல் கடிகாரங்கள் சப்தமாக டிக்டிக் ஒலியெழுப்பிய அவ்வேளை, தந்தைமார்கள் மீண்டும் அரேபிய இலக்கியமும் பாரசீக இலக்கியமும் வாசிக்கத் துவங்கினர். பல் முளைக்கத் துவங்கும் சிறுமிகள் வலியில் அழுதபடியே உறங்கிப்போயினர். லக்னோவில், கடிகாரங்களின் டிக்டிக் ஒலியிடையே, தந்தையர் பாட்டுப்பாட, அவர்களின் சிறுமகள்கள் உறங்கத் துவங்கினர். எனினும், மினுங்கும் நட்சத்திரங்களும் இரவுக் காற்றும் புகாவண்ணம் அவர்களின் வீடுகளின் அடைப்புப்பலகைகள் இறுக்கமாக மூடியேயிருந்தன.

பகல்பொழுதின்போது, அமா தனது கண்காணிப்பு வளையத்தினுள் மஞ்சள் இல்லத்தையும் கொண்டுவந்தாள். மாமரங்களில் இருந்தபடி வீட்டையே கண்காணித்துக்கொண்டிருந்தவள், வீட்டில் யாருமில்லை என உறுதியானதும் முன்பக்கச் சன்னல் வழியாக உள்ளே எட்டிப் பார்த்தாள், அங்கு அபியின் பொருட்கள் தென்பட்டன. கதவை மெல்லத் திறந்து உள்ளே சென்றாள். மரத்தரையில் சப்தமெழுப்பாமல் நடந்தாள். அபியின் படுக்கையை எட்டிப் பார்த்தவள் அங்கிருந்த சில பித்தளைப் புட்டிகளைத் திறந்து பார்த்தாள். அவற்றினுள்ளே உலர்ந்த அத்திப்பழங்களும் பாக்குகளும் இருந்தன. தோட்டாக்களிருந்த பெட்டிக்குள் கைவிட்டுச் சிலவற்றை அள்ளிக்கொண்டாள். சிறிய மரப்பெட்டியொன்று திறந்திருந்தது. அதனுள் அவனுடைய பட்டாடைகள் மடித்து வைக்கப்பட்டிருந்தன. பின்பக்கக் கதவின் வெளியே, மூங்கில்புதர்ப் பக்கமாய் அவன் வைத்திருந்த கழுவாத பித்தளை எச்சிற்படிகத்திலிருந்தும், கெட்டுப்போன கோழியெலும்புகளும், செத்த ஈக்களும் மிதக்கும் குழம்புப் பானையிலிருந்தும் அமா பார்வையை விலக்கிக்கொண்டாள்.

சுத்தமான சட்டையும் வெள்ளை வேட்டியும் அணிந்து அன்று மலைமுத்து வசீகரமாயிருந்தான். ஆலம்பாக்கின் அவத் படையினரிடையே மெட்ராசிலிருந்து வந்திருந்த இளைஞன் மலைமுத்துவைக் கண்டாள். கான்பூர் சாலைவழியாக லக்னோவிற்குள் வருபவர்களைக் கண்காணிக்கச் சொல்லி ஜெய் லால் அவர்களுக்கு ஆணையிட்டிருந்தார். பண்ணைவீட்டின் வாயிலில் மலைமுத்துவோடு நின்றுகொண்ட அமா, "மஞ்சள் இல்லத்தில் உளவாளி அபி இருக்கிறான். நீங்களொன்றும் செய்ய வேண்டாம், அவனை நான் பார்த்துக்கொள்கிறேன்" என்றாள்.

தொலைவில் எங்கோ பார்த்தபடியே மலைமுத்து, "சரி ஆகட்டும்" என்றான். அவன் பார்வை சென்ற திசையிலேயே அமாவும் பார்த்தாள். எலும்பும்தோலுமாயிருந்த பசுக்களும், ஆங்கிலேயக் கொடிகளும், மீன்நாற்றம்

வீசும் ஆறும் கொண்ட கான்பூரை நோக்கிச்சென்று மறையும் நீண்ட செம்மண் பாதையையே அவர்களிருவரும் பார்த்துக்கொண்டிருந்தனர். மழை ஓய்ந்துவிட்டதால் செம்மண் பாதையின் மீதிருந்த காற்று அனலபட்டு ஒளிவீசியது. அப்போது ஆரஞ்சுவண்ண உருவமொன்று தன்னந்தனியாக அவ்வழியே வருவது தெரிந்தது. அவ்வுருவம் மெதுவாக நடந்துவந்தது, சாலையில் தள்ளாடித் தள்ளாடி நடந்து முன்னேறி வந்துகொண்டிருந்தது. உருவம் மெல்ல மெல்லக் கிட்டேவந்ததும், அந்த ஆரஞ்சுவண்ணம் இந்து சாமியார் அணியும் காவியுடையெனத் தெரிந்தது. குழிவிழுந்த, நீண்ட முகத்துடன் வருபவர் ரஷீதுதான் என அமா அடையாளம் கண்டு கொண்டாள்.

அமா மலைமுத்துவோடு வேறுசிலரும் ரஷீதை நோக்கி ஓடினர். அப்போதுதான் கண்காணிப்புச் சுற்றுகளை முடித்துக்கொண்டு திரும்பி யிருந்த காசிமும் அவர்களோடு ஓடினார். நிலைகுலைந்து கீழே விழவிருந்த ரஷீதை அவர்கள் அனைவரும் சேர்ந்து தாங்கிப்பிடித்து ஆலம்பாக் தோட்டத்தினுள் தூக்கிச்சென்றனர். கிணற்றிலிருந்து நீரும், அவர்கள் சமைத்துக்கொண்டிருந்த ஓட்ஸ் கஞ்சியும் கொண்டுவந்து ரஷீதிடம் கொடுத்தனர். அவர் எழுந்து உட்கார்ந்து உணவு வேண்டாமென மறுத்தார். அனைவரையும் தன்னிடமிருந்து விலகிச் செல்லச் சொன்னார்; அமா தன் தாயாருக்காகக் கொடுத்தனுப்பிய ரோஜாப்பன்னீர் நிறைந்த பீங்கான் குப்பியை வெளியே எடுத்தார், அது உடைந்திருந்தது. கிழிந்திருந்த பேகம் சாகிபாவின் கடிதமோ புழுதி அப்பிக் கிடந்தது. அவையிரண்டையும் அவர் புற்தரைமீது வைத்துவிட்டு, “நான் உங்களிடம் பல விஷயங்களைக் கூற வேண்டியுள்ளது” என்றார். உறக்கமின்மையாலோ அல்லது ஒப்பியம் புகைத்ததாலோ அல்லது இரண்டினாலுமோ தெரியவில்லை, அவர் விழிகள் சிவந்திருந்தன; அவரிருக்கும் நிலையைக் கண்டால் கான்பூரிலிருந்து நாட்கணக்காக நடந்துவந்தவர் போலிருந்தார். தன் பற்களைச் சுத்தம் செய்துகொள்வதைப்போலப் புறங்கையால் தேய்த்துக்கொண்டார்.

அமா ஆலம்பாக்கில் இருந்து அவருக்காக மெல்லிய மெத்தைகளைக் கொண்டுவந்து போட்டாள். ஆனால் தோட்டத்துப் புற்களுக்குள் வெற்றுக்கால்கள் புதைய வெறித்தபடி அவர் நின்றுகொண்டேயிருந்தார், அமா வந்ததும் அவளைச் சிறிதுநேரம் உற்றுப் பார்த்தார். “நீ எனது தோழி, அமா. இதில் நாமிருவரும் இணைந்தேயுள்ளோம்” என்றார். மலைமுத்து, அமா, காசிம் உட்பட அங்கிருந்த அவத் படையினர் அனைவரையும் உட்காரும்படி சைகை செய்தார். முன்னர் மருந்துகளையும் கடிதங்களையும் ஊதியங்களையும் உறுதியாகப் பற்றிக்கொண்ட அவரது கை இப்போது நடுங்கியபடியே அவர்கள் அனைவரையும் அமரச் சொல்லிச் சைகை செய்தது.

ரஷீத் மண்டியிட்டு அமர்ந்து நிலத்தோடு தம் முகம் சேர்த்தார். பிறகு, மேகங்கள் நிறைந்த வான்நோக்கிப் பார்த்து ஓலமிட்டு அழத் துவங்கினார். நிறுத்தாமல் அழுதார். அவர் குரலில் தடுமாற்றமேயில்லை, சட்டெனச் சத்தமாகப் பாடத் தொடங்கினார். யாரோ விரட்டுவதைப்போலே நன்றிப்பாடல்கள் அவருக்குள்ளிருந்து வெளியேவந்து விழத் துவங்கின.

ஒருசமயம் வானைப் பார்த்து எல்லாப் பற்களும் தெரிய அகலப் புன்னகைத்தார்; அடுத்த நொடியே கதறியழுதார். அழுகையும் சிரிப்புமாய்ப் பாடிக்கொண்டேயிருந்தார்; எது அழுகை, எது சிரிப்பு என அவர்களால் பிரித்துணர முடியவில்லை. நேரம் கரைந்துகொண்டே இருந்தது, தோட்டச் சுவர்களிலும் போகன்வில்லாக்களிலும் மதிய வெயில் லேசாய் விழும்வரை அவர் தன் பிரார்த்தனைப் பாடல்களைப் பாடிக்கொண்டேயிருந்தார் பிறகு ஒரு குடிகாரனைப்போலே தள்ளாடியபடியே புல்லில் விழுந்து எழுந்து அவர்களை நோக்கி வந்தார், அவர் புல்மீது போட்டுச்சென்ற உடைந்த பீங்கான் அவர் காலைக் குத்திவிடவே சட்டெனக் குனிந்து பாதத்தைத் தேய்த்துக்கொண்டார். அங்கிருந்தவர்களின் நேரெதிரே உட்கார்ந்து கொண்டார், அவர்கள் அனைவரின் சிந்தனைகளும் ஈரக்காற்றில் தொக்கிநின்றன.

ரஷீதும் அங்கிருந்தவர்களும் ஒருவரையொருவர் பார்த்தபடி அமைதியாக இருந்தனர். கடிதமும் உடைந்த பீங்கானும் அவர்கள் எதிரே இருந்தன.

ரஷீத் ஓவென அழத் துவங்கினார். அவரது சிவந்த விழிகள் அவர்களின் விழிகளை நோக்கின. அங்கிருந்த ஒவ்வொருவரையும் தீர ஆராய்ந்தார். மலைமுத்து இரண்டு பீடிகளை எடுத்துப் பற்றவைத்து அவற்றில் ஒன்றை அவரிடம் நீட்டினான். ஆனால் அவர் வாங்க மறுத்துவிடவே அங்கிருந்த அவத் படையினன் ஒருவனிடம் அதை மலைமுத்து கொடுத்தான்.

ரஷீதின் காவியுடையில் இரத்தம் படிந்திருந்தது. அதன் ஆழ்ந்த கறைகள் கருமை படர்ந்திருந்தன. அமா அவற்றை ஆராய்வதைக் கண்டதும் ரஷீத் பற்களை மீண்டும் புறங்கையால் தேய்த்துக்கொண்டார்.

“நாங்கள் பல இன்னல்களைச் சந்திக்க வேண்டியிருந்தது” எனக் கடைசியாக வாய்திறந்து கூறினார்.

அங்கிருந்தவர்கள் அதைக்கேட்டு ‘உச்’ கொட்டினர்.

கிழிந்திருந்த கடிதத்தை முன்னும்பின்னுமாக ஆட்டியபடியே, “பல இன்னல்கள்” என மீண்டும் கூறினார்.

அங்கிருந்தோர் மீண்டும் ‘உச்’ கொட்டினர்.

“நான் போகிறேன்” எனக் காசிம் அங்கிருந்து கிளம்பினார். அமா அவரைப் பார்த்தாள். அம்முதியவரை அவளால் புரிந்துகொள்ள முடிந்தது. கடுமைநிறைந்த ஆங்கிலக் குரல்களையோ, வலிமிகுந்த அதிர்ச்சிக் குரல்களையோ, பளிங்குத் தரைகளில் பூட்ஸ்காலணி ஓசைகளென எதிரொலிக்கும் சண்டைகளையோ இனியும் கேட்க அவர் விரும்பவில்லை. வானில் சடசடத்துப் பறக்கும் பட்டங்களையும், சலசலத்துப் பெய்யும் மழையையும்தான் அவர் கேட்க விரும்பினார்.

காசிம் அங்கிருந்து கிளம்பியதும், ரஷீத் வெள்ளைக் கைக்குட்டை யொன்றை வெளியே எடுத்து நீவி அதில் முகத்தைத் துடைத்துக்கொண்டார்.

கண்ணீரை ஒற்றியெடுத்ததும் கைக்குட்டையை மடித்து ஆடையினுள் செருகியபடியே, நிமிர்ந்து உட்கார்ந்துகொண்டார். “தொள்ளாயிரம் பேர். தொள்ளாயிரம் பேர். கான்பூரில் தொள்ளாயிரம் பேர்களைக் கொன்றுவிட்டனர்” என்றார்.

“யார் கொல்லப்பட்டனர்?” அமா கேட்டாள்.

“ஆங்கிலேயர்கள். ஆங்கிலேயப் பெண்களும் குழந்தைகளும் கொல்லப்பட்டனர்... அவர்களுக்கும் முன்னரே ஆங்கிலேய ஆண்கள் கொல்லப்பட்டுவிட்டனர்” என்றபோது அவர் குரல் தழுதழுத்தது, பலமாக இருமினார்.

“என்னாயிற்று?” மலைமுத்து பொறுமையிழந்து கேட்டான்.

ரஷீத் அமாவின் உடைந்த பீங்கான்புட்டியின் கூரிய முனையில் தன் கட்டைவிரலை வைத்து அழுத்திவிட்டுக் கையை உதறிக்கொண்டார்.

“சொல்லுங்கள். அதற்காகத்தானே எங்களை இங்கு கூடி அமரச் சொன்னீர்கள், நடந்தவற்றைக் கூறுங்கள்” என்றாள் அமா.

“சொல்லத்தான் போகிறேன்... எல்லாவற்றையும் உங்களிடம் சொல்லத்தான் போகிறேன். நாங்கள் கேள்விப்பட்டதையும்... நாங்கள் கண்டதையும்... ஒரு மாதத்திற்கு முன்னர் ஆங்கிலேயர்கள் கான்பூரில் சரணடைந்துள்ளனர், நானா சாகிப்தான் அவர்களைச் சரணடையுமாறு கூறியுள்ளார். பிறகு அவரே அவர்கள் அனைவரையும் கொன்றுவிட்டார்.”

“ஏன்?” அமா கேட்டாள்.

“நாங்கள் சென்றுசேர்வதற்குள்ளாகவே இவையாவும் நடந்து முடிந்துவிட்டன. நாங்கள் சென்றபோது அங்கு ஏற்கெனவே நடந்து முடிந்த கொடுமைக்குப் பழிவாங்கும் படலம் அரங்கேறிக்கொண்டிருந்தது; ஆங்கிலேயர்கள் அனைவரையும் மீட்க அலகாபாத்தில் இருந்து கிளம்பிய ஆங்கிலேயப் படையினர் ஒன்றரை நாள் தாமதமாக வந்து சேர்ந்துள்ளனர். அதற்குள்ளாக அங்கு குழந்தைகளும் பெண்களும் படுகொலை செய்யப்பட்டுவிட்டனர். அதேசமயத்தில்தான் நாங்களும் அங்கு சென்றுசேர்ந்தோம். அந்த வாரம் முழுவதும் எங்களால் உறங்கவே முடியவில்லை. புதர்களிலும் வீட்டுக்கொல்லைப்புறங்களிலும் மறைந்து மறைந்து திரிந்தோம். எங்களை நாங்களே மண்ணுக்குள் உயிரோடு புதைத்துக்கொள்ளவும் தயாராகயிருந்தோம். ஆங்கிலேயர்களோ பழிவாங்கத் துடித்துக்கொண்டிருந்தனர், “கான்பூரே நினைவுவைத்துக்கொள்!” என அவர்கள் அலறிக்கொண்டிருந்தனர். அலைபாயும் வெண்ணிறக் கேசத்துடன் இருந்த பிரிகேடியர் ஜெனரல் ஜேம்ஸ் நீல் தனது வீரர்களுடன் ஊரையே சல்லடை போட்டுத் தேடினான். ஆங்கிலேயப் பெண்களும் குழந்தைகளும் கொல்லப்பட்டபோது கான்பூர் மக்கள் அவர்களைக் காக்க முற்படவில்லை, அதனாலேயே அம்மக்கள் தண்டிக்கப்பட வேண்டுமென அவன் உறுமினான்.”

உடைந்த பீங்கான் குப்பியை ரஷீத் கையிலேயே வைத்திருந்தார். “அக்பர் ஒரு படகில் ஏறி அங்கிருந்து தப்பித்து கல்கத்தா நோக்கிச் சென்றார்.

அவரொரு தேர்ந்த நடிகர். ஹேம்லட் கதை உனக்கு நினைவிருக்கிறதா அமா? கல்கத்தாவில் அக்பர் ஹேம்லட் கதாபாத்திரமேற்று நாடகங்களில் நடிப்பார். ஹேம்லட்டைப்போல் அற்புதமாக நடிப்பார், நாடக மேடை ஏறியதுமே அத்தனை நேரம் அவரிடமிருந்த வேடிக்கைத்தனமெல்லாம் மறைந்துபோய்த் தீவிரமாகிவிடுவார். அக்பர் எனது சிறந்த நண்பர். நீங்களும் எனது நண்பர்கள்தான். இந்த உயரிய தேசத்தில் நாம் அனைவருமே நண்பர்களாக இருக்க வேண்டும். சகோதர சகோதரியராக வாழ வேண்டும்" என்றார்.

அவர் சிரமப்பட்டு எழுந்து, அங்கிருந்த அவத் படைவீரனொருவன் தோளில் தட்டிக்கொடுத்தார். அந்த வீரன் அவரது கையைப் பற்றி மீண்டும் அவரை அமரவைத்தான்.

ரஷீதே தொடர்ந்து, "நாங்கள் கேள்விப்பட்ட கதையைக் கூறுகிறேன். கான்பூரில் வீலர் என்ற ஒரு முதிய ஆங்கிலேய ஜெனரல் இருந்துள்ளார். அவர் நம் மொழியை நன்கு அறிந்தவர், அவருடைய மனைவிகூட ஓர் இந்தியப்பெண்தானாம். அந்த ஜெனரலே பார்ப்பதற்கு ஓர் இந்தியரைப்போல்தான் இருப்பாராம். அவர் உள்ளூர் மக்கள்மீது நல்ல நம்பிக்கை வைத்துள்ளார். முன்னூறு ஆண்கள், இருநூறு பெண்கள், குழந்தைகள், வியாபாரிகள், பொறியாளர்கள், தொழிலதிபர்கள், டிரம்ஸ் வாசிப்பவர்கள் இன்னும் பலரென அங்கு மொத்தமாய்த் தொள்ளாயிரம் ஆங்கிலேயர்கள் வசித்துவந்துள்ளனர். பணியாட்களும் இருந்துள்ளனர். ஆனால் அவர்கள் அங்கிருந்து கிளம்பிச்சென்றுவிட்டனர். அவத்தில் நடந்த வன்முறையைக் கண்டு மனம்வருந்திய ஜெனரல் வீலர், அங்கிருந்த ஆங்கிலேயர்கள் அனைவரும் தமது இரு இராணுவ முகாம்களைச் சுற்றியிருந்த பகுதிக்குள் முன்னெச்சரிக்கையாகத் தஞ்சம்புக வேண்டுமெனப் பல வாரங்கள் முன்னரே முடிவுசெய்துள்ளார். தவறான முடிவு, தவறான மறைவிடம் அது. யார் வேண்டுமானாலும் அவர்களை எளிதாகத் தாக்கிவிடக்கூடிய இடம் அது. மழை காணாத அந்நிலம் பதுங்குகுழிகள் தோண்ட முடியாதபடி கடினமாக இறுகிக் கிடந்தது. சமீபத்தில் நாம் அனுபவித்த வறண்ட வானிலை உங்களுக்கெல்லாம் நினைவுள்ளதா? கெட்ட காரியமாக, காக்ஸ் எனும் ஆங்கிலேய அதிகாரி, குடித்துவிட்டு வந்த தன் இந்தியக் காவலாளியைச் சுட்டிருக்கிறான். அதற்காக அவன்மீது எவ்வித விசாரணையும் மேற்கொள்ளப்படவுமில்லை, அவன் தண்டிக்கப்படவுமில்லை. இந்தச் சம்பவத்திற்குப் பிறகு வதந்திகள் பரவத் துவங்கின; ஆங்கிலேயர்கள் எல்லா இடங்களிலும் இந்தியர்களைக் கொல்கின்றனர் எனும் வதந்திகள். தங்களையும் கொல்லத் திட்டங்கள் தீட்டப்படுவதாய் ஜெனரல் வீலரின் படையிலிருந்த இந்தியவீரர்கள் எண்ணத் துவங்கினர். ஜெனரல் வீலரின் தயார்நிலையிலிருந்த துப்பாக்கிகள் அனைத்தும் தங்களையே குறிவைப்பதாக அவர்கள் எண்ணினர். ஜெனரல் வீலர் மீதிருந்த தங்கள் விசுவாசத்தை அவர்கள் கைவிட்டனர். தில்லிக்குச் சென்று தில்லி மன்னரிடமிருந்து தமக்கான ஆணைகளைப் பெற முடிவு செய்தனர். பணம், ஆயுதங்கள், துப்பாக்கிகளை எடுத்துக்கொண்டு அங்கிருந்து கிளம்பிச்சென்றுள்ளனர், போகும் வழியில் நானா சாகிப்பைச் சந்தித்துள்ளனர். நானா சாகிப்பும் நம் மன்னரைப்போலவே

ஆங்கிலேயர்களிடம் தனது ஆளும் உரிமையை இழந்த ஓர் இளவரசர், நமது ராஜமாதா விக்டோரியா மகாராணியாரிடம் மனுவளிப்பதைப்போலவே இவரும் மனுவளித்துள்ளார், ஆனால் பலனேதுமில்லை. தன்னுடன் கான்பூருக்கே திரும்பிவந்து ஆங்கிலேயர்களின் காப்பிடங்களை அழித்தால் அவர்களுக்குத் தான் பொன்னள்ளித் தரப்போவதாக நானா சாகிப் ஜெனரல் வீலரின் படையினரிடம் கூறியுள்ளார். இதற்கிடையில் ஆங்கிலேயர்களிடம் தண்ணீர்இருப்பு மிகக்குறைந்துபோனது. கடும்வெயில் தாளாமல் அவர்கள் இறந்துகொண்டிருந்தனர். ஆங்கிலேயர்களின் இரு இராணுவ முகாம்களில் ஒன்று மருத்துவமனையாக மாற்றப்பட்டது. இறந்தவர்களின் உடல்களைக் கட்டிடங்களின் வெளியே அடுக்கிவைத்துள்ளனர். சுகாதாரமில்லாத அந்நிலையில் நோயும் பரவத்துவங்கியுள்ளது. அவர்களைச் சரணடையச் சொல்லி நானாசாகிப் ஆணையிட்டுள்ளார்; அப்போது அவரிடம் ஆயிரக்கணக்கான வீரர்கள் இருந்தனர். ஆங்கிலேயர்களோ சரணடைய மறுத்தனர். விளைவாக அவர்களின் மருத்துவமனை முகாம் தீக்கிரையானது. அதிலிருந்த நோய்வாய்ப்பட்டோரும் காயம்பட்டோரும் உயிரோடு எரிந்துபோயினர். நீ எப்போதும் ஒரு உளவாளியைப் பற்றிக் கேட்டுக்கொண்டிருப்பாயே, அவனை அங்கு பார்த்தேன் அமா. அங்குமிங்கும் திரிந்துகொண்டிருந்தான். ஜெனரல் வீலரிடமிருந்து சர் ஹென்றி லாரன்சுக்கும், சர் லாரன்சிடமிருந்து ஜெனரல் வீலருக்கும் அவன் செய்திகள் கொண்டுபோனானெனக் கூறினார்கள். பிளாசி யுத்தத்தின் நூற்றாண்டுவிழா வேறு அந்நேரம் பார்த்து வந்துசேர்ந்தது" என்றார்.

"அப்படியென்றால் என்ன?" அவத் படையினன் ஒருவன் கேட்டான்.

கேள்விகேட்டவனைப் பார்த்து, "இந்தியாவில் கம்பெனியார் வலுவாக வேரூன்ற உதவிய யுத்தம் அது" என எரிச்சலாகக் கூறிய மலைமுத்து ரஷீதிடம், "இடைஞ்சலுக்கு மன்னிக்கவும், நீங்கள் மேலே சொல்லுங்கள்" என்றான்.

"பிளாசி யுத்தம் நடந்து மிகச்சரியாக நூறுவருடங்களுக்குப் பிறகு ஆங்கிலேயக் கிழக்கிந்திய கம்பெனி தோல்வியைத் தழுவுமென வீரர்கள் முன்னரே அறிந்திருந்தனரோ என்னவோ, சரியாக அன்று ஆங்கிலேயர்மீது பெரிய தாக்குதலொன்றை நடத்தினர். அவர்களைச் சரணடையச் சொல்லி நானா சாகிப் மீண்டுமொருமுறை செய்தியனுப்பினார். ஆங்கிலேயர்கள் இறுதியாகச் சரணடைய ஒப்புக்கொண்டனர். அவர்கள் அனைவரும் அங்கிருந்து கிளம்பலாம் எனச் சொல்லப்பட்டதை நம்பி அலகாபாத் செல்லும் படகுகளில் அவர்கள் ஏறியதும், ஆங்கிலேய ஆண்கள் அனைவரும் சுட்டுக்கொல்லப்பட்டனர். ஆங்கிலேயப் பெண்களும் குழந்தைகளும் சிறைபிடிக்கப்பட்டனர். என்ன நடந்தது என எவருக்குமே தெரியவில்லை. அது திட்டமிட்டு நடத்தப்பட்ட சதியென்பதற்கான ஆதாரங்கள் ஏதுமில்லையென்றபோதும், அப்பாவிகள் எனத் தாம் நினைத்தவர்கள் திட்டமிட்டே செய்த சதி அதுவென ஆங்கிலேயர்கள் இரைந்தனர். ஒரே குழப்பம்! எங்கும் குழப்பம்! முதலில் சுட்டவர் யாரென்றோ எப்படி அது நடந்ததென்றோ யாருக்குமே தெரியவில்லை. ஆங்கிலேயர்களால் தமக்கிழைக்கப்பட்ட அவமானங்களையெல்லாம் மனதினுள் அசைபோட்டபடியே இந்திய வீரர்கள் அனைவரும் ஆங்கிலேயர்கள்

அங்கிருந்து கிளம்புவதையே பார்த்துக்கொண்டு நின்றிருக்கக் கூடும். தன் கண்முன்னே நடந்த இதையெல்லாம் என்னிடம் கூறிய முதியவர் ஒருவர், "நாங்கள் நீண்டகாலம் பொறுமையுடன் இருந்துவிட்டோம். எனவே முதல் துப்பாக்கிச் சத்தம் கேட்டதுமே நாங்கள் அனைவருமே ஆத்திரத்துடன் நீருக்குள் இறங்கி, படகுகளில் இருந்த ஆங்கிலேயர்களை எங்களிடமிருந்த கைத்துப்பாக்கிகளாலும் வாள்களாலும் கொன்றோம்" என்றார். பெண்களையும் குழந்தைகளையும் கொல்ல நானா சாகிப் ஒப்புக்கொள்ளாததால் அவர்களை சவடா இல்லம் எனும் தலைமையிடத்திற்குக் கொண்டுசென்றுள்ளனர். பிறகு அவர்களைப் பெண்கள் இல்லத்திற்கு அவர் இடம்மாற்றிவிட்டார். பெண்களும் குழந்தைகளுமாக அவர்கள் மொத்தம் இருநூறு பேர்கள் இருந்துள்ளனர். அங்கிருந்த ஹுசைனி கானும் எனும் பெண்மணியின் கண்காணிப்பின்கீழ் அவர்கள் சப்பாத்திக்குச் சோளமாவு அரைக்கும் வேலையைச் செய்துள்ளனர். அலகாபாத்தில் இருந்துவரும் கம்பெனி இராணுவத்தினரிடம் உடனடியாகத் திரும்பிப்போகச் சொல்லிப் பேரம் பேசவே நானா சாகிப் அவர்களைச் சிறைப்பிடித்து வைத்திருந்தார். கம்பெனி இராணுவமோ அவர் பேச்சை மதியாமல் கான்பூரை நோக்கி மேலும் மேலும் முன்னேறிவந்துள்ளனர். அலகாபாத்தில் நீண்டகாலம் இருந்த பிரிகேடியர் ஜெனரல் ஜேம்ஸ் நீலுடன் ஹாவ்லாக் எனும் அதிகாரியும் இருந்துள்ளாராம்."

"சிலுவைப்போர்வீரன்போலே கொடூரமான ஆங்கிலேயவீரன் அந்த நீல்" என்றான் மலைமுத்து.

"நண்பா, அவன் அதைவிடவும் கொடூரமானவன், அதைவிடவும் மோசமானவன். அவர்கள் கான்பூரை நோக்கி வந்தனர், வரும்வழிநெடுக இருந்த இந்தியக் கிராமங்களின் மக்களை அவர்கள் கொல்வதாக வதந்திகள் பரவியிருந்தன. கிராமங்களுக்குள் வெறியோடு நுழைந்து, இரவுநேரம் புழுங்கலரிசிச் சோறும் பருப்புக்குழம்பும் சாப்பிட்டுக்கொண்டிருந்த அமைதியான கிராமத்துக் குடும்பங்களை வீட்டோடு தீவைத்துக் கொளுத்தினர், குழந்தைகளைக் குத்திக் கொன்றனர், அக்குழந்தைகளின் தாய் தந்தையரின் உடைகளைக் கிழித்தெறிந்துவிட்டு அவர்களையும் குத்திக் கொன்றனர், தப்பித்தோடும் பாட்டனார்களைச் சுட்டுக் கொன்றனர், இளம்பெண்களைக் கதறக் கதறப் பாழாக்கிய ஆங்கிலேய வீரர்களை அங்கு யாருமே தட்டிக்கேட்கவில்லை. ஆங்கிலேயர்கள் தங்கள் மனம்போன போக்கில் மக்களைக் கொன்று குவித்தனர். சில நேரங்களில் சுட்டுக் கொன்றனர், சில நேரங்களில் குத்திக் கொன்றனர், சில நேரங்களிலோ தம் துப்பாக்கி அல்லது கத்தியின் கைப்பிடிகளால் அடித்தே கொன்றனர். நீலின் ஆணையால் ஆயிரக்கணக்கானோர் மாண்டனர். இதையெல்லாம் கேள்விப்பட்ட நானா சாகிப்பின் ஆலோசகர்கள் நானா சாகிப்பைச் சந்தித்துப் பேசியுள்ளனர். இதற்குப் பதிலடியாகத் தங்களிடம் கைதிகளாக இருக்கும் ஆங்கிலேயப் பெண்களையும் குழந்தைகளையும் கொல்ல வேண்டுமெனக் கூறியுள்ளனர். இதைக்கேட்ட நானா சாகிப்பின் வீட்டுப்பெண்கள் இக்கொடூரத்தை எதிர்த்துக் கூச்சலிட்டுள்ளனர், இக்காரியத்தை எதிர்த்து அப்பெண்கள் உண்ணாவிரதப் போராட்டமும் நடத்தியுள்ளனர். பதற்றம் அதிகரித்துக்கொண்டே போனது. நான் தொடர்ந்து

பல இரவுகளாகத் தூங்கியிராததால் அம்முதியவர் கூறியதைக் கதை கேட்பதைப்போலே கேட்டுக்கொண்டிருந்தேன்; மீன்கண்கள் கொண்ட பெண்தெய்வங்கள் அழுவதைப்போலவும், வறண்டநா வெளியே தொங்கப் பிசாசுகள் சிரிப்பதைப்போலவும் கண்டேன்" எனப் பேசிக்கொண்டே வந்த ரஷீத் திடீரென, "தண்ணீர் கொண்டுவாருங்கள்! எனக்குத் தண்ணீர் வேண்டும்!" எனக் கத்தினார்.

மலைமுத்து உடனே ஓடிச்சென்று ஒரு கூஜாவில் நீர் கொண்டுவந்தான். கூஜாவின் விளிம்புகளில் உதடுகள் பதித்து ரஷீத் கடகடவென நீரருந்தினார், நீர் ஒழுகித் தாடைவழியே கழுத்தில் இறங்கியது.

குடித்து முடித்ததும் ரஷீத் மீண்டும் பேச்சைத் தொடர்ந்தார், "யார் இறுதியில் ஆணை பிறப்பித்தவரென எவருக்கும் தெரியவில்லை. ஆங்கிலேய அதிகாரிகளை எதிர்த்துப் புரட்சி செய்த இந்திய வீரர்கள் எவரும் அக்காரியத்தைச் செய்ய மறுத்துவிட்டனர். நிகழவிருக்கும் கொடூரத்தைத் காண வேண்டாமென நானா சாகிப் அங்கிருந்து கிளம்பிச் சென்றுவிட்டார். ஆங்கிலேயப் பெண்களையும் குழந்தைகளையும் வெளியே வரச்சொல்லி யாரோ ஆணையிட்டனர், ஆனால் அவர்கள் வெளியே வரமறுத்தனர். பெண்கள் கதவின் கைப்பிடிகளைத் துணியால் இழுத்துக் கட்டிவிட்டு, சன்னல்களையும் அடைத்துவிட்டனர். ஆங்கிலேயப் பெண்களைச் சுடவில்லையெனில் இந்திய வீரர்கள் தூக்கிலிடப்படுவரென மிரட்டப்பட்டதால் சிலர் அடைத்த சன்னல்களின் துளைகள்வழியே சுட்டனர். அவ்வாறு செய்ய ஒப்பாத வேறுசிலரோ வெறும் காற்றில் சுட்டனர். உள்ளேயிருந்து அலறல் சத்தமும், முனகல் சத்தங்களும் வரத் துவங்கியதும் இதற்குமேலும் தங்களால் பெண்களையும் குழந்தைகளையும் கொல்ல முடியாது எனத் திட்டவட்டமாகக் கூறிவிட்டனர். ஆங்கிலேயப் பெண்களைச் சோளமாவு அரைக்கவைத்துக் கண்காணித்துவந்த ஹுசைனி கானுமும் அதைக் கேட்டதும் ஆத்திரத்தில் வீரர்களைப் பார்த்துக் கோழைகள் என இரைந்தாள். "கோழைகளே!" என அவள் இரைந்தது தனக்குக் கேட்டது என இச்சம்பங்களை என்னிடம் விவரித்த முதியவர் கூறினார். அவளே சென்று கசாப்பு வெட்டுபவர்களைக் கூட்டிவந்திருக்கிறாள். யார் தெரியுமா, இறைச்சி வெட்டும் கசாப்புக்காரர்கள்! அவர்கள் உள்ளே சென்று தம்மிடமிருந்த வெட்டுக்கத்தியால் பெண்களை வெட்டிக்கொன்றனர். தாங்கள் சரணடைந்தவர்கள் எனக் கூறிப் பெண்கள் அவர்களிடம் இறைஞ்சியுள்ளனர். ஆனால் கசாப்புக்காரர்களோ, "உங்களின் அழுகையெதுவும் இப்போது எங்களுக்குத் தேவையில்லை" எனக்கூறி அப்பெண்களின் தலைமுடியைப் பற்றி உச்சந்தலையை வெட்டியெடுத்துள்ளனர். அனைவரையும் கொன்றுவிட்டதாகக் கூறிவிட்டுப் பின்னர் அவர்கள் அங்கிருந்து வெளியேறியுள்ளனர். ஒருசில கசாப்புக்காரர்களோ சிரித்தபடியே சென்றுள்ளனர்.

ஆனால் பிணங்களுக்குக் கீழே மறைந்துகொண்டு சில பெண்களும் குழந்தைகளும் உயிர்தப்பியுள்ளனர். மறுநாள், பாழுங்கிணறொன்றினுள் பிணங்களை வாரிக் கொட்டவந்த துப்புரவாளர்களின் கண்களுக்கு மூன்று ஆங்கிலேயப் பெண்களும், மூன்று அம்மணச் சிறுவர்களும் உயிருடன் தென்பட்டுள்ளனர். அச்சிறுவர்களுக்கு நான்கு முதல் ஏழு

வயதுவரைதான் இருக்கும். அப்பெண்களையும் அம்மணமாக்கிக் கிணற்றுக்குள் தள்ளிவிடுமாறு துப்புரவாளர்களுக்கு ஆணையிடப்பட்டது. பிறகு அந்தச் சிறுவர்களையும் கிணற்றுக்குள் வீசியெறிந்தனர், அவர்களில் இளையவன்தான் முதலில் வீசப்பட்டான். துண்டுதுண்டாக வெட்டிவீசப்பட்ட பிணங்களுக்கு இடையே அவர்கள் உயிருடன் புதைக்கப் பட்டார்கள். “குடியுங்கள்!” என ரஷீத் திடீரெனக் கத்தினார். “வாயைப் பிளந்துகொண்டு கேட்டுக்கொண்டிருக்கிறீர்களே, கொஞ்சம் தண்ணீர் குடித்துக்கொள்ளுங்கள், ம், குடியுங்கள்! பிறகு என் கதையைச் சொல்லி முடிக்கிறேன்.”

“இதற்கு மேலும் கேட்க எனக்கு விருப்பமில்லை” என அவத் படையினன் ஒருவன் கூறினான்.

“இவையெல்லாம் நிகழ்ந்தபோது நீங்கள்தான் அங்கு இல்லையே. ஒருவேளை இவற்றில் உண்மையில்லாமலும் இருக்கலாம்” என்றாள் அமா.

“நான் பொய்யனல்ல. பல காலமாக உறக்கமில்லாமல் அலைந்தவன்தான், ஆனால் நான் பொய்யனல்ல.”

“சரியான உறக்கமில்லாதுபோனால் நம் மூளை நமக்கு வேடிக்கை காட்டும், நம்மை ஏமாற்றும். பல நாட்களாக நீங்கள் தொடர்ந்து வைன் குடித்துள்ளீர்கள்போலிருக்கிறது” என்றாள் அமா.

“நான் அந்தக் கிணற்றைப் பார்த்தேன். கதையை முடிக்கும்வரை பொறுமையாக இருங்கள், இப்போதைக்கு நீர் அருந்துங்கள்!” என்றபடியே கூஜாவை அவர்களிடம் நீட்டினார். மலைமுத்து மீண்டும் எழுந்து வெளியே சென்றான், மற்றொரு கூஜா நிறைய நீரோடு திரும்பிவந்து அதை அனைவருக்கும் பருகக் கொடுத்தான். அனைவரும் அண்ணாந்து கொஞ்சம் நீர் பருகிக்கொண்டனர்.

“அங்கு சென்றதுமே அக்பரும் நானும் எச்சரிக்கையானோம். காற்றில் ஏதோவொரு மோசமான உணர்வு பரவியிருந்தது. நீலும் ஹாவ்லாக்கும் தலைமைதாங்கிய கம்பெனியாரின் புதிய படை எந்நேரமும் அங்கு வரக்கூடுமெனச் செய்தி கசிந்தது. நகரச் சதுக்கத்தை கம்பெனிப்படை வந்தடைந்தது; பிறகு அவர்கள் எல்லா இடங்களிலும் நிறைந்துவிட்டனர். நானா சாகிப் சென்ற இடம் தெரியவில்லை. அவர் எங்கோ தப்பிச் சென்றுவிட்டார். ஆங்கிலேயப் பெண்களெல்லாம் உயிருடன் இருப்பதாகத்தான் முதலில் கம்பெனிப்படை எண்ணியிருந்தது, ஆனால் பெண்கள் இல்லத்திற்குச் சென்று பார்த்தபோதுதான் அது இரத்தக் களரியாகக் காலியாகயிருப்பதைக் கண்டனர். ஆங்கிலேயப் பெண்களின் பொன்னிறக் கேசம் காற்றில் பறந்தன, இல்லத்தைச் சுற்றியிருந்த மரக்கிளைகளிலெல்லாம் கரும் கேசச் சுருள்கள் சிக்கியிருந்தன. கைக்குழந்தைகளைக் கிணற்றுக்குள் வீசும் முன் அங்கிருந்த முற்றத்து மரத்தூரில் அக்குழந்தைகளின் தலையை மோதி உடைத்துள்ளனர், குழந்தைகளின் மூளைகள் மரத்தில் ஈசியிருந்தன. கிணற்றினுள் எட்டிப் பார்த்துள்ளனர், துண்டாடப்பட்ட உடல்கள் குவியலாகக் கிடப்பதைக் கண்டதும் அவர்களுக்கு வெறி ஏறியது.”

ரஷீத் அமைதியானார். கண்கள் கவிழ்ந்தன, உடல்வெட்ட எழுந்து உட்கார்ந்தார். எதையோ முணுமுணுத்தபடியே அவர்களையும் கடந்து எங்கோ பார்த்தார். உடைந்த பீங்கானை எடுத்து அதன் கூர்முனையை மீண்டும் அழுத்தினார். அப்படியே அதைத் தன் மணிக்கட்டை நோக்கி நகர்த்தினார். அதைக்கொண்டு தனது கையைப் பாளம் பாளமாகக் கிழித்துக் கொண்டார். குருதி பெருகியது. அமா சட்டென அவரிடமிருந்து குப்பியைப் பிடுங்க முயன்றாள். ஆனால் அவர் பின்னே நகர்ந்து தன்னை விடுமாறு கூறினார். அவள் அவரை விட்டாள்.

“எல்லாமே பெரும் வெறுப்புமிக்க செயல்கள்! மிகக் கொடூரமான வெறுப்புமிக்க செயல்கள்! கான்பூரே, நினைவில் வைத்துக்கொள்!” என்றார்.

“நீங்கள் ஓய்வெடுக்க வேண்டும், உங்களை நான் கைசர்பாக் அரண்மனைக்குக் கூட்டிச் செல்கிறேன். நீங்கள் கண்டிப்பாக ஓய்வெடுத்தேயாக வேண்டும்” என்றாள் அமா.

“இக்கதையைக் கூறிமுடிக்கும்வரை நான் ஓய்வெடுக்கப் போவதில்லை. ஏனெனில் இக்கதையை மீண்டுமொருமுறை நான் கூறப்போவதே இல்லை” என்றார்.

சிறு இடைவெளிவிட்டு மீண்டும் தொடர்ந்தார், “கம்பெனிப் படையினர் கான்பூரின் எல்லா வீடுகளையும் கொள்ளையடித்தனர், தீவைத்துக் கொளுத்தினர். ஆங்கிலேயரின் படுகொலையைத் தடுக்க அந்நகரமக்கள் எதையுமே செய்யவில்லையென அவர்கள் கத்தினர். தரங்கெட்ட கருப்பர்கள் தம் பெண்களைப் பாலியல் வன்புணர்வு செய்து அவமதித்துவிட்டனர் என அவர்கள் கத்தினர். ஆனால் அப்படியெதுவும் நடக்கவேயில்லை என நான் கூறுவேன். யாருமே அவ்வாறு செய்யவில்லை. கசாப்புக்காரர்கள் கொலைபாதகர்கள். எனவே அவர்கள் கொலை மட்டுமே செய்தார்கள். தன்னோடுவந்த கம்பெனிப் படையினர் அனைவரையும் பிரிகேடியர் ஜெனரல் ஜேம்ஸ் நீல் தன் முழுக்கட்டுப்பாட்டின்கீழ்க் கொண்டுவந்தான். அவர்களிடம் துப்பாக்கிகள், பீரங்கிக்குண்டுகள், வாள்கள், கைத்துப்பாக்கிகள், பயோனட்கள் இருந்தன; அவர்கள் பழிவாங்கும் படலத்தைத் துவங்கினர். தொள்ளாயிரம் ஆங்கிலேயர்கள் கொல்லப்பட்டுள்ளனர். அதற்குப் பதிலாக நம்மவர்கள் ஆயிரம் பேரையேனும் கொல்ல வேண்டுமென அவர்கள் இலக்கு நிர்ணயித்துக்கொண்டனர். அந்தப் படுகொலையில் ஈடுபடவில்லையென நிரூபிக்க இயலாத இந்திய வீரர்களையெல்லாம், ஆங்கிலேயப்பெண்கள் அடைத்துவைக்கப்பட்டிருந்த கட்டிடத்தின் தரையை நீல் நக்கச் சொல்லியிருக்கிறான். கீழ்ச்சாதி இந்துக்களைக் கொண்டு தரையில் நீர்கொட்டச் சொல்லி, இந்திய வீரர்களைச் சவுக்கால் அடித்துத் துன்புறுத்தி அந்தத் தரையை நக்கிச் சுத்தம் செய்யவைத்துள்ளான். புதர்மறைவுகளிலும், புறநகர்ப் பகுதியிலிருந்த வயல் குடிசைகளின் பின்னாலும், சதுக்கத்தில் குவித்துவைக்கப்பட்டிருந்த தானியங்களின் பின்னாலும் நானும் அக்பரும் மறைந்திருந்து தப்பித்தோம். அக்பர் மட்டும் எப்படியோ படகேறி கல்கத்தாவிற்குச் சென்றுவிட்டார். ஆனால் நீ கொடுத்த ரோஜாப்பன்னீரோ பேகம் சாகிபா கொடுத்த கடிதமோ அவரிடம் அப்போதில்லை. நாங்கள் கடிதத்தைக் கிழித்தோம், அக்பர் அதிலிருந்ததை வாசித்தார். கடிதத்தை

மனப்பாடம் செய்து எடுத்துச்செல்வதுதான் அப்போதைய சூழ்நிலையில் அவருக்குப் பாதுகாப்பானதும்கூட. நான் மிகுந்த சோர்வாக இருந்ததால் என்னால் அவரோடு படகில் ஏற முடியவில்லை. சோர்வை வெறுப்பவன் நான். எப்போதேனும் நீ என்னைச் சோர்வாகப் பார்த்திருக்கிறாயா அமா? எனினும் மிதமிஞ்சிய சோர்வுதான் அன்று என்னைப் படகில் ஏறவிடாமல் தடுத்துவிட்டது. நான் கண்டேன் அமா, முஸ்லிம்களுக்கு வலிந்து பன்றியிறைச்சி புகட்டப்பட்டதையும், இந்துக்களுக்கு வலிந்து மாட்டிறைச்சி புகட்டப்பட்டதையும் நானே கண்கூடாகக் கண்டேன் அமா. முஸ்லிம்களைப் பன்றித்தோல்மீது வைத்துத் தைத்துத் தூக்கிலேற்றினர். தெருப் பெருக்கும் தாழ்ந்த சாதி இந்துக்களைக் கொண்டு உயர்சாதிப் பிராமணர்களைத் தூக்கிலேற்றினர். நான் புதர்களுக்குள்ளிருந்து அதையெல்லாம் பார்த்துக்கொண்டிருந்தேன். பீரங்கியின் வாய்ப் பகுதிகளில் ஆட்களை வைத்துக்கட்டிச் சுடுவதில் அவர்கள் மும்முரமாக இருந்தபோது நான் புதர்களிலிருந்து வெளியே வந்து தனியாகச் சுற்றத் துவங்கினேன். துப்பாக்கிகளின் பின்பகுதியால் அடித்து இந்திய இளைஞர்களை அவர்கள் கொல்வதைப் பார்த்தேன்; அவர்களின் நெற்றியிலிருந்து இரத்தம் பீறிட்டது. வீடுகளுக்குள், பெண்கள் உடைகள் கிழிந்து, கொடூரமாகக் கொல்லப்பட்டுக் கிடந்தனர்; அவர்களின் கணவன்மார்களின் இறந்த உடல்கள் நட்டுக்குத்தாக நிறுத்திவைக்கப்பட்டிருக்க, குழந்தைகள் தலை துண்டாடப்பட்டு இறந்து கிடந்தனர். என்னையும் அறியாமல் பெண்கள் விடுதிக்குச் சென்றுசேர்ந்திருந்தேன், கிணற்றின் அருகில் தரையெங்கிலும் சதைகள் சிறுசிறுதுண்டுகளாக... எப்படி அதை என் வாயால் சொல்வேன்? அதைப் பார்த்ததுமே எனக்குக் குமட்டிக்கொண்டு வந்தது. அங்கேயே மண்டியிட்டு அமர்ந்து தொழுதேன். கீழே தேங்கிக் கிடந்த இரத்தம் எனது கால்முட்டிகள் வழியாக என் ஆடையெங்கும் பரவியது. அப்போதுதான் அத்தனை நேரம் என்னிடமிருந்த உனது பீங்கான்குப்பியை உணர்ந்தேன், என் அன்பு அமாவே... மிகமென்மையான அந்தப் பீங்கானை என் கைகளில் ஏந்தியபோது கிணற்றின் அருகேயிருந்த மரத்தில் திண்சிவப்பு குக்குறுவானொன்று கிறீச்சிட்டு விளையாடுவதைக் கண்டேன். அங்கு நிகழ்ந்த கொடூரங்களுக்கும் தனக்கும் சம்பந்தமேயில்லாததுபோல், அது எப்போதும்போல் மகிழ்வாகக் கிறீச்சிட்டது. கிணற்றுச் சுவரின்மீது குப்பியை வீசி நான் உடைத்தபோது அப்பறவை கிளைக்குக் கிளை தாவுவதைக் கண்டேன். குப்பி உடைந்து வழிந்தோடிய ரோஜாப்பன்னீர் கிணற்றினுள் உருக்குலைந்து கிடந்த உடல்களில் பட்ட வேளை, மேலே அப்பறவை கிறீச்சிட்டுப் பாடியது. பிறகு அந்த சிவப்புப்பறவை கீழேகுதித்துக் கிணற்றின் விளிம்பில் அமர்ந்தது. கிணற்றிலிருந்து ஒரு பெண்ணின் கை எழும்பிவந்து தன் விரல்களால் அப்பறவையின் தலையைத் தடவுவதை நான் கண்டேன்."

இதைக் கூறியதும் ரஷீத் அமைதியாகி நினைவுகளுக்குள் மூழ்கிப் போனார். அமாவின் உடைந்த குப்பியை மீண்டும் கையிலெடுத்தவர், "ஹேம்லட் தன்னைத்தானே கொன்றுவிட எண்ணினான்" என்றவாறே குப்பியின் கூரியமுனையை தன் தலையில் ஓங்கிக் குத்திக்கொண்டார். அமா உடனே எழுந்து அவர் கையிலிருந்து அதைப் பிடுங்கினாள், அப்போது அவள் விரலையும் அதன் முனை கிழித்துவிட்டது. "இப்படி

உங்களை நீங்களே காயப்படுத்திக்கொள்ளாதீர்கள். உங்களைப் பத்திரமாகப் பார்த்துக்கொள்ளுங்கள்" என அவரைக் கண்டித்தாள்.

"இப்போது நீங்கள்தான் உங்களைப் பத்திரமாகப் பார்த்துக்கொள்ள வேண்டிய நிலையில் இருக்கிறீர்கள்."

ரஷீத் அமாவையே உற்றுக் கவனித்தார், "நீ கடுமையாக உழைக்கிறாய் அமா. உனது கிழிந்த காலணிகளே அதைத் தெளிவாக உரைத்துவிடுகின்றன. உன் முகத்தில் கவலை ரேகைகள் தென்படத்துவங்கியுள்ளன. நான் உன்னை முதன்முதலாகப் பார்த்தபோது இல்லாத வருத்தவரிகள் இப்போது உன் விழிகளைச் சுற்றிலும் பரவியுள்ளதைக் காண்கிறேனம்மா" என்றார்.

"முதலில் அந்தக் குப்பியைத் தூக்கியெறியுங்கள். நீங்கள் இப்போது அவமானத்திலும் குற்றவுணர்விலும் தவிக்கிறீர்கள். அந்த அவமானமும் குற்றவுணர்வும் தாங்கமுடியாமல்தான் உங்களை நீங்களே இப்படிக் காயப்படுத்திக்கொள்கிறீர்கள்."

"நாம் அனைவருமே அவமானத்திலும் குற்றவுணர்விலும் தவிக்கிறோம், நம்மை நாமே காயப்படுத்திக்கொள்கிறோம். ஆளுநர் மாளிகையில் இருக்கும் படையினராகட்டும், அதனுள்ளே இருக்கும் ஆங்கிலேயர்களாகட்டும். இங்கேயும் அங்கேயும் நாம்தான் இவையனைத்தையும் செய்துகொண்டிருக்கிறோம். நம்மை நாமே காயப்படுத்திக்கொள்கிறோம்."

"இதைக் கூறத்தான் நீங்கள் இங்கு திரும்பிவந்தீர்களா?"

"ஆம், நீல் வருகிறான். அவர்கள் கான்பூரை மீண்டும் கையகப்படுத்தி விட்டார்கள். இப்போது நாம் அனைத்திலிருந்தும் முற்றிலும் துண்டிக்கப்பட்டுவிட்டோம். ஓய்வெடுத்துக்கொண்டிருக்கும் அவனது படையினர் கூடிய விரைவில் இங்கு உங்களை நோக்கிவரக் கூடும்" காலி பீங்கான் குப்பியால் அவர்களைச் சுட்டிக்காட்டியவாறே ரஷீத் கூறினார், அப்போது அவரது விழிகள் வறண்ட நிலம்போன்ற கடுமையுடன் இரத்தச் சிவப்பாய் மின்னின, ரோஜாப்பன்னீரின் ஒளியில் மின்னும் பிசாசுகளை அவர் கண்கள் கண்டன.

அமாவும் பட்டுப்புறாக்களும்

18

சத்தர் மன்சிலின் வெளியே நின்றிருந்த அமா, அவத் ராஜ்ஜியத்தின் நடுநாயகமாக லக்னோ நகரம் வீற்றிருப்பதைப்போல் கற்பனித்துப்பார்த்தாள், ஆனால் யதார்த்தம் அவ்வாறில்லை – கடல்போல் பொங்கிய போராட்டங்களில் சிக்கி அந்நகரம் அலைவுற்றது, இந்தியர்கள் கட்டமைத்த படகுகளில் இருந்த தூக்குமரங்களில் இந்தியர்களின் பிணங்கள் தொங்கின; இந்தியர்களுக்குக் கசையடிகள் தரும் ஆங்கிலேயப் பேரலைகள் அப்படகுகளைத் தம் சுழல்களால் விழுங்கின; பற்றியெரிந்துகொண்டிருந்த இந்தியக் கிராமங்களின்மீது நீர்த்துவாலைகளை அள்ளிவீசின. புயல்கள் சீறும் ஆங்கிலேயக் கடல்களில் இருந்து பாதுகாக்கப்பட வேண்டிய இந்தியத் தீவாக லக்னோவை அமா எண்ணியிருந்தாள். ஆனால் சூறாவளிகள் பொங்கும் இந்தியக் கடல்களிலிருந்து பாதுகாக்கப்பட வேண்டிய ஆங்கிலேயத் தீவாக அந்நகரை ஆங்கிலேயர்கள் எண்ணியிருந்தனர் என்பதையும் அவள் அறிவாள். ஒருவேளை ஆங்கிலேயர்கள் லக்னோவை இந்தியர்களிடம் இழக்க நேரும்பட்சத்தில் நாட்டின் ஏனைய பகுதிகளிலும் ஆங்கிலேய ஆட்சி உடனடியாக முடிவுக்கு வந்துவிடுமெனும் செய்தி கடல்கடந்து பரவி விடுமென சர் ஹென்றி லாரன்ஸ் நன்றாகவே அறிந்திருந்தார். பாரசீகம், ஆப்கானிஸ்தான், எத்தியோப்பியா, சோமாலியா போன்ற நாடுகளிலிருந்து பன்னெடுங்காலத்திற்கு முன்னரே இங்கே வந்து தங்கிவிட்ட, பசும் விழிகளும், செந்தவிட்டுநிற விழிகளும் கொண்ட லக்னோ ஆண்களும் பெண்களும் லக்னோவெனும் தீவு அமைதியான நீரில் நங்கூரம் பாய்ச்சி நிலைகொண்டிருக்க வேண்டுமென மனதார விரும்பினர்.

சத்தர் மன்சிலின் உள்ளே அவத் படையைச் சேர்ந்த இருபது வீரர்களுக்கு ஜெய் லால் உத்தரவுகள் பிறப்பித்துக் கொண்டிருந்தார். அவர்கள் அந்த உத்தரவுகளை மற்ற வீரர்களிடம் கொண்டுசேர்க்கும் பணியைச் செய்வர். அமா ஆயுதங்களிருந்த சேம அறைக்குச் சென்றாள். மேலுமொரு வாரத்திற்கு தேவையான இராணுவத் தளவாடங்கள் மட்டுமே கையிருப்பில் இருந்தன. ஆயுதமிருந்த பெட்டிகளை எண்ணினாள்; பெட்டிகள் யாவும் நிறைந்துள்ளதா எனவும் ஆராய்ந்தாள். அறையின் ஒரு மூலையில் தொழிலாளர்கள் சிலர் முறிந்த தந்தி வடங்களை உருக்கித் தோட்டாக்கள்

செய்துகொண்டிருந்தனர். தந்தி வடங்களைத் தாங்கிப்பிடித்த இரும்புக் குழாய்களும் துப்பாக்கிப் புழைகளாக உருமாறிக்கொண்டிருந்தன.

தொலைவிலிருந்து ஒலித்த துப்பாக்கிச் சத்தங்களை வைத்துப் பார்க்கும்போது கான்பூர் சாலையில் முன்னேறிவரும் ஆங்கிலேயர்கள் பதினைந்து மைல்கள் தூரத்திலிருப்பதை அனுமானிக்க முடிந்தது. அவர்கள் இங்கு வந்துசேர அரைநாள் நடைப்பயணம் ஆகிவிடும். முன்மதியத்தின் போது ஆலம்பாக் அரண்மனையை வந்தடைந்துவிடுவர். ஆளுநர் மாளிகையின் முன்பக்கம் அவத் படைவீரர்கள் சிலர் காவல் காக்க வேண்டுமென ஜெய் லால் உத்தரவிடுவது அமாவின் காதுகளில் விழுந்தது. மற்றவர்கள் நகரின் தெற்குப்பகுதி முழுவதும் பரவி, ஆங்கிலேயர்கள் லக்னோவில் நுழைவதைத் தடுக்க வேண்டும். அவர்களுள் சிலர் நகரினுள் ஓடும் கால்வாய்மீது அமைந்துள்ள சர்பாக் பாலத்திற்கும் ஆலம்பாக்கிற்கும் இடையே ஆழமான தடுப்பரணை அமைக்க அனுப்பப்பட்டனர். அதன்பிறகு அவர்கள் மஞ்சள் இல்லத்திற்குச் செல்ல வேண்டுமெனப் பணிக்கப்பட்டனர்; மற்றவர்கள் நகரினுள் ஊடுருவும் அயலார்களைத் தடுக்க கான்பூர் சாலைக்குச் சென்று நிற்க வேண்டும். “நானும் மஞ்சள் இல்லத்திற்குச் செல்கிறேன்” என்றாள் அமா, ஜெய் லாலும் அதற்கு ஒப்புக்கொண்டார்.

○○○

இராணுவத் தளவாடங்களின் கையிருப்புக் குறித்து அமா எடுத்த பட்டியலை பேகம் சாகிபா கைசர்பாக் அரண்மனையில் தன் சந்திப்பு அறையில் படித்துப்பார்த்தார். “நீ நமது படையினரோடு செல், ஆனால் எச்சரிக்கையாக இரு. நீ சாகக் கூடாது அமா. என் விழிகளாக இருந்து நீ இன்னும் பல உதவிகள் புரியவேண்டியுள்ளது” என்றார்.

அமா தனக்கென இரண்டாவது குழல்துப்பாக்கியையும், சமையலறையிலிருந்து சேனைக்கிழங்கு கபாப்கள் சிலவற்றையும் எடுத்துக்கொண்டாள். பயறுகள் சமைக்கப்படுவதைப் பார்த்தபடியே அங்கு ரஷீத் நின்றிருந்தார். அவர் விழிகளைச் சுற்றி நிரந்தரமாகவே குழிவிழுந்துவிட்டாற்போலத் தோன்றினாலும், உறங்கியெழுந்ததில் ஓரளவு தெளிவாக இருந்தார். அவர் உடல்நலம் பெற வாழ்த்திவிட்டு அமா காசிமின் குதிரைமீதேறி அங்கிருந்து புறப்பட்டுச் சென்றாள்.

வழியில் பிரபுமார்கள் இருவர் தம் வீட்டுச் சன்னல்களையெல்லாம் வேலையாட்கள் மூலமாகச் செங்கற்கள் கொண்டு அடைத்துக் கொண்டிருந்ததைக் கண்டாள். ஆங்கிலேயர்கள் படையெடுத்துவரும் விஷயம் விஷம்போல் பரவிவிட்டது. அவர்கள் தம் வீடுகளிலிருந்த பால்கனிக் கதவுகளைத் தேக்குப்பலகைகள் அடித்து மறைத்துவிட்டனர். சூரியகாந்திகள் பூத்துக்குலுங்கிய பெரிய பெரிய பூந்தொட்டிகளெல்லாம் ஓரமாய் வீசப்பட்டிருந்தன. அப்பிரபுமார்கள் அமாவைக் கண்டுகொள்ளவேயில்லை. அவர்கள் மனதில் ஓடுவதை அமாவால் படிக்க முடிந்தது. லக்னோவை விட்டுக் கிளம்பிச்செல்ல வேண்டாமென பேகம் சாகிபா அனுப்பிவைத்த செய்திமடல்களை அவர்கள் வாசித்ததாலேயே இந்த ஏற்பாடுகளைச் செய்கின்றனர். அவள் குதிரையிலிருந்து இறங்கிச்சென்று அவர்களின்

உடல்நலம் குறித்து விசாரிக்கவில்லை. வழியில் உருண்டுகிடந்த சூரியகாந்திப் பூந்தொட்டிகளை எடுத்து ஓரமாய் வைக்கவில்லை, சூரியகாந்தியின் மஞ்சள் இதழ்களைக் கொறித்துக்கொண்டிருந்த கருப்புவெள்ளை ஆட்டிற்கு வணக்கம் தெரிவிக்கவுமில்லை. சாம்பல்நிறக் குளம்புகளின் ஓசை மட்டுமே அவள் காதுகளில் ஒலித்தன. எழில்கொஞ்சும் சிலைகள் நிறைந்த பூங்காக்களுக்காகவும், கவிமழை பொழியும் மாலைநேரத்துக் கூடுகைகளுக்காகவும் பூத்திருந்த அம்மலர்களிருந்த தொட்டிகளை மிதித்தபடியே அவளது குதிரை ஓடத் துவங்கியது.

பாலத்தையும் மஞ்சள் இல்லத்தையும் கடந்து அமா ஆலம்பாக் அரண்மனையை அடைந்தாள். ஜெனரல் நீலை எதிர்த்துப் போரிட அவத் படைவீரர்களோடு ஜெய் லாலின் கட்டுப்பாட்டிலிருந்த உள்ளூர்க் கொள்ளையர்களும் அங்கு சாலையில் கூடியிருந்தனர். மலைமுத்துவும் அங்கிருந்தான். ஆலம்பாக்கின் வெளிப்புறச் சுவரையொட்டிய ஏணியின் வழியாக அமா கூரைக்கு ஏறிச்சென்றாள். கூரைமேலே அரண்மனைக் காவலர்களுடனிருந்த பாத்திமா அமாவை நோக்கிக் குரல்கொடுத்தாள். அவர்கள் அங்கு தம் துப்பாக்கிகளைச் சுத்தம் செய்துகொண்டிருந்தனர்.

“நீல் எனும் கொலைபாதகன் வருகிறானாம், கொலைபுரிவதில் பிரசித்திபெற்ற கொடூரனாம் அவன்” என்றாள் பாத்திமா.

“நானும் அவனைப்பற்றிக் கேள்விப்பட்டிருக்கிறேன். சாத்தானைப் போன்றவனாம்” என்றாள் அமா.

“அவர்களைப் பொறுத்தவரை நாம்தான் சாத்தான்களாம்; நம்மைக் கொல்லத்தான் நீல் கிளம்பிவருகிறானாம். கான்பூரிலிருக்கும் இரத்தவெறி பிடித்த கொலைகாரர்களுக்கு இதற்காக நாம் நன்றிகூற வேண்டும். எங்கிருந்துதான் இதுபோன்ற படுபாதகக் கொலைகாரர்களை வலைவீசித் தேடிக் கண்டுபிடிக்கிறார்களோ! கான்பூர் எனச் சொன்னாலே கொன்றுவிடுகின்றனராம். சுற்றி என்ன நடக்கிறது எனக்கூட அறியாத அப்பாவி வண்டிக்காரர்களையும் பிராமணர்களையும் அப்பகுதிக்கு வரவழைத்துத் தரையை நக்கிச் சுத்தம் செய்ய வைத்துள்ளான் அந்தக் கொடூரன் நீல். கொல்லப்பட்ட பெண்களின் இரத்தத்தை. துர்பாக்கியம் பீடித்த பாவப்பட்ட சீவன்கள் அவர்கள், கான்பூரில் வாழ்ந்த ஒரே காரணத்திற்காக இத்தனை கொடுமைகளுக்கும் ஆளாகியிருக்கின்றனர். அதன்பிறகு அவன் அவர்களையும் கொன்றுவிட்டானாம்.”

“இந்தக் கதைகளெல்லாம் போதும் நிறுத்து” என்றாள் அமா.

தனது குட்டிப் பிசாசுகள் பின்தொடர நீல் பிசாசும் அங்கு வந்துசேர்வதற்காக அவர்கள் காத்திருந்தனர். அவத் படையினரையும் கானல்நீரையும் தவிரச் சாலைகளில் வேறொன்றும் தென்படவில்லை.

ஆலம்பாகிற்கும் சர்பாக் பாலத்திற்கும் இடையிலிருந்த மஞ்சள் இல்லத்திற்கு அமா சென்றாள். அங்கே, முன்னறையில் இருந்த அபியின் பொருட்கள் எதுவும் தொடப்படாமல் அப்படியே இருந்தன. தங்களை

எதிர்த்தவர்களையெல்லாம் துவம்சம் செய்த கான்பூர் கொலைகாரர்கள் லக்னோவினுள் நுழைவதற்காக, நூற்றுக்கணக்கான பவுண்ட்களை லஞ்சமாகப் பெற்றுக்கொண்டு உதவிசெய்த துரோகிக்குச் சொந்தமான அப்பொருட்களை அமா ஓரமாக எடுத்துவைத்தாள். அபிக்குச் சொந்தமான தோட்டாக்களிலிருந்த பெட்டியை அவத் படைவீரர் ஒருவரிடம் கொடுத்தாள். உள்ளே நுழைந்த வில்லாளர் ஒருவர் அமாவை வணங்கிவிட்டு அவளிடம் ஒரு வில்லையும் அம்பையும் கொடுத்தார். அவள் தனது துப்பாக்கிகளோடு அவற்றையும் கூரைக்குக் கொண்டுசெல்ல வேண்டுமெனக் கூறினார்.

மாடியேறிக் கூரைக்குச் சென்றாள். அங்கு ஏதேனும் அசம்பாவிதம் நேரிட்டால் வில்லாளர்களுக்கு அவளது உதவி தேவைப்படலாம். மலைமுத்து உள்ளிட்ட தலைசிறந்த துப்பாக்கிவீரர்கள் சிலர் பாலத்தைக் கடந்துசென்று, நகரிலுள்ள மற்றக் கூரைகளின்மீது ஏறுவதை அவளால் அங்கிருந்து பார்க்க முடிந்தது.

நேரம் செல்லச் செல்ல அக்காலைவேளையில் அவத் படையினர் பலரும் மஞ்சள் இல்லத்தை மொய்க்கத் துவங்கினர். ஆலம்பாக் அரண்மனைக்கும் தங்களுக்குமிடையே இருந்த, மஞ்சளும் சிவப்புமாகப் பழங்கள் காய்த்துத்தொங்கிய முதிய மாமரங்களை அவர்களால் காணமுடியாதபோதும், அம்மரங்களுக்கு அப்பால் இருந்த மூங்கில் காட்டிலிருந்து வீரர்கள் கத்துவது அவர்களுக்குத் தெளிவாகவே கேட்டது. லக்னோவினுள் நுழையும் வழியான சர்பாக் பாலத்தை மனித அரண்போல் மறித்து வீரர்கள் நின்றிருந்தனர்.

அனைவரும் காத்திருந்தனர். கடைசியில், கைத்துப்பாக்கிகள் ஏந்திய இந்தியவீரர்கள் மரங்களின் ஊடாகப் பாய்ந்து வருவதைக் கண்டனர். இவர்களைக் கடந்து பாலத்திலிருந்த வீரர்களை நோக்கி அவர்கள் ஓடினர். மூச்சிரைக்கக் கூரையேறிவந்த ஒருவனைப் பார்த்து, “யார் இவர்கள்?” என அமா கேட்டாள்.

“ஆயிரம் புலிகளின் சீற்றத்தோடு பாய்ந்துவருகின்றனர். பார்த்தாலே தெரிகிறதல்லவா, இவர்கள் லக்னோவாசிகள் அல்லர். ஒருவேளை, நமக்கு ஏற்பட்டுள்ள ஆபத்தை அறிந்து நமக்கு உதவ ஓடோடி வந்திருக்கும் கிராமத்தினர்களாக இருக்கலாம்.”

அவர்களில் பெரும்பாலானோர் வில்லாளர்களாக இருந்தனர், சிலரிடம் கைத்துப்பாக்கிகளும் இருந்தன. “இவர்களை ஆலம்பாக்கிற்குத் திருப்பி அனுப்புங்கள். நம் வழியை மறிக்கின்றனர். இது ஜெய் லாலின் திட்டத்தில் இல்லாதவொன்று” என அமா பொதுவாகக் கூறினாள்.

“இவர்கள் தில்லிப் போரிலிருந்து வந்துள்ளனர், தில்லி வீரர்கள்” எனப் பதிலுரைத்த எவரோ தொடர்ந்து, “உதவியையே மிக மோசமான முறையில் செய்கின்றனர்” என அபாயம் தொனிக்கக் கூறினார்.

அடர்சிவப்புநிறம் வழிந்தோடுவதைப்போலத்தான் முதலில் தெரிந்தது. சிறிது நேரம் நிதானித்த பின்னரே அங்கு நடப்பவற்றின் முழுமையான காட்சி கிடைத்தது. வாயில் நுரைதள்ள ஓடும் குதிரைகளின்மீது அடர்சிவப்புநிற ஆடைகள் அணிந்த தில்லி வீரர்கள் படை விரைந்து செல்வதும், அவர்களை

விரட்டியபடி சிவப்புக் கோட்கள் அணிந்த வெள்ளையர்கள் செல்வதும் தெரிந்தது. விர்-விர்ரென விசித்திரமாக ஒலியெழுப்பி வெடிக்கும் துப்பாக்கிகளோடு, உரக்கக் கத்தும் பறவைகளின் குரல்களையெல்லாம் விஞ்சுமளவிற்குத் தடதடத்து வெடிக்கும் துப்பாக்கிகளோடு அவ்வெள்ளையர்கள் ஆத்திரத்தோடும் வெறியோடும் தில்லி வீரர்களை விரட்டிச்சென்றனர். அவர்கள் குண்டுமாரி பொழிந்து முதிய மாமரங்களின் பசும் இலைகளையும் மாம்பழங்களையும் கிளைகளையும் மனிதர்களையும் சுட்டுத்தள்ளினர். குதிரைக்குளம்புகள் கிளப்பிய புழுதி அனைவர்மீதும் படர்ந்தது. "கான்பூர்!" எனக் கூவியபடியே சிவப்புகோட்டுகள் பாலத்தை நோக்கிச் சீறின. மனிதர்களைக் கொன்றுகுவிக்கக் கருப்பு வெல்வெட் தொப்பிகள் அணிந்த வெள்ளையர்கள் ஆயிரம் பேர்களேனும் அங்கு வந்திருந்தனர். கடுஞ்சினம் கொண்ட, இரக்கமற்ற அவ்வெள்ளையர்கள் தங்களின் சிரசுகளை அலங்கரிக்க மென்மையான வெல்வெட் தொப்பிகள் அணிந்திருந்தனர் என்பதுதான் எத்தனை பெரிய முரண்!

அவர்களில் ஒரு வெல்வெட் தொப்பிக்காரன் மட்டும் கால்வாயில் இறங்கினான். அடுத்த நொடி பாலத்திலிருந்து சீறிவந்த குண்டு அவனைச் சுட்டு வீழ்த்தியது. உடனே இருபக்கங்களிலிருந்தும் சுடத் துவங்கினார்கள். துப்பாக்கிச் சூடும் தோட்டாச் சீறலும் மனித அலறல்களும் அனைத்துத் திசைகளிலிருந்தும் எழுந்தன. "அந்தப் பாலத்தை ஏன் நாம் தகர்க்கவில்லை? பாலத்தைத்தான் ஜெய் லால் முதலில் தகர்த்திருக்க வேண்டும்" எனத் தன்னருகில் இருந்த வில்லாளர்களை நோக்கி அமா கத்தினாள்.

"அதெல்லாம் நமக்குப் பழக்கமில்லாத செயல்" என வில்லாளரொருவர் அமைதியாகப் பதிலளித்தார்.

கால்வாய் நீரிலும் பாலத்திலும் வீரர்கள் காயம்பட்டு விழுந்து கிடந்தனர்; பாலத்தின் மரக்கைப்பிடித் தடுப்புகளோ செஞ்சூரியன்போல் சிவந்து கிடந்தன.

"முன்னேறிச் செல்லுங்கள்!" என ஓர் ஆங்கிலேயன் உரக்க ஆணையிட்டதும், பழுப்புநிற வேலர்குதிரைகள் மீதிருந்த சிவப்புகோட்டுகள் அணிவகுத்துப் பாலத்தைக் கடந்தனர். மஞ்சள் இல்லத்தின் கூரைமீது செய்வதறியாமல் ஸ்தம்பித்து நின்றிருந்த அமா உள்ளிட்ட எவரையுமே அவர்கள் பொருட்படுத்தாமல் முன்னேறினர். உயரமான அரேபியக் குதிரையொன்றின்மீது அமர்ந்து உத்தரவிட்டுக்கொண்டிருந்த குள்ள மனிதரொருவரின் மீதுதான் அவ்வீரர்களின் முழுக் கவனமும் இருந்தது. அமாவிடம் மலைமுத்து வர்ணித்ததைப்போல, வெண்ணிறக்கேசம் அலைபாய, பொன்னிறத்தில் பெரிய காலர் கொண்ட சிவப்புகோட்டு முழுவதும் பதக்கங்கள் மினுமினுக்க, கட்டுமஸ்தான உடல்கொண்ட ஒரு சாத்தானைப்போலேதான் ப்ரிகேடியர் ஜெனரல் ஜேம்ஸ் நீல் காட்சியளித்தான். கோப்பையில் ஷாம்பெயினை ஊற்றியபடியே வீரர்களுக்கு அந்தச் சாத்தான் பிறப்பித்த உத்தரவுகள் இவர்களின் செவிகளை எட்டவில்லை. மதுவைப் பருகி முடித்ததும், ஜெய் லாலின் பெரும்படையினர் காத்திருக்கும் லக்னோவின் குறுகிய தெருக்களை நோக்கி ஆயிரம் வீரர்களோடு அவன் வெறியுடன் விரைவது தெரிந்தது.

மஞ்சள் இல்லத்திலும் ஆலம்பாக் இருந்த திசையிலும் நிசப்தம் நிலவியது. திடீரென மாடிப்படிகளில் இறங்கியோடிய அமா, “உங்களில் எவரேனும் ஆலம்பாக்கிற்குச் செல்ல வேண்டும்” எனக் கூவியபடியே வெளியேறினாள். கூரைமீதிருந்த வில்லாளர்களை விட்டு அமா பாலத்தை நோக்கி ஓடினாள், கீழே இறந்து கிடந்தவர்களில் தானறிந்தவர்களும் இருக்கக்கூடுமென்பதால் அவர்களின் முகங்களைப் பாராமல், கால்வாய் நீரையும் எட்டிப் பாராமல் பாலத்தைக் கடந்து ஓடினாள். லக்னோவின் தெருக்கள் அனைத்திலும் நிறைந்திருந்த ஜெய் லாலின் வீரர்களோடு ஒப்பிடுகையில் சிவப்புகோட்டு களின் எண்ணிக்கை திடீரென குறைந்துவிட்டாற்போலத் தோன்றியது; அடுத்து எங்கே செல்லவேண்டுமெனத் தெரியாமல் வெள்ளையர்கள் குழம்பித் தவித்தனர். ஜெய் லாலின் படையைச் சேர்ந்த ஆயிரக்கணக்கான வீரர்களும் சேர்ந்து ஆங்கிலேயர்களைக் குதிரைகளிலிருந்து இழுத்துக் கீழே தள்ளி, சுவர்களோடு சேர்த்து நிற்கவைத்தனர். சிலரோ குதிரைகளின் காலடிகளில் மிதிபட்டனர். சுற்றிவளைத்த அவத் வீரர்களைக் கடந்து ஆங்கிலேயர்களால் இம்மியளவும் நகர முடியவில்லை. கூரையொன்றின்மீது பாத்திமாவும், குடியிருப்பொன்றின் ஜன்னலருகே மலைமுத்துவும் இருப்பதை அமா கண்டாள். கூரைகளின் மீதும், தடுப்புச் சுவர்களின் மறைப்பிலும் இருந்த துப்பாக்கிவீரர்கள் சப்தமெழாமல் தமக்குள் பேசிக்கொண்டனர். பிறகு தம் இலக்கை நோக்கித் திண்மையாகக் குறிவைத்தனர். பேகம் சாகிபாவின் வார்த்தைகளை நினைவுகூர்ந்த அமா அனைத்திலிருந்தும் விலகி, ஓர் உயரமான வீட்டின் காலிப் பூங்காமனையையொட்டி மறைந்து நின்றுகொண்டாள். பிறகு அருகிலிருந்த மாடிப்படிகளேறிச் சென்று அதன் இரண்டாம் தளத்தில் நின்றுகொண்டாள். லக்னோவின் தெருக்களிலிருந்து தப்பித்து ஓடிவரும் சிகப்புகோட்களை எதிர்பார்த்துத் துப்பாக்கியை உயர்த்தித் தயாராய் வைத்தாள். ஆனால் சிவப்புகோட்டுகளோ சுற்றிலும் குண்டுமாரி பொழியும் துப்பாக்கிகளிலிருந்து தப்பிக்க நகரினுள்ளே மேலும் முன்னேறிச் சென்றனர். பெரிய துப்பாக்கியொன்று எங்கோ பூம் என வெடிப்பதும், சிறு துப்பாக்கிகளின் குறுவெடிப்பொலிகளும், தோட்டாக்கள் விண்ணெனத் தெறிக்கும் ஓசைகளும் கேட்டன. சுற்றிலும் நடப்பவற்றை அமா பார்த்துக் கொண்டிருக்கும்போதே, பளபளக்கும் வாள்களும் நீளக்கத்திகளும் மோதிக்கொள்ளும் ஓசை திடீரெனக் கேட்டது. ஆழமான, கொடூரமான வெட்டுக்காயங்களுடன் பலர் சரிந்து விழுந்தனர். பாத்திமா, மலைமுத்து போன்ற துப்பாக்கிச் சுடும்வீரர்கள் பலரும் கூரைகளின்மீது இருந்தபடி குறிபார்த்துக் காத்திருந்தனர்.

நீல் மட்டும் எப்படியோ தன் வீரர்களைவிடவும் முன்னே சென்று விட்டிருந்தான். தப்பித்து ஓடிவரும்போது அவன் தனது கண்ணாடிக் கோப்பையை எங்கோ தொலைத்துவிட்டான். அவனது சிறிய முகம் சினந்து சிவக்க, வெண்கேசம் காற்றில் பறக்க, விரட்டிவரும் வீரர்களைப் பார்த்து இரைந்துகொண்டே விரைந்தான். பெருந்திரளான லக்னோவாசிகளும், சிகப்புகோட்டுகளும் அலையலையாக முன்னேறி விரைய, சாத்தான் நீலை எட்டிப்பிடித்துவிடும் தூரத்தில் லக்னோவாசிகள் இருந்தனர். வீரர்களற்ற குதிரைகளோ வழிமாறி அருகிலிருந்த தோட்டங்களுக்குள் புகுந்தன. வெள்ளம்போல் மக்கள்திரள் சாலையில் ஓட, லக்னோவாசிகள் விரட்டிவந்த

பளீர்வண்ணச் சிவப்புக் கோட்டுகள் அமாவின் பார்வையிலிருந்து மெல்ல மெல்ல மறைந்தன.

○○○

நடுநிசியின்போது அமா தனது தாயாரின் படுக்கையறைக்கு வெளியே இருந்த கடம்ப மரத்தடியில் உட்கார்ந்தாள். கூண்டிலிருந்த பறவைகள் உணவுதேடி வெளியே போயிருந்தன, அமா புல்தரைமீது கைகளை நீட்டி அமர்ந்தாள்.

ஜெய் லாலுடன் சமையலறையில் உணவருந்தி முடித்து வெளியேவந்த மலைமுத்து, அமாவைப் பார்த்து இருகரம் கூப்பி வணங்கியபடியே அவளருகே வந்து அமர்ந்துகொண்டான். ஏதோவொரு பாடலை முணுமுணுத்தவாறே பீடியைத் தேடியெடுத்துப் பற்றவைத்துக்கொண்டான். ஆளுநர் மாளிகையிலிருந்துத் துப்பாக்கிச் சத்தமும், ஷெல்கள் வெடித்துச் சிதறும் பேரொலியும் கேட்டன.

மலைமுத்து இப்போது சத்தமாகப் பாடத் துவங்கினான், "ஆயிரம் படைவீரர்கள் கொண்ட ஜெனரலொருவன் வீரர்கள் சிலரை மட்டும் ஆளுநர் மாளிகைக்குன்றின் மேல் அனுப்பிவைத்தானே. ஆனால் அவனால் அவர்களை மீண்டும் கீழே வரவழைக்க முடியவில்லையே... அந்தோ பரிதாபமே!"

வெடிச் சத்தம் கேட்டுக்கொண்டே இருந்தது.

"மாளிகையினுள் இருந்த வெள்ளையர்களோ ஆங்கிலேய வீரர்கள் உள்ளேவருவதற்காகத் துணிந்து நுழைவுவாயிலைத் தோண்டியெடுத்தனர். அவ்வீரர்களில் சிலர்மட்டும் எப்படியோ உள்ளே நுழைந்தும்விட்டனர். நம்மிடம் சரணடைய மறுத்த வெள்ளையர்களைக் காப்பாற்ற நீண்டதூரம் பயணித்து வந்திருந்த அவ்வீரர்கள் இப்போது தாங்களும் உள்ளே வசமாய்ச் சிக்கிக்கொண்டோமென உணர்ந்தனர்! அவர்கள் தம் சகவீரர்கள் பலரை லக்னோவுக்கு வரும்வழியிலேயே இழந்துவிட்டனர். ஜெய் லால் வழிநெடுகக் கூரைகள்மீது நம் துப்பாக்கிவீரர்களை நிறுத்தியிருந்தார், அதனாலேயே ஆங்கிலேயர்களால் நம் பார்வையிலிருந்து தப்ப முடியவில்லை. நம் ஆட்களிடமிருந்து தப்பிக்கத் திக்குத்தெரியாமல் ஆங்கிலேயர்கள் ஓடத் துவங்கினர். ஆங்கிலேயர்களைவிடவும் ஆயிரக்கணக்கில் நம்மிடம் வீரர்கள் அதிகப்படியாக உள்ளனர். இப்போது உள்ளூர்க் கலகக்காரர்களும் நம்முடன் சேர்ந்துவிட்டதால் அனைவரும் சேர்ந்து ஆங்கிலேயர்களை ஓட ஓட விரட்டிவிட்டோம். மாளிகையினுள் சிக்கிக்கொண்ட வீரர்கள் உண்மையிலேயே அதிர்ஷ்டசாலிகளென்றுதான் சொல்ல வேண்டும்" என்றான் மலைமுத்து.

"ஆலம்பாக் அரண்மனையை ஆக்ரமித்துவிட்டனர். ஓய்வுகொள்ள அவர்கள் ஆலம்பாக்கிற்குத்தான் வருகின்றனர்" என்றாள் அமா.

"ஆலம்பாக்கோடு சேர்த்து ஆளுநர் மாளிகைக்கு அருகிலிருந்த மேலும் இரு கட்டிடங்களையும்கூட அவர்கள் கைப்பற்றிக்கொண்டனர், அவை மன்னருக்குச் சொந்தமானவை. இத்தோடு அவ்வளவுதான், அவர்கள்

கதை முடிந்தது. இதற்குமேல் அவர்களால் எதையும் ஆக்ரமிக்க முடியாது. படைவீரர்கள், மாலுமிகள், செல்வந்தர்கள், திருடர்கள் என அவர்கள் எவருமே வெளியேற முடியாதவாறு முடங்கிவிட்டனர். பொன்பூண் கைத்தடிக்கார ஜெனரல் உள்ளே செல்வதை இன்று கண்டேன், ஆனால் அந்தச் சாத்தான் நீலை அங்கு காணவில்லை" என்றான் மலைமுத்து.

"ஒருவேளை அவன் ஆலம்பாக்கிற்கே திரும்பிச் சென்றுவிட்டானோ என்னவோ."

"ஒருவேளை அவன் செத்துவிட்டானோ என்னவோ."

அமாவின் எண்ணங்கள் இரவின் இருளில் தறிகெட்டு ஓடின, செத்துக்கிடக்கும் குதிரைகளின் ஊழ்த்த இறைச்சியையும் மலக்கழிவு களையும் இரவுகளில் மோப்பம் பிடிக்கும் நாயைப்போல, அவளது எண்ணங்களைச் சாத்தான் நீல் மோப்பம் பிடித்துப் பின்தொடர்வதாக அவளுக்குத் தோன்றியது. நவாப்களின் உருவப்படங்களிருந்த கைசர்பாக்கின் கூடத்து இருளில் அவளது எண்ணங்கள் மிதந்துசென்றன. அல்லாவும் கிருஷ்ணரும் மேரி மாதாவும் கூண்டிலடைக்கப்பட்ட புலிகள்போலே பெருமூச்செறிந்தனர். கோமேதகங்களும் மாணிக்கங்களும் நிரம்பிய பீப்பாய்களையும், இரத்தமும் வியர்வையும் படிந்த புழுதிமிகுந்த குறுகிய சாலைகளையும், பழைய கப்பல்களின் நிழலுருவங்களையும் எரிக்கசடுகளையும் சுமந்து ஓடும் ஆற்றையும், அவளையும் நோக்கி அத்தெய்வங்கள் யாவும் தலைதிருப்பிப் பார்த்தன.

கடற்கன்னி நுழைவுவாயிலின் கீழே மக்னோலிய நெற்றுகள் தரையில் அலைபாய்ந்துகொண்டிருந்தன. ஆழ்துயில் கொண்ட இருளிலிருந்து மேலும் ஆழ்துயில் துஞ்சும் இருள்நோக்கி இரவு நகர்ந்தது. ஷெல்கள் சிதைத்த ஆளுநர் மாளிகையையும், ஆலம்பாக்கையும், கைசர்பாக் அரண்மனையையும் கதகதப்பான காற்று போர்த்தியது. நிழலில் ஆழ்ந்து உறங்கும் பறவைகளை வெதுவெதுப்பான காற்று தடவிக்கொடுத்தது. அந்த இருளிரவு மெல்ல விண்மீன்களை நோக்கி நகர்ந்தது.

19

மறுநாள், வீதியில் விழுந்துகிடந்த பிணங்களெல்லாம் அப்புறப்படுத்தப்பட்டன. ஆளுநர் மாளிகையிலிருந்து சிலநூறு அடிகள் தொலைவில், கனத்த இராணுவப் பைகளோடு கிடந்த ஆங்கிலப் படைவீரர்கள் இப்போதில்லை. அந்தத் துயரம் வீதிகளிலிருந்து சுத்தமாகக் கழுவிவிடப்பட்டுவிட்டது. மாளிகையின் அருகிலிருந்த சாலையில் நின்றபடி "விக்டோரியா மகாராணியாரை கடவுள் காக்கட்டும்" என வாசித்துக்கொண்டிருந்த இந்திய இசைக்குழுவினரை மலைமுத்து திட்டிக்கொண்டிருந்ததை அமா கண்டாள். இந்தக் கூத்துகளெல்லாம் எல்லைகடந்து போய்விட்டன. அந்த இசையை இனியும் பொறுத்துக்கொள்ளக்கூடிய மனநிலையில் அங்கு யாருமில்லை.

சுவர்கள் பெயர்ந்து, காரைப்பூச்சு உதிர்ந்துபோய்க் கிடந்த பழைய நகராட்சி அலுவலகக் கட்டிடத்தினுள் அமா நுழைந்தாள். மாடிப்படிகளேறிக் கூரைக்குச் சென்றதும் அங்கிருந்த குட்டைச்சுவரொன்றின் பின்னால் அவத் படையினர் சிலரும், கட்டுமஸ்தான உடல்கொண்ட உள்ளூர்க் கலகக்காரர்கள் இருவரும் நின்றிருந்ததைக் கண்டாள். ஜெய் லால் அவளுக்கு வணக்கம் தெரிவித்தார், சிறிது நேரம் அமைதியாகயிருந்த கலகக்காரர்களும் பிறகு அவளைநோக்கித் தலைதாழ்த்தி "சலாம்" என்றனர்.

"தஸ்லீம்" என அமாவும் பதிலுக்கு வணங்கிவிட்டு, சுவரருகே சென்று தன் துப்பாக்கியைத் தயாராக வைத்துக் கொண்டாள். ஆங்கிலேய வீரர்கள் தம் சாக்குப்பைகளிலிருந்து புத்தம்புதிதாக எடுத்த சீனத்தேயிலையில் பால்தேநீர் தயாரித்து, மன்னருக்குச் சொந்தமான விலையுயர்ந்த பீங்கான் ஏந்துதட்டுகள் மீதிருந்த பீங்கான் கோப்பைகளில் அதை ஊற்றி அருந்திக்கொண்டிருந்தனர்; கத்திபோலும் கூர்மைமிக்க விழிகளால் அப்பீங்கான் பொருட்களை அளந்துகொண்டிருந்தான் பொன்பூண் கைத்தடிக்கார ஜெனரல். அவனது வழிகாட்டுதலின்படி ஆங்கிலேயக் கூடுதல்படையினரால் ஆக்கிரமிக்கப்பட்ட மன்னரின் கட்டிடங்களை அமாவின் துப்பாக்கியும், அவளோடிருந்த மற்றவர்களின் துப்பாக்கிகளும் குறிபார்த்தன.

திடீரென அமாவின் பின்பக்கமாய்த் தோன்றிய மலைமுத்து அவளைத் தன்னோடு வரச்சொல்லி

அழைத்தான். "நான் கூறியது உன் காதில் விழவில்லையா? உன்னை அக்பர் தேடிக்கொண்டிருக்கிறார்" என்றான்.

"இதோ வருகிறேன்" எனக் கிளம்பினாள் அமா.

அவனோடு வீதியில் விரைந்தாள். முன் நெற்றியில் நீறு அணிந்து பக்தனைப்போலே மாறுவேடம் பூண்டிருந்த அக்பர் உணர்ச்சியற்ற பார்வையோடு அவர்களை நோக்கி வந்தார். அமைதியாக அவர்களைக் கடந்து, இடிந்துகிடந்த நகராட்சி அலுவலகத்தினுள் நுழைந்தார். வெளியே வந்ததும் நேராக அவர்களை நோக்கி வந்தார், உள்ளே தான் வைத்துவிட்டு வந்துள்ள சிறு உலோகப்புட்டியை எடுத்துக்கொள்ளுமாறு உணர்ச்சியற்ற குரலில் அமாவிடம் கூறினார். அவர் தெருவில் இறங்கி மறையும்வரை அவரையே பார்த்துக்கொண்டிருந்த அமா கட்டிடத்தினுள் தனியே சென்றாள், மலைமுத்து வெளியே காவல்காத்து நின்றான்.

அங்கிருந்த மரமேஜையொன்றின் அருகே இடிபாடுகளுக்கிடையே ஒரு பழைய உலோகப் புட்டியிருப்பதைப் பார்த்தாள். அதனுள்ளே, அவளது தாயாரின் மஞ்சள் கைக்குட்டையில் கடித உறையொன்று மறைந்திருந்தது. அவள் கடிதத்தை வெளியே எடுத்த அடுத்த நொடி செவிப்பறை கிழியுமளவு ஆளுநர் மாளிகையில் கண்ணிவெடியொன்று வெடித்துச் சிதறியது, உடனே அவள் தாவித் தரையில் விழுந்தாள்.

"ஓடு!" என மலைமுத்து வெளியேயிருந்து அலறினான்.

தரையிலிருந்து எழுந்தபோது அவள் கைகள் நடுங்கிக் கொண்டிருந்தன, கடித உறை கிழிந்திருந்தது, அதன்மீது புழுதியும் ரத்தமும் வியர்வையும் படிந்திருந்தன.

அவள் உடனே வீதியில் பாய்ந்தோடி வடிகால் குழாயொன்றின் அருகே இருந்த சந்துக்குள் புகுந்தாள். குண்டுகள் இன்னும் வெடிக்கலாமென எண்ணி அங்கேயே மறைந்திருந்தாள்; ஆனால் ஏதும் வெடிக்கவில்லை. அங்கிருந்து கைசர்பாக் அரண்மனைக்கு ஓடினாள், பேகம் சாகிபாவின் எதிரே கடிதமுத்திரையை உடைத்துத் திறந்து அவரிடம் அதை அளித்தாள். கூர்வாட்கள்போல வளைந்து நெளிந்து ஓடிய உருது எழுத்துக்கள் எழுதியிருந்த அக்கடிதத்தின் ஆரம்பவரிகள் தெளிவாகவே இருந்தன. கடைசியிலிருந்த கையொப்பம் மட்டுமே அழிந்திருந்தது. பேகம் சாகிபா கடிதத்தைப் படித்துக்காட்டியபோது அமாவால் அதிலிருந்த செய்தியைப் புரிந்துகொள்ளவே முடியவில்லை. பேகம் சாகிபா பொறுமையாக, நிதானத்துடன் அவ்வரிகளைப் பலமுறை வாசித்துக்காட்டிய பிறகுதான், "காலராவில் அமாவின் தாயார் இறந்துவிட்டார்" எனும் செய்தி அமாவுக்குள் இறங்கியது. அவ்வரியின் பொருள் விளங்கியதுமே அவளுக்கு மூச்சுத்திணறியது, நெஞ்சடைத்தது, மிகுந்த சிரமத்துடன் 'அம்மா' எனும் ஒற்றை வார்த்தையை மட்டும் உதிர்த்தாள்.

○○○

பேகம் சாகிபா வரவழைத்த உணவை அமா தொடவேயில்லை. கைசர்பாக் அரண்மனைத் தோட்டத்தின் பின்பக்கமிருந்த சுழல்படிகளின் கீழே ஒடுங்கிக்கொண்டாள்; அங்கேயே தொடர்ந்து மூன்றுநாட்கள் இருந்தாள்.

அவள் துக்கம் அனுஷ்டித்த அந்நாட்களின்போது, அவளது தாயாரின் இறுதிக் காரியங்களைக் கவனிக்க லைலா சித்தி உடனே கல்கத்தாவிற்குப் புறப்பட்டுச்செல்கிறார் எனக்கூறி காசிமும் பாத்திமாவும் அவளை வெளியே அழைத்தனர், அப்போதும் அவள் வெளியே வரவில்லை. பசி அவளது துக்கத்தை ஆற்றுப்படுத்தக்கூடும் என்பதைப்போல எதுவும் உண்ணாமல் இருந்தாள்.

நான்காம் நாள் மாலை அவள் மெல்ல வெளியே வந்தபோது லேசாக மழை தூறிக்கொண்டிருந்தது. தூரத்தில் எங்கோ தபேலாக்கள் ஒலித்தன. அவள் அங்கிருப்பதை அறிந்த அரண்மனைச் சமையற்காரர்கள் அவளருகே புல்வெளிமீது ஷமி கபாப்களை ஒரு தட்டில் மூடிவைத்திருந்தனர். அதனருகிலேயே ஒரு குச்சியில் சிறிய லாந்தர் விளக்கொன்றையும் ஏற்றிவைத்திருந்தனர். அமா அரண்மனைப் பின்வாசல் வழியாக வெளியேறி, நகரினுள் புகுந்து, கோமதியாற்றை நோக்கிச் சென்றாள். நதியிலிருந்து அவளது தாயாரின் குரல் கேட்டதுபோல் இருந்தது. அது அவரது குரலா அல்லது மழையின் சலசலப்பா? ஆற்றைப் பார்த்தபடியே அக்குரலைக் கூர்ந்துகேட்டாள், தாயாரின் கடுமையான விழிகள் அவள் கண்முன்னே விரிந்தன. அவற்றை நோக்கி, “அம்மா, நான்தான் அமா வந்திருக்கிறேன்” என்றாள்.

அவளது தாயாரின் குரலையும் பாட்டியாரின் குரலையும் கேட்க முயன்றபடி அங்கேயே நீண்டநேரம் காத்திருந்தாள். மன்னரின் மீன்வடிவப் படகுகளின் இருள் உருவங்களில் மோதி அக்குரல்கள் நடுங்கின. துப்பாக்கி வெடிச்சத்தங்களையும், ஒன்றோடொன்று மோதும் வாள்களையும், வெடித்துச் சிதறும் கண்ணிவெடிகளையும் மீறி அம்முதியவள்களின் குரல்கள் ஆற்றுநீரில் மிதந்துவந்தன. இனிய சந்தம்போல நதிநீர்மீது படர்ந்து படித்துறைகளில் அவை எதிரொலித்தன, ஆளுநர் மாளிகையின்மீது ஒலித்த குண்டுச்சப்தங்கள் அவளது பாட்டியாரின் குரலை விஞ்சிட எத்தனித்தபோதுமேகூட, அக்குரல் ஒரு தேவதையைப்போல மிதந்துவந்து தனது பெயர்த்தியை அடைந்து அவளை உச்சிமுகர்ந்து வாழ்த்தியது. அமாவின் தாயாரின் உணர்ச்சியற்ற குரலோ, அமாவிற்கு நினைவு தெரியும் முன்னரே அவரது வாழ்நாளின் மிகச்சிறந்த தருணங்கள் அவரை வந்தடைந்துவிட்டதாக நேரடியாகக் கூறியது. பாப்–பாப்–பாப் என ஒலித்த குண்டுவெடிப்பொலிகளில் அவர்களின் குரல்கள் மெல்ல மெல்ல மூழ்கிப்போயின.

அமா சிறுமியாக இருந்தபோது அவளது தாயார் அவள் மடிமீது பட்டுத்துண்டொன்றை விரித்துவைத்து, அதில் அவர் தைத்திருந்த பூத்தையல் வடிவங்களைத் தொட்டுப்பார்க்கச் சொல்வார். அவளது தாயார் ஒரு கூட்டுப்புழுபோலவே வாழ்ந்துவந்தார். கணவரின் தொழிலாகிய கைக்குட்டைகளுக்குப் பூத்தையல்கள் நெய்யும் பணியையே அவரும் மேற்கொண்டார். அனைத்து அரண்மனைப் பட்டுப்புழுக்களும் அவர்குறித்தே பேசுமளவு அவர் பிரசித்திபெற்றார். பட்டுப்புழுக்களின் கைகளிலிருந்தும் வாய்களிலிருந்தும் பட்டுநூலிழைகள் பறந்துவந்து அவளது தாயாரின் படுக்கையில் விழுந்தன. துவக்கத்தில் அவர் அவற்றை நூற்றார். மஞ்சள் கைக்குட்டையொன்றில் பூத்தையல் நூற்றுமுடித்ததும்,

ரொட்டித்துண்டுகளுக்கான நெய்யை நூற்றார். பிறகு, வெகுகாலம் முன்பே அன்பை நூற்பதை நிறுத்திக்கொள்ள நேர்ந்த தன் கணவர் குறித்தும் தன் மகன் குறித்தும் கதைகளை நூற்கத் துவங்கினார். அவரது அறையே ஒரு பட்டுக்கூடுபோல உருமாறும்வரை இவற்றையெல்லாம் தொடர்ந்து நூற்றுக்கொண்டே இருந்தார். இப்படித்தான் அதன் மூச்சுமுட்டும் அடுக்குகளுக்குள் தன்னைத்தானே பொதிந்துகொண்டு அமாவிடமிருந்து அவர் ஒரேயடியாக விலகிப்போனார்.

விடிகாலையில் அவள் திரும்பியபோது பேகம் சாகிபாவும் பிர்ஜிசும் முன்கூடத்தில் இருப்பதைக் கண்டாள். பிர்ஜிஸ் பொன்னிழைகளாலான தலைப்பாகை அணிந்திருந்தான். அமாவினருகே வந்து அவளது முழங்கையைக் கட்டிக்கொண்ட பிர்ஜிஸ் அவளது விழிகளில் எதையோ தேடியபடியே, “வா அமா, விளையாடலாம். விளையாடினால் உன் மனம் அமைதியாகும்” என்றான்.

பிர்ஜிஸ் அவளை மென்மையாகப் பிடித்திழுத்தபோது பேகம் சாகிபா “பிறகு விளையாடலாம். அவளது கன்னத்துக் கீறல்களில் இரத்தம் தோய்ந்துள்ளதைப் பார்த்தாயல்லவா? முதலில் அவள் குளித்துப் பசியாறட்டும், விடு அவளை” என அவனை அதட்டினார்.

20

சத்தர் மன்ஸிலின் உள்ளே, அவத் படையினர் தங்கியிருந்த அறைகளின் பாதுகாவலர்களிடம் மலைமுத்து இருக்கிறானா என அமா வினவினாள். சிறிய அறையொன்றில் இருந்த பிரம்பு நாற்காலிகளில் ஒன்றில் அமர்ந்துகொண்டு அவனுக்காகக் காத்திருந்தாள். ஆங்கிலேயர்கள் தில்லியை மீண்டும் கைப்பற்றிவிட்டதாகவும், மன்னர் வீட்டுக்காவலில் இருப்பதாகவும் கல்கத்தாவிலிருந்து திரும்பிய அக்பர் கூறியதாக பேகம் சாகிபா அவளிடம் பகிர்ந்துகொண்டதையே யோசித்தபடியிருந்தாள். "இங்கு நடைபெறும் சம்பவங்களில் மன்னருக்கும் தொடர்பிருக்கக்கூடுமென ஆங்கிலேயர்கள் சந்தேகித்ததால் மாதியா பூர்ஜிலிருந்து மன்னரையும் அவரது சேவகர்கள் சிலரையும் வேறிடத்திற்கு மாற்றிவிட்டனர்; உண்மைதான் அமா. அவர்களைத் தம் கண்காணிப்பின்கீழ் வில்லியம் கோட்டையில் தங்கவைத்துள்ளனர். அமா, உன்னை வந்தடைந்த கெட்டசெய்தியறிந்து நீயே வருத்தத்தில் இருப்பதால் மேலுமொரு கெட்டசெய்தியை உன்னிடம் கூற வேண்டாமென எண்ணியிருந்தேன். விக்டோரியா மகாராணியுடனான நம் ராஜமாதாவின் சந்திப்புக் குறித்த செய்திதான் அது. மாதியா பூர்ஜிலிருந்த ஆலோசகர்கள் அக்பரிடம் அதைப்பற்றிக் கூறியுள்ளனர். நம் ராஜமாதா விக்டோரியா மகாராணியை முறைப்படி சந்தித்துள்ளார், சமீபத்தில் பிறந்த சின்னஞ்சிறு மகளுடன் சேர்த்து தனது ஏழு குழந்தைகளுடன் மகாராணியார் அச்சந்திப்பில் பங்கேற்றுள்ளார். மகாராணியாரின் இளைய மகன்களில் ஒருவரிடம் இரு ராணியரும் விரிவாக ஆலோசித்துள்ளனர். "மூட மகன்" எனச் சலிப்பாகக் கூறிய பேகம் சாகிபா தொடர்ந்து, "இந்தியாவில் படகுச்சவாரி தொடங்குவது பற்றியே விக்டோரியா மகாராணியார் ராஜமாதாவிடம் தொடர்ச்சியாக விசாரித்துள்ளார். இறுதியாக, நம் ராஜமாதாவின் சந்திப்பு தோல்வியையே தழுவியுள்ளது. மோசமான சூழ்நிலைகளில் அப்படித்தான் நிகழ்ந்துவிடும். லக்னோவில் தயாரான நறுமணத் தைலப்புட்டியொன்றை அந்த ஆங்கிலேய மகாராணியாருக்குப் பரிசளித்துவிட்டுத் திரும்பியுள்ளார் நம் ராஜமாதா. அவ்வளவுதான். எல்லாம் முடிந்தது" என்றார்.

அமா வெகுசிரமப்பட்டு இச்செய்திகளிலிருந்து தன் சிந்தனையைத் திசைதிருப்ப முயன்றாள். ஒருகாலத்தில்

காய்கறி மூட்டைகளும், தானியப் பொதிகளும் குவிந்துகிடந்த கிட்டங்கி அறைகளுள் தில்லியிலிருந்து வந்திறங்கிய படைத் தளவாடங்களை வீரர்கள் நிரப்பிக்கொண்டிருப்பதை அமா சன்னல் வழியே கண்டாள். அவளது சித்திமகன் ஹசனும் ஒமர் எனும் அவனது ஒடிசல் தில்லி நண்பனும் சேர்ந்து, அவத்திலுள்ள ஒவ்வொரு கிராமத்திற்கும், ஒவ்வொரு சிறுநகரத்திற்கும் சென்று படைத்தளவாட விற்பனையை மேற்கொண்டுள்ளனர் எனும் நற்செய்தியில் அமா தனது கவனத்தை திருப்பினாள்.

காலணிகள் தரையில் உராய, பால்விடாத தேநீரை உறிஞ்சியபடியே மலைமுத்து அமாவிருந்த அறைக்குள் நுழைந்தான். “வணக்கம்” என்றவன் அமாவை அங்கு கண்டதும் வியப்பு மேலிட, வெளியே சென்று அவளுக்கும் தேநீர் கொண்டுவந்து தந்தான். இருவரும் எதிரெதிரே அமர்ந்துகொண்டனர், “உன் தாயாரின் ஆன்மாவிற்கு அல்லா அமைதியளிக்கட்டும்” என்றான் மலைமுத்து.

அவள் ஏதும் பேசாதிருக்கவே அவன் காத்திருந்தான். அவள் இறுதியாக, “எனக்கு உங்களிடமிருந்து ஓர் உதவி தேவைப்படுகிறது” என்றாள்.

“ஆம், அது என் காதுகளையும் எட்டியது. முழு விபரமென்ன?” என்றவாறே தேநீரை உறிஞ்சினான்.

“என் தாயின் கல்லறை இருக்குமிடம் குறித்து நீங்கள் மாதியா பூர்ஜில் விசாரிக்க வேண்டும். உங்களுக்குத் தேவையான விபரங்களை என் சித்தி லைலா தந்து உதவுவார்.”

“நான் அங்கு செல்ல வேண்டுமென்ற பேகம் சாகிபாவின் கோரிக்கையில் ஜெய் லாலிற்கு உடன்பாடேயில்லை என்பதை நீயும் அறிவாய். யாரேனும் பாவப்பட்ட ஏழைப்பையன் இக்காரியத்தைச் செய்ய வேண்டுமென அவர் விரும்புகிறார். ஆனால், வழியில் அவன் கொள்ளையடிக்கப்படவோ சுடப்படவோ கூடும் அபாயமிருப்பதால் நானே இக்காரியத்துக்குத் தோதானவன் என அவரிடம் கூறினேன். அதற்கு ஜெய் லால், ‘அதிலுள்ள அபாயங்களை நானுமறிவேன்’ எனக் கூறிவிட்டார். நானோ அவரின் கீழே பணியாற்றுபவன், அவர் பேச்சை மீற முடியாது, எனக்குமே இது சிக்கலான நிலைதான்.”

தேநீரை அருந்தி முடித்ததும், கோப்பையைக் கீழே வைத்துவிட்டு அவன் பீடியொன்றைப் பற்றவைத்துக்கொண்டான்.

“நான் வேகமாய் ஓடக்கூடியவன், பேகம் சாகிபாவும் அதைக் குறிப்பிட்டுள்ளார். அதையே நானும் ஜெய் லாலிடம் கூறியபோது அவர் எரிச்சலடைந்தார். இதைத்தவிர பணமும் ஒரு காரணம், நூறு ரூபாய்கள் என்பது எவருக்குமே பெரிய தொகைதான். நான் சொல்வதைக் கேள், நீ தொடர்ந்து கடுமையாக உழைப்பவள். உன்னால் இப்போது இங்கிருந்து கிளம்ப முடியுமானால், நீயே உன் தாயின் இறுதிக்காரியங்களை செய்துவிடமுடியும் அல்லவா?”

“ஆம்.”

“கடந்த சில மாதங்களாக உன் வாழ்வின் மிக மோசமான காலத்தைக் கடந்துவந்துள்ளாய் அல்லவா?”

“ஆம்.”

“இன்னும் சில நாட்களில் இங்கிருந்து நாடோடிகள் சிலர் கிளம்புகின்றனர். நான் அவர்களுடன் சென்றுவிடுவேன்” என்றவன் அவளைப் பார்த்து மென்நகை புரிந்தபடியே, “இந்த விஷயத்தை என்னிடம் விட்டுவிடு. நீ சென்று தொழுகை செய் அமா, நேரமாகிவிட்டது” என்றான்.

அமா தன்னுடன் ஒரு பெட்டியைக் கொண்டுவந்திருந்தாள். பேகம் சாகிபா அளித்த உதவியால் அமா வாங்கிய நறுமணத் தைலமும், அவளது தாயின் மஞ்சள்வண்ணக் கைக்குட்டைகளினுள்ளே பொதிந்து வைத்திருந்த பளபளப்பான சிறுகற்களும், எளிய கல்லறை அடையாளக் கற்களும் அப்பெட்டியினுள் இருந்தன. கடைசி நொடியில் அக்கைக்குட்டைகளி லிருந்து ஒன்றை மட்டும் உருவித் தன் கைத்துப்பாக்கியில் சுற்றிவைத்துக் கொண்டாள். அப்பெட்டியை மலைமுத்துவிடம் ஒப்படைத்தாள்.

○○○

அன்றைய மதியம், படைக்குப் புதிதாய்த் தளவாடங்கள் வாங்கத் தாசிமனைக்குச் சென்று மேலும் பணவுதவி பெற்றுவருமாறு பேகம் சாகிபா அமாவிடம் கூறினார். “சாய் வந்துவிட்டானா என்றும் கண்டுவா. அவனால்தான் உனக்கு ஓரளவு ஆறுதல் அளிக்க முடியும், உன் மனவலியை ஆற்றுப்படுத்தக் கூடியவன்” என்றார் பேகம் சாகிபா.

குளிர்கால மாலையின் மஞ்சள்வெயில் லக்னோவின் குறுகிய பாதைகளில் நிறைந்து பூங்காச் சுவர்களில் பட்டுப் பளீரிட்டது. பலாமரங்களுக்கும் மாமரங்களுக்கும் கீழே முன்னர் ஓய்வெடுத்த வெளியாட்களே இப்போது அம்மரங்களை மொட்டையடித்து விட்டனர். பூங்காச் சுவர்களையொட்டி வளர்ந்திருந்த கிளைகள் அடுப்பு விறகுக்காக முறிக்கப்பட்டிருந்தன, குளிர்காய்வதற்குத் தீமூட்டவும் தந்திக்கம்பங்கள் வெட்டப்பட்டன. அரச நூலகத்திலிருந்து கைப்பற்றப்பட்ட ஆங்கிலப் புத்தகங்களை எப்போதோ எரித்துவிட்டனர். அனைத்துப் பூங்காக்களுமே மலம்கழிக்கும் மைதானங்களாக உருமாறிவிட்டன. தண்ணீர் கூஜாக்களும் ஹூக்காக்களும் திருடு போயின. விண்மீன்களும்கூட கூடியவிரைவில் இங்கிருந்து திருடு போகக்கூடுமென அமா வருந்தினாள்.

தாசிமனைக்குள் நுழைந்தபோது அவள் கைகளும் முகமும் சில்லிட்டிருந்தன. கடைத்தெருவில் கெண்டிகளின் கீழே எரிந்த விறகுகளின் கடிய மணம் அவளைக் கவர்ந்திழுத்தது. வியாபாரியொருவன் தீபாவளிப் பண்டிகையை வரவேற்கும் விதமாகக் கடையைச் சுற்றிலும் விளக்குகளைப் பொருத்தியிருந்தான். அமா தன் தலை முக்காட்டை இழுத்துவிட்டபடியே மாடியேறிச் சென்றாள்.

குல்பதன் அலங்கார மண்டபத்தில் தனது சகோதரருடன் பேசிக்கொண்டிருந்தார். முன்பைப்போல் அவர் கேசம் கருமையாக இல்லை, நரைகளே அதிகம் தெரிந்தன. இருஜோடி பைஜாமாக்கள் அணிந்து,

கஷ்மீரிச் சால்வை போர்த்தியிருந்தார். அமாவைக் கண்டதும் பேச்சை நிறுத்திக்கொண்டார். ஒருவரையொருவர் பார்த்துக்கொண்ட குல்பதனும் அவர் சகோதரரும் அமாவைப் பார்த்தனர்.

"அமா, உன் தாயின் மறைவுக்கு நாங்கள் வருந்துகிறோம். அவரது ஆன்மா அமைதியுற எல்லாம்வல்ல இறைவன் அருள் புரியட்டும்" என்றார் குல்பதன்.

அமா முணுமுணுப்பாக நன்றி தெரிவித்தாள். "நம் படைக்கு மீண்டும் உதவியளிக்க நீங்கள் விருப்பம் தெரிவித்தமைக்கு நன்றிகூறி பேகம் சாகிபா என்னை அனுப்பியுள்ளார்" என்றாள்.

"என்னோடு வா" என்றார் குல்பதன்.

குல்பதனின் சகோதரரிடமிருந்து விலகி அவர்கள் இருவரும் முற்றத்திற்குச் சென்று, மினுங்கும் மீன்வடிவப் பூத்தையலிட்ட மெத்தைகளிடையே அமர்ந்தனர். வேலைக்காரப் பையனொருவன் காகித மெல்லிசில் இருந்த நெய் ரொட்டிகளையும், காபியும் கொண்டுவந்து வைத்தான். முற்றத்தைச் சுற்றி மெழுகுவர்த்திகள் ஏற்றிவைத்தான். "சாய் இன்னும் திரும்பிவரவில்லை. நீயாவது அவனைப் பார்த்தாயா?" எனக் கேட்டார் குல்பதன்.

"நான் அவனைப் பார்த்தே ரொம்ப நாள் ஆகிறது."

"எவ்வளவு நாள் ஆயிற்று?"

"நான் அவனை இங்கு சந்தித்ததுதான் கடைசி, பிறகு அவனைப் பார்க்கவேயில்லை. ஆங்கிலேயர்கள் அங்கே குடி புகுந்ததற்கு முன்னர் அவனைப் பார்த்தேன் அதன்பிறகு சாயினால் அங்கிருந்து வெளியேறவே முடியவில்லைபோலிருக்கிறது. யாரும் வெளியேற முடியாதபடி உள்ளே இப்போது பலத்த பாதுகாப்புப் போடப்பட்டுவிட்டது."

"அக்கட்டிடம் முற்றிலுமாய் இடிந்துவிழும்வரை அவர்கள் சரணடையக் காத்திருக்கப் போகிறார்களா என்ன?" அன்னப் பறவைகள் இணைந்தாற்போல் குல்பதன் இரு கட்டைவிரல்களையும் சேர்த்தழுத்தியபடி வினவினார்.

"சரணடைவார்கள் என நம்பி நாம் காத்திருக்க வேண்டியதுதான், வேறென்ன செய்யமுடியும்?"

முற்றத்தில் எவருமே இல்லை, தபேலா இசைக்கும் ஒற்றைக் கலைஞரோ, கவிதைகள் வாசிக்கும் ஒரேயொரு தாசிப்பெண்ணோகூட அங்கில்லை. மேஜைமீது ஜாடிகளில் ததும்பத் ததும்ப நீர் இருக்க, சமையலறை வாசலில் குந்தியபடி, லுங்கியும் காலணிகளும் அணிந்து வாதுமைப்பருப்புகள் கொறிக்கும் சாயும் அங்கில்லை.

"ஒரு விஷயம் தெரியுமா அமா, பிரபுவொருவரின் தோட்டத்தைத் தோண்டும்படி தனது வீரர்களுக்கு ஜெய் லால் உத்தரவு பிறப்பித்ததைக் கண்டேன்.... அங்கு ஏதேனும் செல்வத்தைப் பதுக்கி வைத்திருப்பாரோ

எனச் சந்தேகித்து அவர்கள் தேடினார்கள். லக்னோவின் செல்வத்தைக் கொண்டு அவர் தன் வீரர்களுக்கு ஊதியமளிக்கிறார்."

அமா சட்டென குல்பதனை ஏறிட்டுப் பார்த்துவிட்டுச் சிறிதுநேரம் யோசித்தாள். "அதிர்ச்சியளிக்கும் குறுகியகால நடவடிக்கை" என்றாள். காபியை அருந்தியதும் அதன் சூடு அவளுக்குச் சிறிது ஆசுவாசமளித்தது. "உங்களின் தொடர் ஆதரவிற்கு பேகம் சாகிபா தனது மனப்பூர்வமான நன்றிகளைத் தெரிவிக்கச் சொன்னார்."

"அவர் அனுப்பும் கடிதச் செய்திகள் எங்களுக்கு நம்பிக்கையூட்டு கின்றன. அவை எங்களுக்குப் பெரும் ஆறுதல் அளிக்கின்றன."

அமா கடைசி ரொட்டித் துண்டையும் உண்டுமுடித்து, காபிக் கோப்பையையும் காலி செய்தாள். மாலை மயங்கும் அவ்வேளை அவர்களின் கீழே விரிந்த நகரம் முழுவதும் பல்வேறு ஒலிகள் எதிரொலித்தன. சுத்தியல்கள் அறையும் ஒலிகளும், பலகைகள் கலகலக்கும் ஓசைகளும், ஆளுநர் மாளிகையின் துப்பாக்கிகள் பாப்–பாப்–பாப் எனச் சுடும் சப்தங்களும் சேர்ந்துகொண்டு அவ்விரு பெண்களின் அசைவின்மைக்கு அழகிய பின்னணியிசை கோத்தன.

அங்கிருந்து எழுந்து அலங்கார மண்டபத்தை நோக்கிச் சென்ற குல்பதன், பருத்த பணப்பையோடு திரும்பி வந்தார். "இதில் ஐநூறு ரூபாய்கள் இருக்கின்றன, இதை துணிப்பெட்டியொன்றில் வைத்து இன்றிரவு பேகம் சாகிபாவிற்கு அனுப்பிவைக்கிறேன்" என்றார்.

அமா கடைசியாக மீண்டுமொருமுறை அவருக்கு நன்றிகூறி அங்கிருந்து விடைபெற்றாள். முற்றத்திலிருந்து வெளியே வந்தபோது, சாயின் தோட்டத்தில் கீழே கிடந்த சாமந்திப் பூவொன்றைத் தெரியாமல் மிதித்துவிட்டாள். குனிந்து அம்மலரை எடுத்துத் தன் கரங்களுக்குள் பத்திரமாய்ப் பொதிந்துவைத்துக்கொண்டாள் அமா.

○○○

வீடு திரும்பும் வழியில், இருளிலும் தொடர்ந்து பயங்கரச் சண்டை நடந்துகொண்டிருந்த மணல்மேடுகளை அமா சுற்றிவந்தாள். எதுவும் மாறவில்லை. தோட்டாக்கள் சீறிப்பாய இருளில் உருவங்கள் துப்பாக்கிச்சூடு நடத்திக்கொண்டிருந்தன, மாளிகையுள்ளே வருத்தமும் சோர்வும் மேவிய முகங்கள் தெரிவதை அமா கண்டாள். செவிப்பறை கிழியுமளவு பீரங்கிக் குண்டுகளும், கண்ணிவெடிகளும், கைத்துப்பாக்கிகளும் நாள்முழுதும் வெடித்தன. சாயின் பாதுகாப்பையும் அரச உறவினச் சகோதரர்களின் பாதுகாப்பையும், கொடூரச் சிவப்பனையும் பற்றியெல்லாம் இப்போது அமா வருந்தவில்லை. அதற்குப் பதிலாக, லக்னோவைத் தம் சொந்த வீடென எண்ணியிருந்த ஆங்கிலேயப் பெண்களை நோக்கி அவள் சிந்தனை ஓடியது. பீதியில் உறைந்திருந்த அவர்களை, லக்னோவாசிகளைத் தம் எதிரிகளென விளிக்கும் சூழலிலுள்ள அவர்களை எண்ணிப்பார்த்தாள். ஐஸ்க்ரீம் மாளிகைகளைக் கனவு கண்டிருந்த அப்பெண்டிர், ஆளுநர் மாளிகையின் கூரைமீதிருந்து எதிரிகளைச் சுட்டுத்தள்ளச் சென்ற தம் கணவர்மார்கள் இன்னும் திரும்பி வராததையெண்ணிப் பரிதவிப்பதை

எண்ணிப்பார்த்தாள். லக்னோவாசிகளும், தில்லி இராணுவ வீரர்களும், உள்ளூர்க் கலகக்காரர்களும் ஆளுநர் மாளிகையைச் சுற்றிவளைத்திருந்தனர். தர்மகாரியங்களைச் செய்யவும், இறந்தோருக்கு ஈமக்காரியங்களை நிறைவேற்றவும் குடும்பத்தினர்கள் வரும்படி கூவியழைத்தவாறே பையன்கள் தெருக்களில் ஓடினர். அமாவிற்கு இருளில் சலசலப்புகள் கேட்டன. ஆளுநர் மாளிகையில் இருக்கும் சாயும் அரச சகோதரர்களும் கூட இருளின் ஊடே ஒலிக்கும் இந்தச் சப்தங்களைக் கேட்டுக்கொண்டிருக்கக் கூடும். எலுமிச்சையும் கொத்துமல்லியும் மணத்த தென்றலையும், தன் தாயால் திரும்பிச் செல்லவியலாத பாரசீகக் கதைகளின் இரவுகளையும், மகிழ்வில்லாப் பொழுதுகளாக மாறிவிட்ட மாலைநேர நிசப்தங்களையும் அவளைப் போலவே அவர்களும் எண்ணிப்பார்க்கக்கூடும். சிந்தனையோடே அமா இருளுக்குள் விரைந்தாள்.

கைசர்பாக் அரண்மனையையொட்டி வீதியில் எதுவோ நகர்வது தெரிந்தது. அமா அதைக் கண்காணித்தபோது, சுவரையொட்டி இருந்த இரு நிழல்களைக் கவனித்தாள். ஒன்றைவிட மற்றொன்று பெரிதாக இருந்தபோதும் இரண்டு நிழல்களும் ஒன்றாகவே நகர்ந்தன.

அவர்களைக் கவனமாகப் பின்தொடர்ந்தாள். அதிலொரு உருவத்திற்கு லேசாக வளைந்த கூன்முதுகும், உடல்மொழியில் தைரியமும் இருந்தது. அது அபியாக இருக்கக்கூடும். மற்றொருவன் உயரமும் துணிவும் கொண்டவனாக இருந்தான். கரடுமுரடாகக் கிடந்த நிலத்தின்மீது இறைந்துகிடந்த செங்கற்குவியல்களில் கால்பதித்து ஒவ்வொரு சுவராக, ஒவ்வொரு தெருவாகக் கடந்து அவ்விரு நிழல்களும் ஓடின; பிரபுமார்கள் நியமித்திருந்த பாதுகாவலர்கள் எதிர்ப்படும்போதெல்லாம் அவர்கள் கடந்து செல்லும்வரை அவ்விருவரும் இருளில் பதுங்கிக்கொண்டனர். அவர்களைத் தன் பார்வையிலேயே வைத்துக்கொள்வதோடு அவள் தன்னையும் பாதுகாத்துக்கொள்ள வேண்டியிருந்தது; பாதுகாவலர் எவரேனும் அவளைத் தடுத்து நிறுத்தி விசாரித்தால், அவ்விருவருக்கும் இவள் பின்தொடர்வது தெரிந்துவிடும் ஆபத்துமிருந்தது.

❍❍❍

அவர்கள் மஞ்சள் இல்லத்திற்குச் செல்கிறார்களோ என அமா சந்தேகித்தாள், ஆனால் கால்வாய் மேலிருந்த சார்பாக் பாலத்தை அவர்கள் கடக்கவில்லை. மன்னருக்கு விருப்பமான, பரந்துவிரிந்த தில்குஷா பூங்காவின் எதிர்ப்புறத்தில், நகரின் தென்கிழக்குவரை நீண்ட கால்வாயின் ஒதுக்குப்புறமான இடம்நோக்கிச் சென்ற அவர்களை அவள் பின்தொடர்ந்தாள். அவளும் அவளது பாட்டியாரும் முன்னொரு காலத்தில் நடந்துதிரிந்த புல்வெளிகளின்மீது இப்போது நடந்தாள். அப்போது அவளது பாட்டியார் கையில் ஒரு வெள்ளிக்கிண்ணத்தை ஏந்தியவாறு அமாவிற்குக் கதைகள் பல கூறுவார். ஆப்பிரிக்கப் புல்வெளிகளில் இருந்து எழும் நறுமணக்காற்றைப் பற்றியும், பதினான்காம் நூற்றாண்டைச் சேர்ந்த ஆப்பிரிக்கச் சூபி ஞானிகள் இந்தியா நோக்கிப் பயணிக்க உதவிய காற்றைப் பற்றியும், பளிங்கு மாளிகைகளிலும் பழமைகொஞ்சும் கிராமங்களிலும் அவர்கள் தங்கியிருந்ததையும், புனித ஞானச் சகோதர சகோதரியர் தொண்டர்களைத் தம்வசம் ஈர்த்ததையும், மலர்களும் சந்தனத் தைலமும்

பூசிய இந்தியப் பக்தர்கள் சூபி ஆலயங்களின் புற்தரைகளில் மண்டியிட்டு வணங்கியதையும் கூறுவார். ஷமி கபாப்களையும் கைக்குட்டையளவு மெல்லிய ரொட்டிகளையும் வெள்ளிக் கிண்ணத்திலிருந்து எடுத்து அவற்றைப் பொதிந்திருந்த பொற்காகிதத்தைப் பிரித்து அவளுக்கு ஊட்டிவிட்டதைப்போல, சூபி ஞானிகளாக ஆப்பிரிக்கச் சகோதர சகோதரிகள் இந்தியா வந்துசேர்ந்து பல நூற்றாண்டுகள் ஆகியிருந்தபோதும் அவர்களை நினைவுகூரும் கதைகளை உயிரோட்டம் கொண்ட புத்தகமாகிய தனது வாழ்விலிருந்து அவளது பாட்டியார் எடுத்துக் கூறுவார்.

முன்னே செல்லும் இருவரையும் இருளில் பின்தொடர்வது அமாவிற்குச் சிரமமாக இருந்தது. துப்பாக்கியை உயர்த்திப்பிடித்து உறுதியாகப் பற்றிக்கொள்ள முயன்றாள். அதற்குள் அவ்வுருவங்கள் இருளுக்குள் மறைந்துவிட்டன. சிறிதுதூரம் தள்ளி அவர்கள் மீண்டும் தோன்றினர். உடைகளை அவிழ்த்து நீரில் நனையாதவாறு உயர்த்திப் பிடித்தபடி கால்வாயைக் கடந்தனர். அவர்களால் சுலபமாக அப்பகுதியைக் கடக்க முடிந்தது. இருவரில் சிறிய உருவம்கொண்டவன் அபிதான் என அமா திட்டவட்டமாக நம்பினாள். மறுகரையை அடைந்ததும் அவர்கள் உடைகளை அணிந்துகொண்டு அங்கிருந்து மறைந்தனர்.

உறையவைக்கும் குளிரும் சகதியுமாக இருந்த கழுத்தளவு நீரில், துப்பாக்கியை உயர்த்திப் பிடித்தபடி, நனைந்து தொங்கும் சிவப்பு ஜாக்கெட்டையும் பட்டுக் காற்சராயையும் இழுத்துக்கொண்டு அமா நீரைக் கடந்து சென்றாள். நீரிலிருந்து வெளியேறியபோது நிலைதடுமாறியதில் அவளது துப்பாக்கி நீரில் தவறி விழுந்தது. அவர்கள் நடந்து சென்றதில் சகதிக் குளமாகிவிட்ட நீரில் மூச்சிரைத்தபடியே தவழ்ந்தவள், அவர்களிடமிருந்து ஏதேனும் சத்தம் வருகிறதா எனக் கூர்ந்து கவனித்தாள்.

தில்குஷா பூங்காவின் மேல் பொழிந்த நிலவொளி வெளிச்சத்தில் அவர்களில் ஒருவன் அபிதான் என அமா கண்டுகொண்டாள். முன்னர் மன்னரின் குதிரைகள் மேய்ந்து திரிந்த நெடிய புற்கள் சலசலத்திட அவர்கள் நடந்து பூங்காவின் மையப்பகுதியை அடைந்தனர். அவளிடமிருந்து அவர்கள் தொலைதூரம் விலகிச் சென்றுவிட்டதால் இப்போது சுட்டால் அவள் குறி தப்பிவிடக்கூடும். அவள் தவழ்ந்தபடியே முன்னேறிச்சென்ற போது அவர்கள் ஒருநொடி நின்றுவிட்டு வேறு திசைநோக்கி நடக்கத் துவங்கினர். இரண்டாமவன் உயரமாய், வாட்டசாட்டமாய், சதுரவடிவத் தாடை கொண்டிருந்தான். விளக்குக்கரியை முகத்திலும் கைகளிலும் பூசியிருந்த அவனைப் பார்ப்பதற்கு கம்பெனி ஆள்போலத் தோன்றினான். இறுக்கமான பைஜாமா குர்தாவும், தலைப்பாகையும் அணிந்து வாளொன்றையும் வைத்திருந்தான். இந்த மாறுவேடத்தில் அவன் வெளியேறியது அதிசயம்தான். ஆளுநர் மாளிகையிலிருந்து தப்பித்து மலைமுத்துவையும் அவத் ரோந்துப் படையினரையும் கடந்து அபியோடு நகருக்குள் அவன் புகுவதற்கு இருள்தான் உதவி புரிந்திருக்க வேண்டும். இப்போதும் இருள்தான் அவர்களுக்கு உதவுகிறது.

அவர்கள் சதுப்புநிலத்தை வந்தடைந்தனர். சிறிது நேரம் காத்திருந்து மீண்டும் அவர்களைப் பின்தொடர்ந்தாள் அமா. அப்போது அவளது கால்கள்

காட்டுச்செடிகளில் சிக்கிக்கொண்டன. சில்லென்றிருந்த நீரில் நின்றவாறே கால்களைச் செடிகளிலிருந்து விடுவித்துக்கொண்டு, வண்டல்மண்ணில் கால்கள் பதிய மெல்ல முன்னேறினாள். தவளைகள் ஓசையடக்கிக் கத்திக்கொண்டிருந்தன. அவ்வுருவங்கள் சிலநொடிகள் நிதானித்து மீண்டும் திசையை மாற்றி நடந்தன. அபியின் கூட்டாளியின் கைகள் இப்போது வெளுத்திருந்தன, விளக்குக்கரி நீரில் கரைந்தோடிவிட்டது. நீர் சிதறும் சப்தமெழுப்பாமல் அவர்கள் நடக்க, அமாவும் அதேபோல் அமைதியாக நடந்தாள். அமா நாணற்புதர்கள் ஓரம் ஒதுங்கிநின்று கவனித்தாள். ஒருவரோடொருவர் நெருக்கியபடி அவ்விருவரும் நகர்ந்து சட்டென இருளில் எங்கோ மறைந்துவிட்டனர். அவர்களை நோக்கி விரைந்த அமா தடுமாறிக் கீழே விழப்பார்த்தாள். அவளெழுப்பிய ஒலிகேட்டு அவ்விருவரும் சட்டென நின்றுவிட்டனர். அமா மூச்சைப் பிடித்துக்கொண்டு நாணற்புதர்கள் மறைவில் நீரில் அமர்ந்துகொண்டாள். அவளை நோக்கி அவர்கள் வரும் சப்தம் கேட்கிறதாவெனக் கூர்ந்து கேட்டாள். அவ்விருவரும் அவளிருக்கும் இடத்தை நோக்கி வரவேண்டுமென மனதிற்குள் விரும்பியபடியே, நெடிய செடிகளினூடே துப்பாக்கியை உயர்த்திக் குறிபார்த்தாள். நிலவுபொழியும் இருளில் நாணற்புதர்களின் வழியே கவனித்தாள், விரல்கள் துப்பாக்கி விசையின்மீது பதிந்திருக்க, அவளது துப்பாக்கி எந்நொடியிலும் சுடத் தயாராக இருந்தது. ஆப்பிரிக்கச் சூபி ஞானிகளின் விளியைப்போல், தில்குஷா பூங்காவில் காரட் பயிரைக் கண்டதும் அவளது பாட்டியார் அவளை அழைக்கும் கூவலைப்போல், தவளைகள் கத்திக்கொண்டிருந்தன. அவ்வுருவங்கள் தள்ளாடியபடியே அவளிடமிருந்து விலகி முன்னேறிச் சென்றன.

சீரற்ற சதுப்புநிலப்பகுதி ஒருவழியாகப் பாதையொன்றில் சென்று முடிந்தது. ஆனால் அவர்கள் எந்தப் பக்கம் செல்கின்றனர் என்பதை அமாவால் அறிந்துகொள்ள முடியவில்லை. அபிதான் முன்னே சென்றான், அழுகித் துர்நாற்றம் வீசும் பிணங்கள் வழிநெடுகவும் தூக்கில் தொங்கிக் கொண்டிருந்தன. இக்கொடூரத்தை நீல்தான் அரங்கேற்றியிருப்பான் என அமாவிற்குத் தோன்றியது. பிணங்களைக் கண்டு அதிர்ந்துபோன அமா வந்த காரியத்தையே மறந்தநிலையில் இருந்தபோது, “யாரது ?” எனவொரு குரல் திடும்மென ஒலித்தது.

உடனே அவள் தரையில் படுத்துக்கொண்டாள்.

அதுவொரு ஆங்கிலேயனின் குரல். உற்றுக் கேட்டாள். அவள் பின்தொடர்ந்துவந்த அவ்விருவரையும் கண்டதில் அந்தக் குரலுக்குச் சொந்தக்காரன் மகிழ்ச்சியடைந்துள்ளான் என்பது அவன் குரலிலேயே தெரிந்தது. அவர்களிடம் அவன் ஆங்கிலத்தில் உரையாடியது எதுவும் தெளிவாகக் கேட்காதபோதும், ‘ஆலம்பாக்’ எனும் ஒரு வார்த்தை மட்டும் அமாவின் காதில் விழுந்தது.

ஆலம்பாக் அரண்மனையைச் சென்றடையவிருக்கும் செய்தியைப் பற்றிச் சிந்தித்தபடியே அவள் அங்கேயே வெகுநேரம் கிடந்தாள். பொன்பூண் கைத்தடிக்கார ஜெனரல் உயர்ரகச் சீனக்கோப்பையில் இருந்து தேநீர் பருகியபடியே சொல்லியனுப்பும் செய்தியை ஆலம்பாக்கில் கேன்வாஸ்

பைகளுடன் காத்திருக்கும் நபர்களிடம் கொண்டுசேர்க்கும் மனிதத் தந்திக்கம்பிகளே அவ்விருவரும் என அமா புரிந்துகொண்டாள். நீல் எனும் சாத்தானுடன் அமர்ந்து அவர்கள் இந்நேரம் உரையாடிக்கொண்டிருக்கலாம், லக்னோவினுள் மீண்டும் நுழைவதற்கான விசேஷ வழிகளை அவர்கள் அவனிடம் பகிர்ந்துகொண்டிருக்கலாம்.

வைகறைக்கு முன்னர், அமா ஆலம்பாக்கில் இருந்த மரமொன்றின் மீதேறினாள். பாம்பு ஏதேனும் உள்ளதா என ஆராய்ந்துவிட்டு அடர்ந்த மரக்கிளைகளிடையே வாகாக அமர்ந்துகொண்டாள். அங்கிருந்து எழுந்துநின்று பார்த்தால், தோட்டத்தின் கடைசியில் அமைந்திருந்த, மெழுகுவர்த்தி வெளிச்சமிடும் அறையை அவளால் காணமுடிந்தது. அங்கிருந்து சிரிப்பொலிகள் வந்தன. அபியும் அவனது நாற்பது திருடர்களும் சிறுகண்ணாடிக் கோப்பைகளில் இருந்து ஐஸ்கட்டிகள் மிதக்கும் ஸ்காட்ச் விஸ்கியைப் பருகியபடியே, டின்களில் அடைக்கப்பட்ட, பூண்டும் நெய்யும் சேர்த்துச் சமைத்த வெளிநாட்டு நத்தைகளை உண்டுகளித்துக் கொண்டிருந்தனர். ஷாம்பெய்னும், ஸ்காட்சும், நத்தைகளும் அபரிமிதமாகக் கொண்ட சிறிய முற்றுகைக் குழு அது.

ooo

மறுநாள் மாலையில் அவர்களிருவரும் வெளியே வந்தனர். லக்னோவை நோக்கிய பாதையில் சென்றனர். நன்றாக ஓய்வெடுத்த திருப்தி அவர்களின் நடையில் தெரிந்தது. இருள் சூழத் துவங்கவே, அமா மரத்திலிருந்து கீழே இறங்கினாள். ஒரு முழு இரவும் பகலும் ஈர உடைகளோடே இருந்ததால் அவளது சருமத்தில் ஊதாநிறத் தடிப்புகள் உண்டாகியிருந்தன. அவர்கள் நிழலிலேயே நடந்து சென்றனர். துப்பாக்கியைத் தயாராய் உயர்த்திப் பிடித்தவாறே அமாவும் நிழலில் அவர்களைப் பின்தொடர்ந்தாள். அவர்கள் நின்று பின்னால் திரும்பிப் பார்க்கும்போதெல்லாம் தன்னைக் கண்டுகொண்டார்களோ எனப் பதுங்கினாள். ஆனால் மீண்டும் அவர்கள் நடையைத் தொடர்ந்தனர். ஆனால் முன்தின இரவு வந்தவழியே செல்லாமல், மஞ்சள் இல்லத்தின் அருகே இருந்த மூங்கில்காடு வழியாகச் சென்றனர். எதிரே அச்சிறிய கட்டிடம் இருந்தது.

மூங்கில் காட்டின் நடுவே, மஞ்சள் இல்லத்தின் அருகே, அவளது பார்வையிலிருந்து ஒருநொடி விலகினர். அவள் நின்று துப்பாக்கியை நிமிர்த்தித் தோட்டாக்களைச் சரிபார்த்துக்கொண்டிருந்தபோது முஷ்டியொன்று மடாரென அவள் தலையில் ஓங்கி இறங்கியது. "தரையில் படு" என ஒரு குரல் ஆங்கிலத்தில் இரைந்தது. மீண்டும் "தரையில் படு!" என்றது.

அமா ஒருகையைத் தன் உடலின் கீழே மறைத்துக்கொண்டு தரையில் முகம் படுமாறு படுத்துக்கொண்டாள். படுத்த நிலையிலேயே உறைக்குள்ளிருந்து கத்தியை உருவ முயன்றாள். ஆனால் அந்த மனிதன் அவளது தோள்களைப் பற்றிக் கொத்தாக இழுத்து அவளை நிமிர்த்திப் போட்டதில் அவள் பிடியிலிருந்து கத்தி நழுவி கீழே விழுந்தது. அவளது தொடைமீது கனத்த பூட்ஸ்காலால் மிதித்து அழுத்தினான். சதுர முகம்கொண்ட ஆங்கிலேயன்

"கரிய பூதமே, எங்களைப் பின்தொடர்கிறாயோ? கான்பூர் பூதம்தானே நீ?" என ஆங்கிலத்தில் கேட்டான்.

அதற்குள் அபி கத்தியை உருவிக்கொண்டு ஆங்கிலேயனின் அருகில் துள்ளிக்குதித்து வந்து நின்றான். அவன் குனிந்து அமாவின் தலைமுடியைக் கொத்தாகப் பிடித்து, "மிஸ்டர். காவனாக் கேட்ட கேள்விக்குப் பதில் சொல், இல்லையென்றால் உன் காதுகளை அறுத்துவிடுவேன்" என உருதுவில் மிரட்டினான். இந்த இருளில் உண்மையிலேயே அவன் தன்னை அடையாளம் கண்டுகொண்டானா அல்லது முழு இங்கிலாந்துக்காரனாகவே மாறிவிட்டானா என அமா வியந்தாள்.

அவள் வாயே திறக்கவில்லை. அவர்கள் இருவரும் மூச்சிரைக்க அவள் உடலை அழுத்தி நின்றிருந்தனர். ஆஜானுபாகுவாய் நின்றிருந்த ஆங்கிலேயனின் உடலிருந்து எழுந்த வாடை அவள் மூக்கைத் துளைத்தது. காவனாக் அவளது துப்பாக்கியைப் பிடுங்கி, அதைத் திருப்பி அவளைக் குறிபார்த்தான். "எழுந்திரு" என்றவன் இப்போது அவளைப் பார்த்துப் புன்னகைத்துக்கொண்டிருந்தான்.

அபி அமாவை இழுத்து அவள் கன்னத்தில் ஓங்கியறைந்து, "நல்ல மனிதரான மிஸ்டர். காவனாக் உன்னை எழுந்திருக்கச் சொன்னார், கேட்கிறதா?" என்றான்.

"இந்தத் துப்பாக்கி நல்லதொரு பரிசு. விக்டோரியா கிராஸிற்கு செல்லும்போது மகாராணியாரிடம் இத்துப்பாக்கியைக் காட்டப்போகிறேன். ஒரு பாண்டி நம்மை வேவு பார்த்த கதையை அப்போது அவரிடம் முழுமையாக விவரிப்பேன்" என்றான் காவனாக்.

தூரத்திலெங்கோ காட்டு நாயொன்று ஊளையிட்டது.

"நல்ல வேட்டைநாய்போல் தோன்றவில்லையே" என்றான் ஆங்கிலேயன்.

"இல்லை, சார்" என அபி ஆங்கிலத்திலேயே பதிலளித்தான்.

இரவில் அங்கு நின்று பேசிக்கொண்டிருக்க அவர்களுக்குத் தைரியம் அதிகம்தான் இருக்க வேண்டும். காட்டுநாய் மீண்டும் ஊளையிட்டது.

அமாவின் பின்னிருந்து எழுந்த நிலவு அவர்கள் இருவர்மீதும் பொழிந்தது. அவர்களின் விழிகள் மிக, மிக வெண்மையாகத் தோன்றின. ஆஜானுபாகுவான காவனாக் அவள்மீது வைத்த குறியை எடுக்கவேயில்லை. மிக வெண்மையான அவனது விழிகளில் ஒன்றை மூடி, துப்பாக்கிவிசையை இழுத்தான். 'க்ளிக்' என ஒலித்ததும் தொடர்ந்து ஏதோ விசித்திர சத்தம் துப்பாக்கியில் இருந்து எழுந்தது.

"துப்பாக்கி முழுக்கத் தண்ணீர் புகுந்துவிட்டது. தோட்டாக்கள் நனைந்துவிட்டன" என்றான் காவனாக்.

"ச்சை, இந்தியாவே ஒரு கேடுகெட்ட நாடுதான்" என்றான் அபி.

கான்பூரைப் பழித்தபடியே காவனாக் மீண்டும் அமாவை ஓங்கி ஒரு குத்துவிட்டான். அவள் நிலைகுலைந்து தரையில் விழுந்தபோது அவளது

கத்தியே அவளது இடையைக் குத்திக் கிழித்துவிட்டது. அபி அவளை எட்டி உதைத்துக் கத்தியைப் பறித்துக்கொண்டான். புல்வெளிகளில் திரியும் விலங்குகள் நழுவிச்செல்வதைப்போலே, மன்னர்களும் தாய்மார்களும் ஆற்றின்வழியே நழுவிச்செல்வதைப்போலே, கத்தியும் நழுவியது. அவளது துப்பாக்கியின் பின்பகுதியை வைத்தே அவளது பின்னந்தலையில் ஆங்கிலேயன் இடித்துத் தள்ளியபோது வெறுப்பை அப்பிக்கொண்டு பொழியும் தன் தாயின் வார்த்தைகளைப்போலே ஈரமண் அவள் முகம் முழுதும் அப்பிக்கொண்டது. பேகம் சாகிபாவின் பிடியிலிருந்து விலகி அமா தன் தாயாருடன் கான்பூர் சாலை வழியாக அங்கிருந்து கிளம்பிச் சென்றிருக்கலாம். ஆனால் அவள் அதை மறுத்துவிட்டாள் – அமாவிடம் அதிகளவு எதிர்பார்ப்புகள் கொண்டிருந்த அவளது தாயார், அமா ஏமாற்றமளிப்பவள், அமா எதற்கும் லாயக்கற்றவள் என்றெல்லாம் அவள்மீது சுமத்திய குற்றச்சாட்டுகளையெல்லாம் இப்போது அவள் நிரூபித்து விட்டாள். அமா மன்னரின் மாளிகையை நீங்கி மாதியா பூர்ஜ் செல்ல மறுத்துவிட்டாள், ஏனெனில் தனது தாய் உட்பட அனைத்துமே தன்னியல்பு பிறழ்ந்து வினோதமாகச் செயல்படக்கூடிய ஓரிடத்திற்குச் செல்ல அவள் விரும்பவில்லை. அதேபோல் அன்னியனான மலைமுத்துவோடு மாதியா பூர்ஜுக்குச் செல்லவும் அவள் விரும்பவில்லை. அவள் அவளாக இருக்க விரும்பினாள், அதற்காகவே தான் விரும்பப்பட வேண்டுமெனவும் எண்ணினாள். கடைசியில், தன் தாயார்மீது தான் குறைவாகத்தான் அன்பு செலுத்தினோமோ, தனது தாயாரை இன்னும் அதிகமாக அன்பு செய்திருக்கலாமோ என அவளுக்குச் சந்தேகம் எழுந்தது.

அம்மனிதன் அமாவின் தோள்களைப் பற்றியிழுத்துச் திருப்பிப் போட்டான். எங்கும் இருள். ஸ்காட்ச் விஸ்கியின் நெடிவீசும் காவனாக்கின் சூடான மூச்சுக்காற்று அவள்மேல் பட்டது. அவனது சுவாசம் லேசாக வேகம் கூடியது, உடனே "இதுவொரு பெண்" என அவன் ஆங்கிலத்தில் கூறினான்.

அவர்களின் பேச்சு சட்டென நின்றது. அபி முன்னே வந்து குனிந்து அவளைப் பார்த்தான். "மன்னரின் அரண்மனைக் காவலாளி இவள், பெண் காவலாளி" எனக் காழ்ப்புடன் கூறினான்.

அதைக் கேட்டதும் காவனாக் குந்தியமர்ந்தவாறே, "அடக் கடவுளே, இவள் நம்மை பார்த்துவிட்டாளே, இவளை எப்படியாவது ஒழித்துக் கட்டியாக வேண்டுமே" என்றான்.

"அதனாலென்ன? வரைபடம் குறித்து அவளால் இப்போது ஒன்றும் செய்ய முடியாது. அது சேரவேண்டிய இடத்திற்குச் சென்று சேர்ந்துவிட்டது. இவளை இங்கேயே கட்டிப்போட்டுவிட்டுச் சென்றுவிடலாம்."

வரைபடம்! அந்த ஆங்கில வார்த்தையை மட்டும் அமா தன் நினைவில் பதித்துக்கொண்டாள். அவர்களின் உரையாடலை அவளால் சரிவரப் புரிந்துகொள்ள முடியாதபோதும் அபியின் குரலில் இருந்த பதற்றத்தை அவளால் நன்றாகவே உணரமுடிந்தது. ஒற்றன் அபியையே கூர்ந்து கவனித்துக்கொண்டிருந்தாள். ஆலம்பாக்கோடு தொடர்புகொள்ள ஆங்கிலேயன் ஒருவனுக்கு அவன் உதவிபுரிந்துள்ளான். அவள்

லக்னோவிற்குத் திரும்பியதும், ஆயிரம்பேரை அனுப்பி அவனைத் தேடிப்பிடித்து இழுத்துவரச்செய்வாள்.

"மஞ்சள் இல்லம். அங்கு ஆயுதங்களும், படைத் தளவாடங்களும் இருப்பது ஞாபமிருக்கிறதா? அங்கிருந்து கைத்துப்பாக்கியொன்றைக் கொண்டுவாருங்கள். சீக்கிரம், நேரமாகிறது. இவளை இங்கேயே தீர்த்துக்கட்டிவிட்டுச் செல்வோம்" என அபி கிசுகிசுத்தான்.

"ஏய் ஒற்றனே, எனக்கு நீ உத்தரவிடாதே. ஆணையெல்லாம் போடாதே. இவளை மேலதிகாரிகளிடம் ஒப்படைக்க முடிவு செய்துள்ளேன். முறைப்படி அதைத்தான் நான் செய்யவும் வேண்டும். அடுத்து இவளை என்ன செய்ய வேண்டுமென அவர்கள் முடிவெடுப்பார்கள், நீயல்ல. நானும் அதை முடிவு செய்ய முடியாது. இவள் அரசாங்கத்தைச் சேர்ந்தவள். இவளை நம்முடன் அழைத்துச் செல்வதே சரி. மிஞ்சிப்போனால் ஆளுநர் மாளிகையினுள் இவளைப் பூட்டிவைப்பார்கள், அவ்வளவுதானே? அங்குள்ள மற்ற அரசாங்கச் சிறைவாசிகளுடன் இவளும் அடைந்துகிடக்கப் போகிறாள்" என்றவாறே காவனாக் எழ, இருவரும் சேர்ந்து அவளை முறைத்தனர். வாட்டசாட்டமான அவன், "இவள் நமக்குக் கிடைத்த வரப்பிரசாதம். இவள் சத்தம் போடாமல் இருக்க நான் சென்று துப்பாக்கியொன்றைக் கொண்டுவருகிறேன். நான் நாடு திரும்பியதும் எனக்கு விக்டோரியா கிராஸ் விருது கிடைக்கவேண்டுமென ஆசைப்படுகிறேன். நான் ஆளுநர் மாளிகைக்கு மீண்டும் பத்திரமாகச் சென்றுசேர இவள் உதவக்கூடும். வழியில் *பாண்டி* எவனேனும் எதிர்ப்பட்டு மிரட்டினால் இவளைப் பிணைக்கைதியாகக் காட்டித் தப்பித்துக்கொள்வேன். ஏய் ஒற்றனே, உன்னைக் கொன்றுவிடுவேன் என மிரட்டினால் எந்தப் பாண்டியும் வருந்தமாட்டான். ஆனால் அரசாங்க ஊழியத்திலிருக்கும் இந்தப் *பாண்டியைக்* கொன்றுவிடுவேனென மிரட்டினால் அவன் நிச்சயம் அடிபணிந்துவிடுவான். இவள்மீது ஒரு கண் வைத்திரு, இதோ வந்துவிடுகிறேன்" என்றான்.

ஆங்கிலேயன் அங்கிருந்து கிளம்பிச்செல்வது அமாவுக்குக் கேட்டது. அவன் கைவைத்ததும் மஞ்சள் இல்லத்தின் பின்கதவு மென்மையாகத் திறந்துகொண்டது. அவன் தேடியதில் அங்கிருந்த அபியின் பொருட்கள் உருளும் சப்தங்கள் கேட்டன.

அமாவின் அருகே அபி குத்துக்காலிட்டு அமர்ந்துகொண்டான், "இங்கே பார், நாமிருவருமே லக்னோவைச் சேர்ந்தவர்கள். எனவே உனக்கொரு வாய்ப்புத் தருகிறேன். இங்கிருந்து தப்பித்து ஓடிவிடு, என்னை அடித்துப்போட்டுவிட்டு ஓடிவிட்டாயெனக் கூறிவிடுகிறேன். ஓடு, கருப்பு அடிமையே, ஓடு" என்று அவளிடம் கிசுகிசுத்தான்.

அவனது ஒரு கையில் அமாவின் கத்தியும், மறுகையில் அவனது கத்தியும் இருந்ததை அமா பார்க்காதபோதும் அவன் பொய்தான் கூறுகிறானென அவளுக்குத் தெரியும். அவள் சடாரென அவன்மேல் பாய்ந்தாள், அவன் கையிலிருந்த ஒரு கத்தி எங்கேயோ போய் விழுந்தது. உடனே அவள் உருண்டு, தடுமாறியெழுந்து ஓடினாள், அபி அவளை விரட்டிக்கொண்டு பின்னாலேயே ஓடினான். அவளை எட்டிப்பிடித்ததும், அவன் அவளுடன்

அமாவும் பட்டுப்புறாக்களும்

மல்லாடியதில் அவனது கையிலிருந்த மற்றொரு கத்தியும் இருட்டில் எங்கோ தவறிவிழுந்தது. மஞ்சள் இல்லத்தின் பின்கதவை நோக்கி ஆங்கிலேயன் வருவதை அவனது பூட்ஸ் ஒலிகளின் மூலம் அமா அறிந்துகொண்டாள். வாசலில் நின்ற அவனது கரிய நிழலுருவம் நிலவொளியில் பயங்கரமாகத் தெரிந்தது. "சார், இவளிடம் இன்னுமொரு துப்பாக்கியுள்ளது! உங்களைச் சுடத்தான் வருகிறாள்!" என அபி அவனை நோக்கி இரைந்தான். உடனே அங்கு தொடர்ச்சியாகத் துப்பாக்கி சுடும் ஒலி எழுந்தது. அபியும் அமாவும் தரையோடு தரையாகப் படுத்துக்கொண்டனர். அமா உடனே அருகிலிருந்த அடர்புதர்களுக்குள் உருண்டாள். அங்கிருந்து மஞ்சள் இல்லத் தோட்டத்தின் பின்பக்கமிருந்த அடர்ந்த மூங்கில் காட்டினுள் ஓடிமறைந்தாள். ஆங்கிலேயனின் துப்பாக்கி தொடர்ந்து வெடிக்கும் ஓசை கேட்டதும், அவள் சட்டெனக் கீழே படுத்துக்கொண்டாள், ஈரநிலத்தின் மணம் அவள் நாசிக்குள் ஏற ஏற, அங்கே இறந்துகொண்டிருந்த ஒற்றன் அபியின் இறுதிநொடிகளை அவளால் உணரமுடிந்தது.

மறுநாள் விடியும்வேளை, அமா நடந்தே கைசர்பாக் அரண்மனையைச் சென்றடைந்தாள். முன்தின இரவின் சம்பவங்களெல்லாம் அவளுள்ளே தறிகெட்டு ஓடின. அரண்மனைக் கூடத்தில் பெண்கள் சிலர் நிற்பதைக் கண்டதும், தனது தாயாரும் சித்தியும்தான் தனக்காகக் காத்திருக்கின்றனரோ என ஒருநொடி எண்ணிவிட்டாள். ஆனால் அவளை நோக்கி பாத்திமாவின் குரல் வந்தபோது அமா நிதானமிழந்து கீழே விழுந்தாள். அவளைச் சுற்றிலும் அரண்மனைக் காவலர்களின் பதற்றம் மிகுந்த குரல்கள் எழுந்தன. அவர்கள் உடனே ஹசனுக்குக் குரல்கொடுத்தனர். அவன் ஓடோடிவந்து உதவ அனைவரும் சேர்ந்து அவளை அவளது அறைக்குத் தூக்கிச் சென்றனர்.

21

லக்னோவில், அமா தனது தாயாரின் அறைஜன்னலில் வைத்த ஒற்றைச் சாமந்திப்பூ முற்றிலும் வாடிவிட்டது, நாளுக்குநாள் உடல் இளைத்துக்கொண்டே செல்லும் ஷாசாதி புலியின் அடிவயிற்று வெளிர் ஆரஞ்சுவண்ணத்திற்கு அம்மலர் நிறம்மாறியிருந்தது. மலைமுத்து இன்னும் கல்கத்தாவிலிருந்து திரும்பவில்லை. இல்லாத பார்வையாளர்களுக்காக மன்னருக்குரிய நடனங்களைத் தாசிப்பெண்டிர் ஆட, அவர்களின் சலங்கையொலிகள் எதிரொலித்தன.

அமாவின் உதடு கிழிந்திருந்தது, அவளது தலையில் ஏற்பட்டிருந்த வீக்கங்களில் வலி தெறித்தது. இடையில் ஆழமான வெட்டுக்காயம், ஆனால் கோடைமலர்களின் நறுமணத் தைலம் கலந்த நீரில் குளித்து, அரண்மனைச் சமையற்காரர்கள் தயாரித்த கொத்திறைச்சியை உண்டு ஓரளவு உடல்நிலை தேறிவிட்டாள். அவள் தேறித்தான் ஆக வேண்டும்.

அவத் படையினரிடமிருந்து வந்த செய்தியை லக்னோ மக்கள் தங்களுக்குள் கிசுகிசுத்துக் கொண்டனர். கான்பூர் சாலைமார்க்கமாக ஐந்தாயிரம் ஆங்கிலேய உதவி இராணுவப்படை வீரர்கள் லக்னோ நோக்கி வருகின்றனராம்.

அவத் படையினரும், நெட்டையான ஒடிசல் தில்லி வீரர்களும், பட்டினியால் வாடும் கிராமத்தினரும், இலக்கற்றுச் சுற்றித்திரியும் கலகக்காரக் கும்பலும் சாலைகளில் குழுமினர். அமா கைசர்பாக் அரண்மனைக் கூரைமீதேறித் தென்கிழக்குப் பக்கமாகப் பார்த்தாள். அவள் கண்ணுக்கு எட்டியவரை எவரையும் காணவில்லை. ஆனால் தில்குஷா பூந்தோட்டத்தில் சிவப்புக் கோட் அணிந்த ஆங்கிலேயர்கள் பதுங்கித் திரிவதாக ஜெய் லால் அவளிடம் கூறியிருந்தார். அவர்கள் தோட்டத்திலிருந்த கேரட்களைப் பிடுங்கி தின்கின்றனராம். பரந்துவிரிந்த தோட்டங்களில் நவாப்கள் பயிர்செய்த பருத்த, ஆரஞ்சுவண்ணக் கேரட்கள் அவை. லக்னோவின் கேரட்களை ஆங்கிலேயர்கள் சூறையாடுகின்றனர். விடிகாலையில் ஐந்தாயிரம் வீரர்கள் அவற்றை நிலத்திலிருந்து பறித்து ஆசைதீரத் தின்கின்றனர். "என்ன மாறியிருக்கிறது?" அமா தன்னைத்தானே கேட்டுக்கொண்டாள். மன்னர் ஏற்பாடு செய்த இன்பச் சுற்றுலாவிற்கு தாங்கள் அழைக்கப்பட்டுள்ளதாக நினைத்துக்கொண்டுள்ளனர் இந்த ஆங்கிலேயர்கள்.

அமா துவண்டு போனாள். அவளருகே கூரைமீது சிறு வெண்புறா வொன்று உணவு தேடி வந்தமர்ந்தது. அமா வலிக்கும் கண்களைத் தேய்த்து விட்டுக்கொண்டாள். ஆங்கிலேய உதவி இராணுவப்படையினர் தில்குஷா பூங்காவினுள் புகுந்துவிட்டனரென்பது கெட்ட செய்தி. தில்குஷா பூங்காவினுள் ஓடும் கால்வாய் ஆழம் குறைவானது என முன்னரே அவர்களுக்குத் தெரிவிக்கப்பட்டிருப்பதால்தான் சார்பாக் பாலத்தைத் தவிர்த்துவிட்டு நேரே பூங்காவினுள் புகுந்துள்ளனர். லக்னோவினுள் நுழைவதற்கேற்ற வழிகளை அவர்கள் முன்னரே அறிந்துவைத்துள்ளனர்.

அன்றைய மதியவேளைத் தொழுகையில் லக்னோவாசிகள் ஈடுபடவில்லை. கொளுத்தும் வெயிலையும் பொருட்படுத்தாமல் அவர்கள் மொட்டைமாடிக் கைப்பிடிச்சுவர்களின் பின்னாலும், காலி நீர்த்தொட்டிகளின் அருகிலும் பதுங்கியிருந்தனர். நுனிவளைந்த குறுங்கத்திகளும் வாள்களும் ஒன்றோடொன்று மோதிக் கிணுங்கிணுங்கென ஒலி எழுப்ப, போர்வெறி கொண்ட ஆயிரம் நாய்கள்போலே உறுமியபடி லக்னோவினுள் புகும் ஆங்கிலேயவீரர்களை எதிர்த்துப் பூங்காமனைகளிலும் சாலைகளிலும் லக்னோ மக்கள் குழுமினர். பித்தளைத் தலைக்கவசங்களும், தளர்ந்து தொங்கிய இறகுத்தொப்பிகளும், கனமான ஸ்காட்லாண்ட் சிறுபாவாடைகளும், குட்டை ஜாக்கெட்டுகளும் அணிந்திருந்த அவ்வீரர்கள் அனைவரின் வாய்களிலும், "கான்பூரே, நினைவுகொள்!" எனும் இரண்டு ஆங்கில வார்த்தைகள்தான் மீண்டும் மீண்டும் ஒலித்தன. பேக்பைப்பர் வாத்தியங்கள் அலறின, கைத்துப்பாக்கிகள் படபடவென வெடித்தன. அழுக்கும் வியர்வையுமாய் இருந்த அந்த ஆங்கிலேய வீரர்கள், "லக்னோவைக் கான்பூராக்க விடமாட்டோம்!" எனக் கத்தினர்.

காசிமின் குதிரையேறி அமா மஞ்சள் இல்லத்தை அடைந்தாள். குதிரையை வெளியே கட்டிவிட்டு உள்ளே சென்றாள். அங்கு அவத் படையைச் சேர்ந்த ஆப்பிரிக்க, இந்திய லக்னோ வீரர்கள் அபியின் செம்புப் பெட்டிகளிலிருந்த உலர்ந்த அத்திப்பழங்களைத் தின்றுக் கொண்டிருந்தனர். "இங்கே பார்த்தாயா! அந்த ஒற்றனிடமிருந்து நாங்கள் என்னவெல்லாம் கைப்பற்றியுள்ளோம் பார்!" என அவர்களில் ஒருவன் அமாவைப் பார்த்துக் கூறினான்.

அமா நெருங்கிப் பார்த்தாள். சுவரோடு சேர்த்து அறையப்பட்டிருந்த அடுக்கு முழுவதும் குழல்துப்பாக்கிகளும், கைத்துப்பாக்கிகளும், துப்பாக்கி ரவைகளும், தோட்டாக்களும் இருந்தன. எவ்வளவு ஆயுதங்கள்! அவற்றோடு நீளமான கத்தியொன்றும் இருக்கவே அதை அங்கிருந்த வீரனொருவனிடம் எடுத்துக் கொடுத்தாள், அவன் அதை ஏந்திக்கொண்டு படியேறிக் கூரைநோக்கிப் போனான். "உங்களுக்குத் தேவையானவை எல்லாம் கிடைத்ததா?" என அங்கிருந்தவர்களைக் கேட்டபடியே அவளும் படியேறிச் சென்றாள்.

"நிறையவே!" என்றான் ஒருவன்.

ஆங்கிலேய வீரர்கள் வரும்வரை காத்திருக்கும்படி கூறப்பட்ட அவத் படையினர் சிலர் கூரைமீது ஓய்வெடுத்துக்கொண்டிருந்தனர். ஜெய் லாலின் வீரர்கள் தில்குஷா பூங்காவின் கால்வாய் வழியைத் துண்டித்துவிட்டனர்.

தில்லிப் போர்ப்படை வீரர்களோ சார்பாக் பாலத்தை மறித்துக் குழுமி யிருந்தனர். மற்றவர்கள் அனைவரும் லக்னோவின் சாலைகளில் எதிர்த்துப் போரிட்டுக்கொண்டிருந்தனர். அவள் படியிறங்கிக் கீழே சென்றாள். மஞ்சள் இல்லத்தின் வாசலில் மேலும் சில லக்னோவாசிகள் காத்துநின்றனர். வீட்டின் பின்புறம் சென்று அங்கிருந்து மூங்கில்காடுகளைச் சிறிதுநேரம் பார்த்தபடி நின்றாள். பசும் எலுமிச்சைநிற இலைகள் கண்களுக்குக் குளிர்ச்சியா யிருந்தன; சில்வண்டுகளின் விர்ரென்ற ஒலி காதுகளை அடைத்தது. வெள்ளையங்கி அணிந்திருந்த ஓர் உருவம் அவளைக் கடந்து சென்றுவிட்டு மீண்டும் திரும்பிவந்தது. நெஞ்சின்மீது கைவைத்து இருமுறை தட்டியபடியே, "அதாப்" என்றது அவ்வுருவம்.

சாய். அமா அவனை நோக்கி ஓரடி எடுத்துவைத்து, "தஸ்லீம், தயவு செய்து நீ உடனே வீட்டுக்குச் செல்" என்றாள்.

"பரவாயில்லை, அமா" என்றபடியே அவன் முகத்திரையை விலக்கினான்.

"வா, நான் உன்னை என் குதிரையில் தாசிமனையில் கொண்டு விடுகிறேன்" என்றவள் அவனைப் பார்த்தாள், விழிகள் இரத்தச்சிவப்பாய் இருந்தன, கண்ணிமைகள் வீங்கியிருந்தன, மிகவும் இளைத்திருந்தான். "நீயொன்றும் போராளி கிடையாது" என்றாள்.

அவன் சந்தோஷமாகத் தலையாட்டியபடியே, "நான் தடுப்பரண்கள் அருகே சண்டை போட்டேன் அமா. உள்ளேயே செத்துப்போயிருப்பேன். எனக்குப் பதிலாக என்னருகில் இருந்த ஒரு பையனைச் சுட்டுவிட்டார்கள். ஆடுகளுடன் நான் நின்றிருந்த இடத்தில், எனக்கு வெகு அருகில் அவன் இறந்துபோனான். வா அமா, உன்னுடன் நிறையப் பேச வேண்டும்" என்றான்.

அவன் இரவு முழுவதும் தடுப்பரண்களருகே கண்விழித்து இருந்திருக்க வேண்டும். அதனால்தான் அவன் விழிகள் வீங்கிப்போய், மூளைக்குள் இன்னமும் துப்பாக்கிகள் வெடித்துக்கொண்டேயிருக்கின்றன என அமா எண்ணினாள்.

அவளது கையை எடுத்துத் தனது முழங்கைமீது வைத்துக்கொண்டான். அவள் கொடுத்த தாயத்து அவனது மெலிந்த கையில் இன்னுமிருப்பது தெரிந்தது. அவளது இருகைகளையும் பற்றிக்கொண்டான். அவளது உள்ளங்கைகளில் முடிச்சுகள் தென்படுகின்றனவா எனத் தேய்த்துப் பார்த்தான். பிறகு அவளது தோள்மீது கைவைத்து அழுத்தி மஞ்சள் இல்லத்தின் பின்பக்கத்தில் அவளை அமரவைத்தான். அவனும் உட்கார்ந்து கொண்டான். ஆடையினுள் மறைத்துவைத்திருந்த துணிப்பைக்குள்ளிருந்து விஸ்கி புட்டியை எடுத்து அதன் மூடியைத் திறந்தான். சற்றுமுன்னர் அவளது உள்ளங்கைகளை மிருதுவாக அழுத்தி, அவளை மென்மையாக உட்கார வைத்த அதே கையால் புட்டியின் கழுத்துப்பகுதியைப் பிடித்துயர்த்தி மதுவை வாய்க்குள் கவிழ்த்துக்கொண்டான்.

நிறுத்தாமல் கடகடவெனக் குடித்துமுடித்தான். அமா அவனை முறைப்பதைக் கண்டதும் ஒரே சமயத்தில் சிரிக்கவும் அழவும் செய்தான்.

அமாவும் பட்டுப்புழாக்களும்

எதையும் கூறாமல், புட்டியைக் கால்முட்டிகளின் இடையே வைத்துக் கொண்டு இருபுறமும் ஆட்டினான், அதிலிருந்த திரவம் இருபக்கமும் தளும்பியது. மூங்கில் காட்டினுள் சில்வண்டுகள் ரீங்காரமிட்டன. சாயின் முழங்காலில் வெட்டுக்காயமேற்பட்டு மேற்தோல் கிழிந்திருந்தது. அமா கவனிப்பதைப் பார்த்ததுமே சாய் தன் காயத்தை ஆடையால் மூடிக்கொண்டான். "நான் சண்டை போட்டேன் அமா" என்று கூறிவிட்டு விக்கினான்.

அவள் அவன் தோள்மீது கைகளைப் போட்டுக்கொண்டு, "என் சின்னத் தம்பியே, என்ன நடந்தது சொல்" என்றாள்.

"நான் சில ஆங்கிலேயர்களைக் காயப்படுத்தினேன். மூன்று பேர்களுக்கு மேலிருக்கும், நான்கு பேர்களாவும் இருக்கலாம். அந்தச் சிறுவனைக் கொன்றவர்களுள் ஒரு காவலாளியை நான் கொன்றுவிட்டேன்" என்றபடியே அவளைப் பார்த்தான்.

அவனை இழுத்து அணைத்தபடி, "சாய், உன்னை வீட்டிற்குக் கூட்டிப்போகிறேன், அங்கு வந்து உறங்கு" என்றாள். கான்பூர் சாலையில் சக்கரங்கள் ஒலிக்கக் கட்டைவண்டிகள் பயணித்தன. கனத்த கம்பளிப் பைகளின் காட்சியும், எண்ணெய்யில் மிதக்கும் கருவாடுகளின் வாசமும், வெள்ளிப் பொத்தான்களின்மீது வாள்கள் பட்டு எழும் ஒலியும் வந்து சேர்ந்தன.

சாய் மீண்டும் புட்டியை எடுத்து வாயில் ஊற்றிக்கொண்டான். நன்றாகக் குடித்திருந்தான். வாயைத் துடைத்துக்கொண்டு மூங்கில்காடுகளைப் பார்த்தான். "நான் ஆடுகளைக் கொன்றுவிட்டேன், அமா. திருமதி. கன்னிங்சின் ஆடுகளைக் நான்தான் கொன்றுவிட்டேன். அவையெல்லாம் ரொம்ப, ரொம்பப் பசியோடு இருந்தன. பிறகு நான் ஓடிவந்துவிட்டேன்" என்றான்.

அவள் சலித்துப்போய், "என்னவாயிற்று?" எனக் கேட்டாள்.

விஸ்கியை முழுவதுமாகக் குடித்துவிட்டு, புட்டியை வீட்டுச்சுவரின்மீது விட்டெறிந்தான். புட்டி சிதறும் ஓசைகேட்டு வீட்டின் முன்பக்கமிருந்த வீரர்கள் சிலர் அங்கு ஓடிவந்தனர்.

"முதலில் நீ சாப்பிடு. ஒழுங்காக உட்கார்ந்து இதைச் சாப்பிடு" என்றவாறே தன்னிடமிருந்த கருணைக்கிழங்கு கபாப் ஒன்றை அவனிடம் கொடுத்தாள்.

அவன் அதைத் தள்ளிவிட்டான். "உள்ளேயிருக்கும் பெண்களிடம் மாவும், உப்பும், மஜ்ஜையெலும்புகளும்தான் உள்ளன. உணவுப்பண்டங்கள் இல்லாத நிலையில் அவர்கள் பீரங்கிவண்டி இழுக்கும் காளைகளைக்கூடக் கொன்று உண்ணத் துவங்கிவிட்டனர். நான் எப்போதோ என் பசியுணர்வை இழந்துவிட்டேன் அமா" என்றான்.

மூங்கில்காட்டை வெறித்தபடியே சாய் பேசத் துவங்கினான், "நமது லக்னோ வீரர்களுடன் சேர எண்ணி நான் தடுப்பரண்களிலிருந்து நழுவி வெளியேறினேன். தில்லியிலிருந்து வந்திருந்த வெளியூர் வீரர்களும்

அங்கிருந்தனர். லக்னோவைச் சேராத நிலவுரிமையாளர்களும் அங்கிருந்தனர். தம்மிடமிருந்து பிடுங்கப்பட்ட அதிகளவு வரிகளையும், தம்மிடமிருந்து திருடப்பட்ட நிலத்தையும் மறவாத நிலவுரிமையாளர்கள் அவர்கள். அங்கு எனக்கொரு கைத்துப்பாக்கி கிடைத்தது. ஆளுநர் மாளிகையின் வெளியே இறந்துகிடந்த நிலவுரிமையாளன் ஒருவனின் சடலத்திலிருந்து அதைக் கண்டெடுத்தேன். ஆளுநர்மாளிகையின் முற்றத்தி லிருந்த ஆங்கிலேயர்களைத் தாக்க விரும்பினேன். அவர்கள் தமக்குள் பந்தயங்கள் கட்டி, தம் உயிரையும் பணயம் வைத்து, தடுப்பரண்களில் இருந்த வீரர்களை வெறியோடு வேட்டையாடினர். தடுப்பரண்களில் இருந்த அனைவரும் ஒற்றுமையோடு போர்புரிந்தனர். ஆனால் வெளியூர் வீரர்கள் சிலரோ குடித்துக் கும்மாளமிட்டனர்" என்ற சாய் சிறிது இடைவெளிவிட்டு, "அவ்வாறு குடிப்பதை அறிந்தால் பேகம் சாகிபா நிச்சயம் ஆத்திரம் கொள்வார். அமா, முற்றத்தில் இப்போது ஆடுகளே இல்லை தெரியுமா... அங்கிருந்த நிலவுரிமையாளர்கள் ஒருவனின் நெஞ்சை ஒன்பது பவுண்டுக் குண்டொன்று துளைத்துச் சென்றதை என் கண்களால் கண்டேன் அமா. அவனிடமிருந்த கைத்துப்பாக்கியை எடுத்துச் சுட்டேன். *பூம், பூம், பூம், பூம்.* பைனாக்குலர் வழியாக என்னையே பார்த்துக்கொண்டிருந்த காவலாளி நான் சுட்ட குண்டு பாய்ந்து கீழே விழுவதைக் கண்டேன். குண்டுதுளைத்து நெஞ்சில் ஓட்டை விழுந்தவன் என் அருகில்தான் விழுந்து கிடந்தான், அவனது சிறுதுப்பாக்கியையும் எடுத்துக்கொண்டேன்" என்றான்.

"நீ மாளிகையினுள்ளே நீண்ட நேரம் இருந்துவிட்டாய், சாய். மிகுந்த துணிவுடனும் இருந்துள்ளாய். நீ..."

"அரச சகோதரர்கள் உயிருடன்தான் இருக்கிறார்கள். தற்போது ஆளுநர் மாளிகையில் போரிட்டுக்கொண்டிருக்கும் ஆங்கிலேயர்கள் அங்கிருந்து வெளியேறும் நிலை ஏற்பட்டால், அவர்களின் பெண்களையும் குழந்தைகளையும் உள்ளேயே வைத்து ஒட்டுமொத்த மாளிகையையும் குண்டுவீசித் தகர்த்துவிட்டு வெளியேற அனுமதி கேட்டு கல்கத்தாவி லிருக்கும் உயரதிகாரிகளுக்குக் கடிதம் அனுப்பப்பட்டுள்ளதாம். அங்கிருந்த பெண்கள்தான் இதை என்னிடம் கூறினார்கள். தேவையேற்படும் பட்சத்தில் ஆங்கிலேயப் பெண்கள் வெடிவைத்துக் கொல்லப்படுவார்களே ஒழிய, கான்பூரில் நிகழ்ந்தாற்போன்ற களங்கம் இங்கு அவர்களுக்கு நிகழ அனுமதிக்கவே மாட்டார்களாம்" என்றான்.

கைத்துப்பாக்கியால் வீட்டின் பக்கவாட்டுச் சுவற்றில் ஓங்கியடித்தான். அவன் கையிலிருந்து துப்பாக்கியைப் பிடுங்க அமா முயன்றபோது அவனே அதை அவளிடம் கொடுத்துவிட்டான்.

"என் அம்மா யார் அமா?"

"எனக்குத் தெரியாதே."

"உனக்குத் தெரியும்!" எனக் கத்தினான், அவளைப் பிடித்துத் தள்ளிவிட்டான்.

"எனக்கு நினைவு தெரியும் முன்பே உன் தாய் இறந்துவிட்டார் சாய். நாம் அப்போது மிகச் சிறியவர்களாக இருந்தோம், சரி, நீ இப்போது கிளம்பிச் செல்" என்றாள் அமா.

"தாசிமனையில் இருந்த காலம்தான் எத்தனை அழகானது!" என்ற சாய் அழத்துவங்கினான். "பட்டங்கள் விடுவதும் ஆடிப் பாடுவதுமாய் மிகச் சந்தோஷமாக இருந்தோமே அமா" என்றபடியே அவளது மார்புகளின்மீது கையை வைத்தான், அவன் நல்ல குடிபோதையில் இருந்தான்.

"சரி வா. நீ இங்கு இருப்பது சரியில்லை" என்ற அமா அவன் எழுந்து நிற்க உதவினாள். "எனக்கொரு ரகசியம் தெரியும், அமா. என் அன்பு அமாவே, உன்னிடம் அதைக் கூறவா? ஆங்கிலேயர்களை நான் இழிவுபடுத்தவே மாட்டேன், அவர்கள் மிகுந்த அன்பான பெண்கள் அமா" எனப் புன்னகைத்தபடியே கூறினான்.

"நாம் இங்கிருந்து செல்ல வேண்டும்" என்றாள் அவள்.

ஆலம்பாக் அரண்மனையில் குண்டுச் சத்தம் கேட்டது. தொடர்ந்து குரல்களும் கேட்டன. அவர்களை நோக்கி இராணுவ வீரர்கள் வந்து கொண்டிருந்தனர். அமா சாயைப் பிடித்து வீட்டினுள்ளே தள்ளி, அவனைப் படிகளின்கீழே ஒளிந்துகொள்ளச் சொன்னாள். அவள் கூரைமீதேறி, அங்கிருந்த வீரர்களின் முன்னே சென்று நின்றாள், அவர்கள் அனைவரும் பதற்றமாக இருந்ததைக் கண்டாள்.

மாமரங்கள் ஊடாக நூற்றுக்கணக்கான ஆங்கிலேய வீரர்கள் சீறிப்பாய்ந்து வந்தனர். ஜெனரல் நீலும் அவனது வீரர்கள் சிலரும் நேராக மஞ்சள் இல்லத்தை நோக்கி வந்தனர். அமா சந்தேகித்ததைப்போலவே இவ்வளவு நேரமும் அவன் ஆலம்பாக்கில் காத்திருந்திருக்கிறான். வாயில் நுரைதள்ளிக்கிடந்த அரேபியக் குதிரை பதற்றமாயிருக்க, குதிரையோட்டி வந்த கட்டையன் நீலின் முகமோ சிவந்திருந்தது. "அந்த ஒற்றனின் மஞ்சள் இல்லம் இதுதான். உள்ளேயிருக்கும் ஆயுதங்களையெல்லாம் கைப்பற்றுங்கள்" என ஆங்கிலத்தில் தன் வீரர்களை நோக்கி நீல் இரைந்தான்.

வீட்டை நோக்கி முன்னேறியவர்களில் ஒருவன் மரத்தில் கட்டியிருந்த காசிமின் சாம்பல் குதிரையை நோக்கிச் சுட்டான், அது கீழே சரிந்து விழுந்தது. நீலின் வீரர்களது துப்பாக்கிகள் காற்றைக்கிழித்து வெடித்ததைக் கேட்ட லக்னோ மக்கள் தம் வீட்டுவாசல்களிலும் கூரைகளிலும் கூடினர்.

மஞ்சள் இல்லக் கூரைமீது அமாவினருகே நின்றிருந்த பருத்த வீரனொருவன் குண்டடிபட்டு அவள்மீது சரிந்தான். அவனது உடல் அவளையும் சேர்த்தழுத்திக் கூரைமீது தள்ளியதில், அவளது கன்னமும் நெஞ்செலும்பும் கால்களும் அவனது உடலுக்குக் கீழே சிக்கிக்கொண்டன.

பெரிய குதிரையொன்று மஞ்சள் இல்லத்தை நோக்கி வரும் சப்தம் அவள் காதில் விழுந்தது. குதிரை கண்ணில் தென்பட்டபோதுதான் அதன் மீதிருந்த சிவப்பனைக் கண்டாள். குதிரையிலிருந்து இறங்கிய சிவப்பனை அங்கிருந்தநீலின் வீரர்கள் அனைவரும் அன்புடன் வரவேற்றனர். குண்டனின் உடல் அழுத்தியதில் அமாவிற்கு மூச்சுவிடவே சிரமமாகவிருந்தது. மஞ்சள்

இல்லத்தின் கீழ்ப்பகுதி அமைதியாக இருக்க, வீட்டின் எதிரே நீல் தன் குதிரைமீது அமர்ந்திருந்தான். ஆங்கிலேயனொருவன் அந்தச் சாத்தானுக்கு ஒரு கண்ணாடிக் கோப்பையும், ஷாம்பெய்ன் புட்டியொன்றையும் கொடுத்தான். இந்தியா முழுவதும் பயணித்து மக்கள் பலரையும் கொன்று சாய்த்த அந்தச் சாத்தான் அணிந்திருந்த சிவப்புக் கோட்டின்மீது பதக்கங்கள் மின்னின. குதிரைமீது அமர்ந்தபடியே அந்தச் சாத்தான் மதுவருந்தினான்.

வீட்டின் கீழே, மரத் தரைமீது பூட்ஸ் காலடிகள் சத்தமாய்க் கேட்டன. உதவிகேட்டு அலறும் சத்தமும், துப்பாக்கிகள் வெடிக்கும் ஓசையும் கேட்டன. உள்ளிருந்து வந்த தோட்டாவொன்று குதிரைமீதிருந்த நீலினை உரசிச்சென்றதில் அவன் ஆத்திரமடைந்தான். "கேடுகெட்ட அந்த வேசியைப் பிடித்துவாருங்கள்" எனக் கத்தினான். அதன்பிறகு வீட்டுக்குள்ளிருந்து வெடிச்சத்தம் ஏதும் கேட்கவில்லை, எங்கும் அமைதி. "யார் உயிரோடிருந்தாலும் பிடித்து வாருங்கள்" என்றான் அவன்.

வீட்டின் பின்பக்கத்தை நோக்கி யாரோ செல்லும் பூட்ஸ் காலடிகள் கேட்டன "கூரை" என யாரோ ஆங்கிலத்தில் கூற, "அங்கிருந்த எல்லோரும் செத்துவிட்டனர்" என மற்றொரு பதில்குரல் வந்தது.

ஆங்கிலேயர்கள் மேலே ஏறிவரட்டுமென அமா காத்திருந்தாள். குண்டனின் கீழே சிக்கியிருந்த அவளது மேற்கையை அசைக்கமுடியாத போதும், தனது துப்பாக்கியைக் கையால் தள்ளிக் கூரைமீது நேராக வைத்து மிகச்சரியாகப் படிகளைக் குறிபார்த்தபடி தயாராக இருந்தாள்.

கீழே படிகளில் யாரோ விக்கும் சத்தம் கேட்டது.

"ஆஹோ ! கூரைமீது ஏறி தேடிப்பாருங்கள்" என மற்றொரு ஆங்கிலேயக் குரல் கேட்டது.

சாய் மெல்ல முணுமுணுக்கத் துவங்கி அப்படியே சத்தமாகப் பாடலானான். சோகத்துடன் ஒலித்த ஒப்பாரிப் பாடல்போலிருந்தது அது. மீண்டும் விக்கினான்.

முதலில் ஒலித்த குரல் மீண்டும், "மேலே போகவே தேவையில்லை. அதோ அவனே வந்துவிட்டான். நம்மை வரவேற்பதற்காகவே இந்த அறிவுகெட்ட ஜென்மம் வெளியே வந்திருக்கிறான்" என்றது. யாரையோ தரதரவென இழுத்துச் சென்று வெளியே போடும் ஓசை கேட்டது. நீலின் குதிரை அச்சத்துடன் சீறியது.

சிவப்புக் கோட்டு அணிந்த சாத்தானின் வீரர்கள் கும்பலாய்க் கூடினர். குதிரையிலிருந்து இறங்கிய நீல், குதிரைச் சேணத்திலிருந்த பைக்குள் காலி மதுக்கோப்பையைச் செருகிவிட்டு, சிவப்பனின் அருகே சென்று நின்றான். தலைக்கவசத்தைக் கழற்றி, அவனைச் சுற்றிவந்த பட்டாம்பூச்சியொன்றை விரட்டினான்.

அமா தன்மீது கவிழ்ந்துகிடந்த உடலின் எடை தாளாது துவண்டாள். கூரை அவளது கன்னத்து எலும்பைப் பதம்பார்த்தது. சாயோ எதிரிப்படை வீரர்கள் சூழ, மஞ்சள் இல்லத்தின் முன்னே தரையில் விழுந்து கிடந்தான். எதிரிப்படையினர் நிறைய ஆட்கள் இருந்தனர். உள்ளேயிருந்து அவர்கள்

உயிருடன் இழுத்துவந்த லக்னோவாசிகள் இருவரை அங்கேயே சரமாரியாகக் குத்திக் கொன்றனர். அமாவின்மீது விழுந்துகிடந்த உடலின் பாரம் அழுத்தியதில், அவள் மாடிப்படிகளின் கீழே கண்டெடுத்து வைத்திருந்த நீளக்கத்தி அவளது ஜாக்கெட்டைக் கிழித்து ஊடுருவியது, அவள் அங்கிருந்து எழ முயன்றபோதும் அந்தக் கத்தி அவளோடு சேர்த்து அவளைப் பிணைத்திருந்தது. அவள் துப்பாக்கியை மெல்ல நகர்த்தி வீட்டின் முன்னே நின்றிருந்தவர்களைக் குறிபார்த்து வைத்தாள். ஆனால் துப்பாக்கியின் விசையை அவளது விரலால் எட்ட முடியவில்லை. "இவனது கொட்டைகளை அறுத்து எறிந்துவிடுவோம்" எனக் கீழே யாரோ கத்தினர். "இவனுக்குக் கான்பூர் விருந்தைக் கொடுப்போம்" என மற்றொரு குரலும், காற்றில் கத்தியைச் சுழற்றும் ஓசையும் கேட்டன.

சிவப்பனின் அருகில் நீல் நின்றிருந்தான். அவனது வெண்கேசம் அவனுடைய சிறிய முகத்தின் மீதும், அவன் அணிந்திருந்த சிவப்புக் கோட்டின் பொன்னிறக் கழுத்துப்பட்டையின் மீதும் புரண்டுகொண்டிருந்தது. அங்கிருந்தவர்களின் மத்தியில் வெறும் லுங்கியோடு சாய் தரையில் தலைகுப்புறக் கிடந்தான். மரங்களையும் சாலைகளையும் வீரர்கள் சிலர் கண்காணித்தபடி இருக்க, மற்றவர்கள் மஞ்சள் இல்லத்திலிருந்த ஆயுதங்களை எடுத்துக்கொண்டிருந்தனர். தன்மீது கிடந்த பிணத்தோடும் கூரையோடும் சேர்த்துத் தன்னை அழுத்தியிருந்த கத்தியை உருவியெடுக்க அமா முயன்றாள். இரு எதிரிப்படை வீரர்கள் சாயின் கால்களைப் பற்றித் தூக்கி அவனைச் சுழற்றியபடியே பாடினர், "...என் நாட்டின் மீது தீயசக்தி படரும்போது... நான் பின்வாங்கவும் மாட்டேன், தயக்கம் கொள்ளவும் மாட்டேன்... மலைகளைக் கடந்தும், தூரதேசங்களைக் கடந்தும், வெற்றிகொள்ளும் நன்னாள்வரை அயராது போரிடுவேன்..."

"அவனைப் பிளந்தெறியுங்கள்" என ஆணையிட்டான் நீல்.

பாடலை நிறுத்தாமலேயே அவர்கள் இடம்மாறி, சாயின் கைகளைப் பிடித்துத் தூக்கினர். அமா கத்தியின் கூர்முனையால் தன் கையை வெட்டத் துவங்கினாள். பிணத்தின் எடையும், சாயின் வலிமுனகல்களும் சேர்ந்து அவளுக்கு மூச்சடைத்தது. அவர்கள் அவனைப் பிளக்க முயன்றனர், சாய் அலறினான், அவர்களால் அவனை இரண்டாகக் கிழித்தெறிய முடியவில்லை.

"வேறெதேனும் செய்து தொலையுங்கள்" என நீல் வீரர்களிடம் இரைந்தான்.

துப்பாக்கி பயோனட்களால் அவன் முகத்தில் மாறிமாறிக் குத்தியபடியே அவ்வீரர்கள் அவனைத் தரதரவென இழுத்துச் சென்றனர். அமா தனது ஜாக்கெட்டை கிழித்துத் துப்பாக்கியை உருவி வெளியே எடுக்க முயன்றாள், ஆனால் அவள் மேலிருந்த உடல் அவளை எழவிடாமல் கூரையோடு சேர்த்து அழுத்தியிருந்தது. சாயின் உடல்முழுதும் வெட்டுக்காயங்கள் உண்டாகின, அவனை இழுத்துவந்த வழியெங்கும் குருதி வழிந்தது. மேல்நோக்கியிருந்த அவன் விழிகள் அவ்வீரர்களைப் பார்த்து இறைஞ்சின. ஆனால் அங்கிருந்த எவனுடைய விழியிலும் மருந்துக்கும் இரக்கம் இருக்காது என்பதை அமா

அறிவாள். அவள் தொடர்ந்து கத்தியை எடுக்க முயற்சித்தாள், பிணத்திலிருந்து எழும்பிய நெடியோ அவளைத் திணறச்செய்தது.

"... மலைகளைக் கடந்தும், தூர தேசங்களைக் கடந்தும்..." எனப் பாடியபடியே சாயைக் குண்டுகட்டாகத் தூக்கி, அங்கு குவித்துவைத்திருந்த சுள்ளிக்குச்சிகளின்மீது வீசியெறிந்தனர். சிவப்புக் கோட் அணிந்த இருவர், பறவையைப்போலத் துடிதுடித்த சாயின் தோள்களின்மீது பூட்ஸ்கால்களால் மிதித்து அழுத்தினர். சுள்ளிகளுக்கு நெருப்பு மூட்டிவிட்டு அங்கிருந்து விலகியதும் அவர்கள் அனைவருமே சாய் எரிவதை அமைதியாக வேடிக்கை பார்த்துக்கொண்டிருந்தனர். அப்போது அவர்கள் பாடவில்லை, கடும் தீக்காயங்களுடன் சாய் எழுந்தபோது அமாவின் தொண்டை அடைத்தது. சாய் தீயிலிருந்து தப்பித்துச் சிறிது தூரம் ஓடினான். அவன் உடல் நடனமாடுவதைப்போல நெளிந்தது, வயிறுவலிக்கச் சிரிப்பவனைப்போலே இரண்டாக மடங்கி கீழே விழுந்தான். ஆனால் அதற்குள் சிவப்பன் அவனைப் பிடித்து இழுத்துவந்து மீண்டும் தீயில் வீசினான். சாய் தன்னை விட்டுவிடுமாறு கதறினான். ஆனால் அங்கிருந்த எவருமே அதற்கு மசியவில்லை. அமா சடாரெனக் கத்தியிலிருந்தும் பிணத்திடமிருந்தும் தன்னை விடுவித்துக்கொண்டு எழுந்து துப்பாக்கியை எடுத்தாள். அவள் எழுந்த வேகத்தில் கூரையின் அந்தப்பக்கமாய் உருண்டு, வீட்டின் பின்பக்கமிருந்த மூங்கில் புதரினுள்போய் விழுந்தாள். எரியும் தசையின் வாடையை நுகர மறுத்து, எரிந்து கரிந்த சருமத்தைக் காண வெறுத்து, உலர்ந்த மணலுக்குள் தனது முகத்தையும், வெட்டுண்ட கையையும் புதைத்துக்கொண்டாள். சாய் இறப்பதை அவளால் காண முடியவில்லை. ஆனால் முத்துக்களை எரித்த சாம்பலை உடல் முழுதும் பூசிக்கொள்ளும் துறவியைப்போலே அவன் எழுவதை மனக்கண்ணால் அவளால் காண முடிந்தது. உடனே துள்ளியெழுந்தாள், வீட்டின் பின்பக்கத்திலிருந்து ஆங்கிலேயர்களின் குதிரைகள் நின்றிருந்த பக்கவாட்டுப் பகுதிக்கு ஓடினாள். அங்கிருந்த குதிரையொன்றின் மேல் தாவியேறி, எதிர்ப்படும் எவரையும் கொன்றுவிடும் வெறியோடு துப்பாக்கியை உயர்த்தினாள். தீமழை போல் பெருகிய வியர்வை அவள் கழுத்திலிருந்து கீழிறங்கி வழிந்தது.

சாயை தீயினுள் இனியும் அழுத்திப்பிடிக்க வேண்டிய அவசியமில்லை, எனினும் தீயைச் சுற்றி அவர்கள் நின்றிருந்தனர். திடீரென ஒற்றைத் துப்பாக்கி சுடும் ஓசை கேட்டது. வெண்கேசம் காற்றில் பறக்க நின்றிருந்தவன் சரிந்து விழுந்தான். நீலின் வீரர்கள் அதிர்ச்சியில் கதறினர். அமாவின் அருகில், குதிரையில் அமர்ந்திருந்த பாத்திமா உயர்த்திய துப்பாக்கியைக் கீழிறக்கினாள்.

சிவப்புக் கோட் அணிந்து வேலர் குதிரை மீதிருந்த ரோந்துப்படைவீரன் தன்னை நோக்கி வருவதை அமா கவனிக்கவில்லை, உள்நாட்டுத் துப்பாக்கியால் அவர்களைப் குறிபார்த்தபடியே அவன் சீறி வந்தான். இறந்து கிடந்த ஜெனரல் நீலின் வீரர்களும் பாய்ந்து வந்தனர்.

"சகோதரிகளே, ஓடிவிடுங்கள்" சாய் கூக்குரலிடுவதைப்போல் இருந்தது. "ஓடுங்கள்!" அமாவிற்கு சாயின் குரல் கேட்டது.

அமா பாத்திமாவுடன் பாலத்தைக் கடந்து லக்னோவின் சந்துகளுக்குள் நுழைந்தாள். அங்கு கடும் சண்டை நடந்துகொண்டிருந்தது; லக்னோ வீட்டு

வாசல்களிலும், குறுகிய சந்துகளிலும் இந்தியர்களும் இங்கிலாந்துக்காரர்களும் செத்துக் கிடந்தனர். பாத்திமாவை அமா எங்கோ தவறவிட்டுவிட்டாள். அமாவின் குதிரையின் கால்களிலிருந்த சலங்கைகள் சிணுங்கின, அவளிருக்கும் இடத்தை எதிரிக்கு அது காட்டிக்கொடுத்துவிடும் என்பதால் அவள் அதிலிருந்து கீழிறங்கினாள். அருகிலிருந்த பூங்காமனைமீது தாவியேறி, பிரபு ஒருவரின் வீட்டுக்கூரையில் ஏறினாள்.

வேலர் குதிரையில் சிவப்புக் கோட்டுக்காரன் அவளை விரட்டிப் பின்தொடர்வதை கண்டதும் உடனே கூரைமீது படுத்துக் கொண்டாள். வலிக்கும் தொண்டையை ஆசுவாசப்படுத்தி மூச்சை இழுத்துப்பிடித்துக்கொண்டாள். அவத் படைவீரர்கள் சிலர் அவனிருந்த பாதையில் எதிர்ப்பட்டனர், இந்தச் சந்தர்ப்பத்தைப் பயன்படுத்தி அமா அங்கிருந்து வீதியில் இறங்கினாள். அவனுக்கு முன்னே இருப்பதற்காக அமா சுவர் எழுப்பிய அடுத்த பூங்காமனை நோக்கி விரைந்தாள். அப்போது சிவப்புக் கோட் அணிந்த இந்தியன் ஒருவன் எதிர்ப்பட்டான். அவன் லக்னோவின் நாண் ரொட்டியில் நெய் தடவி உண்பதற்குப் பதிலாக ஆங்கிலேய ரொட்டியில் ஜாம் தடவி உண்ணப் பழகியவன். அவளைத் தீயசக்தியாகப் பார்க்க ஆங்கிலேயர்களால் பழக்கப்பட்டவன், நாட்டின் துரோகி. அவனைச் சுட்டுத்தள்ளத் துப்பாக்கியை உயர்த்தினாள், அவனோ மெல்லியதாய்க் கூவியபடியே இரு கைகளையும் உயர்த்திச் சரணடைய வந்தான். அவளை, "சகோதரா" என விளித்தான், அவளுடைய உதடுகளைப்போலவே அவன் உதடுகளும் காய்ந்து வெடித்திருந்தன. அவளிடம் தன்னை நிரூபிக்க அருகிலிருந்த ஆங்கிலேயன் ஒருவனைத் தன் கத்தியால் குத்தினான்.

காற்றில் நிறைந்திருந்த சதையின் உப்புவீச்சத்தைக் கடந்து மூச்சைப் பிடித்துக்கொண்டு அமா ஓடினாள். ஆங்கிலேயரின் போர் முழக்கங்கள் கற்சுவர்களில் பட்டு எதிரொலித்தன. லக்னோவாசிகள் தமக்குள் எவ்விதத் தொடர்புகளும் கொள்ள முடியாதபடி அம்முழக்கங்கள் தடுத்தன. லக்னோ மக்கள் தோல்வியடைந்துகொண்டிருந்தனர். தான் இலக்கில்லாமல் பயணிப்பதைப்போல் அமா உணர்ந்தாள்.

அந்தச் சிவப்புக் கோட் வேலர் குதிரைக்காரன் அவளை மீண்டும் விரட்டிக்கொண்டு வந்தான். அமா துப்பாக்கியின் பின்பகுதியால் ஒரு வீட்டின் மரக்கதவை உடைத்துத் திறந்தாள். உள்ளேயிருந்த ஆண்களும் பெண்களும் இவளைக் கண்டு பீதியில் பின்வாங்கினர். அவர்களைக் கடந்து கூரையை நோக்கி ஓடினாள். அந்த வீடு ஆங்கிலேய அஞ்சலகத்தின் நேரெதிரே அமைந்திருந்ததால், வீட்டின் கூரை மீதிருந்து அதன் முன்பக்க சன்னல்களைப் பார்க்க முடிந்தது. ஒவ்வொரு ஜன்னலிலும் துப்பாக்கி யுடன் ஒரு லக்னோவாசி நின்றிருந்தான். துப்பாக்கியொன்று வெடித்தது. மீண்டும் அது வெடித்தபோது, அத்துப்பாக்கியை ஏந்தியிருந்தவள் பாத்திமா எனத் தெரிந்தது. அவள் சுட்டதில் வீதியில் இருவர் செத்து விழுந்தனர். மீதமிருந்த ஆங்கிலேய வீரர்களெல்லாம் ஆத்திரத்தில் கத்தியபடியே அஞ்சலகத்தினுள் பாய்ந்தனர். பாத்திமா அதற்குள் அங்கிருந்து தப்பியோடிவிட்டாள். அமா மீண்டும் தெருவில் இறங்கி நடந்தாள்.

இம்முறை ஜெய் லால் அவள் கண்ணில் தென்பட்டார், கிட்டதட்ட ஒரு மைல் தொலைவில் இருந்த சிக்கந்தர் பாக்கைக் காக்க வருமாறு தெருவில் நின்று அவர் இரைந்துகொண்டிருந்தார். ஆங்கிலேயர்களின் கடுமையான தாக்குதலை உணர்ந்திருந்த லக்னோவாசிகள் மெல்ல அங்கிருந்து நகர்ந்தனர்.

பின்மதியம் முழுவதும் சிவப்புக் கோட் வேலர் குதிரைக்காரனிடமிருந்து தப்பிப்பதிலேயே அமா தனது முழுக்கவனத்தையும் செலுத்தியதால், சாயின் மறைவு குறித்து எண்ணி வருந்துவதைச் சிறிதுநேரம் நிறுத்தியிருந்தாள். அவளுக்கும் குதிரைக்காரனுக்குமிடையே சில நூறு அடிகள் தூரமே இருந்தன. அவனது சிறு விழிகள் அவளைத் துளைத்தபடியே இருக்க, கான்பூர் கோழைகளே! என இகழ்ந்தபடியே அவளை விரட்டிக்கொண்டிருந்தான். கோபமும் வெறுப்பும் மிகுந்திட, அவளைக் குறிபார்த்து மீண்டும் மீண்டும் சுட்டான். மற்றவர்களிடமிருந்து தன்னைக் காத்துக்கொள்ள அவன் போராடியபோதெல்லாம் அமா வேறொரு பூங்காமனைக் கூரையிலேறிக்கொண்டு அவனைக் குறிபார்த்தாள். அவள் அவ்வாறு குறிபார்த்தபோது, அவன் எதிரிகளிடமிருந்து தப்பி அவளைக் கண்டு மேலும் ஆங்காரமடைந்தான். அமா இருந்த பூங்காமனையின் எதிர்ப்புறத்திலிருந்த பூங்காமனையின் காவலாளியைச் சுட்டுத்தள்ளிவிட்டு, அவன் அதன் கூரைமீது ஏறிக்கொண்டான். இப்போது இருவரும் ஆக்ரோஷத்தோடு ஒருவரையொருவர் மாறிமாறிச் சுட்டுக்கொண்டனர். அவன் இளைஞனாகவும் முரடனாகவும் இருந்தான். அவளது தோட்டா குறி தவறி அவனிருந்த கைப்பிடிச்சுவரில் பாய்ந்தது. அவன் அவளருகே இருந்த கைப்பிடிச்சுவரைச் சுட்டுத் தகர்த்தான். அவன் சிறிது நேரம் சுடுவதை நிறுத்தி, துப்பாக்கியில் தோட்டாக்களை நிரப்பிக்கொண்டு மீண்டும் சுட்டான், அதிலொரு தோட்டா அவளது தோளை உரசிச்சென்றது. அவள் தடுமாறிக் கூரைமீது விழுந்ததில் ஓட்டில் பட்டு அவளது பல் உடைந்தது. தலையிலிருந்து பீறிட்ட வலி கால்முட்டிவரை பாய்ந்ததை உணர்ந்தாள். அவனது தோட்டாக்கள் அவளைச் சுற்றிலும் பாய, உருண்டபடியே மாடிப்படிகளில் சென்று விழுந்தாள். அங்கிருந்து அவள் தெருவில் பாய்ந்ததுமே, அவன் மேலிருந்து அவளைக் குறிபார்த்துச் சுட்டான். சிக்கந்தர் பாக்கும் அதன் இளஞ்சிவப்பு நிறச்சுவர்களும் அவளெதிரே இருப்பதைக் கண்டதும், 'செத்து ஒழி, அந்நியனே. செத்து ஒழி,' அசுரவேகத்தில் விரையும் படகுகளைப்போலே இங்கிலாந்தை நோக்கி நான் ஓடுவேன், நில்லாமல் ஓடுவேன். மற்றவர்களுக்குத் துன்பம் விளைவிக்காமல் வாழத் தெரியாத அறிவிலிகள் உலாவும் அத்தேசத்தின் கடற்கரைகளில் ஓடுவேன், பல நூற்றாண்டுகளாய் அறிவாற்றல் கொண்டு திகழும் எம் நாட்டு மக்களிட மிருந்து எதையும் கற்றறிந்து கொள்ளாமல் பெரும் பேராசைகளில் திளைக்கும் உன் நாட்டின் குழப்பக்கடலை எத்தனை சிரமங்களுக்கு இடையேயும் கடந்துசெல்வேன். சிறப்புமிகுந்த எனது சிவப்பு ஜாக்கெட்டையும், இளஞ்சிவப்பு வண்ணக் காற்சராயும் அணிந்து, சிறந்த குதிரைமீதேறி லண்டன் வீதிகள்வழியே செல்வேன், அங்கே இருக்கும் எங்களின் ராஜமாதாவைக் கண்டடைந்து, லக்னோவில் முறைதவறி நடந்த ஆங்கிலேயர்களின் குற்றச் செயல்கள் யாவும் முடக்கப்பட்டதை அறிவிக்கும் உடன்படிக்கையை அவரிடம் ஒப்படைப்பேன். நூற்றாண்டுகளாகக் கட்டிக்காக்கப்பட்ட

நற்பெயருக்குக் களங்கம் கற்பிக்கும் உங்களின் முயற்சிக்கு முற்றுப்புள்ளி வைப்பேன். அந்த உடன்படிக்கையை அளித்து அனைத்தையும் முடித்து வைப்பேன். என்னால் முடிந்தளவு வேகமாக ஓடிச் சிக்கந்தர் பாக்கை அடைந்ததும் அதைத்தான் செய்து முடிக்கப்போகிறேன் என அமா எண்ணிக்கொண்டாள்.

ஆனால் அந்தக் குதிரைக்காரன் இன்னும் அவளைத் தேடியபடியே இருந்தான். நேரம் செல்லச்செல்ல அவன் கடுங்கோபத்தில் வசைமாரி பொழிந்துகொண்டிருந்தான்.

இவையாவும் பின்மதியத்துக்கும், இனிவரப்போகும் சண்டைக்கும் முன்னே நிகழ்ந்துகொண்டிருந்தவையாகும். அதன்பிறகு இவனைப்போல் எந்தவொரு அந்நியனின் வசைகளையும் அவர்கள் பொறுத்துக்கொள்ளப் போவதில்லை என அமா எண்ணிக்கொண்டாள். இப்போது லக்னோ வாசிகள் அனைவரும் தம் பெற்றோர்களின் குரல்களைக் கேட்க வேண்டுமெனத்தான் விரும்பிக்கொண்டிருந்தனரே தவிர ஆங்கிலேயர்களின் வசைகளை அல்ல.

அமா சிக்கந்தர் பாக்கின் முற்றத்து வேப்பமரத்தின் உச்சிக்கு ஏறி, அதன் அடர்ந்த இலைகளின் இடையே ஒளிந்துகொண்டாள். சிக்கந்தர் பாக்கின் இளஞ்சிவப்புநிறச் சுவர்களுக்குப் பின்னேயிருந்த முற்றம் முழுதும் லக்னோவாசிகளாலும், தில்லிப் போர்வீரர்களாலும் நிரம்பி வழிந்தது. அவர்கள் அனைவருமே ஆங்கிலேயர்களை எதிர்த்துச் சண்டையிட்டுக்கொண்டிருந்தனர். சிறுகுழல்கள்போல இசையெழுப்பும் நீலமார்புக் குயில்கள் இருந்த பக்கவாட்டு அறைகளிலும் சண்டை நடந்துகொண்டிருந்தது. அமா மிகுந்த தாகத்திலிருந்தாள். அங்கிருந்த அழகுவாய்ந்த மசூதிகளில் ஒன்றும், குளிர்ந்த நீர் நிறைந்த மிகப்பெரிய கிணறு ஒன்றை நட்டநடுவில் கொண்டிருந்ததுமான மசூதி வளாகத்தினுள் அம்மக்கள் யாவரும் கொடுந்தாகத்தில் தவித்துக்கொண்டிருந்தனர் என்பதுதான் எத்தனை பெரிய கொடுமை!

கனமான சிறுபாவாடைபோன்ற ஆடையணிந்திருந்த ஆயிரக்கணக் கான வீரர்கள் முற்றத்திலிருந்த லக்னோவாசிகளை வீழ்த்தி உள்ளே நுழைந்தனர். பக்கவாட்டு அறைகளை நோக்கி அந்த வெறிகொண்ட நாய்கள் முன்னேறின. ஓடிசலான தில்லிப் போர்வீரர்கள், அவத் படைவீரர்கள், உள்ளூர்க் கலகக்கும்பல், கிராமத்தினர்கள் என அனைவரும் உதவி கேட்டுக் கூக்குரலிட்டனர். முற்றத்திலிருந்து தப்பித்தவர்கள் பக்கவாட்டு அறைகளுக்குள் இப்போது சிக்கிக்கொண்டிருந்தனர். அவர்கள் உயிர்ப்பயத்தில் நடுங்குவதை அமா உணர்ந்தாள். துப்பாக்கிமுனை ஈட்டிகளை அவர்கள்மேல் பாய்ச்ச ஒரு குரல் உத்தரவிட்டது, காப்பாற்றச் சொல்லிக் கதறிய குரல்களூடே வசைகளும் கேட்டன. சதுர தாடை, கனத்த உடல் கொண்ட காவனாக்கை அமா அங்கு கண்டாள். இவன்தான் அன்று அபியுடன் இருந்தவன். ஈட்டியால் அவன் ஒரு பையனைக் குத்திக்கொன்று வெளியே இழுத்துப்போட்டான். பக்கவாட்டு அறைகளிலிருந்து பலரும் அதேபோல் வெளியேவந்து விழுந்தனர். அக்காட்சியைக் கண்டு அமா

செய்வதறியாது மரக்கிளையை இறுகப் பற்றியதில் அவளது உள்ளங்கை எரிந்தது.

அமாவின் நேர்கீழே அதே வேப்பமரத்தில் பாத்திமாவும் அமர்ந்திருந்தாள், இப்போது அவள் கையில் குழல்துப்பாக்கிக்குப் பதிலாக கைத்துப்பாக்கியொன்று இருந்தது. குளிர்ந்த நீர் நிறைந்த கிணறு அவர்களின் கைக்கெட்டாத் தொலைவில் கீழே இருந்தது. அதன் மினுங்கும் நீரில், மன்னர் வாஜித் அலிஷாவின் முகமும், அவரது தாயார் ராஜமாதாவின் முகமும், பட்டுப்புறாக்களின் பசும்பொன் சிறகுகளின் ஜொலிப்புகளும் அமாவிற்கு மாறி மாறித் தெரிந்தன.

“இதோ இங்கே இருக்கிறது. விண்ணுலகில் இருக்கும் இறைவனுக்கு நன்றி” எனச் சில குரல்கள் அப்பெண்களுக்குக் கேட்டன.

சிவப்புக் கோட் அணிந்த ஒருவன் கிணற்றுவிளிம்பின் மீது எக்கி, கயிற்றில் தொங்கும் வாளியைப் பிடித்திழுத்து, கடகடவெனத் தண்ணீரைக் குடிப்பதை அமாவும் பாத்திமாவும் கண்டனர். மீண்டும் ஒரு வாளி நீரை இறைத்துத் தன் தலைமீதும் கொட்டிக்கொண்டான். “விண்ணுலகில் இருக்கும் இறைவனுக்கு நன்றி” என அவன் மீண்டும் கூறிய அடுத்த நொடி பாத்திமா அவனைச் சுட்டுத்தள்ளினாள்.

அடுத்த சில நிமிடங்களிலேயே மற்றுமொரு சிகப்புக் கோட் அங்கு வந்தான். இறந்துகிடந்தவனின் உடல்மீதேறிக் கிணற்றினுள் எட்டிப்பார்த்தான், அவசர அவசரமாக வாளியை மேலே இழுத்தான். தலையை அண்ணாந்து நீரைக் கடகடவெனக் குடித்துமுடிக்கும்வரை காத்திருந்த பாத்திமா அவனையும் சுட்டாள். இதேபோல அவள் அடுத்தடுத்து மூவரைச் சுட்டுக்கொன்றாள். ஒவ்வொருமுறை சுட்டதும் தலையுயர்த்தி அமாவைப் பார்த்துப் புன்னகைத்தாள்.

இப்போது அவர்களின் கீழே இருவர் நின்றிருந்தனர். இறந்து கிடந்தவர்களின் இடையே ஒருவன் நின்றிருக்க, மற்றொருவனின் பூட்ஸ் கால்கள் மட்டுமே அமாவிற்குத் தெரிந்தன. எனினும் அவனது குரலை வைத்தே அமா அவனை அடையாளம் கண்டுகொண்டுவிட்டாள். ஆங்கிலத்தில் ஆபாசமாகத் திட்டியபடியே அவளை அன்றைய மதியம் விரட்டிவந்த வேலர் குதிரைக்காரன்தான் அவன். “இங்கு ஏதோ அசம்பாவிதம் நிகழ்ந்துள்ளது” என அவன் கூறியது அமாவின் காதில் விழுந்தது. அவளது பார்வைக்குக் கிட்டிய இன்னொருவனோ தன் காலடியில் கிடந்த ஐந்து பிணங்களையும் உற்றுப்பார்த்துவிட்டுத் தலையுயர்த்தி மேலே பார்த்தான். அடர்த்தியான மரக்கிளைகளிடையே அமா பதுங்கியிருந்தாள், ஆனால் பாத்திமா அவனைச் சுடுவதற்கு முன்னர் அவன் அவளின் பூட்சு கால்களைப் பற்றி அவளைக் கீழே இழுத்துப் போட்டான்.

பாத்திமாவின் அருகில் வந்த ஆத்திரக்கார சிகப்பு கோட் “ஏய் நீ அந்தக் கூரைப் பாண்டியல்லவா?” எனக் கேட்டான். அவளைப் பலமாகத் தள்ளிவிட்டு, “உன்னைத்தான் இன்று முழுதும் தேடிக்கொண்டிருந்தேன்” என்றான்.

"ஏய் *பாண்டியே*, தாகத்தால் உன் உதடுகள் வெடித்துப்போயுள்ளன பார், நீ எப்படி என் வீரர்களைக் கொன்றாயோ அதேபோல் நான் உன்னைச் சுட்டுக்கொல்லப் போகிறேன், அதற்கு முன் நீயும் அவர்களைப்போலவே கடைசியாக ஒருமுறை நீரருந்திக் கொள்" என்றான் மற்றவன்.

அவர்கள் மூவரும் கிணற்றின் மறுபக்கத்திற்குச் சென்றுவிட்டதால் அமாவிற்கு அங்கு நடப்பதெதுவும் தெரியவில்லை. கீழேயிருந்த கிளைமீது கால்வைத்து எச்சரிக்கையுடன் இறங்கினாள்.

"உனக்குத் தண்ணீர் வேண்டும்தானே *பாண்டியே?*" என ஆத்திரக்காரச் சிகப்புக் கோட் கேட்டான்.

அவளது தலையைக் கிணற்று நீருக்குள் பலவந்தமாக அமிழ்த்துவதும், மீண்டும் அவளை அவர்கள் வெளியே இழுக்கையில் அவள் மூச்சுத் திணறுவதும் அமாவிற்குக் கேட்டது. "தாகம்கொண்ட *பாண்டி*" என்றான் ஆத்திரக்காரச் சிகப்புக்கோட்.

"குடி" என்றான் இரண்டாமவன்.

"இன்றையக் கடைசிப் *பாண்டி* இவன். *We are in Luck Now*" என்றான் ஆத்திரக்காரச் சிகப்புக் கோட்.

அமா அடுத்த கிளைக்குத் தாவினாள். பாத்திமாவின் தலையை நீருக்குள் அமிழ்த்துவதும், வெளியே எடுப்பதுமாக இருந்த அவர்களை இப்போது அவளால் தெளிவாகக் காணமுடிந்தது. காலரா பீடித்தவளைப்போல பாத்திமா தொடர்ந்து வாந்தியெடுத்தபடியே இருந்தாள், "அசிங்கம்பிடித்த இந்தப் பிசாசு என் பூட்ஸ்களைப் பாழாக்கிவிட்டது, இந்த மலப்பிறவியைக் கொன்றுவிடு" என இரைந்தான் இரண்டாமவன்.

ஆத்திரக்காரச் சிகப்புக்கோட் பாத்திமாவை மீண்டும் கிணற்றருகே இழுத்துவந்து மரத்தோடு சேர்த்துத் தள்ளி, "சாவதற்குத் தயாராகிவிட்டாயா?" எனக் கேட்டான்.

அமாவினுள் சேகரமாகியிருந்த அந்தப் பின்மதியத்தின் வெப்பமும் வலிகளும் சேர்ந்து கசந்த திரவமாக அவள் வாயிலிருந்துப் பீறிட்டு வெளியேறி கீழே நின்றிருந்த ஆத்திரக்காரச் சிகப்புக் கோட்மீது விழுந்து தெறித்தது. அவளது உதடுகளைச் சுற்றிலும் வியர்வை முத்துக்கள் பூத்திருந்தன, அவன் தலையுயர்த்தி மேலே பார்த்தசமயம் சரியாக அவனை அமா சுட்டுக்கொன்றாள். உயிர்பிரியும்போதும் அவன் விழிகளில் ஆத்திரம் பொங்கிவழிந்ததைக் கண்ட அமாவினுள் ஏனோ அச்சம் பரவியது. அப்போது மற்றொரு கைத்துப்பாக்கியும் சுடும் ஒலிகேட்க, பாத்திமா கீழே சரிந்துவிழுந்தாள். அவளது ஜாக்கெட் பிளந்துகிடக்க அவளது முலைகள் வெளியே தெரிந்தன. "அய்யோ கடவுளே, இதுவொரு இளம்பெண்ணா" எனக் கதறிய இரண்டாமவன் மண்டியிட்டு அழத் துவங்கினான்.

○○○

அமா நடுங்கும் குயிலைப்போலே மரத்தின்மீது ஒளிந்துகொண்டிருந்தாள். இறகுகள் செருகிய தலைக்கவசமணிந்த மெலிந்த பெரியவர்

ஒருவர் சிக்கந்தர் பாக்கின் வாயிலருகே பெரிய குதிரைமீது காத்திருந்தார், அவர் தனது வீரர்களையெல்லாம் திரும்ப அழைத்தார். அவரை இதற்கு முன்னர் அமா பார்த்ததில்லை. வீரர்களை ஓய்வெடுத்துக்கொள்ளுமாறு உருதுவிலும் ஆங்கிலத்திலும் அவர் கூறினார். அவரின் உத்தரவைக் கேட்டதும் அவ்வீரர்கள் அனைவரும் ஆசுவாசமடைந்ததை அமா கண்டாள்.

அவர்கள் அனைவரும் அங்கிருந்து வெளியேறினர். சூரியன் அஸ்தமனமாகிக் கொண்டிருக்க, ஆளுநர் மாளிகையின் அருகே இருந்த கட்டிடங்களிலிருந்து அம்பெய்திய வீரர்களையெல்லாம் வெளியூர் இராணுவவீரர்கள் வேட்டையாடித் தள்ளினர். அமா சிரமப்பட்டு மரத்திலிருந்து கீழே இறங்கினாள். லக்னோவாசிகள், கிராமத்தினர், தில்லிவீரர்கள், பாத்திமா, உயிருக்குப் போராடிக்கொண்டிருந்தோர் எனப் பலரும் நிலத்தில் விழுந்து கிடந்தனர். பிணமொன்றின் கீழே சிக்கி நகர முயன்றுகொண்டிருந்த ஹசனை அமா கண்டாள். ஓடிச்சென்று பிணத்தை இழுத்துப்போட்டு ஹசனைத் தன் மடியில் கிடத்திக்கொண்டாள். அவன் விழிமணிகள் மேனோக்கிச் செருக, அவளது தோள்கள்மீது அவனது தலை சரிந்துவிழுந்தது. அமா ஹசனைத் தன்னோடு சேர்த்து அணைத்துப் புழுதி படிந்த அவனது கேசத்தை முத்தமிட்டாள், ஹசன் இறந்துபோனான். அவள் அவனை மெல்ல கீழே கிடத்திவிட்டுச் உடனடியாக ஓடிச்சென்று சிக்கந்தர் பாக்கின் இளஞ்சிவப்புச் சுவர்களின் வெளிப்புறமாய் நின்றுகொண்டாள்.

காலஞ்சென்ற லக்னோ நவாப்களின் திராணியற்ற முணுமுணுப்புகள் காற்றிலெங்கும் பரவியிருந்ததை உணர்ந்தாள். ஹசனின் உடலிலிருந்த வெட்டுக்காயங்களையும், சாயின் திகைத்த விழிகளையும் கண்டு தன் பார்வையைத் திருப்பிக்கொண்ட தன் மகளை, செய்த கொலைகளை மறக்க முயலும் தன் மகளை, பல் உடைந்த தன் மகளைக் காண வாய்க்காத அவளது தாயாரின் உதிரத்தில் கொதித்த காலரா நோயைப்போலே அவளது வயிற்றினுள் அமிலம் கசந்து பொங்கியபடியே இருந்தது. கோமதி நதியின் மீன்களையும் பறவைகளையும் விடமேற்றி, சிக்கந்தர் பாக்கின் காற்றிலும் துர்நாற்றத்தைப் பரப்பியிருந்த அழுகிய பிணங்களைக் கண்டு அமாவிற்குக் குமட்டியது. வீதிகளில் பெருக்கெடுத்து ஓடிய தம் குருதியில் விழுந்துகிடந்த லக்னோவாசிகளைக் கண்டு அமாவுக்குக் குமட்டியது.

உடல்முழுக்கப் புழுதியோடு காசிம் அவளெதிரே வந்து நின்றார், அமா அவரை நோக்கிச் சென்றாள். கைசர்பாக் அரண்மனையை நோக்கிச் சமிக்கை செய்து, “வீட்டுக்குச் செல், வீட்டுக்குச் செல்” என்றார் அவர்.

“அரண்மனையின் பாதுகாப்பிற்கு நீ தேவைப்படுவாய். ஆளுநர் மாளிகையின் கதையை முடிக்கப்போகின்றனர்” என்றவர் சிக்கந்தர் பாக் இருந்த கோலத்தைக் கண்டு கலங்கி, கண்களைத் துடைத்துக்கொண்டார். “இக்கோரத்தைக் காண நாம் எவருமே இனி திரும்பிவரப்போவதில்லை, நாம் எவருமே திரும்பிவரமாட்டோம்” என்றார்.

“மலைமுத்துவைப் பார்த்தீர்களா? அவர் திரும்பிவந்துவிட்டாரா?” என அமா கேட்டாள்.

அவர் அவளைத் திகைப்புடன் பார்த்துவிட்டு, அங்கிருந்து அவளைப் போகச்சொல்லிச் சைகை செய்தார். அவர் கூறியபடியே அவள்

கைசர்பாக் அரண்மனையை நோக்கி நடந்தாள். யாரேனும் தன்னைச் சுட்டுவிடுவார்களோ என எண்ணியபடியே திரும்பிப் பார்த்தாள், காசிம் அங்கிருந்து சென்றுவிட்டிருந்தார். அவள் அங்கேயே சிறிதுநேரம் நின்றாள். சிக்கந்தர் பாக்கில் இறந்தோரையும் உயிருக்குப் போராடுவோரையும் அப்படியே விட்டுச்செல்ல மனமின்றி மீண்டும் அங்கு சென்றாள். என்ன இருந்தாலும் அவளோடு சேர்த்து அவர்கள் அனைவரும் அன்றைய சுட்டெரிக்கும்வெயிலைத் தம் தலைகள்மீது பகிர்ந்துகொண்டவர்களாயிற்றே.

இளஞ்சிவப்புவண்ணச் சுவர்களருகே இருந்த புதர் மறைவில் அமா அமர்ந்துகொண்டாள். இரு பார்சிக்களை அங்கு கண்டாள், அவர்கள் லுங்கிகளைத் தம் கால்களிடையே தார்பாய்ச்சிக் கட்டிக்கொண்டு, இருள் சூழத்துவங்கிய சாலையை நோக்கிப் புற்கள்மீது விரைந்து ஓடினர்.

ஆங்கிலேயர்கள் திரும்பிவரும்வரை அவள் அங்கேயே இருந்தாள். நடுநிசி கடந்ததும் அவர்கள் உறக்கம்கொள்ள சிக்கந்தர் பாக்கிற்குத் திரும்பிவந்தனர். விடிவதற்கு முன்னர் அப்பகுதியைச் சுத்தம்செய்து முடிக்க வேண்டுமென உத்தரவுகள் பறந்தன. பிறகு அவர்கள் மேலும் முன்னேறிச் செல்வர். நள்ளிரவின்போது யாரோ சுருட்டுப் புகைத்தனர். அதன் காரநெடி அவள் நாசியில் ஏறியது. நிலவு இனி எழாதென உறுதிசெய்துகொண்டபிறகு அமா எழுந்து சுருட்டுப்புகையைக் கடந்து கைசர்பாக் அரண்மனையை நோக்கிச் சென்றாள். குளிர் வீசியது. உயிருக்குப் போராடிய லக்னோவாசிகளின் விசும்பல்களும், கனவில் தங்கள் தாய்மாரைக் கண்ட ஆங்கிலேயர்களின் கூக்குரல்களும் ஒருசேரக் கேட்டன. அந்த விசும்பல்களும் கூக்குரல்களும் அவள் வீடுசென்று சேரும்வரை அவளைப் பின்தொடர்ந்தன.

3. பின்னர்

22

ஆளுநர் மாளிகையினுள் சிக்கியிருந்த ஆங்கிலேயர்களை மீட்புப் படையினர் லக்னோவிலிருந்து பலத்த பாதுகாப்புடன் அடுத்த இருநாட்களுக்குள் வெளியேற்றி அனுப்பினர். அங்கிருந்த அனைத்து ஆங்கிலேயர்களும் தப்பிச்சென்றனர்.

அமா திகைத்துப்போய் ஆளுநர் மாளிகையையே சுற்றிச்சுற்றி வந்தாள். அவளைப்போலவே தடுப்பரண்களின் மறுபக்கம் இருப்பதை அறிந்துகொள்ளும் ஆர்வங்கொண்ட சிறுவர்கள் சிலரும் செருப்பில்லா வெறுங்கால்களுடன் அவளைப் பின்தொடர்ந்து வந்துகொண்டிருந்தனர். மாளிகையின் வெளியே மணல்மேடுகளையொட்டி ஆங்கிலேயர்கள் தம் கையில் கிடைத்த பெரிய பெரிய புத்தகங்களையும் இசைக்கருவிப்பெட்டிகளையும் கொண்டு வழியை அடைத்து வைத்திருந்தனர். அமா அவற்றைத் தாண்டிகுதித்து உள்ளே சென்றாள். அங்கிருந்த ரோஜாத்தோட்டம் இப்போது வெறும் மணற்திட்டுகளாகப் பெயர்ந்துகிடந்தன. சர் ஹென்றி லாரன்சையும் அங்கு இறந்தவர்கள் பலரையும் ஒன்றாக அந்தத் தோட்டத்தில்தான் புதைத்தனர் என சாய் முன்னர் கூறியிருந்தான். பெய்லி காவற்வாயிலைக் கடந்து யாருமற்ற ஆளுநர் மாளிகையினுள் நுழைந்தாள். அதன் சிதிலமடைந்த அறைகளில் மஞ்சள் பட்டாம்பூச்சிகள் சிறகடித்தன. அழுக்கு மெத்தைகளும் உடைந்த தேநீர்க்கோப்பைகளும் சிறார் ஆங்கிலப்பாடல்களின் பழைய புத்தகங்களும், ஷாம்பெய்ன் போத்தல் மூடிகளும், பால்புட்டிகளும் இறைந்துகிடந்த தரைமீது கவனமாகப் பாதம் பதித்து நடந்துசென்றாள். நீண்டநாட்களாக அமாவிற்குக் காணக்கிடைக்காத ஆங்கிலச் செய்தித்தாள் கீழே கிடந்ததைப் பார்த்தாள், மீட்புப்படையினரின் பெட்டிகளிலிருந்து தவறி விழுந்திருக்குமோ? குனிந்து செய்தித்தாளை எடுத்து அதன்மீது ஒட்டியிருந்த கரித்தூளைத் தட்டிவிட்டாள். செய்தித்தாளின் முக்கால்வாசிப் பகுதியை ஆக்ரமித்து வரையப்பட்டிருந்த ஓவியத்தைப் பார்த்தாள். தலைப்பாகை அணிந்து, நீண்ட மீசை வைத்திருந்த கருத்த மனிதர்கள், வெள்ளையர்களின் வீட்டின் வெளியே ஆத்திரத்தோடு சுற்றித்திரிவதைப்போலவும், வெள்ளைக்காரச் சீமாட்டியொருவர் அச்சத்துடன் நடுங்கியபடியே வீட்டினுள் பதுங்கியிருப்பதைப்போலவும் அந்த

ஓவியம் வரையப்பட்டிருந்தது. அமா செய்தித்தாளைக் கீழே வீசியெறிந்து விட்டு அங்கிருந்து நகர்ந்தாள்.

பசும்பொன் பட்டுப்புறாக்களும், வெண்மார்புடைய செம்புறாக்களும் நிறைந்த பெரிய கூண்டுகள் கூடத்தில் இடிபாடுகளுக்கிடையே இருந்தன. இவையாவும் ஏலத்தில் வாங்கப்பட்டவையாகத்தான் இருக்கவேண்டுமென எண்ணிக்கொண்டாள். அப்பறவைகளெல்லாம் பசியால் கொஞ்சம் கொஞ்சமாக இறந்துகொண்டிருந்தன. அமா கூண்டினைத் திறந்து, அவற்றின் பட்டுப்போன்ற உச்சிகளை வருடிக்கொடுத்தாள். பசுமையான பட்டுச்சிறகுகளைத் தடவினாள். செம்மார்பில் ஓடிய வெண்ணிறத் திட்டுகளில் விரல்களை ஓட்டினாள். அவளின் தொடுகைக்குத் திடுக்கிடக் கூட முடியாத அளவு பாவம் அப்பறவைகள் பலவீனமாக இருந்தன. அவை கரிய விழிகளை அசைக்கவில்லை, அவற்றில் ஒன்றுகூட அங்கிருந்து பறக்க முயலவில்லை.

நடுவில் பெரிய துளையுடன் சிதிலமாகிக் கிடந்த சுவரொன்றின் எதிரே அமா புறாக்களோடு அமர்ந்திருந்தாள். அருகே நின்றிருந்த சிறுவர்களை நோக்கி, “உடனே ஓடிச்சென்று கொஞ்சம் நீர் கொண்டுவாருங்கள். அப்படியே கடைத்தெருவுக்கு ஓடி நான் கேட்டேன் எனக்கூறிக் கொஞ்சம் ரொட்டியும் வாங்கிவாருங்கள். அரசரின் புறாக்களை நாம் எப்படியேனும் காப்பாற்றியாக வேண்டும்” என்றாள்.

அச்சிறுவர்கள் திரும்பிவரும்வரை ஆங்கிலேயர்கள் அங்கேயே விட்டுச்சென்ற இரும்புப்பெட்டிகளை அவள் ஆராய்ந்தாள். அப்பெட்டி களில் மன்னருக்குச் சொந்தமான பீங்கான் பொருட்களும் தங்கப் பாத்திரங்களும் வெள்ளிக்கிண்ணங்களும் நிறைந்திருந்தன. ஆளுநர் மாளிகையின் அருகிலிருந்த ராஜாங்க இல்லங்களிலிருந்து கொள்ளையடித்து வரப்பட்ட அப்பொருட்களெல்லாம் ஏதோ அவசரத்தில் அங்கேயே விட்டுச்செல்லப்பட்டிருந்தன. கைநிறையப் பழைய ரொட்டிகளும், ஒரு கூஜா நிறைய நீரும் எடுத்துக்கொண்டு ஓடிவந்த சிறுவர்களோடு சேர்ந்து மேலும் சில ஆண்களும் அங்கு வந்துசேர்ந்தனர். கடைத்தெருவில் இருந்த மிகச்சிறந்த புறா பயிற்சியாளர்களான அவர்களையும் அழைத்துவந்துள்ளதாகச் சிறுவர்கள் கூறினர். சிறுவர்களையும் பயிற்சியாளர்களையும் தன்னருகே அமா அழைத்தாள், இரும்புப்பெட்டிகளில் ஒன்றைத் திறந்து அதிலிருந்து இரு வெள்ளிக்கிண்ணங்களை வெளியே எடுத்தாள். அவர்கள் அனைவரும் சேர்ந்து கிண்ணங்களில் நீர் நிரப்பி, ரொட்டிகளைச் சிறுசிறு துண்டுகளாக்கிப் புறாக்களுக்கு ஊட்டிவிட்டனர். பெரியவர்கள் சொல்லிக்கொடுத்தபடி அவர்கள் முழந்தாளிட்டு அமர்ந்தனர். புறாக்களிடம் கனிவாகப் பேசியபடி நீரில் விரல்நுனிகளை நனைத்து அவற்றின் அலகுகளில் தடவினர். புறாக்கள் மெல்லத் தம் வாயைத் திறந்ததும் வைரத்துணுக்குகள் அளவில் நொறுக்கிய ரொட்டித்துண்டுகளை அவற்றுக்கு ஊட்டிவிட்டனர். புறாக்களின் மார்புகளில் மெல்லிய துடிப்பொலிகள் கேட்கத் துவங்கின. முழந்தாளிட்டு அமர்ந்திருந்த அனைவரின் மார்புகளிலும் அத்துடிப்புகள் எதிரொலித்தன. இப்புறாக்கள் நல்ல பலம்கூடி வளர்ந்து, தம் பட்டுச்சிறகுகள் வெயிலில் மின்ன, வண்ணமார்புகளில் அமைதி ததும்ப, லக்னோவின்மீது பறந்துதிரிந்து,

தாம் வளர்ந்த இல்லங்களைத் தேடிக் கண்டடைந்து மகிழ வேண்டுமென அமாவும், சிறுவர்களும், பயிற்சியாளர்களும் இறைவனிடம் வேண்டிக் கொண்டனர்.

புறாக்களை அவர்களின் பொறுப்பில் விட்டுவிட்டு அமா அங்கிருந்து கிளம்பினாள். லக்னோவின் வீதிகளில் சுற்றித்திரிந்தாள். பொன்பூண் கைத்தடிக்கார ஜெனரலின் வழிகாட்டுதலின்படி லக்னோவிலிருந்து இரவோடு இரவாகத் தப்பிச்சென்ற 'வீரதீரம்' மிக்க ஆங்கிலேயர்களை ரகசியமாய் அழைத்துச்செல்லப் பயன்பட்ட கனமான மூடு திரைகள் வழியில் அனாதையாகக் கிடந்தன. மன்னரின் உறவினர்களான நவாப் மிர்சாவையும் ஷரீப்புன்னிசாவையும் அவர்கள் தம்மோடு கூட்டிச்சென்றுவிட்டனர். பசியும் பட்டினியுமாய் வாடிய பெண்களின், குழந்தைகளின் மென் பாதங்கள் கடந்துசென்ற மண்பாதைகளை அமா ஆராய்ந்தாள். அவளது மனக்கண்முன்னே அவர்கள் சென்ற காட்சிகள் விரிந்தன: இருள்சூழ, பெண்களும் குழந்தைகளும் அமைதியாக முன்னே செல்ல, கைசர்பாக்கின் பொக்கிஷங்கள் அடங்கிய பதினேழு பீப்பாய்களையும், எட்டுப் பெட்டகங்களையும் ஏற்றிய பாரவண்டிகள் அவர்களின் பின்னே செல்ல, உடல்நலம் குன்றி வயிற்றுப்போக்கால் அவதிப்பட்டவர்கள் வழியெங்கும் அசுத்தம் செய்தபடியே சென்றுள்ளனர். ஒருவரோடு ஒருவர் ஏதும் பேசிக்கொள்ளாமல் சிக்கந்தர் பாக்கில் ஓய்வெடுத்துள்ளனர். அங்கு அவர்களுக்கு பிஸ்கட்டுகளும் தேநீரும் பரிமாறப்பட்டுள்ளது. இறந்துபோனவர்களின் சடலங்களை எவர் கண்ணிலும் படாவண்ணம் சிக்கந்தர் பாக்கின் பக்கவாட்டு அறைகளுக்குள் மறைத்துவைத்துள்ளனர். தில்குஷா பூங்காவின் மரத்தடிகளில் மாட்டிறைச்சியும் கோழியிறைச்சியும் பிரெட்டும் வெண்ணெயும் மீதமாகக் கிடந்த காட்சியை வைத்து அவர்களின் பெரும் இடப்பெயர்வைப் பின்தொடர்ந்து அமா சென்றாள். அவர்கள் அனைவரும் விடியும்வரை அங்கேயே இருளில் பதுங்கியிருந்துள்ளனர். இங்கிலாந்து மகாராணியாரிடமிருந்து நல்ல செய்தியை எதிர்பார்த்தும், பருகச் சூடான நீர் வேண்டியும் ஏக்கத்துடன் காத்திருந்துள்ளனர். இங்கிலாந்தை நோக்கிக் கான்பூர் சாலைவழியாக அவர்கள் நடந்துசெல்லும் முன்னர், கடந்த ஆறுமாதங்களில் அங்கு தாம் கண்ட கோரக் காட்சிகளையும், அழுகி நாற்றமெடுக்கும் பிணங்களையும் அங்கேயே விட்டுச்சென்றுள்ளனர்.

அந்நகரம் மெல்ல சகஜநிலைக்குத் திரும்பத் துவங்கியது. ஈர வெற்றிலைகளை வெயிலில் உலர்த்தினர். நகைவியாபாரியான யூதர் ஜூடியா பெட்டிகளுக்குள் பூட்டிவைத்திருந்த பொன் வளையல்களையும், மாணிக்கங்களையும் எடுத்து வெளியே பார்வைக்கு வைத்தான், முத்துச்சரங்களை வெண்விளிம்புகள்போலே கடைவாயிலில் தொங்க விட்டான். "வெற்றி தோல்வியெல்லாம் கடந்து, இங்கு அமைதியும் மகிழ்வும் திரும்பட்டும்" எனப் பாதசாரிகளைப் பார்த்துக் கூவினான்.

குளிர்பான வியாபாரிகளோ வானவில் வண்ணங்கள் எழுமாறு தம் புட்டிகளைச் சுழற்றிச்சுழற்றி வித்தை காட்டினர். சர்க்கரைப்பொடி தூவிய கோப்பைகளினுள் புத்தம்புதிய எலுமிச்சங்கனிகளைப் பிழிந்து தந்தனர். "ஆங்கிலேயர்கள் போய்விட்டனர்!" என வியாபாரிகள்

ஆனந்தக் கூச்சலிட்டனர். அழகிய கோட்டுகள் அணிந்து புகையிலை வாங்க வந்த பையன்கள், கடற்குதிரைகள்போலே ஹூக்கா புகை சுழன்று வெளியேறிய கடைகளில் காத்திருந்தனர். லவங்கப் புகையிலை வாசமும் ஹனிசக்கிள் மலர்களின் மணமும் சேர்ந்து அங்கு பரவியிருந்த அழுகல் துர்நாற்றத்தை விரட்டியடித்து, அனைவரின் மீதும் ஆனந்த விகசிப்பைத் தெளித்தன. லக்னோவின் சமையலறைகளில் புலாவ்களுக்கான இறைச்சிக் குழம்பு கொதிக்கத் துவங்கின – பூங்கா புலாவ், மல்லிகைப் புலாவ், மாதுளைமுத்துக்கள் விரவிய சிகப்பு புலாவ் என விதவிதமான புலாவ்கள் தயாராகின. அவற்றின்மீது பிஸ்தா விதைகள் சிறுபயறுகளைப்போல் நறுக்கித்தூவப்பட்டன. தூய குடிநீருக்கு ஏங்குவதைப்போல, கொண்டாட்ட நிகழ்வுகளுக்கு ஏங்குவதைப்போல, லக்னோவாசிகள் நகைச்சுவைகளுக்கும் ஏங்கினர். “ஆங்கிலேயர்கள் போய்விட்டனர்!” என லக்னோவாசிகள் மகிழ்ச்சியில் கூவினர்.

பேகம் சாகிபா பசும்விழிகள் மின்ன, “மனோதிடமற்றவர்கள்!” என்றார். முக்காட்டை அவிழ்த்துக் கருங்கூந்தலை உதறிபடியே, “இவர்கள் சகஜவாழ்வை எதிர்பார்க்கின்றனர். மறப்போம் மன்னிப்போம் என்கின்றனர். நாம் அப்பண்பை மேலதிகமாய்க் கொண்டோர்தான் எனினும் ஆங்கிலேயர்கள் இதுவரை எந்தத் தவறையேனும் மன்னித்து நாம் கண்டதுண்டா? அவர்கள் நிச்சயம் திரும்பி வருவார்கள். பொன்பூண் கைத்தடிக்கார ஜெனரல் ஆலம்பாக்கில்தான் இன்னும் தன் படையினருடன் முகாமிட்டுள்ளான். நம்மைப் பழிவாங்க மேலும் படைகள் எதிர்பார்த்துக் காத்திருக்கிறான். எவ்வளவு சீக்கிரம் முடியுமோ அவ்வளவு சீக்கிரம் அவன் இங்கு வந்துவிடுவான். ஆனால் அவர்கள் உள்ளே வர நாம் இம்முறை அனுமதிக்கக் கூடாது. தில்லியைப்போலே நாமும் வீழ்ந்துவிடக் கூடாது” என்றார்.

பாதுகாப்புப் படைக்காகத் தாசிப்பெண்டிர் ஐந்து லட்ச ரூபாய்கள் நன்கொடை அளித்துள்ளதையும், தனது சொந்த நகைகளையும் விற்று அதில் சேர்க்கப்போவதாகவும் பேகம் சாகிபா செய்திமடல்கள் வாயிலாக அனைவருக்கும் அறிவித்தார். லக்னோவின் ரூபாய்கள் மீண்டும் முழுவீச்சில் புழக்கத்திற்கு வந்தன. உடைந்த குழாய்களும், நொறுங்கிய நுழைவாயில்களும் சீரமைக்கப்படுமென ஆயிரக்கணக்கில் பறந்த செய்திமடல்கள் உறுதி கூறின. அரசின் பழைய அஞ்சலகமும் புனரமைக்கப்படும். படைத்தளவாடங்களைச் சேகரிக்க அவத்தின் மூலைமுடுக்குகளுக்கெல்லாம் தூதர்கள் விரைந்தனர். அனைவரின் உதவியும் தேவைப்பட்டது. ஆளுநர் மாளிகைக்கு உணவுப்பொருட்கள் எடுத்துச்செல்லவும், அங்கு மணல்மேடுகளையும் அகழிகளையும் அமைக்கவும் சர் ஹென்றி லாரன்ஸ் பணிக்கு அமர்த்திய அதே ஆட்கள்தான் இப்போது லக்னோவுக்குத் தடுப்புச்சுவர்களைக் கட்டிக்கொண்டிருந்தனர். லக்னோவில் ஓங்கியுயர்ந்து வளர்ந்த மரங்களின் நுனிக்கிளைகள்கூட வெளியே தெரியாவண்ணம் மிகப் பிரம்மாண்ட சுடுமண் சுவர்களும் தேக்குமரத் தடுப்புச்சுவர்களும் எழுப்பப்பட்டன. பொன்பூண் கைத்தடிக்கார ஜெனரல் வீற்றிருக்கும் ஆலம்பாகையும் கான்பூர் சாலையையும் லக்னோவிலிருந்து முற்றிலுமாகத் துண்டிக்கவல்ல மற்றொரு சுவரொன்றை இரண்டு மைல்கள் தொலைவிற்குக் கட்டியெழுப்ப பேகம் சாகிபா உத்தரவு பிறப்பித்தார். அந்த சுவற்றில் மட்டும் துப்பாக்கிகள்

நுழையுமளவு துளைகள் இடப்பட்டன. இனி ஆங்கிலேயன் உள்ளிட்ட எந்த வெளியாட்களும் உள்ளே நுழைய முடியாது.

லக்னோவின் இத்தடுப்புச்சுவர்களின் மறுபக்கத்திலோ, தம் படையினர் சூழ்ந்திருக்க ஜெனரலும் சிவப்பனும் நடைபயின்றுகொண்டிருந்த ஆலம்பாக் தோட்டத்தின்மீது பேராசை மேகம் சூழத் துவங்கியது. அதே நேரம், ஆங்கிலேயர்களேயற்ற சோலைத்தீவுபோல இப்போது லக்னோ உருமாறியிருந்தது. கடலின் கீழேயும் அதன் வலுவான அரசாங்கம் வேர்பிடித்திருந்தது. அத்தீவிலிருந்த கடற்கன்னிகள் ஆடிப்பாட, இந்திய மாலுமிகள் துள்ளிக்குதித்து மகிழ்ந்திருக்க, ஆங்கிலேய அலைகளைச் சிதறடிக்கவல்ல புயல் தடுப்புச்சுவர்களோடு, நன்கு நங்கூரம் பாய்ந்த தீவாக லக்னோ இப்போது உருவாகியிருந்தது.

❍❍❍

இவை நிகழ்ந்த சில வாரங்களுக்குப் பிறகு, கோமதி நதியோரத்தில் மீண்டும் திறக்கப்பட்ட மீன்வறுவல் கடைகளைக் காண அமா சென்றாள். அங்கு உண்ண அவளிடம் பணமில்லாதபோதும் மீன் வறுபடும் மசாலா மணத்தை நுகர்ந்தபடியே சுற்றிச்சுற்றி வந்தாள். விற்பனை ஜோராக நடந்துகொண்டிருந்த கடையொன்றின் அருகில் ஹசனின் பழைய நண்பனான ஒடிசலான் ஒமரைக் கண்டாள். தில்லிவீரர்கள் சிலரோடு மேஜையொன்றில் அமர்ந்து சாப்பிட்டுக்கொண்டிருந்தான். பிரம்மாண்டமான, உடைந்த தொலைநோக்கியைக் கொண்ட ஐந்தர் மந்தரில்தான் அவளறிந்தவரை இப்போதும் அவர்கள் தங்கியிருந்தனர். அவர்களைக் கடந்துசெல்ல முயன்றாள்; ஆனால், அதற்குள் ஒமர் அவளைப் பார்த்துவிட்டான். மீன்வறுவல்களிருந்த தட்டைக் காட்டி அவளையும் வந்து சாப்பிடச் சொன்னான். “இல்லை வேண்டாம்” என்றவளை நோக்கி எழுந்து வந்தான். அவளை தனது மேஜைக்கு அழைத்துச்சென்று அவள் முன்னே வறுவல் தட்டை வைத்து, “இது ஹசனின் நினைவிற்காக” என்றான். அமா தட்டிலிருந்து ஒரு மீன்வறுவலை எடுத்து வாயில் போட்டுக்கொண்டாள்.

“இப்போதும் நீ இரவில் தனியாகத்தான் சுற்றுகிறாயா?” எனக் கேட்டான் ஒமர்.

“எப்போதும் அப்படித்தான்” என்றாள்.

அவன் புன்னகைத்தான், “உன் ராணியார் எப்படியிருக்கிறார்? நிகழ்ந்தவற்றை எண்ணி அவர் நிச்சயம் சங்கடத்திலிருப்பார். எத்தனை பெரிய அவமானம் இது” என்றான்.

“ஆலம்பாக்கில் முகாமிட்டிருக்கும் ஆங்கிலேயர்கள் படையை முற்றிலுமாக விரட்டியடிக்கும் முயற்சியிலும், அடுத்த தாக்குதலை எதிர்கொள்ளத் தயாராவதிலும்தான் தற்போது அவர் மும்முரமாக ஈடுபட்டுள்ளார்.”

“எங்கள் உதவியைப் பெற அவர் மிகுந்த முனைப்புக் காட்டினார் என்பது உனக்குத் தெரியுமா?”

“நான் அவருடைய தோழியாக, மெய்க்காப்பாளராக இருந்தாலும் அவரைப்பற்றி அனைத்தும் எனக்குத் தெரிய வாய்ப்பில்லை.”

“ஆப்பிரிக்க அடிமைக் குடும்பத்திலிருந்து வந்துள்ள உனக்கு எதுவுமே தெரியாது” எனக் கூறி அவன் சிரித்தான்.

ooo

மஞ்சள் இல்லம் காலியாக இருந்தது. அமா உள்ளே செல்லவில்லை, வீட்டைச் சுற்றிலுமிருந்த மாமரங்களில் இருந்த பழங்களெல்லாம் பட்டாசுகள்போல் வெடித்துப் பழுப்புநிறச் சாறு ஒழுகிக்கொண்டிருந்தது. மூங்கில்புதர்களில் பேய்கள் குடிகொண்டிருந்தன. ஆங்கிலேயர்களின் சித்திரவதைகளைக் கண்கொண்டு கண்ட ஜின்கள் மஞ்சள் இல்லத்தை நிறைத்திருந்தன. எனினும் வீட்டின் எதிரேயிருந்த மண்பாதையில் முன்னர் அங்கு நிகழ்ந்த அக்கிரமங்களின் சுவடுகளே இல்லை. அரண்மனை வேலைக்காரப் பையனொருவன் வாயிலாக குல்பதனிடம் தகவல் சொல்லியனுப்பி விட்டாள் என்றாலும் அமாவால் தாசிமனைக்குச் சென்றுபார்க்க மனமில்லை. சாய் கடைசியாக விழுந்த இடத்தில் முழந்தாளிட்டு அமர்ந்தாள். கீழே கிடந்த மணலை அள்ளி, கையோடு கொண்டுவந்திருந்த மரப்பெட்டியில் அதைக் கொட்டினாள். மணல் சுழன்று நெளிந்து அவள் விரல்களிலிருந்து நழுவி விழுந்தது. மூங்கில் புதர்களுக்குள் சென்றாள். அங்கிருந்த மூங்கில் இலைகளைப் பெருக்கித் தள்ளிவிட்டு, நல்ல வளம்கொஞ்சும் அக்கரிசல் மண்ணில் செவ்வக வடிவில் குழியொன்று பறித்தாள். சாயைப் புதைக்க வேண்டும். அதை அவளே செய்வாள். சாயிக்காக, குல்பதனுக்காக அவள் அதைச் செய்தே தீருவாள். வேறு எவரும் அருகே இல்லாததால் அவளே குழிக்குள் இறங்கினாள். “இறப்பின் தேவதைகள் இப்போது விரைந்து வந்துவிடுவர்” என்றாள். மெக்கா அமைந்திருந்த திசைநோக்கி அப்பெட்டியைக் குழிக்குள் வைத்து மண்கட்டிகளால் அணைகட்டினாள். சாய் செய்த நற்காரியங்களின் பயனால் அவன் நிச்சயம் சொர்க்கத்திலிருக்கும் தன் தாயைச் சென்றடைந்து விடுவான் என நம்பினாள்.

அமா சாயின் கல்லறையருகே நின்று அனைத்துத் தாய்மார்களையும் நினைத்துக்கொண்டாள். நெரிசல்மிகுந்த படகொன்றிலிருந்து இறங்கும் தனது பாட்டியாரை நினைத்துக்கொண்டாள். லக்னோவின் சிறந்ததொரு முஸ்லீம் ஆணை மணமுடிக்க வந்திறங்கிய முஸ்லீம் எத்தியோப்பிய இளம்பெண்ணாக அவர் தோன்றினார். பரந்துவிரிந்த சமுத்திரத்தின்மீது இங்கிலாந்தை நோக்கிப் பயணிக்கும் படகுகளில் அச்சத்தோடு பயணிக்கும் ஆங்கிலேயத் தாய்மார்களை நினைத்துக்கொண்டாள். குழிக்குள்ளிருந்து வெளியேறி, மும்முறை அதனுள் கைநிறைய மண் அள்ளிக் கொட்டினாள், குழியை மூடினாள். தாசிமனையில் சாயின் தோட்டத்தில் முன்பொரு நாள் அவள் கண்டெடுத்த ஒற்றைச் சாமந்திப் பூவைக் கையோடு கொண்டுவந்திருந்தாள். அதனோடு சேர்த்து அரண்மனையில் பறித்த சில ரோஜாக்களையும் வளம்மிகுந்த அம்மண்மேட்டின்மீது வைத்தாள். அந்த ரோஜாக்கள் பால் இனிப்புகளின் வண்ணத்திலிருந்தன. அக்கரிசல் மண்ணோ அடர்பழுப்பில் ஹாப்ஷி அல்வாவின் நிறத்தில் இருந்தது. “இனிப்புகள் மீதான உன் தீரா மோகத்தை நினைவூட்டுகிறாய் சாய்” என அமா தனக்குள் முணுமுணுத்துக்கொண்டாள்.

23

கைசர்பாக் தோட்டத்தில், ஷாசாதியின் கூண்டி லிருந்து வெளியேவந்த பேகம் சாகிபா அன்று பீச்வண்ண மேலாடையும் பைஜாமாவும் அணிந்திருந்தார். அவரும் அமாவும் சேர்ந்து சந்திப்பறையை நோக்கி நடந்தனர். புலியைக் கோதிக்கொடுத்த சீப்பைக் கையிலேயே வைத்திருந்தார். அதிலிருந்த உரோமங்களிலிருந்து எழுந்த நெடி அனற்காற்றில் பரவியது.பேகம்சாகிபா அறையினுள்ளேநுழைந்ததும்,"அக்பரும் ரஷீதும் கல்கத்தாவிலிருந்து திரும்பிவிட்டனர். இம்முறை அவர்கள் நமக்காய்க் கொண்டுவந்திருப்பது, ஒரு வதந்தியை. ஆங்கிலேயர்கள் அளித்த லஞ்சங்களில் மதிமயங்கிப்போன நேபாள மன்னர் ஜாங் பகதூர் சாகிப், ஆங்கிலேயர்களுக்கு இப்போரில் உதவிட ஒப்புக்கொண்டுள்ளாராம். அம்மன்னர் குளிர்க்கண்ணாடிகள் அணிந்து தன் கண்களை வெயிலிலிருந்து பாதுகாத்துக்கொள்வதைப்போல் பகட்டான பல வழிகளில் தன் தேசத்தைப் பாதுகாத்து வருகிறார். அவர்கள் நம்மை எதிர்த்துப் போரிட வருகின்றனர் என்பதுதான் நான் முன்னர் சொன்ன அந்த வதந்தி. பிரித்தாளும் சூழ்ச்சி, இதுதான் ஆங்கிலேயரின் தந்திரம். ஆனால் இதிலொரு நன்மையும் இருக்கிறது அமா. நேபாள மன்னருடன் நம்மால் உரையாட முடியும். அவர் தில்லி வீரர்களுக்கு மதிப்பளிப்பவர். அவ்வீரர்களும் நம்முடன் இணைந்திருப்பதை அறிந்து கொண்டால், ஆங்கிலேயருக்கான தனது ஆதரவை அவர் மறுபரிசீலனை செய்யக்கூடும். நிஜமாகவே அவர் நம்மை எதிர்த்துப் போரிட வருகிறாரா என்பதை அறிந்துவர ரஷீதையும் அக்பரையும் கிராமப்புறங்களுக்கு அனுப்பிவைத்துள்ளேன்" என்றார் பேகம் சாகிபா.

அங்கிருந்த மேஜைமீது கிடந்த தாளை அமா கவனித்தாள். ஊதாநிறம் படிந்த அக்காகிதத்தில் நீலமையால் சிலந்திவலைபோலே ஏதோ கிறுக்கப்பட்டிருந்தது. அமா அதைக் கையிலெடுத்துப் பார்த்தாள்.

"பொன்பூண் கைத்தடியுடன், கோப்பை கோப்பையாக மதுவருந்தியபடி, ஆலம்பாக்கில் வீற்றிருக்கும் ஜெனரலிட மிருந்து வந்துள்ள கடிதம் அது. நாம் அவர்களிடம் சரணடைந்தால், எனக்கு நல்ல ஓய்வூதியமும், விக்டோரியா மகாராணியுடன் ஒப்பந்தமும் ஏற்படுத்தித் தருவதாகவும்

ஓலை அனுப்பியுள்ளான். எனக்கு ஒரு வருடத்திற்கு ஒரு லட்சம் ரூபாய்கள் ஒய்வூதியம் தரவும் தயாராக உள்ளனராம்" என்றார் பேகம் சாகிபா.

அதைக்கேட்டுத் திகைத்துப்போய் நின்ற அமாவின்மீது பார்வையை வீசியபடியே, "அவர்கள் அளிக்கும் லஞ்சப்பணத்தை ஏற்றுக்கொள்ளாத ஒரே நபராக நான் மட்டும்தான் இருப்பேன்போலிருக்கிறது" என்றார் அவர்.

○○○

மரச்சிலுவையும் பொன்பூண்போட்ட கைத்தடியும் வைத்திருந்த, சுருக்கம் விழுந்த முகம் கொண்ட ஜெனரலின் ஆணையை எதிர்பார்த்து, பாவப்பட்ட இந்திய உயிர்களுக்காக ஜெபித்தபடி ஆலம்பாக் அரண்மனையில் ஆங்கிலேயர்கள் காத்திருந்தனர்.

அமாவின் தாயாருடைய கல்லறையைத் தேடிச்சென்ற மலைமுத்து இன்னும் திரும்பிவரவில்லை. ஊதாநிறச் செம்பருத்திகள்மீது மஞ்சள் கைக்குட்டைபோலப் பட்டாம்பூச்சிகள் சிறகடித்தன. சிக்கந்தர் பாக்கின் பக்கவாட்டு அறைகளில் ஆங்கிலேயர்கள் கொன்று குவித்திருந்த பிணங்களின் அழுகிய சதைகளில் இருந்தும், எலும்புகளில் இருந்தும், நொறுங்கிய இதயங்களில் இருந்தும் அப்பட்டாம்பூச்சிகள் விலகியே இருந்தன.

நகரின் தென்கிழக்கே தில்குஷா பூங்காவிற்கும் ஆலம்பாக் அரண்மனைக்கும் இடையே இருந்த பகுதி வழியாகத்தான் சென்றமுறை ஆங்கிலேயர்கள் உள்ளே நுழைந்தனர். இம்முறையும் அதே வழியைத்தான் அவர்கள் தேர்ந்தெடுக்கக்கூடுமென பேகம் சாகிபா கணித்திருந்தார். இரண்டு மைல் தொலைவு நீளமுடைய, மண்வாசம் வீசும் புதிய சுற்றுச்சுவரை அமா பார்வையிட்டாள். மரவேலிகளும் தடுப்புச்சுவர்களும் எல்லா இடங்களிலும் அமைக்கப்பட்டிருந்தன. நகரின் அனைத்து வீட்டுச் சுவர்களிலும் துப்பாக்கிமுனைகள் நீள்வதற்கெனச் சிறுசிறு துளைகள் இடப்பட்டன. கைசர்பாக் அரண்மனையைச் சுற்றிலும் அகழி அமைக்க நூற்றுக்கணக்கான கிராமத்தினர் பணியில் அமர்த்தப்பட்டனர்; கோமதி ஆற்றுநீர் அகழியில் நிரப்பப்பட்டது. நகரின் மறுபக்கமிருந்த எரிந்துபோன இராணுவ முகாமிற்கும், பாழாகிக் கிடந்த பந்தய மைதானத்திற்கும், ஆளரவமற்ற பைசாபாத் சாலைக்கும் லக்னோவிற்கும் இடையே இயற்கையாகவே அமைந்த தடுப்புவேலிபோல கோமதியாறு வடக்குப்பகுதியில் ஓடிக்கொண்டிருந்தது.

முன்மாலையில் அமா ஒருகாலத்தில் அறிந்திருந்த பிரபு ஒருவரின் ஆளற்ற வீட்டினுள் நுழைந்தாள். நடுமுற்றத்தை நோக்கியவாறிருந்த கண்ணாடிச் சன்னல்கள் வெறிச்சோடியிருந்தன. பித்தளை வளையங்களில் கோக்கப்பட்டிருந்த திரைச்சீலைகள் கிழித்து எடுத்துச்செல்லப்பட்டிருந்தன. வான்பார்த்துத் திறந்து கிடந்த முற்றத்தில், பிரபுமாருக்குரிய பிரசித்திபெற்ற செம்புறாக்கள் இருந்த கூண்டுகள் காலியாக இருந்தன. செல்வந்தரான அப்பிரபு தன்னிடமிருந்த ஆண்புறாக்களோடு கலந்துவிடாதவாறு பயிற்சியளிக்கப்பட்ட தொள்ளாயிரம் பெண்புறாக்களையும் பெருமிதத்துடன் வளர்த்துவந்த காலங்களெல்லாம் மலையேறிப் போயின. வீட்டின் காலி அறைகளுக்குள் நுழைந்த அமா, ஓடுவேய்ந்த தரைமீது சிதறிக்கிடந்த பழைய புத்தகங்களை எடுத்துப் பார்த்தாள். அவற்றுள் பெரும்பாலானவை பாரசீகக்

காதற் கதைப்புத்தகங்களாக இருந்தன. வீதியை நோக்கியிருந்த வாயிற்படியில் அமர்ந்துகொண்டு, கிங் லியர், ஹேம்லட் ஆகிய புத்தகங்களைப் புரட்டினாள்.

மாலைநேரச் சூரியன் அடர் ஆரஞ்சுவண்ணத்தில் ஒளிர, லக்னோ மெல்ல இங்கிலாந்தினுள் நழுவத் துவங்கியது. புளிக்குழம்பு கொதிக்கும் வாசம் எங்கிருந்தோ மிதந்துவந்தது. மாலையின் குளிர் ஏற ஏற லக்னோ மேலும் இங்கிலாந்தினுள் நழுவிச்சென்றது. ஒபிலியாவின் துக்கத்தையும், 'வார்த்தைகளால் விவரிக்க முடியாத அளவு உன்னதமானது என் காதல். என் இதயத்தில் உள்ளதை நாவழியாக என்னால் விளக்க முடியவில்லை' என கார்டிலியா தன் தந்தையிடம் கூறியதையும் அப்புத்தகங்களில் கண்டாள் அமா.

லக்னோவின் அந்திச்சூரியன் பொன்னும் ஆரஞ்சுமாய் அள்ளிவீசிய ஒளிக்கற்றைகளைக் கண்டதும் அமாவினுள் திடீரென வேதனை அலைகள் எழும்பின. சூழும் இருளை வாசல்வழியே வெறித்தாள். பலப்பலத் தவறுகள் அரங்கேறிவிட்டன. அவர்கள் தேர்வு செய்த அனைத்துத் தவறான வழிகளையும் எண்ணிச் சோர்ந்துபோனாள். அனைவருக்குமிடையே அன்பு பெருக்கெடுத்து ஓடிய ஒரு காலமிருந்தது. இடையில் எங்கே தவறு நடந்தது? வெற்றுக்கால்களுடன் புற்களில் நடனமாட விரும்பிய முட்டாள்களான லக்னோ மக்களிடம் இறைவன் இரக்கமற்று நடந்துகொண்டான். அவன் அவர்களின் வழியெங்கும் கூர்மையான, சாம்பல்நிறக் கற்களைக் கொட்டிவிட்டான். அமா துப்பாக்கியைத் தன்மீது சாய்த்துக்கொண்டு, தாயாரின் மஞ்சள் கைக்குட்டையை வெளியே எடுத்தாள். அதிலிருந்த பூத்தையல்களைத் தடவிப்பார்த்தாள்.

'ஹேம்லட் வருந்தக் கூடாது' என எண்ணியபடியே அங்கிருந்து எழுந்தாள். நாமறிந்திருந்த வழிகளிலெல்லாம் பிறர்மீது அன்பு செய்தவர்கள் நாம், ஒரே மேஜையில் பலநாடுகளின் பலவித உணவுகள் கொண்ட தட்டுகளும் இருப்பதை லக்னோவாசிகள் விரும்பியதும் நல்ல விஷயமே என எண்ணிக்கொண்டாள்.

❍❍❍

ஜைனத் துறவிகள்போலே உடையணிந்திருந்த ரஷீதும் அக்பரும் பயணம் முடித்து லக்னோ வந்தடைந்தனர். நேபாள மன்னருடன் ஆங்கிலேயர்கள் உடன்படிக்கை செய்துவிட்டதையும், இந்நகரைக் கையகப்படுத்த அம்மன்னர் வந்துகொண்டிருப்பதையும் அவர்கள் உறுதிசெய்தனர். ஜாங் பகதூர் சாகிப் ஒன்பதாயிரம் கூர்காக்கள் அடங்கிய படையுடனும், தனது மனைவியர் மற்றும் பரிவாரத்துடனும் தினம் ஆறு மைல்கள் கடந்து அவர்களை நோக்கி வந்துகொண்டிருந்தார். அவரிடம் சேர்ப்பிக்குமாறு தூதுவர்களிடம் கடிதமொன்றைக் கொடுத்த பேகம் சாகிபா, உதடுகள் இறுகப் புருவங்களை உயர்த்தி, "பெரிய அளவில் அவருக்கு லஞ்சம் தருவதைத் தவிர நமக்கு வேறுவழியில்லை" என ஜெய் லாலிடமும் அமாவிடமும் கூறினார். பிறகு அவர் தூதுவர்களிடம் திரும்பி, "ஒருவேளை இக்கடிதத்தை வழியிலேயே நீங்கள் அழிக்கவேண்டிய நிலை ஏற்பட்டால், குளிர்க்கண்ணாடிகள் அணிந்த அம்மனிதர் நமக்கு ஆதரவு அளிக்கவும், லக்னோவை மீட்டெடுக்கவும் உதவும்பட்சத்தில் அவத்திலுள்ள சிறுநகரங்கள் சிலவற்றை அவருக்குப்

பரிசாய் அளிக்க நாம் தயாரெனக் கூறுங்கள். இப்போதே கிளம்பத் தயாராகுங்கள். இதை நாம் உடனடியாகச் செய்துமுடிக்க வேண்டும்" என்றார்.

தூதுவர்களின் சோர்ந்த முகங்களில் சூழ்நிலையின் தீவிரத்தை உணர்ந்துகொண்டதற்கான அறிகுறி தெரிந்தது. கந்தலாடைகள் அணிந்து அலைந்துதிரியும் முஸ்லிம் பக்கிரிகளைப்போல அவர்கள் இருவரும் மாறுவேடம் பூண்டனர். அலைந்து திரிந்ததில் அவர்களே கந்தலாடைபோல்தான் உருமாறியிருந்தனர். அவர்களுக்கான ஊதியமாக பேகம் சாகிபா அளித்த புஷ்பராகக் கல் பதித்த மோதிரங்களைக் கயிறுகளில் கோத்து கழுத்தில் அணிந்து, அதைத் தம் ஆடைகளுக்குள்ளே மறைத்துக்கொண்டனர். முத்திரையிடப்பட்ட பேகம் சாகிபாவின் கடிதத்தைப் பெற்றுக்கொண்டு அவர்கள் இருவரும் அங்கிருந்து கிளம்பிச்சென்றனர்.

24

தூதுவர்கள் ரஷீத், அக்பர் ஆகியோர் குறித்து அறிந்துவர அனுப்பப்பட்ட அரண்மனைப் பையன்கள் திரும்பி வந்தனர். தூதுவர்கள் நேபாள மன்னரைச் சந்திக்கவேயில்லை எனக் கூறினர். முன்னர் ராஜமாதா அனுப்பிய கடிதம் வழியிலேயே கைப்பற்றப்பட்டதைப்போல, இளம் இந்தியவீரனின் கடிதம் கைப்பற்றப்பட்டதைப்போல, பேகம் சாகிபா அனுப்பிய கடிதமும் கைப்பற்றப்பட்டிருக்கலாம். அவர்களின் அன்பிற்குரிய தூதுவர்கள் அதன்பிறகு திரும்பிவரவேயில்லை.

இச்செய்தியைக் கேட்ட மறுநாள் காலை அமா படுக்கையிலிருந்து எழவே மனமில்லாமல் கிடந்தாள். வெளியே திடீரெனக் கூச்சல்கள் கேட்கவே உடனே எழுந்து உடையணிந்து தயாரானாள். அரண்மனையின் முன்பக்கமிருந்த புதிய அகழியைக் கடந்து வீதியில் மக்கள் விரைவதைக் கண்டாள். அவர்களுள் சிலர் துப்பாக்கிகளுக்குள் தோட்டாக்களை நிரப்பியபடியே செல்ல, சிலருக்கு இன்னும் உறக்கம் கலையக்கூட இல்லை. காசிமும் அவர்களுடன் இருப்பதைக் கண்டாள்.

"அவர்கள் வருகின்றனர்" என இவளைப் பார்த்துக் கூறினார்.

உடனே அமா பேகம் சாகிபாவின் சந்திப்பு அறையை நோக்கி விரைந்தாள். அங்கு ஜெய் லாலுடனும் கைசர்பாக்கின் மூத்த அமைச்சர்களுடனும் பேகம் சாகிபா விரைவான கூட்டமொன்றை ஏற்பாடு செய்து உரையாடிக்கொண் டிருந்தார். "தஸ்லீம்" எனத் தலைவணங்கியவாறே அமா எதையோ கூற வாயெடுத்தாள்.

பேகம் சாகிபாவோ அவளை இடைமறித்து, "கூரைமீது காவலுக்கு இருப்போருக்குத் துணையாய் இரு அமா, போ" என்றார்.

தோட்டத்தில் பசியுடனிருந்த ஷாசாதியைக்கவனிக்காமல் அமா விரைந்தாள். தோட்டத்துச் சுழற்படிகளைக் கடந்து கைசர்பாக் அரண்மனையின் பின்புறச் சுவரை நோக்கிச் சென்றாள். அங்கிருந்த போகன்வில்லா மரத்தையொட்டி மறைவாக இருந்த ஏணியில் ஏறி, உயரமான மரங்கள் சூழ்ந்த கூரைமீது காவலுக்கு இருந்த மற்ற வீரர்களுடன் அமாவும்

சேர்ந்துகொண்டாள். கூரைமீது பதுங்கியபோது அவள் அணிந்திருந்த மென்மையானக் காலணிகள் காரைச்சாந்தில் மடங்கி வளைந்தன. நகரத்தின் தெற்குப் பகுதியிலிருந்த பெருஞ்சுவர்களை நோக்கி ஆணும் பெண்ணுமாய்ப் பலர் வீதிகளில் விரைவதை அங்கிருந்து கண்டாள்.

மேலே கூரையிலும், கீழே அரண்மனையிலும் பாதுகாப்புப் பணியிலிருந்த அனைவருக்கும் சமையலறைச் சிப்பந்திகள் ஓடியோடி சப்பாத்திகளும் நீரும் கொண்டுகொடுத்தனர். தூரத்தே ஒலித்த தெளிவற்ற ஓசைகளைக் கேட்டபடி கூரைமீது அமா உள்ளிட்டோர் காத்திருந்தனர். அவர்கள் நாள்முழுதும் நின்றுகொண்டேயிருந்தனர். அதிகாலையில் கைசர்பாக்கின் உள்ளேயிருந்து யாரோ ஏணிமீது ஏறிவரும் சப்தம் கேட்டது. மலைமுத்துதான் வந்தான். முதலில் அவனது தலையும் பிறகு தோள்களும் தெரிந்தன. மூச்சிரைக்க மேலேறிவந்தவன் தன் துப்பாக்கியைக் கீழே போட்டுவிட்டு அணிந்திருந்த பூட்சுகளை உதறினான், அவர்கள் எதிரிலேயே கால்நீட்டிப் படுத்துக்கொண்டான்.

மங்கிய ஒளியினூடாக, "எங்கு தாக்குதல் நடைபெறுகிறது?" என அவனிடம் ஒரு குரல் கேட்டது.

மலைமுத்துவிற்கு மூச்சுவாங்கியது, "வணக்கம். தண்ணீர் இருக்கிறதா?" என அவர்களிடம் கேட்டான்.

"தஸ்லீம். இதோ தண்ணீர், குடியுங்கள்" என்றபடியே அமா அவனிடம் ஒரு ஜாடி நிறைய நீர் கொடுத்தாள். "உங்களைக் கண்டதில் எனக்கு மகிழ்ச்சி" என்றவாறே அவனுக்குச் சப்பாத்திகளும் நீரும் கொண்டுவரும்படி சிப்பந்திகளை நோக்கிச் சீழ்க்கையடித்தாள். "முதலில் ஆசுவாசப்படுத்திக் கொள்ளுங்கள், பிறகு பேசுங்கள், நாங்கள் காத்திருக்கிறோம்" என்றாள்.

மலைமுத்து எழுந்தமர்ந்து ஜாடியை உயர்த்தி நீரைப் பருகினான். "நல்ல குளிர்ச்சியான நீர்" என்றபடியே சப்பாத்திகளை உண்ணத் துவங்கினான். தொலைவில் ஆட்கள் கத்துவதைக் கேட்டதும் அவனது விழிகள் வெறுமையாக மாறின. அமாவை நோக்கித் தலையாட்டினான், "எல்லாம் முடிந்துவிட்டது. உனது தாயாரின் கல்லறையில் நடுகல் பதித்துவிட்டேன். இங்கு திரும்பிவர மிகுந்த காலதாமதமாகிவிட்டது. என்னால் விரைந்து பயணிக்கவே முடியவில்லை. இப்போதைய சூழலில் பயணத்தின்போது நம்மால் எவரையுமே நம்பமுடிவதில்லை. உடன்தங்கவும் சரியான நபர்கள் எவருமில்லை. அதனால்தான் இவ்வளவு தாமதமானது" என்ற மலைமுத்து படுத்துக்கொண்டு சிகரெட் ஒன்றைப் பற்றவைத்துக்கொண்டான்.

அதன் நெடி விசித்திரமாக இருந்தது. கல்கத்தா சிகரெட் போலும்.

"நான் போக வேண்டும், ஜெய் லாலைச் சந்திக்க வேண்டும்" என்றான்.

"முதலில் சிறிது ஓய்வெடுங்கள். கிழக்கு வெளுக்கும்வரையேனும் காத்திருங்களேன்."

"தெருக்களில் திரிந்துகொண்டிருந்தவர்களிடம் லேசாகப் பேச்சுக் கொடுத்ததில், பேகம் சாகிபா கணித்ததைப் போன்றே ஆங்கிலேயர்கள் தென்கிழக்குப்பக்கச் சுவர்வழியாகத்தான் உள்ளே நுழைகிறார்களெனத்

தெரியவந்தது. இப்போது அப்படையினர் தில்குஷா பூங்காவினுள் புகுந்து அங்கு விளைந்திருக்கும் கேரட்டுகளைப் பிடுங்கி உண்கின்றனர். நேபாளிகள் இன்னும் வந்துசேரவில்லை. அவர்களுடனான ஆங்கிலேயரின் உடன்படிக்கை குறித்தும் கேள்விப்பட்டேன்" எனக் கூறிய மலைமுத்து எழுந்தமர்ந்து தனது மணிக்கட்டில் இருந்த இரண்டு வளையல்களை உருவி அமாவிடம் கொடுத்து, "மறந்தே போய்விட்டேன், உன்னிடம் இவற்றைத் தரச்சொல்லி லைலா சித்தி கொடுத்தனுப்பினார்" என்றான்.

அவளது தாயாரின் பொன் வளையல்கள் மலைமுத்துவின் விரல்களிடையே கலகலத்தன. அவற்றைக் கைகளில் ஏந்தி அதன் தடிமனான வளைவுகளை அமா மெல்ல வருடிக்கொடுத்தாள்.

ஆறோடிய திசையைப் பார்த்தவாறே புகைத்துக்கொண்டிருந்த மலைமுத்து, "லண்டன், நியூயார்க் போன்ற முக்கிய அயல்நகரங்களிலிருந்து வரும் செய்தித்தாள்களிலும்கூட இங்கு நடக்கும் நம் போராட்டங்களைப் பற்றிய செய்திகளே நிறைந்துள்ளதாக கல்கத்தாவில் பேசிக்கொள்கின்றனர் தெரியுமா? ஏராளமானோர் கம்பெனிக்கு எதிராக உள்ளனர். ஆனால் அதுவொரு பொருட்டாகவே கருதப்படவில்லை. விக்டோரியா மகாராணி இங்கிலாந்திலிருந்து பதினான்காயிரம் வீரர்களைப் படகுகள் மூலம் லக்னோவிற்கு அனுப்பியுள்ளாராம். கடல்கடந்து பதினான்காயிரம் வீரர்கள் இங்கு வருகின்றனர்!" என்றான்.

"சிறிது ஓய்வெடுங்கள், மலைமுத்து!"

அவன் படுத்து விழிகளை மூடிக்கொண்டான். சிறிதுநேரம் கழித்து, "அமா, நீ எப்போதேனும் கடல்கடந்து செல்ல விரும்பியிருக்கிறாயா? உன் பூர்வீக நாட்டை மீண்டும் காண வேண்டுமென எப்போதேனும் நினைத்திருக்கிறாயா?" எனக் கேட்டான்.

அமா வளையல்களை அணிந்துகொண்டாள். மணிக்கட்டின்மீது அவற்றை உருட்டியுருட்டிப் பார்த்தபடியே, "நாங்கள்தான் நெடுங்காலத்திற்கு முன்னரே இங்குவந்து தங்கிவிட்டோமே" என்றாள்.

மலைமுத்து சிகரெட்டைப் புகைத்துமுடித்து, "மாதியா பூர்ஜில் மன்னர் தற்போது தங்கியுள்ள இல்லம் குறித்து அறிவாயா அமா? வீட்டுச்சிறைதான் என்றாலும் மன்னர் அங்கு வசதியாகப் பொருந்திப் போய்விட்டார். மாதியா பூர்ஜே இப்போது ஒரு குட்டி லக்னோ போலாகிவிட்டது. நடனக் கலைஞர்களும், கவிஞர்களும், ஓவியர்களும் அங்கு செல்ல முண்டியடிக்கின்றனர்" என்றவன் நிறுத்தி, "நான் உன்னிடம் ஒரு விஷயம் கூற வேண்டும் அமா. மிக பயங்கரமான செய்தி. கல்கத்தாவிற்குத்தான் இச்செய்தி முதலில் வந்துசேர்ந்துள்ளது. ராஜமாதா இறந்துவிட்டாராம்" என்றான்.

அதைக் கேட்டதும் அமா சட்டென எழுந்துநின்றாள். உடனடியாக முதியவர் லாலைச் சந்திக்க வேண்டும். உடனே அங்கிருந்து விரைந்தாள், ராஜமாதாவின் நலம்விரும்பியான அம்முதிய ஆலோசகரைத் தோட்டத்தில் அவள் கண்டடைவதற்கு முன்னரே அச்செய்தி அவரைச் சென்றடைந்துவிட்டது. விடியல் வெளிச்சத்தில், அங்கிருந்த கடற்கன்னி

அமாவும் பட்டுப்புழாக்களும் → 259 ←

நீரூற்றையே அவர் வெறித்துக்கொண்டிருந்தார், அவரது ஒரு கால் மட்டும் நீரூற்றின் விளிம்புமேடை மீதிருந்தது. கையிலிருந்த கமலா ஆரஞ்சுச் சுளைகளை நீரூற்றினுள் ஒவ்வொன்றாக எறிந்துகொண்டிருந்தார். நீரில் அப்பழங்கள் பிரதிபலிப்பதைக் கண்டவாறே, "ராஜமாதா நாடு திரும்பிக்கொண்டிருந்தாராம்" என்றவள் மலைமுத்து கூறியதை அப்படியே அவரிடம் ஒப்புவித்தாள். "அவர் நாடு திரும்பிக்கொண்டிருந்த வழியில், பாரீசில் இத்துயரச் சம்பவம் நிகழ்ந்துள்ளது. லால், நீங்கள் கூறிய அனைத்து மருத்துவமுறைகளையும் அவர் கட்டாயம் கடைப்பிடித்திருப்பார். உங்களின் சத்துமருந்துகளைக் கண்டிப்பாக எடுத்துக்கொண்டிருப்பார்" என்றாள்.

லாலின் கண்கள் நீரலைகள் மீதே நிலைக்குத்தியிருந்தன. அந்நீரில் புனிதத்துறவிகள் நீராடுவதாகவும், இராணுவவீரர்கள் புழுதிபடிந்த தம் பாதங்களைக் கழுவுவதாகவும் கற்பனித்தபடியே அமாவும் நீரையே பார்த்துக்கொண்டிருந்தாள். உடல்நலம் குன்றிய நிலையிலிருந்த ராஜமாதா நீரூற்றில் நனைந்த தன் பெரிய பைஜாமாவைச் சேர்த்துப் பிடித்துக்கொண்டு, புலியொன்று நீரருந்துவதையே பார்த்தபடி நின்றிருப்பதாகவும், மாலுமி சீருடையணிந்து அங்குவரும் ஆங்கிலேயச் சிறுவர்கள் நீரை அள்ளித் தெளிப்பதைப்போலவும், பாரசீகக் கவிதைகள் கொண்ட ராஜமாதாவின் புத்தகத் தாள்கள் நீர்பட்டு நனைந்து தனித்தனியாக உதிர்வதாகவும், அதிலிருந்த வரிகளெல்லாம் சுக்குநூறாகக் கீழேவிழுந்து சிதறிப்போவதாகவும் அமா கற்பனித்தாள்.

விக்டோரியா மகாராணியாரின் மகள்களில் ஒருவருக்குத் திருமணம் நடந்தேறிய அதே நாளில்தான் ராஜமாதாவும் காலமானார் எனும் தகவலை அமா முதியவர் லாலிடம் கூறவில்லை. அதனாலேதான் ராஜமாதாவின் மரணம் குறித்த செய்தி எந்தச் செய்தித்தாளிலும் இடம்பெறவில்லை. அதற்கு பதிலாக, "நமது நிலையைச் சீராக்க அவர் மிகக் கடுமையாக முயன்றார்! அது நடவாது போனதில் மனமுடைந்துதான் அவர் இறந்துபோனார், லால். உலகிலுள்ள எந்த மருந்தினாலும் உடைந்த மனதை ஒட்டவைக்க முடியாது" என அவரிடம் கூறினாள்.

○○○

ஜெய் லாலைச் சந்திக்க மலைமுத்து கிளம்பிச்சென்றான். தூரத்தில் நடக்கும் சண்டைகளைக் கேட்டபடியே அமாவும் மற்றவர்களும் அரண்மனைக் கூரைமீது காவலுக்கு நின்றிருந்தனர். கோமதியாற்றுப்படுகைக் பக்கமிருந்தும், தென்கிழக்குத் திசையிலிருந்தும் துப்பாக்கிச் சத்தம் கேட்டுக்கொண்டே இருந்தபோதும், அங்கிருந்து எத்தகவலும் வந்து சேரவில்லை. நீலவானில் வெயில் பற்றியெரியவே, அவர்கள் நிழலில் ஒதுங்கிநின்றனர். மதியம் குடுவையொன்றில் நீரோடு மலைமுத்து திரும்பிவந்தான். "ஆற்றுக்கு மறுபக்கமிருந்து அவர்கள் நம்மைச் சுடுகிறார்கள்" என்றவன் நீரை மடமடவெனக் குடித்தான். முகம்சுளித்து கூரைமீது நீரைத் துப்பினான், பூட்சுகளைக் கழற்றிவிட்டுத் தரையில் அமர்ந்து கண்களை மூடிக்கொண்டான். அவர்களும் அவனருகே அமர்ந்துகொண்டனர்.

"சொல்லுங்கள்" என்றாள் அமா.

மலைமுத்துவிற்கு யாரோ பீடியொன்றைக் கொடுத்தனர். அவன் விழிகளைத் திறந்து அதை வாங்கிப் புகைத்தான், யாரும் குறுக்கிடாமல் அவன் பேசுவதைக் கேட்கத் துவங்கினர். "நாம் அவர்களை எதிர்த்துத் தீரமாகப் போரிடுகிறோம், எனினும் நம் பக்கமும் ஆயிரக்கணக்கானோர் பலியாகிவிட்டனர். ஆங்கிலேயர்கள் நமக்கு வடக்குப் பக்கமாய் உள்ளனர். தெற்குப்பகுதி வழியாகச் சுற்றிவந்து, கோமதியாறு குறுகியோடும் கீழ்ப்பகுதியில் பீப்பாய்களால் பாலம் அமைத்து வடபகுதிக்கு ஏறி பைசாபாத் சாலையை அடைந்துள்ளனர். கூடிய விரைவிலேயே அவர்கள் கோமதியைக் கடந்து கைசர்பாக் அரண்மனையினுள் நுழையக்கூடும். அங்கு தடுப்பரண்களே இல்லை" எனப் பீதியுடன் மலைமுத்து கூறினான். "கடவுளே, நாம் ஏன் ஆற்றோரத்தில் தடுப்பரண்கள் அமைக்காமல் விட்டோம்?" என இயலாமையுடன் கேட்டவன் படுத்துக்கொண்டு மீண்டும் கண்களை மூடிக்கொண்டான். இறுதியில் அவன் விழிகளைத் திறந்து, "அவர்களிடம் வெடி ஆயுதப் பலமுள்ளது. தந்திரமாகச் சிந்திக்கக்கூடிய கற்பனைத்திறன் உள்ளது. போர்முறைகளில் நம்மைவிடவும் அவர்கள் சிறந்து விளங்குகின்றனர்" என்றான்.

"ஆமாம், அவர்கள் நம்மைவிட மிகமிகச் சிறப்பாகவே போர்புரிகின்றனர்" என்றாள் அமா.

கூரைமீது அவர்களிருந்த இரண்டாம் நாளிரவும் துப்பாக்கிச்சூடும் கூச்சலும் கேட்டன. அவை தொலைவிலிருந்து கேட்டதால் அங்கு என்ன நடக்கிறதென அவர்களால் புரிந்துகொள்ள முடியவில்லை. செய்தியோடு திரும்பிவருவதாக உறுதியளித்துவிட்டு மலைமுத்து அங்கிருந்து கிளம்பினான். விண்மீன்கள் ஒளிரும் அவ்விரவில் இருள்சூழ்ந்த மரக்கிளைகளின் கீழேயிருந்த அவர்களுக்கு எதையுமே பேசிக்கொள்ளத் தோன்றவில்லை. தமக்குள்ளேயே பிரார்த்தனைகளை முணுமுணுக்கும் ஓசை மட்டும் கேட்டன. அவர்களை மொய்த்த கொசுக்களை யாரோவொருவர் பதற்றத்துடன் விரட்டினார். அவற்றை யாரும் கொல்ல வேண்டாமெனவும் அவர் கேட்டுக்கொண்டார். அமா சோர்ந்து போயிருந்தாள். ஆனால் ஏதேனும் செய்தி வந்துசேரும்வரை அங்கிருக்கும் எவரையும் உறக்கம் அண்ட வாய்ப்பேயில்லை. இரவுமுழுதும் துப்பாக்கிச்சூடு நடந்தது. ஒரு சின்னஞ்சிறு நற்செய்தியாவது வந்து சேர்ந்துவிட வேண்டுமென அவள் பிரார்த்தித்துக் கொண்டாள். அவர்களுக்கு மின்மினியின் சின்னஞ்சிறு ஒளியளவேனும் நம்பிக்கைக்கீற்று இப்போது தேவைப்பட்டது.

மறுநாள் காலை மலைமுத்து திரும்பிவந்தான், கூரையைப் பற்றியேறி மேலே வந்தவனின் முகம் இறுகிக்கிடந்தது. "தெற்குச்சுவரை உடைத்துவிட்டார்கள். நேற்றிரவு, தோட்டச்சுவர்களில் துளையிட்டனர். நாம் எதிர்பாராதவகையில் தோட்டங்களின் வழியேயும் லக்னோவினுள் நுழைய முயல்கின்றனர்" என்றான்

"அதிகாலையின்போது நாங்கள் அவர்களைத் தோட்டங்களிலிருந்து விரட்டியடித்தோம், வீதிகளில் வைத்து அவர்களோடு சண்டையிட்டோம். அச்சமயம், என்னருகே இருந்த மழைநீர்க் குழாயைக் குண்டொன்று சத்தமாகச் சிதறடித்ததில் என் செவிப்பறையே கிழிந்துபோனது. இதோ

இப்போதுகூட வலிக்கிறது” என்றவாறே காதைத் தேய்த்துக்கொண்டான். “இன்று காலை விடிந்தபோது எங்கும் செம்புழுதி பரவியிருந்ததில் நாங்கள் இருமிக்கொண்டே இருந்தோம். இருமியபடியே சுடுவதையும் தொடர்ந்தோம். இங்கு நீங்கள் அனைவரும் கூரைமீது வீணாக நேரம் செலவழிப்பது முடிவுக்கு வரவிருக்கிறது. அவர்கள் உங்களை நெருங்கிவிட்டனர்” என்றான்.

இதைக் கேட்டதும் அங்கே துக்கம் கவிந்தது. துப்பாக்கிச் சத்தம் வெகு அருகே கேட்டதும், கீழே ஆட்கள் தலைதெறிக்க ஓடுவதைக் கண்டதும், அமா தன்னையறியாமல் அலறத் துவங்கினாள். கீழே ஓடியவர்கள் கிராமத்தவர்கள் எனத்தான் முதலில் எண்ணி அவள் அவர்கள்மீது பரிதாபப்பட்டாள். அவள் மனதைப் படித்துவிட்ட மலைமுத்துவோ, “நம் கிராமத்தவர்கள் பெரும்பான்மையானோர் ஏற்கெனவே இறந்து விட்டனர்” எனக் கூறினான். நிழல்சூழ்ந்த தெருவில், மினுமினுக்கும் தேனோடையைப்போலே ஒழுகியோடுபவர்கள் அவத் படையினர்தாம் என்பதை அமா உணர்ந்துகொண்டாள். இரும்புப்பாலம் முழுதும் சிவப்புக் கோட் அணிந்த ஆங்கிலேயச் சிப்பாய்களால் நிறைந்துவிட்டதென யாரோ கூவியபடியே ஓடினார்கள். சிறிது நேரத்திற்குள்ளாகவே ஆற்றையொட்டிய பாதை முழுவதையும் நிறைத்த சிவப்புக் கோட்டுகள் காலி மீன்வறுவல் கடைகளைக் கடந்துசென்றன. ஆங்கிலேயர்களின் கூட்டம் நிழல்கவிந்த சாலைவழியாக, வெறிச்சோடிக் கிடந்த மொகம்மதுவின் செய்தித்தாள் கடையைக் கடந்து சென்றது. அவர்கள் மஞ்சள் மலர்கள் போர்த்திய தோட்டச் சுவர்களைச் சுற்றிநின்றனர். வெற்றிலைத்தாம்பூலம் தயாரிக்க மூத்த சோமாலியர்கள் அமைத்திருந்த மேஜைகளைப் பார்த்தனர். காணுமிடமெல்லாம் சிகப்புக்கோட்டுகளாகவே தென்பட்டன. அந்தச் சிவப்புக் கோட்டுகள், முன்வாயிலையொட்டி அரண்மனைச்சுவரைத் தாண்டி வளர்ந்திருந்த புளியமரத்தைச் சுற்றிக்கொண்டு, கைசர்பாக்கின் புதிய அகழியைக் கடந்துவருவதாக அமா கற்பனை செய்துபார்த்தாள்.

சூரியனை நோக்கிப் பறந்த மன்னருடைய பட்டுப்புறாக்களைப் பார்த்து அமா ஆவேசத்தில் கத்தினாள். அவள் கண்டிராத அந்த ஆங்கிலேயர்கள், அவள் கண்டிராத தோட்டச்சுவர்களில் துளைகள் இட்டு அவர்களை நோக்கிவரும் திசையைப் பார்த்துச் சரமாரியாகச் சுட்டாள். கத்திக்கொண்டே இருந்தாள், சுட்டுக்கொண்டே இருந்தாள். கூரைமீதிருந்து குறிபார்த்துக்கொண்டிருந்த மலைமுத்து அவளை அமைதியாக இருக்கும்படி அதட்டினான். கீழே இறங்கிச்செல்ல வேண்டுமென எது அவளை உந்தித் தள்ளியது எனத் தெரியவில்லை. நேரே ஏணியிருந்த பகுதிக்குச் சென்று, இறங்கி, தோட்டத்தினுள் குதித்தாள். நீண்டநேரம் கூரைமீதே நின்றிருந்ததால் புற்களில் நடப்பது சிரமமாக இருந்தது, கீழே விழுந்து எழுந்து உணர்ச்சியற்ற மரக்கட்டைபோல நடந்தாள். அவள் கத்தியபடியே வருவதைக் கண்ட முதியவர் லால் அவளின் கையைப் பிடித்தழுத்தி அமைதியாக இருக்கச் சொன்னார். அப்போதும் அவள் கத்திக்கொண்டே இருந்தாள். ஜெய் லாலுடனும் மூத்த ஆலோசகர்களுடனும் பேகம் சாகிபா தனது சந்திப்பு அறையில் உரையாடிக்கொண்டிருப்பதைக் கண்டாள். கவனத்தைக் குவித்து விறைப்பாக அறையின் வெளியே சிறிதுநேரம் நின்றாள், ஓரளவு ஆசுவாசமடைந்தாள். அருகே நின்றிருந்த முதியவர் லால் அவளது விழிகளில்

எதையோ தேடினார், அவரது கண்களும்கூட அப்போது கலங்கியிருந்தன. தனது தாயின் மஞ்சள்நிறக் கைக்குட்டையால் அவரது முகத்தை அமா துடைத்துவிட்டாள். அங்கிருந்து ஓடிச்சென்று மீண்டும் ஏணிவழியாக ஏறிக் கூரைமீது நின்றுகொண்டாள். வீதிகளில் பார்வையைப் பதித்தாள், செம்புழுதியூடாக எழுந்த பசும்வண்ணப் பறவைகள் கோமதியாற்றின்மீது பறந்து செல்வதைக் கண்டாள். மெதுவாகத் தனது துப்பாக்கியைக் கீழே வைத்தாள். ஆங்கிலேய வீரர்களின் காட்டுக்கூச்சல்களையெல்லாம் கடந்து, புறாவொன்று 'யாஹு' எனக் கூவுவதையோ, சிதாரில் இருந்து இசைப் பாடலொன்று எழுவதையோ, சமையற்காரர் இஞ்சி நறுக்கும் ஓசையையோ கேட்க விரும்பினாள். ஆனால் ஆங்கிலேயர்களின் பேரிரைச்சல்தான் அனற்காற்றில் எழும்பியது. அது நகரின் பித்தளைக் குவிமாடங்களின்மீது எதிரொலித்து. வானின் இளஞ்சிவப்புவண்ண மேகங்களுக்குள் சுற்றிச்சுழன்றனவே தவிர அவள் எதிர்பார்த்த இசை அங்கு துளியுமில்லை.

25

மார்ச் 14, 1858

மார்ச் பதினான்கின் இரவு, கைசர்பாக் அரண்மனையின் வெளியே ஆங்கிலேய வீரர்கள் முகாமிட்டிருந்தனர். இளஞ்சிவப்புநிறச் சிறகுகள் கொண்ட குட்டிப்புறாக்கள் மரங்களில் உறங்கிக்கொண்டிருந்தன. காவலாளிகள், சமையற்காரர்கள், ஹூக்கா சுமக்கும் பெண்கள், கணக்கர்கள் ஆகியோரோடு அமாவும் பேகம் சாகிபாவின் சந்திப்பு அறையின் வெளியே நின்றிருந்தாள். உள்ளே அவசர ஆலோசனை நடத்தியவர்களைப் புஷ்பராக மோதிரங்கள் போலவும், வைரங்கள் பதித்த சிம்மாசனங்கள்போலவும், கடற்கன்னி உருவம் பதித்து இரவுகளில் ஒளிரும் வெள்ளி நாணயங்கள்போலவும் பொக்கிஷமாகக் கருதி அவர்கள் வெளியே பாதுகாத்து நின்றனர். அரண்மனைக்கு வெளியில் முகாமிட்டிருந்த ஆங்கிலேயர்களோ சொத்தைப்பற்கள் தெரிய விகாரமாய்ச் சிரித்தபடியே மலிவான சிகரெட்டுகளைப் புகைத்துக்கொண்டிருந்தனர்.

நேபாள மன்னரும் அவரது படையினரும் நகரினுள் நுழைந்துவிட்டதால், பேகம் சாகிபா அங்கிருந்து உடனடியாக வெளியேறியாக வேண்டுமென ஜெய் லால் மிகத் தீவிர முகபாவத்துடன் பேகம் சாகிபாவிடம் கூறினார். அச்கன் அங்கியை அணிந்திருந்த அமைச்சர்கள், இருபத்தைந்தாயிரத்துக்கும் மேற்பட்டோர் லக்னோவை ஆக்கிரமித்துவிட்டதாகக் கூறி அவரை அங்கிருந்து வெளியேறச் சொல்லி வற்புறுத்தினர். தில்லியிலிருந்து வந்த வீரர்களுமேகூட அங்கிருந்து வெளியேறத் திட்டமிட்டுவிட்டனராம். "ஹுசூர், நான் உங்களுக்கு அருகிலேயேதான் இருப்பேன், ஆனால் நீங்கள் இங்கிருந்து வெகுதூரம் சென்றுவிட வேண்டிய நேரமிது. நாம் முதலில் முசாபாக்கிற்குச் சென்றுவிடலாம். பாதுகாப்பான வழியொன்றைத் தேர்ந்தெடுத்த பின்னர் அங்கிருந்து வெளியேறிவிடலாம்" என்றார் ஜெய் லால்.

நகரின் வடக்குப் பகுதியில் முசாபாக் அரண்மனை அமைந்திருந்தது. தற்போதும் அது அவத் படையினரின் கட்டுப்பாட்டிலேயே இருப்பதால் அவர்கள் செல்ல அது

மட்டுமே ஏதுவான இடமென ஜெய் லால் கூறினார். பேகம் சாகிபா ஏதும் பேசாமலிருந்தார். அறை வாசலில் இருந்து அமா அவரையே பார்த்துக்கொண்டிருந்தாள். இருவரது விழிகளும் சந்தித்தபோது ராணியாரின் விழிகளில் கனிவு ஊற அவளைப் பார்த்துப் புன்னகைக்க முயன்றுவிட்டு ஜெய் லாலிடம் திரும்பினார். "நாமெல்லோருமே முசாபாக்கிற்குச் சென்றுவிடலாம். எத்தனைப் பேரை நம்மோடு கூட்டிச்செல்ல முடியுமோ அத்தனை பேரையும் கூட்டிச்செல்லலாம்" என்றார்.

விளக்கொளியின்மீது விட்டில்கள் பறந்திட, நிழல்கள் குனிந்து வணங்கின. நல்ல கனமான வெண்ணிற மலர்களைச் சம்பங்கி மரம் உதிர்த்தது. சமையற்காரர்கள் உணவுப்பொட்டலங்கள் கட்டினர். பிர்ஜிஸின், பேகம் சாகிபாவின் உடைகளைப் பணியாட்கள் அடுக்கிவைத்தனர், அரண்மனையின் பின்வாசலருகே காத்திருந்த குதிரைவண்டியினுள் அவர்களின் பொருட்களை ஏற்றினர். வண்டியின் பின்னே பல்லக்குகளை காசிம் தயார்நிலையில் வைத்திருந்தார். பின்னிரவு கடந்துவிட்டது, இன்று மார்ச் பதினைந்து. மார்ச்சின் முதல் முழுநிலவு உருவாகும் நாள் இது.

மிகச்சரியாக ஒரு மணிக்கு எச்சரிக்கையொலி எழ, அங்கிருந்து கிளம்ப பேகம் சாகிபா தயாராகவில்லாதபோதும் அவரை மற்றவர்கள் அவசரப்படுத்தினர். அவர் மேலாடையை அணிந்துகொண்டதும், பல்லக்கின் அருகே அமாவைக் காத்திருக்கச் சொல்லிவிட்டுச் சந்திப்பு அறையிலிருந்து கிளம்பி தனது அறைகளில் ஒன்றை நோக்கிச் சென்றார். குதிரைவண்டியின் பின்னே வரிசைகட்டி நின்றிருந்த காவலாளிகளோடு அமாவும் சென்று நின்றுகொண்டாள். பேகம் சாகிபாவிற்காகக் காத்திருந்தனர். ஜெய் லால் உஸ் என்றார், அவர் முகத்தில் கலவரம் தெரிந்தது. வெண்புறாவொன்று புற்களிடையே மெல்ல நடந்து செல்ல, மீண்டும் எச்சரிக்கையொலி எழுந்தது. பேகம் சாகிபா இன்னும் வரவில்லை. "நான் சென்று அவரை அழைத்து வருகிறேன்" என அமா உள்ளே ஓடினாள்.

பேகம் சாகிபா தனது அறையினுள் நின்றிருந்தார், ஒப்பனை மேசைமீது லாந்தர் விளக்கு இருக்க, அவர் தனது மேலாடையைக் கழற்றிவிட்டிருந்தார். அவரின் பின்னே இருந்து, "பேகம் சாகிபா, உங்களை உடனடியாக வரச் சொன்னார்கள்" என மென்மையாகக் கூறினாள் அமா.

"சரி, வருகிறேன்."

"உங்கள் கை லாந்தர் விளக்கின் மிக அருகே உள்ளதே, உங்களுக்குச் சுடவில்லையா?"

லாந்தர் அருகில் கை இருப்பதை அப்போதுதான் பேகம் சாகிபா பார்த்தார், கையை நகர்த்திக்கொண்டார். சூடுபட்ட இடத்தைத் தடவியபடியே அமாவைப் பார்த்தார்.

"நீ போ, அமா. ஷாசாதியோடு நான் இங்கேயே இருந்துவிடுகிறேன். எனக்குப் பதிலாக நீ செல்" என்றார்.

"அது நடக்காது. நீங்கள் இங்கிருந்து கிளம்பியேயாக வேண்டும். உங்கள் மகன் உங்களுக்காகக் காத்திருக்கிறான். ஜெய் லால் உங்களுக்காகக் காத்திருக்கிறார்" என்றாள் அமா.

“நீ? நீயும் என்னோடு வருகிறாய்தானே?”

“இப்போதைக்கு இல்லை. நீங்கள் முதலில் செல்லுங்கள், பேகம் சாகிபா.”

பேகம் சாகிபா அமாவை நோக்கி வந்து, அவளை முத்தமிட முனைந்தார். “குளியலறை அருகே உள்ள சுவருக்குள் முன்னூறு ரூபாய்களும் கொஞ்சம் நகைகளும் உள்ளன. எனது ஓவியப்படத்தின் பின்புறம் அவற்றை மறைத்துவைத்துள்ளேன். சீக்கிரம் வேலையை முடித்துவிட்டு வந்துவிடு, தாமதிக்காதே.”

“தாமதிக்க மாட்டேன்” என்றாள் அமா.

“தோல்வி உன்னைப் பின்தொடர அனுமதிக்காதே” என்றபடியே அவளின் இரு கன்னங்களிலும் பேகம் சாகிபா முத்தமிட்டார்.

“நீங்கள் போங்கள், பேகம் சாகிபா” என்றாள் அமா.

“உன் துப்பாக்கியை எனக்குத் தா. அதை நான் எடுத்துச் செல்லலாமா?”

“தாராளமாக. தயவுசெய்து இங்கிருந்து உடனே கிளம்புங்கள். நீங்கள் போயாக வேண்டும்.”

அவர் அங்கிருந்து கிளம்பியதும் அமா குளியலறைக்குச் சென்றாள், பேகம் சாகிபாவின் ஓவியப்படத்தை விலக்கி அதன் பின்னே இருந்த மறைப்பைத் தேடினாள். லாந்தர் விளக்கு அணைந்து போனது, அமா பேகம் சாகிபாவின் அறைகளுக்குச் சென்று மெழுகுவர்த்தியைத் தேடினாள். அங்கிருந்த குட்டை மேசையொன்றினுள் கைவிட்டுத் துழாவியபோது மெழுகுவர்த்தியோடு மாணிக்கக்கல் ஒன்றும் கிடைத்தது. அப்போது திடீரெனத் துப்பாக்கி வெடிக்கும் ஓசை கேட்கவே, விளக்குகள் ஒளிர்ந்த தோட்டத்தை சன்னல்வழியே எட்டிப் பார்த்தாள். அங்கே ஷாசாதி உறங்குவதைப்போல் அசைவற்றுக் கிடக்க, அதனருகே புற்தரைமீது அவளுடைய துப்பாக்கி கிடந்தது. வெளியே நின்றிருந்த குதிரைவண்டியை யும் பல்லக்குகளையும் நோக்கி பேகம் சாகிபா இருளில் ஓடிமறைவது தெரிந்தது.

○○○

மறுநாள் காலை, கைசர்பாக் அரண்மனையின் பின்பக்கக் கூரைமீது மரக்கிளைகள் அடர்ந்திருந்த பகுதியில் அமா மறைந்துகொண்டாள். சமையலறைகள் நிசப்தமாக இருந்தன. குளியலறைச் சுவரோடு ஒட்டியிருந்த மறைப்பைத் திறந்து, துளையினுள் இருந்த பேகம் சாகிபாவின் பணத்தையும் நகைகளையும் அமா எடுத்துப் பத்திரப்படுத்திக்கொண்டாள். இருள்விலகா அதிகாலையில் அவளது இரண்டாவது மெழுகுவர்த்தியும் தீர்ந்துபோனபோது, கைசர்பாக் அரண்மனையினுள் பெரும் கூச்சலோடு ஆங்கிலேய வீரர்கள் புகுவது கேட்டது. அவள் உடனே தனது அறைக்கு ஓடிச்சென்று பழைய கருப்பு புர்கா ஒன்றையும் முகத்திரையையும் தேடியெடுத்து அணிந்துகொண்டாள்–கருப்பு உடைக்குள் இருக்கும் இக்கருப்பினப் பெண்ணை ஆங்கிலேயர்களால் காண முடியாது. புர்காவினுள்

அவள் அணிந்திருந்த இளஞ்சிவப்புவண்ணப் பட்டுக் காற்சராயுக்குள் கைத்துப்பாக்கியைச் செருக முயன்றாள். கைகள் நடுங்கியதால் அதைச் செய்ய நேரம் பிடித்தது. தனது தாயாரின் அறையிலிருந்த தொழுகைப் பாயின் கீழே இருந்த நகைப்பெட்டியைத் தேடி அவசர அவசரமாகத் தோண்டினாள். ஆனால் அவள் எதிர்பார்த்ததுபோலவே பெட்டி காலியாக இருந்தது. அவள் நகக்கண்களில் மண்படிந்து இரத்தம் கசிந்தது. சமையலறையில் இருந்து வெற்றிலைப் பெட்டியொன்றை எடுத்து அதனுள்ளே பேகம் சாகிபாவின் நகைகளையும் பணத்தையும் ஒளித்துவைத்துக்கொண்டாள்; உடனே அரண்மனையின் பின்பக்கமிருந்த ஏணியை நோக்கி ஓடினாள்.

அரண்மனையிலிருந்த கடற்கன்னிச் சிலைகளையும் வாதுமை மரங்களையும் பிளந்துகொண்டு, பளிங்கு உள்முற்றங்களில் இருந்த பீங்கான்களையும் கண்ணாடிகளையும் நொறுக்கியபடி ஆயிரக்கணக்கான ஆங்கிலேயர்கள் உள்ளே புகுந்தனர்.

அமாவைத் தவிர யாருமற்ற அந்த அரண்மனையின் கூரைப்பகுதியில் மரங்களின் மறைவிலிருந்தபடி அவள் அனைத்தையும் கவனித்தாள். இங்கிலாந்திலிருந்து வந்திறங்கிய கிறித்துவ வீரர்கள் பளீரென அடிக்கும் வெயிலில் எல்லா இடங்களிலும் சுற்றித்திரிந்தனர். கஷ்மீரியச் சால்வைகள், ஆடைகள், குழல்துப்பாக்கிகள், கைத்துப்பாக்கிகள், தங்கம், வெள்ளி, மாணிக்கங்கள், சுருட்டிய திரைச்சீலைகள், பட்டுச்சரிகைகள், வெள்ளித்தட்டுகள், தங்கக் கிண்ணங்கள், விளக்குகள், அலங்கார ஹுக்காக்கள், கருவண்ண அன்னப் பறவைகள் என அவளது அரண்மனையின் சொத்துக்களையெல்லாம் தம்மிடமிருந்த தோள்பைகளுக்குள் அவர்கள் திணித்துக்கொண்டனர்.

வெற்றிலைப்பெட்டியை அணைத்தவாறே அமா பித்தளைக் குவிமாடத்தின் பின்புறத்திற்கு ஊர்ந்து சென்றாள். வெதுவெதுப்பான மாடத்தின்மீது தலைசாய்த்துக்கொண்டாள். கூரைமீதிருந்த சிறு சிறு வெண்புறாக்கள் அவளிடமிருந்து ஏதேனும் உணவை எதிர்பார்த்துத் தலைகளை உயர்த்தியவாறே, அவள் விழியோடு விழிபார்த்து, அவளை நோக்கி அசைந்தாடி வந்தன.

ஷாசாதி இருந்த தோட்டத்தில் தீச்சுவாலை எழுந்தது. அவர்கள் தீயினுள் தாள்களையும், கடிதங்களையும் எறிந்தனர். விலைமதிப்புமிக்கப் பொருட்களையும் வைன் புட்டிகளையும் கபளீகரம் செய்திருந்த அவ்வீரர்கள் அதிகாலையிலேயே மூக்குமுட்டக் குடித்திருந்தனர். யாரோ முன்கூடத்தில் இருந்த நவாப்களின் சிறந்த தைல ஓவியங்களையெல்லாம் தோட்டத்தில் இழுத்துப்போட்டிருந்தனர். வேப்பமரங்களில் சிறுநீர் கழிப்பவர்களை நவாப்கள் ஓவியங்களிலிருந்து அமைதியாகப் பார்த்துக்கொண்டிருந்தனர்; குளிக்காத அவ்வீரர்களை அவர்கள் கவனித்துக்கொண்டிருந்தனர். வெறிபிடித்தவன்போல உரக்கச் சிரித்துகொண்டே கடற்கன்னி நீரூற்றில் விஷம் கலப்பவனையோ, கடற்கன்னி அலங்கார வளைவுமீது பேகம் சாகிபாவின் உருவப்படத்தை ஏற்றுபவனையோ அந்த நவாப்களால் கண்டிக்க முடியவில்லை. ராணியாரின் படத்தை அவர்கள் மாறி மாறிச் சுடுவதையும் அவர்கள் அமைதியாகப் பார்த்துக்கொண்டிருந்தனர்.

அமா மரங்களின் ஊடே நழுவி அரண்மனைச் சுவரைத் தாண்டி வெளியே குதித்தாள். அங்கிருந்து மஞ்சள் வெயில் படர்ந்திருந்த சாலையில் விரைந்தாள்.

○○○

பொன் முட்டைகளைத் தேடியலையும் கூட்டத்தினரைப்போல ஆயிரக்கணக்கான ஆங்கிலேய வீரர்கள் லக்னோவில் பெரியதொரு புதையல் வேட்டையில் ஈடுபட்டிருந்தனர். சமஸ்கிருதத்தின்மீது ஈடுபாடு கொண்ட, சீருடையணிந்த உருண்டை முக நேபாளக் கவிஞர்கள் பிரபுமார்களின் இல்லங்களிலிருந்த பூச்சாடிகளையும், வங்கியிலிருந்த நாணயங்களையும் பிடுங்கிச் சென்றனர். ஒவ்வொரு வீதியின் மூலையிலும் மலர்ப்படுகைகளின்மீது குத்திவைக்கப்பட்ட பிரிட்டிஷாரின் யூனியன் ஜாக் கொடிகளருகே ஆங்கிலேய ஊதுகுழல்கள் அலறின. ஆயிரமாயிரம் ஆங்கிலேய பவுண்டுகளுக்கும் மேலான விலைமதிப்புக்கொண்ட மாணிக்கங்களும் வைரங்களும் முத்துக்களும் நிரம்பிய பெட்டிகளைத் தேடி வீட்டின் கொல்லைப்புறங்களிலும் தோட்டங்களிலும் இருந்த கற்களையெல்லாம் அவர்கள் புரட்டிப்போட்டனர். சுவர்களிலும் கிணற்றுமேட்டிலும் புதையல்கள் இருப்பதைக் கண்டுபிடித்தனர். கடைத்தெருவிலிருந்த ஜுடியாவின் பொன் வளையல்களையும் மாணிக்கங்களையும் முத்துக் கோர்வைகளையும் திருடிக்கொண்டனர். அவற்றை மீண்டும் தாமே வாங்கிக்கொள்வதாக ஜுடியா அவர்களெதிரே கைகளை நீட்டி மன்றாடிய காட்சியைக் கண்டு அவனைச் சுற்றிநின்று பரிகசித்தனர். ஜுடியா பணத்தைக் கொடுத்துவிட்டபோதும் அவர்கள் அவனது நகைகளைத் திருப்பித்தரவில்லை. ஜுடியாவை சுற்றிலும் அந்தக் கடைத்தெருவில் விஷமூட்டப்பட்ட கிணறுகளும், நொறுங்கிவிழும் மீன் அலங்கார வளைவுகளும், தோல்வியின் புழுதிபடிந்து கேட்பாரற்றுக் கிடந்த இசைக்குழு ட்ரம்பெட்டுகளும்தான் இருந்தன.

படைவீரனொருவன் அமாவின் பாதங்களை பூட்ஸ் கால்களால் மிதித்து, அவளிடமிருந்த வெற்றிலைப்பெட்டியைப் பிடுங்கினான். அதைக் குலுக்கிப்பார்த்தவன் வெற்றிலைகளின் அடியில் மறைந்திருந்த பணத்தையும் நகைகளையும் கண்டுகொண்டான். பெட்டியை வைத்துக்கொண்டு அவளை அங்கிருந்து விரட்டினான். பழைய கருப்பு புர்கா உடையணிந்திருந்த அவளை அதன்பிறகு யாருமே கண்டுகொள்ளவில்லை. கிணற்றுச் சுவர்களின் பின்னாலும், இடிந்த தோட்டங்களிலும் ஒளிந்துகொண்டாள். காண்போரையெல்லாம் ஆங்கிலேயர்களும் நேபாளிகளும் சுட்டுத்தள்ளிக்கொண்டிருந்தனர். அமா துப்பாக்கியை மறைத்தே வைத்திருந்தாள். இந்தியர்கள் கட்சி மாறுவதையும், அத்தனை காலம் ஒற்றர்களாகப் பணியாற்றியவர்கள் ஆங்கிலேயரின் பாதங்களில் விழுந்துவிட்டதையும் கண்டாள்.

கோமதியில் யாருமே நீராடவில்லை. ஹசனின் நண்பன் ஒடிசலான் ஓமர் கரையோரப் பாறையொன்றின்மீது அமர்ந்திருப்பதைக் கண்டாள். லுங்கியணிந்திருந்த அவன் பீடி புகைத்துக்கொண்டிருந்தான்.

அவளைப் பார்த்ததும், “என்ன வேண்டும்?” எனக் கேட்டான்.

"சிவந்த கேசம் கொண்ட ஆங்கிலேய அதிகாரி எங்கிருக்கிறான் எனத் தெரியுமா? அவன் பெயர் ஜான் கிரகாம். அவனை எங்கேனும் பார்த்தாயா?"

"அவன் எல்லா இடங்களிலும்தான் இருக்கிறான்."

"அவன் எங்கு தங்கியிருக்கிறானென எனக்குத் தெரிய வேண்டும்."

அவன் தன் முகவாயை நகரை நோக்கி நீட்டிச் சைகை செய்தான்.

"நகரில் எங்கே?"

அவன் பதிலளிக்காமல் புகைத்துக்கொண்டிருந்தான். சிறிது நேரம் கழித்து, "சொன்னால் எனக்கு என்ன தருவாய்? நான் இன்றே இங்கிருந்து கிளம்பிவிடுவேன்" என்றபடியே பீடித்துண்டை ஆற்றில் சுண்டியெறிந்தான்.

அவள் ஆற்றங்கரையை ஆராய்ந்தாள், அவர்களைத் தவிர அங்கு எவருமில்லை என உறுதி செய்துகொண்டதும், பேகம் சாகிபாவின் அறையில் கண்டெடுத்த மாணிக்கக்கல்லை வெளியே எடுத்து அவனிடம் நீட்டினாள். புறாக்கண் அளவிலிருந்த அந்த மாணிக்கத்தை அவன் விரல்களிடையே வைத்து உருட்டிப்பார்த்தான்.

"அவன் அஸ்ரத் கஞ்சுக்கு அருகிலுள்ள தெருவில் இருக்கிறான். இந்தப் பக்கம், கடைசி வீட்டுக்கு முந்தைய வீடு. அவன் அங்கே நீண்டநேரம் இருக்கமாட்டான், தன் இருப்பிடத்தை மாற்றிக்கொண்டே இருப்பான்" என்றவன் மாணிக்கத்தை அவளிடமே திருப்பியளித்துவிட்டு, "நீ அவனைக் கண்டுபிடித்துவிடுவாய் என நம்புகிறேன்" என்றான்.

〇〇〇

கடைத்தெருவில், குல்பதனின் சகோதரர் தந்திக்கம்பிகளைப் பழுதுபார்த்துக் கொண்டிருந்ததைக் கண்டாள். "இங்கே என்ன செய்கிறீர்கள்?" எனக் கேட்டாள்.

ஜின்னியைப் பார்ப்பதைப்போல அவளை வெறித்துவிட்டு மீண்டும் அவர் தன் வேலையைத் தொடர்ந்தார். "என் வயிற்றுப்பாட்டுக்காக வேலை செய்கிறேன்" என்றார் அவர்.

"குல்பதன் எங்கே? அவர் இன்னும் தாசிமனையில்தான் இருக்கிறாரா?"

"தாசிமனைக்குச் செல்லாதே. நான் அங்கிருந்து வெளியேறாவிட்டால் என்னைக் கொன்றுவிடுவதாகக் கூறி விரட்டிவிட்டனர். அங்கு சென்றால் நீயும் ஆபத்தில் சிக்கிக்கொள்வாய். குல்பதனும் அதை விரும்பமாட்டார்" எனக்கூறியவாறே கீழேயிருந்து செப்புக்கம்பியொன்றை எடுத்தார். அமா அவரையே வெறித்துப் பார்த்தாள். "இங்கே பார், எனக்கு இரண்டு வழிகள்தான் உள்ளன. ஒன்று தந்திக்கம்பங்கள் சீரமைக்கலாம் அல்லது அவர்கள் முன்னரே திட்டமிட்டுவிட்ட, கைசர்பாக் அரண்மனை ஊடாகச் செல்லும் புதிய சாலைப்பணியில் சேரலாம். நான் இதைத் தேர்ந்தெடுத்துக்கொண்டேன். புரிகிறதா?" என்றார்.

〇〇〇

தாசிமனையில், குல்பதனின் அலங்கார மண்டபத்தின் அனைத்து இழுப்பறைகளையும் நூற்றுக்கணக்கான ஆங்கிலேயர்கள் திறந்து பார்த்து விட்டுச் சென்றிருப்பது தெரிந்தது. முற்றத்திலிருந்த பட்டுத்தலையணைகள் யாவும் நூற்றுக்கணக்கான ஆங்கிலேய பூட்ஸ்கால்கள் மிதித்து அழுக்காகியிருந்தன. இதயவடிவ இலைகள் கொண்ட அரசமரத்தோடு சேர்த்து குல்பதனைக் கட்டிப்போட்டிருந்தனர். கற்மலையை ஒட்டிய, தாசிப்பெண்டிரின் தேக்குமர அறைகள் யாவும் இயக்கமற்ற தேன்கூடுகள் போல் நிசப்தமாக இருந்தன. சன்னல்களின்மீது விசிறியெறியப்பட்டிருந்த திரைச்சீலைகள் சங்கடத்துடன் அசைந்தன. அமா குல்பதனை விடுவித்தாள், பூத்துக்குலுங்கும் சாமந்திப்பூக்கள் அருகே நின்றபடி, குல்பதன் கூறியதையெல்லாம் கேட்டுப் பதற்றத்தில் அவள் புர்காவினுள் வியர்த்து வழிந்தாள்.

அந்நியர்களுக்கு முக்கியத்துவமளித்து மதிப்பதற்கு லக்னோவின் குழந்தைகளுக்குக் கற்றுத்தந்த, சமுதாய ஒழுங்குமுறைகளையும் சமூக நயங்களையும் ஒழுகிவாழக் கற்றுத்தந்த இந்திய, ஆப்பிரிக்கப் பெண்களை சிவப்பனும் ஏனைய வீரர்களும் ஆராய்வதைப்போல வரிசையாக நின்று வெறித்துள்ளனர். மைவிழிகொண்ட அப்பெண்களோ அவர்களைத் தமக்குள் இழிவாகப் பரிகசித்தபடியே கைகளை இறுகமூடி அமர்ந்திருந்துள்ளனர்.

லக்னோ அளித்த பரிசுகளிலேயே பெரிய பரிசு, இதுவரை அடித்த கொள்ளைகளிலேயே பெரிய கொள்ளை இப்பெண்கள்தான். சாமந்திப் பூக்கூடைக்குள்ளிருந்து கிடைத்த பெரும் புதையல் இவர்கள். அக்கார்டியன் இசைக்கருவி சுருங்கியும் விரிந்தும் ஒலித்தது, வரலாற்றைப்போலே. அமா குல்பதன் கூறியதைக் கேட்டுக்கொண்டாள். “கண்டெடுப்பவர்களுக்கே பொருள் சொந்தம்” எனச் சிவப்பன் கூறுவது அவள் காதுகளில் எதிரொலித்தது. இளம்பெண்ணொருத்தியை அவளது சடையைப் பற்றி அவன் இழுத்துச்செல்லும் காட்சி அமாவின் மனக்கண் முன் விரிந்தது. தாசிமனையில் தனக்கென ஒரு நிலையை அடையப் பல பாடுகளைக் கடந்துவந்திருந்த அப்பெண்ணிடம் அவன் “கண்டெடுப்பவர்களுக்கே பொருள் சொந்தம்” என மீண்டும் கூறினான்.

குல்பதன் தொடர்ந்து கூறினார். லக்னோ மக்களை வேறிடத்திற்கு விரட்டியடிக்கவும் இழிசெயல்கள் புரியவும் இரண்டாயிரம் இராணுவவீரர்களைக் கொண்டுவந்து இறக்கிய ஆங்கிலேயர்களுக்கு, அவ்வீரர்களின் ஆசைகளை நிறைவேற்றவேண்டிய பொறுப்பையும் வலுவற்ற தம் தோள்களின்மீது சுமக்க வேண்டியிருந்தது. அசுத்தமான உடைகளில் சுற்றித்திரிந்த அவ்வீரர்களுக்கென இழிவான ஆசைகளும் இருந்தன. உருதுவோ பாரசீகமோ அறியாத அவர்கள் இதற்குமுன்னர் இந்தியா வந்ததேயில்லை. இருநூறு ஆண்களுக்கு ஒரு பெண். “நாம் தூய்மையைப் பேண வேண்டும். நோய்ப் பரவலைத் தடுக்க வேண்டும். நகரைச் சுத்தப்படுத்தி, கழிவுநீரோட்டத்தைக் கட்டுப்படுத்த வேண்டும்” என அவர்கள் கூறியதாய் குல்பதன் கூறினார்.

ஆங்கிலேயரின் மூர்க்கத்தனமான துன்புறுத்தல்களில் இருந்து லக்னோவைக் காக்கத் தாசிப்பெண்டிரும் உதவிவிட்டனர், அவர்கள்

இன்னும்கூட உதவ வேண்டி வரும். புரவலர்கள் தமக்களித்ததைபோலே அப்பெண்டிர் ரூபாய்களோ மாணிக்க மாலைகளோ அளித்து இவ்வுதவியைச் செய்யவில்லை. நடனமாடியோ கவிதைகள் வாசித்துக் காட்டியோ மாலைநேரத்தில் பாடல்கள் இசைத்தோ அவர்கள் இவ்வுதவியை வழங்கவில்லை, அதற்கு பதிலாக... அய்யோ! படையினர் அப்பெண்டிரை இழுத்துத் தேக்குமர அறைகளுக்குள் தள்ளிக் கதவைத் தாழிட்டுக்கொண்டனர். அவ்வீரர்களின் ஆபாசச் செய்கைகளாலும் வலியாலும் உள்ளேயிருந்து அப்பெண்கள் கதறி அழுவதை அமாவால் கற்பனையில் கேட்க முடிந்தது.

மரப்பலகைகள்மீது உடல்கள் மோதும் ஓசைகளும், முணுமுணுப்பாய் வெளியேறிய உறுமல்களும் கேட்டன. பொன்மீன்கள் பூத்தையலிட்ட தலையணைகளுக்குள் அப்பெண்களின் அலறல்கள் அமிழ, கலகலக்கும் நீருக்கடியில் இருந்து அமைதியான கவிதைகள் வெளியேறி நெளிந்தன. நீருக்கடியில் குதித்தோடிய கடற்குதிரைகளோ அமைதியான பெரிய நீர்க்குமிழிகளை மேற்பரப்பில் உண்டாக்கின. சுருட்டிவீசப்பட்ட பட்டுப்போர்வைகளுக்குள் வரலாற்றின் கறைகள் மறைந்திருந்தன. அவர்களை எதிர்த்த தாசிப்பெண்டிர் கொடூரமாக அடக்கப்பட்டனர்.

அமாவின் உதவியோடு முதியவள் குல்பதன் படிகளில் இறங்கினார். கடைத்தெருவே சூறையாடப்பட்டிருக்க, அவர்கள் அவற்றைக்கடந்து தாசிப் பெண்டிரின் காலிக் கடைக்குச் சென்றனர். “கீதாக்குட்டி பைசாபாத்திற்குச் சென்றுவிட்டாள்” என்றார் குல்பதன்.

“நீங்கள் இங்கேயே ஓய்வெடுங்கள். எனக்குக் கொஞ்சம் வேலை யிருக்கிறது” என்றாள் அமா.

“திடீரென வாழ்வில் துக்கம் சூழ்ந்துவிட்டது. பெரும் துக்கம் சட்டென மூண்டுவிட்டது.”

“நீங்கள் ஓய்வெடுங்கள். எனக்கு ஒரு முக்கிய வேலையிருக்கிறது, போய் வருகிறேன்” என்றாள் அமா.

அங்கிருந்து வெளியேறி நடந்த அமாவைக் கண்ட முதிய வியாபாரியின் விழிகள் ஒளிர்ந்தன. எதுவும் பேசாமல் அவளை நோக்கி ரொட்டியொன்றை நீட்டினார். சிவப்பன் தங்கியிருந்த அஸ்ரத் கஞ்ச் பிரதான சாலையினுள் நுழைந்த அமா, அங்கிருந்த மழைநீர் வடிகால்க் குழாயொன்றின் பின்னே மறைந்தமர்ந்து அந்த ரொட்டியை உண்டாள். இரவுமுழுதும் அங்கேயே காத்திருந்து கவனித்ததில், அவன் தங்கியிருப்பதாகக் கூறப்பட்ட அந்த வீட்டினுள் எவரும் நுழைவதையோ வெளியேறுவதையோ அவள் பார்க்கவில்லை. ஆனால் விடிகாலையின்போது அவனைக் கண்டாள், குறைந்த வெளிச்சத்தில் அவனது சிவந்தகேசம் கருப்பாகத் தெரிய, ஆங்கிலேயத் திருடர்களின் அந்தத் தலைவன் வீதியில் நடந்துவந்தான். சிக்கான் பூத்தையல் வேலைப்பாடுமிக்க சால்வை அவன் தோள்களில் புரள, நாடோடிக் கொள்ளைக்காரனைப்போல வீதியில் இங்குமங்கும் தள்ளாடியபடியே நடந்தான். போதையேறிக் கிறங்கிய அவனது பார்வை முதலில் அமாவையும், பிறகு மழைநீர்க்குழாயையும் அதையொட்டிய சுவரையும் தடவிச்சென்றது. மோகத்தோடு அவன் வீதியின் மறுமுனைக்குச்

சென்றுவிட்டு மீண்டும் அமாவை நோக்கி வந்தான். அவன் அருகில் வந்ததும் அமா தன் முகத்திரையை விலக்கினாள்.

அவள் எழுந்து துப்பாக்கியை அவனை நோக்கி நீட்டினாள். உடனே அவன் குனிந்து தனது கால்களைத் தடவி சுருட்டையோ தீக்குச்சியையோ தேடுவதைப்போலப் பாவனை செய்தான். ஆனால் அவன் துப்பாக்கியைத்தான் தேடுகிறான் என்பது அமாவுக்குத் தெரியும். அவன் தனது ஆட்காட்டி விரலிலும் நடுவிரலிலும் புஷ்பராகக்கல் மோதிரங்கள் அணிந்திருந்தான். அவளைப் பார்த்துச் சிரித்தான். பவண் தனது பலவீனமான மட்டக் குதிரைக்குட்டிமீது சிரமப்பட்டு ஏறுவதையும், காட்டுப்பன்றிகள்போல் கதறிய யானைகளின் அலறலையும், சிறைச்சாலை அறையின் துர்நாற்றத்தையும், நீலமார்புக்குயில்களும் பொன்காதணிகள் அணிந்த இளம்வீரனும் தத்தம் இறப்பை ஏற்றுக்கொண்டதையும், சாய் இறந்துவிழுந்த மணலில் சிதறிக்கிடந்த சாம்பலின் ருசியையும் அவள் உணர்ந்தாள். தீமழை போன்ற வியர்வை அவள் தலையிலிருந்து கீழிறங்கியது, அவள் வாய் முழுதும் கொதிக்கும் மணலும் சாம்பலும் நிறைந்திருந்தன. தாசிப்பெண்டிர்கள் பிலாக்கணம் வைப்பது முதலில் அவள் காதில் விழுந்தாலும், அதன்பிறகு பேக்பைப்பர் இசை கேட்கத் துவங்கியது. கைத்துப்பாக்கியை உயர்த்திய அவள் தலையைப் பட்டாம்பூச்சிகள் வருடித்தர, வியர்வைமினுங்கும் அவள் விரல்களைப் பட்டாம்பூச்சிகள் வருடித்தர அவனை நோக்கிச் சுட்டாள். அவளது துப்பாக்கி வெடியோசை அதிகாலைக் காற்றைக் கிழித்துப் பயணித்துப் பித்தளைக் குவிமாடங்கள் மீதும் நவாப்களின் சமாதிகளின் மீதும் பட்டு எதிரொலித்தது. முடிவாக அவ்வொலி அவற்றின்மீது படர்ந்து அடங்கியது. அவளது தோட்டா சிவப்பன் அணிந்திருந்த திருட்டுச்சால்வையைத் துளைத்துப் புகுந்ததில், வைன் ஈரம்படிந்த அவனது வாய் மூடிக்கொண்டது, கைகள் காற்றை அளையக் கீழே சரிந்து விழுந்தான்.

அமா நேராக கோமதி ஆற்றுக்குச் சென்று தான் அணிந்திருந்த கருப்பு புர்காவை களைந்தாள். சிவப்பு ஜாக்கெட்டும் இளஞ்சிவப்பு காற்சராயும் அணிந்து நீரில் மண்டியிட்டாள். மனிதர்களைக் கொன்று குவிக்கும் வன்முறைக்கு நிரந்தர விடைகொடுத்து, அந்த அதிகாலைவேளையில் தன்னந்தனியளாய்த் தொழுதாள். பாறைபோல் கனத்த தன் தலையை நீருக்குள் கிடத்தி இளைப்பாறினாள்.

○○○

அமா இரும்புப்பாலத்தைக் கடந்து நடந்தாள், ஆற்றின் மறுபக்கமிருந்த எரிந்துபோன இராணுவ முகாமையும் பந்தய மைதானத்தையும் கடந்து நடந்தாள். பைசாபாத் சாலையை அவள் அடைந்தபோது, அவளைக் கண்டு அந்தப்பக்கம் மாட்டு வண்டியோட்டி வந்த வெளியூர்க்காரனொருவன் கட்டணச்சவாரி கிடைக்குமெனத் தன் வேகத்தைக் குறைத்தான். வெற்றிலைத்தாம்பூலம் விற்கும் வியாபாரிகள் சிலர் அவளைக்கடந்து கடைத்தெரு நோக்கிச் சென்றனர்.

விடிந்துவிட்டது, வானை எரிக்க அந்நாளின் சூரியன் தயாராகிக் கொண்டிருந்தான். இதேபோன்றதொரு நாளில்தான் அவளது தாயார் அங்கிருந்து கிளம்பிச்சென்றார். இதேபோன்றதொரு நாளில்தான் சாய்

இறந்துபோனான். இதேபோன்றதொரு நாளில்தான் பேகம் சாகிபா வெளியேறினார். முதிய மாமரங்களில் மாம்பிஞ்சுகள் காய்த்துத் தொங்குவதைக் கண்டாள். நீலநிறம் பொங்கும் வானில் பசும்பொன்நிறப் பட்டுப்புறாக்கள் நிறைந்திருந்தன. பைசாபாத் சாலையில் அமா தொடர்ந்து நடந்தாள்.

வெயில் அதிகமானதும் காற்றில் அனல் கூடியது. பொழிந்த அனலில் அவள் உடலெங்கும் வியர்வை பெருக்கெடுத்து ஓடியது. ஆரஞ்சு வண்ண மலர்கள் பூத்துக்குலுங்கிய கடம்ப மரத்தையும், குழந்தையின் உள்ளங்கையளவு மாணிக்கங்கள் நிறைந்த புளியமரத்தையும், லக்னோவின் உச்சிக்கு நகர்ந்துகொண்டிருந்த கொதிக்கும் சூரியனையும் அவள் கண்டாள்.

நேரம் போய்க்கொண்டிருந்தது.

அப்போதுதான் அவள் அவர்களைக் கண்டாள். கிழிந்த ஆடைகளுடன் மலைமுத்து சென்றுகொண்டிருந்தான். குல்பதன் அமர்ந்திருந்த வண்டியருகில் அவன் நடந்துசெல்ல, வண்டியிழுத்த கழுதையின்மீது உயரமான வண்டியோட்டி அமர்ந்திருந்தான். அந்த வண்டியோட்டி லேசாய் முகத்தைத் திருப்பியபோது அவன் ஓமர் என அமா அடையாளம் கண்டுகொண்டாள். புழுதி கிளப்பியபடி வண்டி மெதுவாக நகர்ந்தது, உடல்குறுக்கி அமர்ந்து, மிகப் பலவீனமாக இருந்த குல்பதனுக்குச் சிரமமேற்படாமல் இருக்க ஓமர் வண்டியைத் தன்னால் இயன்றவரை மென்மையாக ஓட்டிச்செல்வதை அமா கண்டாள். அமா அவர்களை நோக்கிக் குரல்கொடுக்க முயன்றாள். ஆனால் அவர்கள் வெகு முன்னால் இருந்தனர். அவளது கூச்சல் வானைத் திகைப்படையச் செய்யலாம், சூழ்ந்திருந்த அனல் அவளது வார்த்தைகளை மழுங்கடித்துவிடலாம்.

அவர்கள் திரும்பிப்பாராமல் நடந்துகொண்டே இருந்தனர். என்னோடு வா என அமாவைப் பார்த்து எவருமே கூறவில்லை. இங்கேயே இரு எனவும் எவரும் சொல்லவில்லை. திரும்பிச்செல் எனவும் யாரும் கூறவில்லை. தனது நாடித்துடிப்பும் வெயிலும் ஒருசேர உயர்வதை அமா உணர்ந்தாள்.

முகமெங்கும் வியர்வை வழிந்தோட அவள் ஓடிச்சென்று அவர்களை அடைந்தாள். இலைகள் கருகும் வாசத்தோடு மலைமுத்துவின் பீடி புகைவதையும், குல்பதனின் தோள்கள்மீது கைபதித்தபோது பட்டுத்துணியின் வழவழப்பையும் உணர்ந்தாள். குல்பதன் எட்டி அமாவின் கையை அழுந்தப் பற்றிக்கொண்டு, "அமா, என் மகளைப் போன்றவளம்மா நீ" என்றார்.

அமா மலைமுத்துவிடம் திரும்பி, "எங்கே செல்கிறீர்கள்?" எனக் கேட்டாள்.

பிரகாசமான நீலவானில் வட்டமடித்தபடியே அவர்களைப் பின்தொடர்ந்த வெண்புறாவொன்று *யாஹூ* எனக் கூவியது. சோகமாய் புன்னகைத்தபடியே, "நமது விதியை மாற்றப் போகிறோம்" என்றான். அவன் அவளது கைவளைகளைத் தீண்டினான், மேலே வட்டமடித்த பறவையைப் பார்த்தவாறே, "அமா நம் விதியை நாமே உருவாக்குவோம். நமக்குரிய இடத்தை நாமே கண்டுபிடிப்போம்" என்றான்.

பின்குறிப்பு

ஆங்கிலேயரை எதிர்த்து லக்னோவில் நடந்தேறிய கலகப் போரில் எத்தனை இந்தியர்கள் இறந்தனர் என்பதை அறிந்துகொள்ள முடியவில்லை. ஆனால் பல்லாயிரக்கணக்கானோர் இறந்திருப்பார்கள் என்பது உறுதி. 1858ஆம் ஆண்டிற்குப் பிறகு, பிரிட்டிஷார் மேற்கொண்ட விசாரணையின் முடிவில் கான்பூர் படுகொலைச் சம்பவத்தின்போது ஆங்கிலேயப் பெண்கள் எவரும் பாலியல் வன்புணர்வுக்கு உள்ளாகவில்லை எனத் தெரியவந்தது. எனினும் அது நடந்தது எனும் கட்டுக்கதை பல ஆண்டுகளாக இங்கிலாந்தில் உலாவந்ததோடு தற்போது வரையிலும்கூட அச்சம்பவம் அவ்வாறே தவறாகப் பதியப்பட்டுவருகிறது.

1857இல் ஆங்கிலேய ஆட்சியை எதிர்த்து நடந்த கலகத்திற்குப் பிறகு, 'ஷீடிக்கள்' என அழைக்கப்பட்ட இந்தோ–ஆப்பிரிக்க மக்கள்தொகை இந்தியாவில் கணிசமாகக் குறைந்துபோனது. லக்னோ சண்டைக்குப் பிறகு பிரிட்டிஷார் கடைப்பிடித்த 'மன்னித்தருளும் கொள்கை' ஏனோ இந்தோ–ஆப்பிரிக்கர்களுக்கு மட்டும் வழங்கப்படவில்லை. விளைவாக லக்னோ சண்டையில் பங்கேற்ற குற்றத்திற்காக அம்மக்கள் தொடர்ந்து பொருளாதாரரீதியாகத் தண்டிக்கப்பட்டனர். அவர்களில் மீதமிருப்போரில் பெரும்பான்மையானோர் இன்றும் வறுமையின் பிடியில்தான் சிக்கித் தவிக்கின்றனர்.

பல நூற்றாண்டுகளாக லக்னோவில் உயர் அந்தஸ்தில் கொடிகட்டிப் பறந்த தாசிப்பெண்டிரின் தொழிலோ, பிரிட்டிஷாரின் சட்டத் திருத்தத்திற்குப் பிறகு படிப்படியாகத் தரம் தாழ்ந்து, இறுதியில் வெறும் பாலியல் தொழிலாக உருமாறிச் சீரழிந்தது.

1858இல் லக்னோவிலிருந்து தப்பித்துச்சென்ற பேகம் அஸ்ரத் மகல் என அழைக்கப்படும் பேகம் சாகிபாவுக்கு நேபாள மன்னர் ஜாங் பகதூர் ஷா அடைக்கலம் வழங்கினார். பேகம் சாகிபா 1879இல் காத்மண்டுவில் இயற்கை எய்தினார்.

1858 நவம்பர் மாதத்தின்போது மன்னர் வாஜித் அலி ஷாவுக்கு ஓய்வூதியத் தொகை வழங்க ஆங்கிலேயர் முன்வந்தபோது மன்னர் அதனை ஏற்றுக்கொண்டார். கல்கத்தாவில் அவர் உருவாக்கிய 'லக்னோ'விலேயே அவர் தனது மீதி வாழ்நாட்களைக் கழித்தார்.

ராஜமாதா இங்கிலாந்திலிருந்து இந்தியாவுக்குத் திரும்பிவரும் வழியில் பாரீஸ் நகரில் காலமானார். கல்லறை வாசகம்கூடப் பொறிக்கப்படாமல் அனாதையாகக் கிடந்த அவரது கல்லறை 2000ஆம் ஆண்டுதான் கண்டுபிடிக்கப்பட்டது. ராஜமாதாவின் கல்லறையில் தற்போது புதிதாகப் பொறிக்கப்பட்டுள்ள சிறு அறிவிப்பிலும்கூடத் தகவல்பிழைகளே மிகுந்துள்ளதாக வரலாற்றியலாளர் ரோசி லெவெல்லின் – ஜோன்ஸ் கூறுகிறார்.

ஆளுநர் மாளிகையில் அடைத்துவைக்கப்பட்டிருந்த அரச குடும்ப உறவினர்கள் இருவரும் 1859இல் கல்கத்தாவில் விடுவிக்கப்பட்டனர்.

ப்ரிகேடியர் ஜெனரல் ஜேம்ஸ் நீல் 1857ஆம் ஆண்டு செப்டம்பர் 25இல் ஆளுநர் மாளிகைக்குச் சென்றபோது கொல்லப்பட்டார். லக்னோ, மெட்ராசு ஆகிய இந்திய நகரங்களில் மட்டுமல்லாது ஸ்காட்லாந்திலும்கூட அவருக்காக நினைவுச் சின்னங்கள் எழுப்பப்பட்டுள்ளன. நீலை நினைவேந்தும் விதமாக லக்னோ நகரின் ஒரு குறிப்பிட்ட பகுதிக்கு 'நீல் லைன்ஸ்' என பிரிட்டிஷார் பெயரிட்டனர். அந்தமானில் உள்ள ஒரு தீவிற்கும்கூட அவர் பெயரிடப்பட்டது. இன்றும் அத்தீவு 'நீல் தீவு' என்றே அழைக்கப்படுகிறது.

கலகப் போரில் ஈடுபட்ட குற்றத்திற்காக ஜெய் லால் 1859ஆம் ஆண்டு 'ஜந்தர் மந்தர்' எதிரில் ஆங்கிலேயரால் தூக்கிலிடப்பட்டார்.

ஆளுநர் மாளிகையிலிருந்து ஆலம்பாக் அரண்மனையிலிருந்த மீட்புப் படையினருக்குச் செய்தி கொண்டுசென்ற தாமஸ் காவனாக்கினது வீரதீரச் செயலைப் பாராட்டி விக்டோரியா கிராஸ் விருதும் 20,000 பவுண்டுகள் ரொக்கமும் வழங்கப்பட்டன. காவனாக் அந்தப் பணம் முழுவதையும் குடித்தே தீர்த்தார் எனச் சொல்லப்படுகிறது.

கைசர்பாக் அரண்மனையின் வைப்பறைகளில் இருந்து கவர்ந்துசெல்லப்பட்ட அரச உடைமைகளில் பொன் ஆபரணங்கள் மட்டும் மன்னர் வாஜித் அலி ஷாவிடம் 1860ஆம் ஆண்டு வாக்கில் திருப்பியளிக்கப் பட்டது.

கைசர்பாக் அரண்மனையிலிருந்த நான்கு கருவண்ண அன்னப் பறவைகளும் எடுத்துச்செல்லப்பட்டு, கல்கத்தா கவர்னர் ஜெனரலாகிய சார்லஸ் கான்னிங் பிரபுவின் மனைவியாராகிய சீமாட்டி சார்லட் கான்னிங் வசம் ஒப்படைக்கப்பட்டன. 1858ஆம் ஆண்டு மார்ச் மாதத்தில் லக்னோ மீண்டும் கையகப்படுத்தப்பட்டபோது, அந்நகர் மிகக் கடுமையாகச் சூறையாடப்பட்டது. லக்னோவின் பொக்கிஷங்கள் பல இங்கிலாந்துக்கு எடுத்துச்செல்லப்பட்டன. லக்னோவிலிருந்து அபகரிக்கப்பட்ட பொருட்களை விற்றுக் கிடைத்த வருமானமும் நேரடியாக மகாராணியார்

விக்டோரியாவைச் சென்றுசேர்ந்திருக்கும் எனத் தெளிவாகிறது. பேகம் அஸ்ரத் மகலின் உருவப்படமும், விளக்கப்படங்களும் பொறிக்கப்பட்ட மன்னரின் சுயசரிதையான 'இஷ்க்நாமா'வின் கையெழுத்துப் பிரதி 1859இல் விக்டோரியா மகாராணியாருக்கு அன்பளிப்பாக வழங்கப்பட்டது. விண்ட்சர் மாளிகையில் நலிந்த நிலையில் கிடந்த அப்பிரதியை வரலாற்றியலாளர் ரோசி லெவெல்லின்-ஜோன்ஸ் மிகச் சமீபத்தில்தான் கண்டெடுத்தார். இன்றும் அப்பிரதி பிரிட்டிஷ் அரச குடும்ப உடைமையாகவே உள்ளது.

லக்னோ கலகத்தின்போது ஆங்கிலேயக் கிழக்கிந்திய கம்பெனிக்கு எதிராகக் கிளர்ந்தெழுந்த முஸ்லிம்களின் பங்களிப்பைக் கண்ட பிறகுதான் இசுலாமியத் தீவிரச் செயல்பாடுகளின் மீதான பிரிட்டிஷாரின் அச்சம் உண்மையிலேயே துவங்கியது. இக்கலகத்தின் மூலம் இந்தியர்கள் அனைவருமே தீயவர்கள் என ஆங்கிலேயர்களிடையே உண்டான பொதுவான எண்ணம் இன்றுவரையிலும்கூட பிரிட்டனிலிருந்து நீங்கவில்லை.

இந்தியாவின் சிப்பாய்க் கலகத்திற்கு முன்னரே, பிரிட்டிஷ் பாராளுமன்றத்திலும் லண்டனிலிருந்து வெளியாகிய செய்தித்தாள்களின் தலையங்கங்களிலும் ஆங்கிலேயக் கிழக்கிந்திய கம்பெனி தன் முறைகேடான கொள்கைகளுக்காக ஒரு விவாதப் பொருளாக இருந்துவந்த நிலையில், லக்னோவில் கம்பெனி எதிர்கொண்ட அசம்பாவிதங்களைக் கருத்தில் கொண்டு விக்டோரியா மகாராணியாரின் தலைமையில் இயங்கிய பிரிட்டிஷ் அரசாங்கம் கிழக்கிந்திய கம்பெனியை முற்றிலுமாகக் கலைத்துவிட்டு, ஆங்கிலேயர் ஆண்ட இந்தியாவைத் தன் முழுக் கட்டுப்பாட்டின் கீழ் கொண்டுவந்தது. அதன் பிறகு, காந்தியின் அகிம்சாவாதம் இந்தியாவில் வலுப்பெற்ற காலம்வரையிலும் ஆங்கிலேயர் ஆட்சியே நடந்துவந்தது. லக்னோவில் வெடித்த புரட்சி தோல்வியடைந்து தொண்ணூறு ஆண்டுகள் கழித்து 1947இல் பிரிட்டிஷார் இறுதியாக இந்தியாவை விட்டு வெளியேறினர்.

பல்வேறு கலாச்சாரங்கள் சங்கமித்த மையமாக மட்டுமல்லாது, இசையிலும் கலையிலும் செழித்தோங்கி உலகம் முழுவதும் புகழ்பெற்று விளங்கிய லக்னோவால் தானிழந்த மாட்சிமையினை அதன் பிறகு திரும்பப் பெறவே முடியவில்லை. பழமையும் பாரம்பரியமும் மிக்க லக்னோ அழித்தொழிக்கப்பட்டு, ஆயிரக்கணக்கான இந்தியர்களின் பிணங்களின் மீதுதான் புதிய ஆங்கிலேயக் கட்டடங்கள் அங்கு உருவாக்கப்பட்டன. அவ்வாறு அடையாளமற்று இறந்தவர்களுக்கு உரிய அங்கீகாரம் வழங்கப்படாமல் இருக்கும் நிலையில், பாராட்டுக் குறிப்புகளுடன் ஆங்கிலேயர்கள் பலரின் சிலைகள் இந்தியா முழுதும் நிறுவப்பட்டுள்ளன என்பது வருத்தத்திற்குரியதாகும்.

நன்றிகள்

இந்தப் படைப்பை எழுதுவதற்குத் தூண்டுதலாகவும் ஆதாரமாகவும் இருந்தவை, மூன்று தலைமுறைக்கு முந்திய எனது உறவினரான எலென் ஹக்ஸ்ஹாமின் டைரிக் குறிப்புகள். 1856இல் ஆளுநர் மாளிகையில் சிறைபிடிக்கப்பட்ட ஆங்கிலேயர்களில் நீண்டகாலம் வாழ்ந்தவர் இவர்தான். இங்கிலாந்து பாக்ஸ்ஹில்லில் தனது 96ஆவது வயதில் இவர் இறந்தார்.

இந்திய எழுச்சி, அக்கால லக்னோ நகரம், இந்த எழுச்சியின்போது ஆப்பிரிக்க வம்சாவளி இந்தியர்கள் காட்டிய - முதன்முறையாகக் கண்டுபிடித்து வெளிக்கொணரப்பட்டுள்ள - போராட்ட குணம், ஆங்கிலேயர்கள் லக்னோவிலும் இந்தியாவின் பிற பாகங்களிலும் மேற்கொண்ட நடவடிக்கைகள் இவை பற்றிய வரலாற்றாசிரியர் ரோசி லெவெல்லின் ஜோன்ஸின் அற்புதமான நூல் மட்டும் இருந்திராவிட்டால் இந்த நூலை நான் எழுதியிருக்கவே முடியாது. இந்தப் படைப்பின் முதல் நகலைப் படித்ததோடு (ஆனால் இதிலுள்ள தகவல் பிழைகளுக்கும் பிற பிழைகளுக்கும் நானே பொறுப்பு), பின்னர் பல திருந்திய பிரதிகளையும் பார்த்துத் தனது மேலான ஆலோசனைகளைச் சொன்னவர் அவர். அவருக்கு நான் என் ஆழ்ந்த நன்றிகளைத் தெரிவித்துக்கொள்கிறேன்.

சலீம் கித்வாய் இதன் இறுதி வடிவத்தை முழுமையாக வாசிக்க அன்புடன் இசைந்தார். அவர் சொன்ன திருத்தங்களுக்காக நான் அவருக்குக் கடமைப்பட்டுள்ளேன்.

என் பெற்றோரின் உதவியில்லை என்றால் இந்தப் படைப்பே உருவாகியிருக்காது. குறிப்பாக என் அம்மா. தனது குடும்பத்தின் தலைமுறைக் கதைகளை எனக்குக் கையளித்தவர் அவரே. என் குடும்பத்திலிருந்து கிடைத்த நல்கை கால அவகாசம் எடுத்துக்கொள்ள எனக்கு உதவியது.

இறுதியாக. பிரகாஷ், லீலா, மீனாட்சி. இவர்கள் எனக்களித்த அன்பும் பொறுமையும் கலகலப்பும் துணையும் மதிப்பற்றவை.

மேலும் பின்வரும் தனிநபர்களும், நிறுவனங்களும் எனக்குப் பல்வேறு நிலைகளில் பல்வேறு விதங்களில் உதவினார்கள். இவர்கள் அனைவருக்கும் என் நன்றிகள்.

the All India Democratic Women's Association (AIDWA), Julianna Baggott, Wynna Brown, Roger N. Buckley, Janet Burroway, Heather and Maurice Cullity, Mark Eagles, Mary Ferguson, DemiraHandzic, Cathy Hird, Miriam Hird-Younger, Nathan Hird-Younger, Kay Irvine, Milton Israel, Royce Kallerud, Brinda Karat, Catharine Leggett, James Alan McPherson, Karen McElmurray, ChinnaOommen, Prajwal Parajuly, Jay Parini, Judy Polumbaum, Palagummi Sainath, the Progressive Women's Spiritual Council, Gerry Shikatani, Jael Silliman, Lee Smith, Janet Sylvester, Joe Visconti, Adelaide Whitaker, Heather Whitaker, Mark Winegardner, and Paul Younger.

Luciana Ricciutelli, Editor-in-Chief, Inanna writers, and also to Inanna's publicist, Renée Knapp; Jocelyn Sealy *(இதில் இடம்பெற்றுள்ள வரைபடத்திற்காக)*

A Writer's Reserve Grant from Insomniac Press through the Ontario Arts Council in Toronto, Ontario, Canada. A New England Writer's Scholarship from A Room of Her Own Foundation. Trinity College in Hartford, Connecticut generously granted me funding to travel to India, research assistants, Greg Leitao and Caroline Healy, and access to a fine librarian, Katherine Hart. School of Arts and Letters, and the Department of English and Linguistics, at Truman State University for travel grants to produce final revisions and first public readings of the work, and to my student at Truman, Jessica Howard, who launched the online material. This novel was written with enormous affection for Sister Jo-Ann Iannotti at Wisdom House as well as for Preston Browning at Wellspring House who warmly facilitated so many writing retreats.

1858இல் லக்னோவில் நிகழ்ந்த சூறையாடலினாலும் உடைமைகளை வேண்டுமென்றே அழித்ததாலும், அங்கு நடந்த எழுச்சிபற்றிய இந்தியர்களின் முக்கியமான பதிவுகள் பல நிரந்தரமாகத் தொலைந்துவிட்டன. கீழ்க்கண்ட முதல் நிலை, இரண்டாம் நிலை ஆதாரங்கள் இந்தப் படைப்பை உருவாக்க உதவின. இந்த நிகழ்வைப்பற்றி மேலும் தெரிந்துகொள்ள விரும்புவோருக்கு இவை மிகவும் பயனுள்ளதாக இருக்கும்:

Begum of Oudh, Counter-Proclamation by the Begum of Oudh in reply to Proclamation of Queen Victoria November 1,1858. Available at: http://oudh.tripod.com/bhm/bhmproc.htm.

Edwardes, Herbert Benjamin, Sir, and Herman Merivale. *Life of Sir Henry Lawrence, Volume II*. London: Smith, Elder & Co., 1872.

Ghose, Indira, ed. *Memsahibs Abroad. Delhi*: Oxford University Press, 1998.

Ghose, Indira. *Women Travellers in Colonial India: The Power of the Female Gaze*. Delhi: Oxford University Press, 1998.

Hibbert, Christopher. *The Great Mutiny*. London: Penguin Books Ltd., 1978.

Humphries, James, ed. *Mutiny*: 1857. Leonaur Ltd., 2007.

Knighton, William. *Elihu Jan's Story or The Private Life of an Eastern Queen*. London: Longman, Green, Longman, Roberts, & Green, 1865.

Llewellyn-Jones, Rosie. "Africans in the Indian Mutiny." *History Today,* Volume 59, Issue 12, December 2009.

Llewellyn-Jones, Rosie. *Engaging Scoundrels: True Tales of Old Lucknow*. New Delhi: Oxford University Press, 2000.

Llewellyn-Jones, Rosie. *Lucknow: Then and Now*. Mumbai: Marg Publications, 2003.

Llewellyn-Jones, Rosie. *Lucknow: City of Illusion.* Munich: Prestel, 2006.

Llewellyn-Jones, Rosie. *The Great Uprising in India 1857-58*. Woodbridge, Suffolk: The Boydell Press, 2007.

Llewellyn-Jones, Rosie. *Portraits in Princely India 1700-1947*. Mumbai: Marg Publications, 2008.

Llewellyn-Jones, Rosie. *The Last King in India: Wajid Ali Shah*. London: C. Hurst & Co. (Publishers) Ltd., 2014.

MacMillan, Margaret. *Women of the Raj*. New York: Random House Trade Paperbacks, 2007 (originally published by Thames and Hudson Ltd., London, 1988).

Majendie, Vivian Dering. *Up Among the Pandies*. Forgotten Books, 2012.

Oldenburg, Veena Talwar. "Lifestyle as Resistance: The Case of the Courtesans of Lucknow." *Lucknow: Memories of a City*. Ed. Violette Graff. New Delhi: Oxford University, 1997.

Rees, L.E. Ruutz. *A Personal Narrative of the Siege of Lucknow From Its Commencement to Its Relief by Sir Colin Campbell*. Elibron Classics, 2005.

Ruswa, Mirza Muhammad Hadi. *Umrao Jan Ada*. New Delhi: Rupa Publications India Pvt. Ltd., 1996.

The Lucknow Omnibus-a compilation of three essential works: Abdul Halim Sharar's *Lucknow: The Last Phase of an Oriental Culture*, Rosie Llewellyn-Jones' A Fatal Friendship: The Nawabs, the British and the City of Lucknow, and Veena Talwar Oldenburg's The Making of Colonial Lucknow: 1856-1877. New Delhi: Oxford University Press, 2001.

The author and publisher would like to thank the following for permission to use details:

Ghose, Indira, ed. *Memsahibs Abroad*. Delhi: Oxford University Press, 1998.

Ghose, Indira. *Women Travellers in Colonial India: The Power of the Female Gaze*. Delhi: Oxford University Press, 1998.

Graff, Violette, ed. *Lucknow: Memories of a City*. New Delhi: Oxford University Press, 1997.

The Lucknow Omnibus. New Delhi: Oxford University Press, 2001.

From Women of the Raj by Margaret MacMillan © 1988. Reprinted by kind permission of Thames & Hudson Ltd., London.

காலச்சுவடு பப்ளிகேஷன்ஸ் (பி) லிட்.
Published by Kalachuvadu Publications (Pvt. Ltd.),
669, K.P. Road, Nagercoil 629001, India
Phone: 91-4652-278525
e-mail: publications@kalachuvadu.com

12/2022/S.No.1098, kcp 3842, 18.6 (1) ass